ಇಲ್ಲಿ 30 ವರ್ಷದ ಕ್ಯಾಲೆಂಡರ್ ಹಾಳೆಗಳಿವೆ...

ನಾವು ಮಾತು ನಿಲ್ಲಿಸಿದಾಗ ಒಂದು ವಿಷಾದ ನಮ್ಮೆದುರು ಮೈಮುರಿದುಕೊಂಡು ಬಿದ್ದಿತ್ತು.

ತುಂಬಾ ದಿನಗಳ ನಂತರ ಕಂಡ ಸಿಹಿತಿನಿಸೇನೋ ಎನ್ನುವಂತೆ ಹಲವು ಕಾಲದ ನಂತರ ಮಾತಿಗಿಳಿದಿದ್ದ ನಾವು ಗಂಟೆಗಟ್ಟಲೆ ಹಲವಷ್ಟು ವಿಷಯಗಳನ್ನು ಗಳಗಳನೆ ಆಡಿ ಮುಗಿಸಿದ್ದೆವು. ಆ ಮಾತಿನಲ್ಲಿ 30 ವರ್ಷಗಳ ಕ್ಯಾಲೆಂಡರ್ ಹಾಳೆಗಳು ಪಟಪಟನೆ ರೆಕ್ಕೆ ಬಡಿದು ಹಾರಿದ್ದವು. ಅದರಲ್ಲಿ ಸಂಭ್ರಮವಿತ್ತು, ಆತಂಕವಿತ್ತು, ವಿಷಾದವಿತ್ತು, ನಗೆಬುಗ್ಗೆ ಇತ್ತು, ಕಣ್ಣೀರಿತ್ತು, ಹೇಳಿಕೊಳ್ಳಲಾಗದ ಚಡಪಡಿಕೆ ಇತ್ತು. ಇದಕ್ಕಿಂತಲೂ ಹೆಚ್ಚಾಗಿ ಮೂರು ದಶಕದ ಅಧಿಕಾರ ರಾಜಕಾರಣದ ನಿಡುಸುಯ್ಲಿತ್ತು. ಅದರೊಳಗಿನ ಪಿಸುಮಾತುಗಳಿತ್ತು.

ಹಾಗೆ ಮಾತನಾಡಿಕೊಂಡದ್ದು ನಾನು ಹಾಗೂ ಆರ್ ಟಿ ವಿಠ್ಠಲಮೂರ್ತಿ ಅವರು.

ಇಬ್ಬರೂ ಹೆಜ್ಜೆ ಹಾಕಿದ್ದು ಪತ್ರಿಕೋದ್ಯಮದಲ್ಲಿ. ಇಬ್ಬರೂ ಹೆಜ್ಜೆ ಹಾಕಿದ್ದು ಒಂದೇ ಕಾಲದಲ್ಲಿ. ಇಬ್ಬರೂ ಕಂಡದ್ದು ವಿಧಾನಸೌಧದ ಅದೇ ಬಾಗಿಲನ್ನು, ಇಬ್ಬರೂ ಕಂಡದ್ದು ನಾಡಿನ ಅದೇ ಅಂತರಂಗವನ್ನ. ಹಾಗಾಗಿ ಇಬ್ಬರಿಗೂ ಮಾತನಾಡಿದರೂ ಮುಗಿಯದಷ್ಟು ವಿಷಯಗಳಿದ್ದವು.

ವಿಠ್ಠಲಮೂರ್ತಿ ಫೋನಿನ ಆ ತುದಿಯಿಲದ ಕ್ಯಾಲೆಂಡರ್ ಹಾಳೆ ತಿರುಗಿಸಲು ಶುರು ಮಾಡಿದರು. ಒಂದು ಅರಗಿನ ಅರಮನೆಯ ಒಳಗೆ ಸಿಲುಕಿದವರ ನಿಟ್ಟುಸಿರಿನಂತೆ, ಸಿಲುಕಿದ್ದವರು ಆಡಿ ಮುಗಿಸಲು ಬಯಸುತ್ತಿದ್ದ ಪಿಸುಮಾತುಗಳಂತೆ, ಅರಗಿನ ಬೆಟ್ಟದ ಸುತ್ತ ಸುಳಿಯುತ್ತಿದ್ದ ಮಿಂಚುಹುಳುಗಳಂತೆ ಅನೇಕ ಸಂಗತಿಗಳೂ ಹಾದು ಹೋದವು.

ವಿಠ್ಠಲಮೂರ್ತಿ ಸಾಗರದ ಎಲ್ ಬಿ ಕಾಲೇಜಿನಿಂದ ಮನೆಗೆ ವಾಪಸು ಹೋಗುತ್ತಿದ್ದಾಗ ಎಡವಿಬಿದ್ದರೇನೋ ಎನ್ನುವಂತೆ ಮೈಸೂರಿನಲ್ಲಿ ಪತ್ರಿಕೋದ್ಯಮ ಡಿಪ್ಲೊಮೋ ಸೇರಿಕೊಂಡರು. ಅಲ್ಲಿದ್ದವರು ಹರಿಗೋಲು ಕೊಟ್ಟ ಕಾರಣ

ಬೆಂಗಳೂರನ್ನು ತಲುಪಿದರು. ಸಮಾಜವಾದಿ ಚಳವಳಿಯ ಮುಗ್ಗುಲಲ್ಲೇ ಇದ್ದುಬಂದ ಕಾರಣದಿಂದ, ಬೀಡಿ ಸೇದಲು ಹೋದಾಗ ಕಿವಿಹಿಡಿದು ಎಳೆದೊಯ್ದ ಅಜ್ಜಿ ಇದ್ದ ಕಾರಣ, ಅಣ್ಣನಿಗೆ ದುಃಖಭರಿತ ಹಾಡುಗಳೇ ಇಷ್ಟ ಎಂದು ಅದನ್ನೇ ಕೇಳಿ ತಾನೂ ದುಃಖದ ಕಡಲಿಗೆ ತೆತ್ತುಕೊಂಡಂತಹ ಮನುಷ್ಯ ಪ್ರೀತಿ ತೋರಿಸಿದ ತಂಗಿ ಇದ್ದ ಕಾರಣ, ಕೊಡೆ ಕೊಡಿಸಲು ಅಪ್ಪನ ಬಳಿ ಹಣ ಇಲ್ಲವೆಂದು ಉಳ್ಳವರ ಕೊಡೆ ಕದ್ದು ಹಂಚುತ್ತಿದ್ದ ತಮ್ಮನಿದ್ದ ಕಾರಣ, ಕಣ್ಣೆದುರಲ್ಲೇ ಹೋರಾಟದ ಬೀಜಗಳನ್ನು ಅಡಗಿಸಿಟ್ಟುಕೊಂಡ ಕಿಡಿ ಕಾರುವ ಕಣ್ಣುಗಳನ್ನು ಕಂಡ ಕಾರಣ ಆರ್ ಟಿ ವಿಠ್ಠಲಮೂರ್ತಿ ಅವರಿಗೆ ಪತ್ರಿಕೋದ್ಯಮ ಎನ್ನುವುದು ಜನರು ಹಾಗೂ ಸರ್ಕಾರದ ನಡುವೆ ಇರುವ ಸೇತುವೆ ಎಂದು ಗೊತ್ತು ಮಾಡಿಕೊಳ್ಳಲು ಹೆಚ್ಚು ಸಮಯ ಹಿಡಿಯಲಿಲ್ಲ.

ಹಾಗಾಗಿ ವಿಠ್ಠಲಮೂರ್ತಿ ಮಾಧ್ಯಮದ ದೋಣಿಯನ್ನೇರಿ ವಿಧಾನಸೌಧದ ಕಥೆಗಳಿಗೆ ಕಿವಿಯಾದರು. ಬಹುತೇಕ ಪತ್ರಕರ್ತರು ವಿಧಾನಸೌಧದ ಮೂರನೆಯ ಮಹಡಿಯಲ್ಲಿ 'ಆನ್ ದಿ ರೆಕಾರ್ಡ್' ಸುದ್ದಿಗಳನ್ನು ಹೆಕ್ಕುತ್ತಿದ್ದಾಗ ಈ 'ಏಕೋಪಾಧ್ಯಾಯ ಶಾಲೆಯ ಮುಖ್ಯಸ್ಥ' ವಿಠ್ಠಲಮೂರ್ತಿ ವಿಧಾನಸೌಧದ ಹೊರಗೂ ಕಣ್ಣು ಹಾಯಿಸಿದ ಪರಿಣಾಮವೇ ಈ 'ಇದೊಂಥರಾ ಆತ್ಮಕಥನ'.

ಹೊತ್ತಿ ಉರಿದ ಮನೆ ಎದುರು ಎದೆ ಎದೆ ಬಡಿದುಕೊಂಡ ಮಾಪಣ್ಣನ ಮಗು ಹೆಜ್ಜೆ ಹಾಕುತ್ತಾ ಹಾಕುತ್ತಾ, ಬದುಕಿನ ಗುಟ್ಟುಗಳನ್ನು ಹೆಕ್ಕುತ್ತಾ, ಅನುಭವ ದಕ್ಕಿಸಿಕೊಳ್ಳುತ್ತಾ, ಗಿರಣಿಯ ಕಾರ್ಮಿಕ ಮುಖಂಡನಾಗಿ ಅರಳಿ ನಿಲ್ಲುತ್ತದೆ. ಆ ಮಗುವಿನ ಹೆಸರು ಮಲ್ಲಿಕಾರ್ಜುನ ಖರ್ಗೆ ಎಂದು ಗೊತ್ತಾಗಬೇಕಾದರೆ ಆರ್ ಟಿ ವಿಠ್ಠಲಮೂರ್ತಿಯೇ ಆಗಬೇಕು. ಮೊಮ್ಮಗುವಿನ ಜೊತೆ ಆಟವಾಡುತ್ತಿರುವ ಅಜ್ಜನ ಕಣ್ಣಲ್ಲಿ ನಿಲ್ಲದ ಕಣ್ಣೀರು. ಬದುಕಿನ ವಸಂತವನ್ನು ಮುರುಟಿ ಹಾಕಿಬಿಡುವ ಸಂಗತಿಗಳ ಬಗ್ಗೆ ಬೆಚ್ಚಿ ಹರಿಸಿದ ಕಣ್ಣೀರು. ಆ ಅಜ್ಜ ಎಂ ಪಿ ಪ್ರಕಾಶ್ ಎಂದು ಗೊತ್ತಾಗಲು ಆರ್ ಟಿ ವಿಠ್ಠಲಮೂರ್ತಿಯೇ ಆಗಬೇಕು. ಕೀ ಇಲ್ಲದ ಬೀಗ ಹೇಗೆ ತನ್ನೊಳಗನ್ನು ಬಿಟ್ಟುಕೊಡಲಾರದೋ ಹಾಗೆಯೇ ವ್ಯಕ್ತಿಗಳನ್ನು ತಟ್ಟದ ಮಾತುಗಳೂ ಅಷ್ಟೇ ಎನ್ನುವುದು ಗೊತ್ತಾಗಬೇಕಾದರೆ, ಒಳ್ಳೆಯತನವೇ ಸೆಕ್ಯುಲರ್, ಕೆಟ್ಟತನವೇ ನಾನ್ ಸೆಕ್ಯುಲರ್ ಎನ್ನುವ ಸರಳ ಸೂತ್ರ ಗೊತ್ತಾಗಬೇಕಾದರೆ, ಅಷ್ಟಾವಕ್ರನ ಕಥೆ ಮನಸ್ಸಿಗೆ ನಾಟುವಂತೆ ಹೇಳುವ ಎಸ್ ಆರ್ ಬೊಮ್ಮಾಯಿ, ಕೆಟ್ಟತನ ಎನ್ನುವ ಕೌರವ- ಒಳ್ಳೆಯತನ ಎನ್ನುವ ಪಾಂಡವರ ನಡುವೆ- ವಿವೇಕವೆಂಬ ಕೃಷ್ಣನಿರಬೇಕು ಎಂದು ಕಿವಿಮಾತು ಹೇಳುವ ವೀರೇಂದ್ರ ಪಾಟೀಲ್, ಅಧರ್ಮ-ಧರ್ಮ, ಹಿಂಸೆ-ಅಹಿಂಸೆ ಎನ್ನುವುದರ ಮ್ಯಾಥಮೆಟಿಕ್ಸ್ ಸೂತ್ರ ತಿಳಿಸುವ ಜೆ ಎಚ್ ಪಟೇಲ್ ಗೊತ್ತಾಗಬೇಕಾದರೆ ಆರ್ ಟಿ ವಿಠ್ಠಲಮೂರ್ತಿ ಅವರ 'ಇದೊಂಥರಾ ಆತ್ಮಕಥೆ'ಯೇ ಆಗಬೇಕು.

ಆರ್ ಟಿ ವಿಠ್ಠಲಮೂರ್ತಿ ಅವರು 'ಅಭಿಮಾನಿ'ಯ ಅಂಗಳದಿಂದ 'ಆಂದೋಲನ' 'ಹಾಯ್ ಬೆಂಗಳೂರು' ಹೀಗೆ ತಮ್ಮ ಕ್ಯಾನ್‌ವಾಸನ್ನು ವಿಸ್ತರಿಸಿಕೊಳ್ಳುತ್ತಾ ಹೋದರು.

ಜೊತೆಗಿರುವ ಪತ್ರಕರ್ತರಿಗೆ ಗೊತ್ತಾಗಿದ್ದು ಇದು ಮಾತ್ರ. ಆದರೆ ಆರ್ ಟಿ ಬರೆದ ಈ ಪುಸ್ತಕದ ಪುಟ ತಿರುಗಿಸುತ್ತಾ ಹೋದರೆ ಅವರು ತಮ್ಮ ಕಾರ್ಯಕ್ಷೇತ್ರವನ್ನು ಮಾತ್ರ ಹಿರಿದಾಗಿಸಿಕೊಳ್ಳುತ್ತಾ ಹೋಗಲಿಲ್ಲ. ತಮ್ಮೊಳಗಿನ ಅರಿವನ್ನೂ ವಿಸ್ತರಿಸಿಕೊಂಡರು ಎನ್ನುವುದು ಗೊತ್ತಾಗುತ್ತದೆ.

ಆ ಕಾರಣಕ್ಕಾಗಿಯೇ 'ಆನ್ ದಿ ರೆಕಾರ್ಡ್' ಸುದ್ದಿ ಹುಡುಕುವವರ ಮಧ್ಯೆ ಇವರು ತೀರಾ ಭಿನ್ನ. ಅಧಿಕಾರದ ಗದ್ದುಗೆಗೆ ಕಿಚ್ಚು ಹೊತ್ತಿಸುವ ಆನ್ ದಿ ರೆಕಾರ್ಡ್ ಸುದ್ದಿಗಳನ್ನು ಹಿಡಿಯುತ್ತಲೇ ಆರ್ ಟಿ ಅದರ ಹಿಂದಿರುವ ದುಃಖ ದುಮ್ಮಾನಗಳ, ನಿಟ್ಟುಸಿರುಗಳ, ಆತ್ಮ ವಿಮರ್ಶೆಯ, ಪಶ್ಚಾತ್ತಾಪದ, ಪಡೆದ ಅರಿವಿನ 'ಆಫ್ ದಿ ರೆಕಾರ್ಡ್'ನ್ನೂ ಮೊಗೆಯುತ್ತಾ ಹೋದರು.

ರಾಜ್‌ಕುಮಾರ್ ಸಿನೆಮಾ ನೋಡುತ್ತಿದ್ದ ಏಳೆಂಟು ವರ್ಷದ ಹುಡುಗ ಮೋಟು ಬೀಡಿ ಸೇದುತ್ತಿದ್ದ. ಅಜ್ಜಿಯ ಏಟಿಗೂ ಬಗ್ಗದಿದ್ದ ಹುಡುಗ 'ಆ ದೇವರಂತ ರಾಜ್‌ಕುಮಾರ್ ಪಿಕ್ಚರ್ ನೋಡ್ತೀಯ, ಅದನ್ನು ನೋಡಿ ಬುದ್ಧಿ ಕಲೀಬೇಕು ಬಿಕನಾಸಿ ತರಾ ತಿರುಗುವುದಲ್ಲ' ಎನ್ನುವ ಒಂದೇ ಮಾತಿನ ಬಾಣಕ್ಕೆ ಶರಣಾಗಿ ಹೋಗುತ್ತಾನೆ. 'ರಾಜ್‌ಕುಮಾರ್ ನನ್ನನ್ನು ಬೀಡಿಯ ಬೆಂಕಿಯಿಂದ ಪಾರು ಮಾಡಿದರು' ಎಂದು ನೆನೆಯುತ್ತಾರೆ ಆರ್ ಟಿ ವಿಠ್ಠಲಮೂರ್ತಿ.

ವಿಠ್ಠಲಮೂರ್ತಿಯವರಿಗೆ ಸಾಗರದ ಎಲ್ ಬಿ ಕಾಲೇಜಿನ ಜಿ.ಎಸ್.ಭಟ್ ಮಾಸ್ತರರು ಹೇಳಿದ್ದರಂತೆ 'ನೀನು ಬರವಣಿಗೆಯಲ್ಲಿ ಸಕ್ಸಸ್ ಆಗ್ತೀಯ' ಎಂದು. 'ಹೌದು' ಎನ್ನುವುದನ್ನು ತೋರಿಸಿಬಿಡಬೇಕು ಎನ್ನುವಂತೆ ಹೊರಟ ಆರ್ ಟಿ ಈ ಕೃತಿಯಲ್ಲಿ ಅದಕ್ಕೆ ಬೇಕಾದಷ್ಟು ಸಾಕ್ಷಿ ಒದಗಿಸಿದ್ದಾರೆ. ಹೆಂಡತಿಯನ್ನೇ ಒಡೆಯನಿಗೆ ಅಡವಿಟ್ಟ ಗಂಡನ ಕಥೆಯನ್ನು ಓದಿ ತತ್ತರಿಸಿದ ಎಂ ಪಿ ಪ್ರಕಾಶರ ಕಥೆ ಹೇಳುವಾಗ ನಮ್ಮನ್ನೂ ಒಂದು ಕ್ಷಣ ಅದೇ ರೀತಿ ತತ್ತರಿಸಿ ಹೋಗುವಂತೆ ಮಾಡುತ್ತಾರೆ. ನೋವ ಬಾಣಗಳನ್ನೇ ಹೊತ್ತರೂ ನಗುತ್ತಾ ಸಾಗುವವನ ಕಥೆಯನ್ನು ಧರ್ಮಸಿಂಗ್ ಹೇಳುವಾಗ ಆ ಕಥೆಯ ಜೊತೆ ನಾವು ಇರುವಂತೆ ನೋಡಿಕೊಳ್ಳುತ್ತಾರೆ.

ನನಗೆ ಖ್ಯಾತ ಸಾಹಿತಿ ಎ ಕೆ ರಾಮಾನುಜನ್ ಅವರ 'ಮತ್ತೊಬ್ಬನ ಆತ್ಮಚರಿತ್ರೆ' ಗೊತ್ತಿತ್ತು. ಆದರೆ ವಿಠ್ಠಲಮೂರ್ತಿಯವರದ್ದು 'ಇದೊಂಥರಾ ಆತ್ಮಕಥೆ'. ಇವರ ಬದುಕಿನ ಪುಟದೊಳಗೆ ಸೇರಿ ಹೋಗಿ ತಮ್ಮ ಕಥೆಯನ್ನೂ ಹಲವರು ಸೇರಿಸಿದ ಕಾರಣ ಇದು 'ಡಬಲ್ ಆಮ್ಲೆಟ್' ಇದ್ದಂತೆ. ಒಂದು ಆತ್ಮಕಥೆಯೊಳಗೆ ನೂರಾರು ಝರಿಗಳು. ಆರ್ ಟಿ ವಿಠ್ಠಲಮೂರ್ತಿ ಅವರ ಕೈಗನ್ನಡಿಯಲ್ಲಿ ಕಂಡ ಮುಖಗಳು.

ಇದು 30 ವರ್ಷಗಳ ಕಾಲದ ಆರ್ ಟಿ ಯವರ ವೃತ್ತಿ ಬದುಕಿನ ಯಾನದ ಕಥೆಯೂ ಹೌದು. ಹೀಗಾಗಿ ಇದು ವ್ಯಕ್ತಿಗಳ ಕಥನದ ಜೊತೆಗೆ ಕಾಲನ ಕಥನವೂ ಹೌದು. 'ಆ ಕಾಲನೆಂಬ ಪ್ರಾಣಿ ಕೈಗೆ ಸಿಕ್ಕರೆ ಚೆನ್ನಾಗಿ ಥಳಿಸಿಬೇಕೆಂದಿದ್ದೇನೆ' ಎಂದಿದ್ದರು

ಕೆ ಎಸ್ ನ. ಅವರಿಗೆ ಸಿಕ್ಕಿರಲಿಲ್ಲ. ಆದರೆ ಪತ್ರಕರ್ತ ಆರ್ ಟಿ ವಿ ಆ ಕಾಲನನ್ನು ಸಿಕ್ಕಿಸಿಕೊಳ್ಳದೇ ಬಿಟ್ಟಿಲ್ಲ. ಕಾಲ ಇವರ ಕೃತಿಯಲ್ಲಿ ಕಾಲು ಮುರಿದುಕೊಂಡು ಬಿದ್ದಿದೆ.

ಕನ್ನಡ ಪತ್ರಿಕೋದ್ಯಮ ಮಗ್ಗುಲು ಬದಲಿಸಿಕೊಂಡು ಸಾಕಷ್ಟು ಕಾಲವಾಗಿದೆ. 'ನಿಜಕ್ಕೂ ಇದು ಉದ್ಯಮವೇ' ಎಂದುಕೊಂಡು ಮುನ್ನಡೆಯಬೇಕಾದ ದಿನಗಳಲ್ಲಿ ಮಾಧ್ಯಮ ಎನ್ನುವುದು ಸರ್ಕಾರದ ಕಣ್ಣನ್ನು ತೆರೆಸುವ ಕೆಲಸ ಮಾಡುತ್ತಿತ್ತು, ನೀತಿ ರೂಪಕನಾಗಿತ್ತು, ವಿರೋಧ ಪಕ್ಷವಾಗಿತ್ತು. ಅಭಿವೃದ್ಧಿಯ ಕಡೆಗಿನ ಒಂದು ಊರುಗೋಲಾದರೂ ಆಗಿತ್ತು ಎನ್ನುವ ನಂಬಲಾಗದ ಸತ್ಯಗಳನ್ನು ಹಿಡಿದಿಟ್ಟಿದೆ. ಕೋಮುವಾದ ಎನ್ನುವುದು ಒಂದು ಇಂಡಸ್ಟ್ರಿ, ಗಲಭೆ ಎನ್ನುವುದು ಹಣಿಯುವ ಅಸ್ತ್ರ ಎನ್ನುವ ಸತ್ಯಗಳನ್ನು ಬಿಡಿಸಿಟ್ಟಿದೆ.

ಆರ್ ಟಿ ವಿಠ್ಠಲಮೂರ್ತಿ ಅವರ ಬರವಣಿಗೆಯಲ್ಲಿ ದೇವರಾಜ ಅರಸು, ದೇವೇಗೌಡ, ವೀರೇಂದ್ರ ಪಾಟೀಲ್, ಎಸ್ ಎಂ ಕೃಷ್ಣ, ಧರ್ಮಸಿಂಗ್, ಕುಮಾರಸ್ವಾಮಿ ಮಾತ್ರ ಇದ್ದಾರೆ ಎಂದುಕೊಂಡರೆ ತಪ್ಪು. ನಮಗೇ ಗೊತ್ತೆ ಆಗದಂತೆ ಸಿದ್ದರಾಮಯ್ಯನವರ ಮನೆಯಲ್ಲಿ ಅಡುಗೆ ಮಾಡುವಾತ, ಹಿಮಾಚಲದ ತಪ್ಪಲಲ್ಲಿ ಟೀ ಮಾಡುವವ, ಕಡಿದಾಳ ಮಂಜಪ್ಪನವರ ಮುಂದೆ ನಿಂತ ಸೊಂಟ ಬಾಗಿದ ಮುದುಕಿ, ಬಂಗಾರಪ್ಪನವರು ಕಂಡ ಮಳೆಯ ಹೊಡೆತಕ್ಕೆ ಸಿಕ್ಕಿದ ಹಣ್ಣು ಹಣ್ಣು ಮುದುಕಿ, ಜೋಳದ ರೊಟ್ಟಿ, ಝುನಕಾ ಮಾಡಿಕೊಟ್ಟ ವೀರೇಂದ್ರ ಪಾಟೀಲರ ಪತ್ನಿ, ಸಾಗರ ಬೆಣ್ಣೆ ದೋಸೆ ಕೃಷ್ಣಪ್ಪ, ವಿಜಯಪುರದ ಸಿದ್ಧೇಶ್ವರ ಸ್ವಾಮೀಜಿ, ಕೊಡೆ ಕದ್ದು ಕೊಡುತ್ತಿದ್ದ ಪಾಂಡು, ರಪ್ಪನೆ ಮುಖಕ್ಕೆ ಬಿಗಿದ ಗಂಗಮ್ಮಜ್ಜಿ, ಫ್ರೆಂಡ್ ಅಂಡ್ ಗೈಡ್ ಮೋಹನಣ್ಣ... ಹೀಗೆ ಜನಸಾಮಾನ್ಯರ ಗಡಣವೇ ಇದೆ. ಮುಖ್ಯಮಂತ್ರಿಗಳ ಕಥೆಗಳು ಮಾತ್ರ ಕುತೂಹಲಕರ ಎಂದು ಕೊಂಡವರಿಗೆ ಥಟ್ಟನೆ ಆರ್ ಟಿ ಇವರೆಲ್ಲರ ಲೋಕವನ್ನು ಬಿಚ್ಚಿ ಕೊಡುತ್ತಾರೆ.

ರಾಗಿಮುದ್ದೆ ತಿನ್ನುವುದನ್ನು ದೇವೇಗೌಡರಿಂದಲು, ಜೋಳದ ರೊಟ್ಟಿ ಮುರಿಯುವುದನ್ನು ವೀರೇಂದ್ರ ಪಾಟೀಲರಿಂದಲೂ, ಆಹಾ! ಎನ್ನುವ ವಿವಿಧ ಭಕ್ಷಗಳನ್ನು ಜೀವರಾಜ ಆಳ್ವರಿಂದಲೂ, ಲಾನ್ ನಲ್ಲಿ ಕುಳಿತು ಟೀ ಸವಿಯುವುದನ್ನು ರಾಮಕೃಷ್ಣ ಹೆಗಡೆಯವರಿಂದಲೂ.. ಹೀಗೆ ಇದೊಂದು 'ಥರಾವರಿ' ಆತ್ಮಕಥೆ.

ವಿಠಲನೆಂಬ ಬೆಳಕ ಅರಸುತ್ತಾ ಪಂಡರಾಪುರಕ್ಕೆ ಹೆಜ್ಜೆ ಹಾಕುವವರು ಅದೆಷ್ಟೋ. ಅಂತೆಯೇ ಈ ವಿಠ್ಠಲನ ಹೆಜ್ಜೆಗಳು ನಾಳೆಗೆ ಒಂದು ಮಿಣಿ ಮಿಣಿ ದೀಪವಾಗಲಿ.

– ಜಿ ಎನ್ ಮೋಹನ್

ಇದೊಂಥರಾ ಆತ್ಮಕಥೆ

ಆರ್ ಟಿ ವಿಠ್ಠಲಮೂರ್ತಿ

ಬಹುರೂಪಿ

ಎಂಬೆಸಿ ಸೆಂಟರ್, 111, ಮೊದಲನೇ ಮಹಡಿ, ಕ್ರೆಸೆಂಟ್ ರಸ್ತೆ,
ಕುಮಾರಪಾರ್ಕ್ ಈಸ್ಟ್, ಬೆಂಗಳೂರು 560 001.

ದೂರವಾಣಿ: 70191 82729 editor. bahuroopi@gmail. com
Online Book Store: bahuroopi. in
facebook: bahuroopi. official/

23

IDONTHARAA AATMAKATHE-
A Collection of Biographical sketches
By Noted Journalist **R T Vittal Murthy**
Published by **Bahuroopi**

Edited By
R T Vittal Murthy
94480 90990
rtv1967@gmail.com

ಬಹುರೂಪಿ
ಪ್ರಕಟಣೆಗಳಿಗಾಗಿ ಈ
QR ಕೋಡ್ ಅನ್ನು
ಸ್ಕ್ಯಾನ್ ಮಾಡಿ.

Published By
Bahuroopi
Embassy Centre, 111, First Floor,
Crescent Road, Kumarapark East,
Bangalore 560 014.
--
editor. bahuroopi@gmail. com
Mobile: 70191 82729

online book store:
bahuroopi. in

Paper: 70 GSM Maplitho
Size: 1/8th Demy
First Edition: October 2019

ISBN : 978-81-941661-9-1
Pages: 200

Photo: **V N Mohan Kumar**
Cover Design: **Gousi Arts**
Design: **Sagar M S**

Printed at
Regal Print Service
Bangalore

ತಂದೆ–ತಾಯಿ
ಆರ್ ಆರ್ ತಾರಾನಾಥ್
ಆರ್ ಟಿ ಪ್ರಭಾವತಿ ಬಾಯಿ
ಇವರಿಗೆ
ಈ ಕೃತಿ

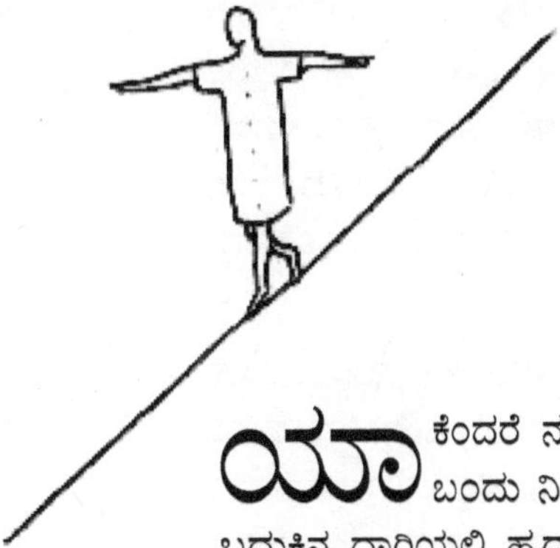

ನಾನು ಆತ್ಮಕತೆ ಬರೆಯುವಷ್ಟು ದೊಡ್ಡವನಲ್ಲ.

ಯಾಕೆಂದರೆ ನನ್ನ ಬದುಕು ಆತ್ಮಕತೆ ಬರೆಯುವ ಹಂತಕ್ಕೆ ಬಂದು ನಿಂತಿಲ್ಲ. ಆದರೆ ಐವತ್ತರ ಗಡಿ ದಾಟಿದ ನನ್ನ ಬದುಕಿನ ದಾರಿಯಲ್ಲಿ ಹೃದಯಕ್ಕೆ ತಾಗಿ, ಆತ್ಮ ಪ್ರತಿಫಲನಗೊಳ್ಳುವಂತೆ ಮಾಡಿದ ಹಲವು ಘಟನೆಗಳು ನಿಶ್ಚಿತವಾಗಿ ನಡೆದಿವೆ. ಹೀಗಾಗಿ ಈ ಪುಸ್ತಕಕ್ಕೆ ಇದೊಂಥರಾ ಆತ್ಮಕತೆ ಎಂದು ಹೆಸರಿಟ್ಟಿದ್ದೇನೆ.

ಆತ್ಮಕತೆ ಅಥವಾ ಜೀವನಚರಿತ್ರೆಗಳಿಗೆ ಆದಿ, ಅಂತ್ಯದ ಸ್ವರೂಪಗಳು ಇರುವುದು ಸಹಜ. ಆದರೆ ಈ ಆತ್ಮಕತೆಗೆ ಆದಿಯೂ ಇಲ್ಲ,ಅಂತ್ಯವೂ ಇಲ್ಲ. ಬದಲಿಗೆ ರಾಜಕೀಯ ವರದಿಗಾರಿಕೆ ಮತ್ತು ಬದುಕಿನ ವಾಸ್ತವಗಳು ಪರಸ್ಪರ ಕೈಜೋಡಿಸಿ ಹಲವು ಬರಹಗಳ ಸೃಷ್ಟಿಗೆ ಕಾರಣವಾಗಿವೆ. ಮತ್ತು ಹಲವು ಬಾರಿ ಬದುಕಿನ ಆರಂಭಿಕ ಕಾಲಘಟ್ಟವನ್ನು ನೆನಪಿಸಿಕೊಳ್ಳುವಂತೆ ಮಾಡಿದೆ.

ಪರಿಣಾಮವಾಗಿ ಕೃತಿಯಲ್ಲಿ ಬರುವ ಪಾತ್ರಗಳು ಬದುಕಿನ ಬಗ್ಗೆ ಹೇಳುತ್ತಾ, ಹೇಳುತ್ತಾ ನನ್ನ ಬದುಕಿನಲ್ಲಿ ನಡೆದ ಹಲವು ಘಟನೆಗಳು ಮಧ್ಯೆ ಮಧ್ಯೆ ಪ್ರತ್ಯಕ್ಷಗೊಳ್ಳುವಂತೆ ಮಾಡಿವೆ. ಏನೇ ಆದರೂ ಇಲ್ಲಿರುವ ಎಲ್ಲ ಬರಹಗಳು ನನ್ನನ್ನು ಗಾಢವಾಗಿ ಪ್ರಭಾವಿಸಿರುವ ಘಟನೆಗಳಿಂದ ಸೃಷ್ಟಿಯಾದವುಗಳು.

ಇವತ್ತು ಜಾಗತೀಕರಣದ ಬಲೆಗೆ ಬಿದ್ದ ವ್ಯವಸ್ಥೆ ಎಷ್ಟು ದಯನೀಯ ಸ್ಥಿತಿಗೆ ತಲುಪಿದೆ ಎಂಬುದು ಎಲ್ಲರಿಗೂ ಗೊತ್ತು. ದಿನ ಕಳೆದಂತೆ ಮನುಷ್ಯ ಮಾನವೀಯತೆಗಿಂತ ಮುಖ್ಯವಾಗಿ, ದುಡ್ಡಿಗಾಗಿ ಹಪಹಪಿಸುವಂತಹ ಪರಿಸ್ಥಿತಿ ಉದ್ಭವಿಸಿರುವುದು ನನ್ನನ್ನು ದಿಗಿಲುಗೊಳಿಸಿದೆ.

ಇದಕ್ಕೆ ಪರಿಹಾರವೇ ಇಲ್ಲ ಅಂತಲ್ಲ. ಬುದ್ಧ, ಬಸವ, ಗಾಂಧಿ, ಅಂಬೇಡ್ಕರ್, ಲೋಹಿಯಾ ಅವರಂತಹ ಮಹಾನುಭಾವರು ಹೋರಾಡಿದ್ದೇ ಇಂತಹ ಲಕ್ಷಣಗಳ ವಿರುದ್ಧ. ಇತಿಹಾಸವನ್ನು ಬಲ್ಲವರಿಗೆ ಒಂದು ಸಂಗತಿ ಸ್ಪಷ್ಟವಾಗಿ ಗೊತ್ತಿರುತ್ತದೆ. ಅದೆಂದರೆ ಭಾರತ ಎರಡು ಭಾಗಗಳಾಗಿ ವಿಂಗಡಿಸಲ್ಪಟ್ಟಿದೆ.

ಒಂದು ಬಡ ಭಾರತ, ಇನ್ನೊಂದು ಶ್ರೀಮಂತ ಭಾರತ.ಜನಸಂಖ್ಯೆಯಲ್ಲಿ ಶೇಕಡಾ ಹತ್ತಕ್ಕೂ ಕಡಿಮೆ ಇರುವ ಶ್ರೀಮಂತ ಭಾರತ ನಿರಂತರವಾಗಿ ಬಡಭಾರತವನ್ನು ಶೋಷಿಸುತ್ತಾ ಬಂದಿದೆ. ಮೇಲೆ ಹೇಳಿದ ಎಲ್ಲ ಮಹಾನುಭಾವರೂ ಶ್ರೀಮಂತ ಭಾರತದ ಹಿಡಿತದಿಂದ ಬಡ ಭಾರತವನ್ನು ರಕ್ಷಿಸಲು ಹೋರಾಡಿದವರು.

ಇಂತಹ ಧೀಮಂತರ ಹೋರಾಟ ಇಂದಿಗೂ ಮುಂದುವರಿದು ಕೊಂಡೇ ಬಂದಿದೆ.ಅದರ ಸ್ವರೂಪ ಕ್ಷೀಣಿಸಿದಂತೆ ಕಾಣುತ್ತಿರಬಹುದು. ಆದರೆ ಅದು ಯಾವತ್ತೂ ಜೀವಂತವಾಗಿರುವ, ಜೀವಂತವಾಗಿರಬೇಕಾದ ಹೋರಾಟ. ಇದೊಂಥರಾ ಆತ್ಮಕತೆಯಲ್ಲಿ ಬರುವ ನಾಯಕರಲ್ಲಿ ಇಂತಹ ಧ್ವನಿ ಜೀವಂತವಾಗಿರುವುದನ್ನು ಕಾಣಬಹುದು.ಈ ಕೃತಿಯನ್ನು ನಿಮ್ಮ ಮುಂದಿಡಲು ನನಗೆ ಇದೇ ಪ್ರೇರಣೆ.

ಸಣ್ಣದೊಂದು ಉದಾಹರಣೆಯನ್ನು ನಿಮಗೆ ಹೇಳಬೇಕು. ಈ ದೇಶಕ್ಕೆ ಸ್ವಾತಂತ್ರ್ಯ ಬಂದ ನಂತರ ಮೊದಲ ಲೋಕಸಭಾ ಚುನಾವಣೆಗಳು ಘೋಷಣೆಯಾದವಲ್ಲ, ಆ ಸಂದರ್ಭದಲ್ಲಿ ದೇಶದ ಇಬ್ಬರು ಮಹಾನ್ ಕೈಗಾರಿಕೋದ್ಯಮಿಗಳು ನೆಹರೂ ಅವರನ್ನು ಭೇಟಿ ಮಾಡುತ್ತಾರೆ.

ಈ ದೇಶದಿಂದ ಬ್ರಿಟಿಷರನ್ನು ಓಡಿಸಲು ಕಾರಣವಾದ ಸ್ವಾತಂತ್ರ್ಯ ಹೋರಾಟಕ್ಕೆ ನಾವೂ ಬಂಡವಾಳ ಹೂಡಿದ್ದೇವೆ. ಹೀಗಾಗಿ ಲೋಕಸಭೆ ಯಲ್ಲಿ ನಮ್ಮ ಪ್ರತಿನಿಧಿಗಳು ಕೂಡಾ ಇರಲು ಅವಕಾಶ ಮಾಡಿಕೊಡಿ. ಅದಕ್ಕಾಗಿ ನಾವು ಹೇಳುವ ನೂರು ಮಂದಿಗೆ ಚುನಾವಣೆಯ ಟಿಕೆಟ್ ಕೊಡಿ ಎಂಬುದು ಅವರ ಬೇಡಿಕೆ.

ಆದರೆ ನೆಹರೂ ಅವರು ಇದನ್ನೊಪ್ಪುವುದಿಲ್ಲ. ಬದಲಿಗೆ: ನೀವು ಉದ್ಯಮಿಗಳು. ಉದ್ಯಮದ ಮುಖ್ಯ ಉದ್ದೇಶ ಲಾಭ ಮಾಡಿಕೊಳ್ಳುವುದು. ಆದರೆ ಲೋಕಸಭೆ ಎಂಬುದು ಜನಸೇವೆಯ ವೇದಿಕೆ. ಉದ್ಯಮ ಹಾಗೂ ಜನಸೇವೆ ಪರಸ್ಪರ ಬೆರೆತರೆ ಜನಸಾಮಾನ್ಯರಿಗೆ ಅನುಕೂಲ ವಾಗುವುದಕ್ಕಿಂತ ಅನಾನುಕೂಲವಾಗುವುದೇ ಹೆಚ್ಚು. ಹೀಗಾಗಿ ನೀವು ನಿಮಗಿಷ್ಟದ ಉದ್ಯಮಗಳನ್ನು ಆರಂಭಿಸಿ. ಅದಕ್ಕೆ ಪೂರಕವಾಗಿ ನಾವು ನಿಮಗೆ ಪರವಾನಗಿ ಕೊಡುತ್ತೇವೆ ಎನ್ನುತ್ತಾರೆ.

ಈ ಘಟನೆಯನ್ನು ಗಮನದಲ್ಲಿಟ್ಟುಕೊಂಡು ಇವತ್ತಿನ ಪರಿಸ್ಥಿತಿ ಯನ್ನು ನೋಡಿ. ನಿಮಗೆ ದಿಗಿಲಾಗದಿದ್ದರೆ ಹೇಳಿ. ಅರ್ಥಾತ್, ದಿನ ಕಳೆದಂತೆ ಬಡ ಭಾರತವನ್ನು ಶೋಷಿಸುವ ಶ್ರೀಮಂತ ಭಾರತದ ಕೈ ಮೇಲಾಗುತ್ತಲೇ ಇದೆ. ಇದನ್ನು ಸರಿಪಡಿಸುವ ಗುರುತರ ಜವಾಬ್ದಾರಿ ಪ್ರಭುತ್ವದ ಮೇಲಿದೆ.

ಪ್ರಭುತ್ವ ಎಂದರೆ ಕೇವಲ ಆಳುವ ಸರ್ಕಾರಗಳಲ್ಲ, ವಿರೋಧ ಪಕ್ಷಗಳೂ ಸೇರಿದಂತೆ ಒಟ್ಟಾರೆ ರಾಜಕೀಯ ವ್ಯವಸ್ಥೆಯೇ ಪ್ರಭುತ್ವ. ಈ ಪ್ರಭುತ್ವಕ್ಕೆ ಒಂದು ಶ್ರೀಮಂತ ಹಿನ್ನೆಲೆ ಇದೆ. ಅದು ಹಣದ ಶ್ರೀಮಂತಿಕೆಯಲ್ಲ. ಗುಣದ ಶ್ರೀಮಂತಿಕೆ. ತನ್ನ ಈ ಶ್ರೀಮಂತಿಕೆಯಿಂದಲೇ ಅದು ಬಡ ಭಾರತವನ್ನು ಇಲ್ಲಿಯವರೆಗೆ ರಕ್ಷಿಸಿಕೊಂಡು ಬಂದಿದೆ.

ಈ ಕೃತಿಯಲ್ಲಿ ಬರುವ ನಾಯಕರು ಅಂತಹ ರಕ್ಷಣೆಯ ಕುರುಹುಗಳಂತೆ ಕಾಣುವುದು ನಿಜ. ಹೀಗಾಗಿ ನಾನು ಕಂಡಿದ್ದನ್ನು, ಕೇಳಿದ್ದನ್ನು, ಅನುಭವಿಸಿದ್ದನ್ನು ಬರೆದಿದ್ದೇನೆ. ಇದರಲ್ಲಿ ಲೋಪಗಳೇ ಆಗಿಲ್ಲ ಎಂದು ಹೇಳುವ ಧೈರ್ಯ ನನಗಿಲ್ಲ. ಆದರೆ ಆಗಿರುವ ಲೋಪಗಳು ಗಮನಕ್ಕೆ ಬಂದರೆ ಅವನ್ನು ತಿದ್ದಿಕೊಂಡು ಮುನ್ನಡೆಯುತ್ತೇನೆ ಎಂದು ಮನ:ಪೂರ್ವಕವಾಗಿ ಹೇಳುತ್ತೇನೆ.

ಮೊದಲು ಈ ಬರಹಗಳಿಗೆ ವೇದಿಕೆಯಾಗಿದ್ದು ಫೇಸ್‌ಬುಕ್. ಅಲ್ಲಿ ಬರೆಯುತ್ತಾ ಹೋದಂತೆ ನಾಡಿನ ಜನ ನೀಡಿದ ಪ್ರತಿಕ್ರಿಯೆಗಳು ನನ್ನನ್ನು ವಿಸ್ಮಿತನನ್ನಾಗಿ ಮಾಡಿದವು. ಹಾಗೆಯೇ ನಾಡಿನ ಖ್ಯಾತ ವಾರಪತ್ರಿಕೆ ತರಂಗ ಸೇರಿದಂತೆ ಹಲವು ಪತ್ರಿಕೆಗಳು ಇಲ್ಲಿನ ಬರಹಗಳನ್ನು ಪ್ರಕಟಿಸಿ ನನಗೆ ಶಕ್ತಿ ತುಂಬಿದವು. ಅದಕ್ಕಾಗಿ ನಾನು ಪತ್ರಿಕೆಗಳ ಮುಖ್ಯಸ್ಥರನ್ನು ಕೃತಜ್ಞತೆಯಿಂದ ಸ್ಮರಿಸುತ್ತೇನೆ.

ಹೀಗೆಯೇ ನಾನು ಬರೆದಿದ್ದನ್ನೆಲ್ಲ ಗಮನಿಸಿ ಇದನ್ನು ಪುಸ್ತಕವಾಗಿ ಮಾಡೋಣ ಎಂದವರು ನಾಡಿನ ಹೆಸರಾಂತ ಪತ್ರಕರ್ತರಾದ, ಬಹುರೂಪಿಯ ಶ್ರೀ ಜಿ.ಎನ್.ಮೋಹನ್ ಅವರು. ಅವರು ಮನಸ್ಸು ಮಾಡದಿದ್ದರೆ, ಅಕರಾಸ್ಥೆ ತೋರಿಸದಿದ್ದರೆ ಇದೊಂಥರಾ ಆತ್ಮಕತೆ ಎಂಬ ಪುಸ್ತಕ ಇಷ್ಟು ಸುಂದರ ರೂಪ ಹೊತ್ತು ನಿಮ್ಮ ಕೈಲಿರುತ್ತಿರಲಿಲ್ಲ.

ನೀವು ಬರೆದಿದ್ದನ್ನು ಒಂದು ಕಂತಿನಲ್ಲಲ್ಲ, ಮೂರು ಕಂತಿನಲ್ಲಿ ಪ್ರಕಟಿಸೋಣ. ನಿಶ್ಚಿತವಾಗಿ ಇದು ಇತಿಹಾಸದ ಆಕರವಾಗುತ್ತದೆ. ಈ ರೀತಿ ಹದಿನೇಳು ಮಂದಿ ಮುಖ್ಯಮಂತ್ರಿಗಳ ಜತೆ, ಅಸಂಖ್ಯಾತ ನಾಯಕರ ಜತೆ ಮಾತನಾಡಿ ಇತಿಹಾಸದ ಅಪೂರ್ವ ಘಟನೆಗಳನ್ನು ದಾಖಲಿಸಲು ಎಷ್ಟು ಮಂದಿಗೆ ಅವಕಾಶ ಸಿಗುತ್ತದೋ ಗೊತ್ತಿಲ್ಲ ಎಂದು ಹೇಳಿ ಬೆನ್ನು ತಟ್ಟಿದ ಶ್ರೀ ಜಿ.ಎನ್.ಮೋಹನ್ ಅವರ ಪ್ರೀತಿಗೆ ಬೆಲೆ ಕಟ್ಟಲು ಸಾಧ್ಯವೇ ಇಲ್ಲ.ಹೀಗಾಗಿ ಮತ್ತೊಮ್ಮೆ ಅವರಿಗೆ, ಬಹುರೂಪಿ ಪ್ರಕಾಶನದ ಬಳಗಕ್ಕೆ ನನ್ನ ಧನ್ಯವಾದಗಳನ್ನು ಸಲ್ಲಿಸುತ್ತೇನೆ.

ವಾರ್ತಾ ಇಲಾಖೆಯ ನಿವೃತ್ತ ನಿರ್ದೇಶಕರಾದ ಶ್ರೀ ಎನ್. ಆರ್.ವಿಶುಕುಮಾರ್ ಅವರನ್ನೂ ನಾನು ಈ ಸಂದರ್ಭದಲ್ಲಿ ನೆನಪಿಸಿ ಕೊಳ್ಳಬೇಕು. ಯಾಕೆಂದರೆ ಈ ಬರಹಗಳು ಪುಸ್ತಕದ ಚೌಕಟ್ಟಿನಲ್ಲಿ ಪ್ರಕಟವಾಗಲು ಅವರ ಒತ್ತಾಸೆಯೂ ಇದೆ.

ಹಾಗೆಯೇ ನಾನು ನಿರಂತರವಾಗಿ ಬರೆಯುತ್ತಾ ಹೋಗುವಂತೆ ನೋಡಿಕೊಂಡವರಲ್ಲಿ ಸಹೋದರ ವರ್ಣ ಜೋಜಿ ಅವರ ಪಾತ್ರ ದೊಡ್ಡದು. ಅದಕ್ಕಾಗಿ ನಾನವರನ್ನು ವಿಶೇಷವಾಗಿ ನೆನಪಿಸಿಕೊಳ್ಳಬೇಕು. ಮತ್ತು ಫೇಸ್‌ಬುಕ್ ಕುಟುಂಬದ ಸ್ನೇಹಿತರಿಗೆ ಕೃತಜ್ಞತೆ ಸಲ್ಲಿಸಬೇಕು.

ನನ್ನ ತಂದೆ ಆರ್.ಆರ್.ತಾರಾನಾಥ್, ತಾಯಿ ಆರ್.ಟಿ.ಪ್ರಭಾವತಿ ಬಾಯಿ, ಆರ್.ಟಿ.ಮಹೇಂದ್ರನಾಥ್, ಆರ್.ಟಿ.ಪಾಂಡುರಂಗ, ಶ್ರೀಮತಿ ಇಂದುಮತಿ, ಶ್ರೀಮತಿ ಮೇರಿ ಶೈಲಾ ಡಯಾಸ್, ಶ್ರೀಮತಿ ಮಮತಾ, ಚಿಂಟು, ಬಂಟಿ, ಪ್ರಣೀತಾ, ಮನು, ಶೈನಿ ಸೇರಿದಂತೆ ಎಲ್ಲರನ್ನೂ ಈ ಸಂದರ್ಭದಲ್ಲಿ ನಾನು ವಿಶೇಷವಾಗಿ ಸ್ಮರಿಸಿಕೊಳ್ಳುತ್ತೇನೆ.

ನಾನು ಬೆಂಗಳೂರಿಗೆ ಬಂದು ನೆಲೆಯಾಗಲು ಕಾರಣರಾದ ಅಣ್ಣ ಎಸ್.ಜಿ.ಗುರುಮೂರ್ತಿ, ಅತ್ತಿಗೆ ಶ್ರೀಮತಿ ಉಮಾ ಗುರುಮೂರ್ತಿ, ಯಶಸ್ವಿ ಗುರುಮೂರ್ತಿ ಮತ್ತವರ ಕುಟುಂಬಕ್ಕೆ ನನ್ನ ವಂದನೆಗಳು ಸಲ್ಲುತ್ತವೆ.

ಕೆಲಸಕ್ಕಾಗಿ ಅಲೆದಾಡುತ್ತಿದ್ದ ಕಾಲದಲ್ಲಿ ಕೆಲಸ ಕೊಡಿಸಿ ವಿಧಾನಸೌಧದ ಅಂಗಳಕ್ಕೆ ತಂದು ನಿಲ್ಲಿಸಿದ ಹಿರಿಯ ಪತ್ರಕರ್ತರಾದ ಸಾ.ಚಂದ್ರಶೇಖರರಾವ್, ಪರಮಾಪ್ತರಾದ ಸೋಮಸುಂದರರೆಡ್ಡಿ, ಕೆ.ಎಂ.ಶಿವರಾಜು, ಎ.ಹೆಚ್. ಆನಂದ್ ಮತ್ತವರ ಕುಟುಂಬಕ್ಕೆ, ಪುಸ್ತಕ ಪ್ರಕಟವಾಗುವವರೆಗೆ ಎಲ್ಲ ಹಂತಗಳಲ್ಲಿ ನನಗೆ ನೆರವಾದ ಬೆಂಗಳೂರು ವರದಿಗಾರರ ಕೂಟದ ನಿರ್ವಾಹಕರಾದ ಚಂದ್ರಪ್ಪ ಹಲಗೇರಿ ಅವರನ್ನು ನಾನು ವಿಶೇಷವಾಗಿ ಸ್ಮರಿಸುತ್ತೇನೆ.

ಇದನ್ನು ಮೀರಿ ಹೇಳಲು ನನ್ನಲ್ಲಿ ಪದಗಳಿಲ್ಲ.ಇನ್ನು ನೀವುಂಟು. ನಿಮ್ಮ ಕೈಲಿರುವ ಪುಸ್ತಕವುಂಟು. ನಿಮಗೆ ಮೆಚ್ಚುಗೆಯಾದರೆ ನನ್ನ ಪ್ರಯತ್ನ ಸಾರ್ಥಕ. ಥ್ಯಾಂಕ್ಯೂ.

26-10-2019

ಆರ್.ಟಿ.ವಿಠ್ಠಲಮೂರ್ತಿ
ಬೆಂಗಳೂರು

ಹಾಳೆ ತಿರುಗಿಸುತ್ತಾ ಹೋದಂತೆ...

1

ಥೋ, ಇದೇನು ಫೋನೋ
ಅಂತ ಗೊಣಗಿ ದೇವೇಗೌಡರು
ಸಂದರ್ಶನ ಮುಂದುವರಿಸಿದರೂ
ಸ್ವಲ್ಪ ಹೊತ್ತಿನಲ್ಲೇ ಮತ್ತೆಕರೆ
ಬರುತ್ತಿತ್ತು. ದೇವೇಗೌಡರು
ಮಾತನಾಡಲು ಯತ್ನಿಸಿದರೆ
ಯಥಾ ಪ್ರಕಾರ ನೋ ಆನ್ಸರ್.

ಅವತ್ತು ದೇವೇಗೌಡರು ಸಿಟ್ಟಿನಿಂದ ಮೊಬೈಲ್ ಫೋನ್ ಒಡೆದಿದ್ದರು

ಇದು ಎರಡು ದಶಕಗಳ ಹಿಂದೆ ನಡೆದ ಘಟನೆ.

ಒಂದು ಸಲ ನಾನು ಮತ್ತು ಪತ್ರಕರ್ತ ಯಗಟಿ ಮೋಹನ್ (ಆಗ ಸಂಯುಕ್ತ ಕರ್ನಾಟಕ ಪತ್ರಿಕೆಯಲ್ಲಿದ್ದರು) ಮಾಜಿ ಪ್ರಧಾನಿ ದೇವೇಗೌಡರ ಸಂದರ್ಶನ ಮಾಡಲು ಹೋದೆವು. ದೇವೇಗೌಡರಿಗೆ ನಮ್ಮ ಯಗಟಿ ಮೋಹನ್ ಅವರನ್ನು ಕಂಡರೆ ಹೆಚ್ಚು ವಿಶ್ವಾಸ.

"ನಮ್ಮ ದೇವೇಗೌಡರು ಎಲೆಕ್ಷನ್‌ನಲ್ಲಿ ಸೋತಿದ್ದಾರೆ.(1999) ಇಂತಹ ಟೈಮಿನಲ್ಲಿ ಇಂಟರ್‌ವ್ಯೂ ಮಾಡಬೇಕು ಅನ್ನೋದು ನನ್ನ ಆಸೆ. ಗೆದ್ದಾಗ ಮನುಷ್ಯ ಖುಷಿ ಪಡುವುದು, ಜನ ನ್ಯಾಯದ ಪರ ತೀರ್ಪು ಕೊಟ್ಟಿದ್ದಾರೆ ಎನ್ನುವುದು ಮಾಮೂಲು. ಆದರೆ ಪ್ರಧಾನಿಯಂತಹ ಹುದ್ದೆಗೇರಿದ ಮೇಲೂ ಸೋಲು ಕಂಡ ದೇವೇಗೌಡರ ಇಂಟರ್‌ವ್ಯೂ ಡಿಫರೆಂಟ್ ಆಗಿರತ್ತೆ ಕಣ್ರೀ" ಅನ್ನುವುದು ಯಗಟಿ ಮೋಹನ್ ವಾದ.

ದೇವೇಗೌಡರ ಸಂದರ್ಶನ ಸಿಗುತ್ತದೆ ಅಂದರೆ ಒಳ್ಳೆಯದೇ. ಪತ್ರಿಕೆಗೆ ಬೊಂಬಾಟ್ ಸರಕು. ದೇಶದ ಮಾಜಿ ಪ್ರಧಾನಿ ಬೇರೆ. ಅವರು ಮೂಡಿನಲ್ಲಿದ್ದು ಸುಮ್ಮನೆ ಮಾತನಾಡುತ್ತಾ ಹೋದರೂ ಸಾಕು. ಒಂದು ವಿಶ್ವಕೋಶ ಓಪನ್ ಆದಂತೆ.

ಹೀಗಾಗಿ ಯಗಟಿ ಮೋಹನ್ ಅವರೇ ಸಂದರ್ಶನ ಫಿಕ್ಸ್ ಮಾಡಿದ್ದರು. ಯಗಟಿ ನೇರ ಮಾತಿನ ಮನುಷ್ಯ. ಹೀಗಾಗಿ ದೇವೇಗೌಡರ ಜತೆ ಮಾತನಾಡುವಾಗ: ಸಾರ್, ನಾನೊಬ್ಬನೇ ಬರುತ್ತಿಲ್ಲ. ಹಾಯ್ ಬೆಂಗಳೂರ್ ಪತ್ರಿಕೆಯಿಂದ ವಿಠ್ಠಲಮೂರ್ತಿ ಕೂಡಾ ಸಂದರ್ಶನಕ್ಕೆ ಬರುತ್ತಾನೆ ಎಂದಿದ್ದರು. ಸರಿ, ಇಬ್ಬರೂ ಪದ್ಮನಾಭ ನಗರಕ್ಕೆ ಹೋದೆವು. ಸುಮಾರು ಎರಡು ಗಂಟೆಯಷ್ಟು ಕಾಲ ಅವರ ಸಂದರ್ಶನ ನಡೆಯಿತು.

ಆದರೆ ಸಂದರ್ಶನ ನಡೆಯುತ್ತಿದ್ದಷ್ಟು ಕಾಲವೂ ಅವರ ಮೊಬೈಲ್‌ಗೆ ಯಾವುದೋ ಕರೆ ಬರುತ್ತಿತ್ತು. ಅವರು ಫೋನೆತ್ತಿ ಮಾತನಾಡಲು ಹೊರಡುತ್ತಿದ್ದರು. ಆದರೆ ಆ ಕಡೆಯಿಂದ ಯಾವ ಧ್ವನಿಯೂ ಕೇಳುತ್ತಿರಲಿಲ್ಲ.

ಥೋ, ಇದೇನು ಫೋನೋ ಅಂತ ಗೊಣಗಿ ದೇವೇಗೌಡರು ಸಂದರ್ಶನ ಮುಂದುವರಿಸಿದರೂ ಸ್ವಲ್ಪ ಹೊತ್ತಿನಲ್ಲೇ ಮತ್ತೆ ಕರೆ ಬರುತ್ತಿತ್ತು. ದೇವೇಗೌಡರು ಮಾತನಾಡಲು ಯತ್ನಿಸಿದರೆ ಯಥಾ ಪ್ರಕಾರ ನೋ ಆನ್ಸರ್.

ಇದೇನ್ರೀ ಹೊಸ ಮೊಬೈಲೇ ಹೀಗೆ ಕೈ ಕೊಡ್ತಿದೆ? ಅಂತ ದೇವೇಗೌಡರು ಪುನಃ ಗೊಣಗುತ್ತಿದ್ದರು. ಹೀಗೇ ಸಂದರ್ಶನದುದ್ದಕ್ಕೂ ಇದು ರಿಪೀಟ್ ಆಗುತ್ತಲೇ ಇತ್ತು. ಈ

ಮಧ್ಯೆಯೂ ದೇವೇಗೌಡರು ನಾವು ಎಸೆದ ಚೆಂಡುಗಳಿಗೆಲ್ಲ (ಪ್ರಶ್ನೆಗಳಿಗೆ) ಬೌಂಡರಿ, ಸಿಕ್ಸರು (ಉತ್ತರ) ಬಾರಿಸುತ್ತಲೇ ಹೋದರು.

ತಾವು ಎಲೆಕ್ಷನ್‌ನಲ್ಲಿ ಸೋತ ಕುರಿತು ಆಳದಲ್ಲಿ ನೋವಿದ್ದರೂ ದೇವೇಗೌಡರು ನೆಪ ಮಾತ್ರಕ್ಕೂ ಅದನ್ನು ತೋರಿಸಿಕೊಳ್ಳಲಿಲ್ಲ. ಬದಲಿಗೆ, ಆ ಕುರಿತು ಕೇಳಿದರೆ: ಬನ್ನಿ ಮೋಹನ್, ರಾಜಕಾರಣಿ ಯಾವತ್ತೂ ಸೋಲು-ಗೆಲುವಿಗೆ ಅಂಜುವುದಿಲ್ಲ. ಸೋಲು-ಗೆಲುವಿಗೆ ಅಂಜುವವನು ಯಶಸ್ವಿ ರಾಜಕಾರಣಿಯೇ ಆಗುವುದಿಲ್ಲ. ನಾನು ಕೆಲಸ ಮಾಡುತ್ತಿರುವುದು ಜನರಿಗಾಗಿ ಅನ್ನುವ ನಂಬಿಕೆ ನನ್ನಲ್ಲಿರುವವರೆಗೆ ನಾನು ಧೂಳಿನಿಂದ ಮೇಲೆದ್ದು ಬರುತ್ತಲೇ ಇರುತ್ತೇನೆ ಎಂದರು.

ಹೀಗೆ ನಿರಂತರ ಎರಡು ಗಂಟೆಗಳ ಕಾಲ ಅವರೊಡನೆ ಮಾತನಾಡಿದೆವು. ನಿಜಕ್ಕೂ ಅದು ಅಪರೂಪದ ಸಂದರ್ಶನ. ಅವತ್ತು ಮಾತನಾಡಿದ್ದನ್ನು ಬರೆದರೆ ಅದೇ ಒಂದು ದೊಡ್ಡ ಎಪಿಸೋಡು. ಅಂದ ಹಾಗೆ ಅವತ್ತು ಸಂದರ್ಶನ ಮುಗಿಯಬೇಕು. ಮತ್ತೆ ಬಂತಲ್ಲ ಅವರ ಮೊಬೈಲ್‌ಗೆ ಕರೆ. ಯಥಾಪ್ರಕಾರ ಕಿವಿಗಿಟ್ಟುಕೊಂಡು ಹಲೋ ಎಂದರೆ ಏನೂ ಕೇಳುತ್ತಿಲ್ಲ. ದೇವೇಗೌಡರಿಗೆ ನಖಶಿಖಾಂತ ಕೋಪ ಉಕ್ಕಿ ಬಂತು. ಆ ಕೋಪದ ಭರದಲ್ಲಿ ಮೊಬೈಲ್ ಫೋನನ್ನು ರಪ್ಪಂತ ಬಿಸಾಡಿಯೇ ಬಿಟ್ಟರು. ಅದು ನೆಲಕ್ಕೆ ಬಿದ್ದಿದ್ದೇ ತಡ, ಫಳ್ ಅಂತ ಹೋಳಾಗಿ ಹೋಯಿತು.

ನಾವು ದೇವೇಗೌಡರ ಸಿಟ್ಟು ನೋಡಿ ದಂಗಾಗಿ ಕುಳಿತೆವು. ಮೌನವೇ ಆಭರಣ ಎಂಬಂತೆ. ಅಷ್ಟರಲ್ಲೇ ಅವರ ಮಗಳು ಶ್ರೀಮತಿ ಶೈಲಜಾ (ಮುಂಚೆ ಅವರೂ ಸಂಯುಕ್ತ ಕರ್ನಾಟಕದಲ್ಲಿ ಕೆಲಸ ಮಾಡಿದ್ದರು) ಅಪ್ಪನ ಸಿಟ್ಟು ನೋಡಿ ಓಡಿ ಬಂದವರೇ ಏನಾಯ್ತು ಅಪ್ಪಾಜಿ ಎಂದು ಪ್ರಶ್ನಿಸಿದರು.

ದೇವೇಗೌಡರ ಮುಖದಲ್ಲಿ ಕೋಪ ಎಂಬುದು ಹೊತ್ತಿ ಉರಿಯುತ್ತಿತ್ತು. ಅದೇ ಭರದಲ್ಲಿ: ಇದೇನು ಸುಡುಗಾಡು ಫೋನು ಅಂತ ಕೊಟ್ಟಿದೀರಿ. ಅಷ್ಟೊತ್ತಿನಿಂದ ನೋಡ್ತಿದೀನಿ. ಕಾಲ್ ಬರತ್ತೆ. ಮಾತನಾಡಲು ಹೋದರೆ ಆ ಕಡೆಯಿಂದ ಮಾತೇ ಕೇಳೋಲ್ಲ ಎಂದು ಗುಡುಗಿದರು.

ಅವರು ಹಾಗೆ ಹೇಳಿದ್ದೇ ತಡ, ಶೈಲಜಾ ಅವರು ಫೋನೆತ್ತಿಕೊಂಡು ಸಟ ಸಟನೆ ಅದರ ಪೀಸುಗಳನ್ನೆಲ್ಲ ಜೋಡಿಸಿದರು. ನಂತರ ದೇವೇಗೌಡರ ಕಡೆ ತಿರುಗಿ ನೋಡಿ: ಈಗ ಹೇಳಿ. ಏನಾಯ್ತು ಅಂತ ಇಷ್ಟು ಸಿಟ್ಟು ಮಾಡಿಕೊಂಡಿದ್ದೀರಿ? ಅಂತ ಕೇಳಿದರು. ಆಗ ದೇವೇಗೌಡರು ತಮಗೆ ಕರೆ ಬರುವುದು, ತಾವು ಆ ಕರೆಯನ್ನು ರಿಸೀವ್ ಮಾಡುವುದು ಹೇಗೆ ಅಂತ ತೋರಿಸುತ್ತಾ, ಇಷ್ಟೆಲ್ಲ ಮಾಡಿದರೂ ಆ ಕಡೆಯ ಧ್ವನಿ ಕೇಳದೇ ಇದ್ದರೆ ಇದೆಂಥಾ ಫೋನು? ಎಂದು ಮುಖ ಕಿವುಚಿಕೊಂಡರು.

ಆಗ ಶ್ರೀಮತಿ ಶೈಲಜಾ ಜೋರಾಗಿ ನಕ್ಕು: “ಅಯ್ಯೋ, ಒಳ್ಳೇ ಅಪ್ಪಾಜಿ. ನಿಮ್ಮ ಮೊಬೈಲ್‌ಗೆ ಕರೆ ಬಂದಾಗ ನೀವು ರಿಸೀವ್ ಬಟನ್ ಒತ್ತದೆ, ಆಫ್ ಮಾಡುವ ಬಟನ್ ಒತ್ತಿದರೆ ಹೇಗೆ ಕೇಳಿಸುತ್ತದೆ? ಆನ್ ಮಾಡಿದರೆ ತಾನೇ ಕೇಳುವುದು?” ಅಂತ ಪ್ರಶ್ನಿಸಿದರು.

ಅಷ್ಟೊತ್ತು ಕೋಪದಿಂದ ಉರಿಯುತ್ತಿದ್ದ ದೇವೇಗೌಡರ ಮುಖದಲ್ಲಿ ಇದ್ದಕ್ಕಿದ್ದಂತೆ ನಾಚಿಕೆ ಆವರಿಸಿಕೊಂಡಿತು. ಹೀಗಾಗಿ ಸುಮ್ಮನೆ ಬಗ್ಗಿ ತಲೆಯ ಮೇಲೆ ಕೈಯ್ಯಾಡಿಸಿದವರೇ, “ಈ ಮೆಷಿನ್ನುಗಳ ವಿಷಯ ನನಗೆ ಗೊತ್ತೇ ಆಗುವುದಿಲ್ಲ ನೋಡಿ” ಎಂದರು.

ನಾವು ಸುಮ್ಮನೆ ನಕ್ಕೆವು. ಆದರೆ ಅವತ್ತು ದೇವೇಗೌಡರ ಮುಖದಲ್ಲಿ ಕಂಡ ನಾಚಿಕೆ ಇತ್ತಲ್ಲ, ಅದನ್ನು ನಾವು ಹಿಂದೆಂದೂ ನೋಡಿರಲಿಲ್ಲ. ಮುಂದೆ ನೋಡಲಿಲ್ಲ. ನಿಜಕ್ಕೂ ಅದು ಒಂದು ಮಗುವಿನ ನಾಚಿಕೆಯಂತಿತ್ತು. ಪ್ರಧಾನಿಯಂತಹ ಹುದ್ದೆಯನ್ನೇರಿದ ದೇವೇಗೌಡರು ಆ ಸಂದರ್ಭದಲ್ಲಿ ನಿಜಕ್ಕೂ ಮಗುವಿನ ತರ ಕಾಣುತ್ತಿದ್ದರು.

ಇವತ್ತಿಗೂ ನಾನು, ಯಗಟಿ ಮೋಹನ್ ಆ ಸಂದರ್ಭವನ್ನು ಮರೆಯುವುದಿಲ್ಲ. ಈ ದೇಶದ ಪ್ರಧಾನಿ ಹುದ್ದೆಗೇರಿದ ಒಬ್ಬ ರಾಜಕಾರಣಿಯ ಮುಖದಲ್ಲಿ ಆ ಕ್ಷಣ ಕಂಡ ಮುಗ್ಧತೆ ಇವತ್ತೂ ನಮ್ಮನ್ನು ಆರ್ದ್ರಗೊಳಿಸುತ್ತದೆ. ಅದೇ ಕಾಲಕ್ಕೆ ಮನುಷ್ಯ ಎಷ್ಟೇ ಎತ್ತರಕ್ಕೇರಿದರೂ ತನಗೆ ಗೊತ್ತಿಲ್ಲದ ವಿಷಯದಲ್ಲಿ ಅಮಾಯಕನೇ ಆಗಿರುತ್ತಾನೆ ಎಂಬುದು ಅರಿವಿಗೆ ಬರುತ್ತಲೇ ಇರುತ್ತದೆ.

ಒಂದು ಉದ್ದೇಶದಿಂದ ಪ್ರಕೃತಿ
ಯಾರಿಗೆ ಹುಟ್ಟು ನೀಡಿದೆಯೋ
ಅದು ಮಾತ್ರ ತನ್ನ ಕನಸನ್ನು
ಈಡೇರಿಸಿಕೊಂಡ ಮೇಲೆ
ಕರೆಸಿಕೊಳ್ಳುತ್ತದೆ. ಯಾಕೆಂದರೆ
ಅದಕ್ಕೆ ಮಾತ್ರ ನನಸಾಗುವ
ಕನಸುಗಳಿರುತ್ತವೆ.

2

ನಿಮ್ಮ ಕನಸು ಈಡೇರದೇ ಇರಬಹುದು ಆದರೆ ಪ್ರಕೃತಿಯ ಕನಸು ಈಡೇರುತ್ತದೆ

ಹಿಮಾಚಲದ ತಪ್ಪಲಲ್ಲಿ ಇನ್ನೇನು ಕಾರು ಪ್ರಪಾತಕ್ಕೆ ಉರುಳಬೇಕು. ಅಷ್ಟರಲ್ಲಿ ಡ್ರೈವರ್ ಕೈ ಅದೇನು ಮೋಡಿ ಮಾಡಿತೋ, ಗಕ್ಕನೆ ಕಾರು ನಿಂತುಕೊಂಡಿತು.

ತುಂಬ ಹೆಚ್ಚೇನಲ್ಲ. ಕಾರು ಇನ್ನೊಂದೇ ಅಡಿ ಮುಂದಕ್ಕೆ ಹೋಗಿದ್ದರೆ ಒಳಗಿದ್ದ ಐವರೂ ಕಾರಿನ ಸಮೇತ ಹಲವು ಸಾವಿರ ಅಡಿಗಳಷ್ಟು ಆಳದ ಪ್ರಪಾತಕ್ಕೆ ಉರುಳುತ್ತಿದ್ದೆವು.

ಅವತ್ತು ಕಾರನ್ನು ಗಕ್ಕನೆ ನಿಲ್ಲಿಸಿದ ಡ್ರೈವರ್ ಮುಖದಲ್ಲಿ ಮಾತ್ರವಲ್ಲ, ಒಳಗಿದ್ದ ಎಲ್ಲರ ಮುಖದಲ್ಲೂ ಬೆವರು ಚಳ್ಳನೆ ಹರಿದಿತ್ತು. ತಕ್ಷಣ ಒಳಗಿದ್ದ ಡಾ॥ ಕೆ.ಎಸ್.ಪ್ರಸಾದ್, ಟಿ.ಸಿ.ಪೂರ್ಣಿಮಾ, ಅವರ ಮಗ ಶಶಾಂಕ್‌ನೊಂದಿಗೆ ನಾನು ಕೆಳಗಿಳಿದೆವು.

ಕಾರಿನ ತುದಿಗೆ ಹೋದ ಪ್ರಸಾದ್ ತಮಾಷೆ ಮಾಡಿದರು, ಅಯ್ಯೋ, ನಾವು ಕೆಳಗೆ ಬೀಳಲು ಇನ್ನೂ ಒಂದಡಿ ದೂರವಿತ್ತು. ಇದಕ್ಕೆಲ್ಲ ಆತಂಕವೇಕೆ ಎಂದರು. ಆದರೆ ಒಂದು ನಿರೀಕ್ಷಿತ ಘಟನೆಗೂ ಒಂದು ಅನಿರೀಕ್ಷಿತ ಘಟನೆಗೂ ನಾವು ಸ್ಪಂದಿಸುವ ರೀತಿ ಡಿಫರೆಂಟ್ ಆಗಿರುತ್ತದೆ.

ಹೆಚ್.ಕೆ.ಪಾಟೀಲ್ ಜಲಸಂಪನ್ಮೂಲ ಸಚಿವರಾಗಿದ್ದ ಕಾಲದಲ್ಲಿ ಇಂಡಿ ಏತ ನೀರಾವರಿ ಯೋಜನೆಗೆ ಸಂಬಂಧಿಸಿದ ಎಂಬತ್ತು ಕೋಟಿ ರೂ.ಗಳ ಟೆಂಡರ್ ಅನ್ನು ಒಂದೇ ಕುಟುಂಬ ಬಲವಂತವಾಗಿ ಗುತ್ತಿಗೆಗೆ ಹಿಡಿಯಲು ಹೊರಟಿತ್ತು. ಅದನ್ನು ಬರೆಯಲು ಹೋದಾಗ ನನಗೆ ಸಾವಿನ ಭೀತಿ ಎದುರಾಗಿತ್ತು.

ಅರೆಕ್ಷಣ ಮನಸ್ಸು ಅಳುಕಿದರೂ, ಫೈನಲಿ, ಜನರ ತೆರಿಗೆ ದುಡ್ಡನ್ನು ಒಬ್ಬ ವಂಚಕ ತನ್ನ ಪ್ರಭಾವದಿಂದ ಅನಾಮತ್ತಾಗಿ ಎತ್ತಿಹಾಕಬಲ್ಲ ಎಂದಾದರೆ, ಅದೇ ಎಂಬತ್ತು ಕೋಟಿ ಉಳಿಸಲು ನನ್ನ ಜೀವ ಹೋದರೂ ಪರವಾಗಿಲ್ಲ ಎಂಬ ನಿರ್ಧಾರಕ್ಕೆ ಬಂದಿದ್ದೆ. ಕೊನೆಗೆ ಅದನ್ನು ಬರೆದಿದ್ದೂ ಆಯಿತು. ಎಂಬತ್ತು ಕೋಟಿ ರೂಗಳ ಟೆಂಡರ್ ಕ್ಯಾನ್ಸಲ್ಲೂ ಆಯಿತು. ಆದರೆ ಅದು ನಿರೀಕ್ಷಿಸಿದ್ದ ಬೆಳವಣಿಗೆ.

ಆದರೆ ಈಗ ನಡೆದಿರುವುದು ನಿರೀಕ್ಷಿಸದ ಬೆಳವಣಿಗೆ. ಇಂತದ್ದು ನಡೆದಾಗ ಮನಸ್ಸು ಸುಧಾರಿಸಿ ಕೊಳ್ಳಲು ಸ್ವಲ್ಪ ಸಮಯ ಹಿಡಿಯುತ್ತದೆ. ಹಾಗಂತಲೇ ಎಲ್ಲರೂ ಕಾರಿನಿಂದ ಕೆಳಗಿಳಿದು ಅಲ್ಲೇ ಹತ್ತಿರದಲ್ಲಿದ್ದ ಪುಟ್ಟ ಟೀ ಷಾಪ್ ಒಂದಕ್ಕೆ ಹೋಗಿ ಕುಳಿತೆವು.

ಸ್ವಲ್ಪ ಹೆಚ್ಚು ಕಡಿಮೆಯಾಗಿದ್ದರೆ ಎಂಬ ಮಾತು ಬಂತು. ಅದಕ್ಕೆ ಪ್ರಸಾದ್ ಅವರು, ಅಯ್ಯೋ, ಕೊಲ್ಲುವವನಿಗಿಂತ ಕಾಯುವವನು ದೊಡ್ಡವನು ಬರ್ರೀ. ನಮ್ಮ ಟೈಮು ಮುಗಿದಿದ್ದರೆ ಇಷ್ಟೊತ್ತಿಗೆ ಎಲ್ಲವೂ ಮುಗಿದಿರುತ್ತಿತ್ತು. ಆದರೆ ನಮ್ಮ ಟೈಮು ಇನ್ನೂ ಬ್ಯಾಲೆನ್ಸು ಇದೆ. ನೆಮ್ಮದಿಯಾಗಿ ಟೀ ಕುಡಿಯಿರಿ ಎಂದು ಮತ್ತೆ ತಮಾಷೆ ಮಾಡಿದರು. ಅದವರ ಸ್ವಭಾವ.

ಆದರೆ ನಡೆದಿದ್ದನ್ನು ನೋಡಿದ್ದ ಟೀ ಷಾಪಿನ ಮಾಲೀಕನಿಗೆ ಅದಾಗಲೇ ಎಪ್ಪತ್ತು ವರ್ಷ ಕಳೆದಿರಬೇಕು. ಅಯ್ಯೋ, ಈ ಕ್ರಾಸಿನಲ್ಲಿ ಇಂತಹ ಹಲವಾರು ಘಟನೆಗಳು ನಡೆದಿವೆ. ಬಹುತೇಕ ವಾಹನಗಳು ಕೆಳಗುರುಳಿ ಒಳಗಿದ್ದವರು ಸತ್ತಿದ್ದಾರೆ. ಇನ್ನೂ ಹಲವು ಸಲ ಇಂತಹ ಗಂಡಾಂತರಗಳು ಸ್ವಲ್ಪದರಲ್ಲೇ ತಪ್ಪಿವೆ ಎಂದ.

ಹಾಗೇ ಟೀ ಕುಡಿಯುತ್ತಿರುವಾಗ ಮತ್ತೆ ಹೇಳಿದ. ನೋಡಿ, ನಿಮ್ಮಿಂದ ಯಾವುದೋ ಕೆಲಸ ಈಡೇರಬೇಕು ಎಂಬುದು ದೇವರ ಇಚ್ಛೆ ಇರಬಹುದು. ಅದಕ್ಕಾಗಿ ಬದುಕಿಸಿದ್ದಾನೆ. ಅದಕ್ಕಾಗಿ ಸಂತಸಪಡಿ. ಬದುಕಿನಲ್ಲಿ ಮನುಷ್ಯನ ಎಲ್ಲ ಕನಸುಗಳೂ ನನಸಾಗುವುದಿಲ್ಲ. ಆದರೆ ಒಂದು ಉದ್ದೇಶದಿಂದ ಪ್ರಕೃತಿ ಯಾರಿಗೆ ಹುಟ್ಟು ನೀಡಿದೆಯೋ ಅದು ಮಾತ್ರ ತನ್ನ ಕನಸನ್ನು ಈಡೇರಿಸಿಕೊಂಡ ಮೇಲೆ

ಕರೆಸಿಕೊಳ್ಳುತ್ತದೆ. ಯಾಕೆಂದರೆ ಅದಕ್ಕೆ ಮಾತ್ರ ನನಸಾಗುವ ಕನಸುಗಳಿರುತ್ತವೆ. ನಮಗೆ ನನಸಾಗದ ಎಷ್ಟೋ ಕನಸುಗಳಿರುತ್ತವೆ.

ಆತನ ಮಾತು ಕೇಳಿದ ತಕ್ಷಣವೇ ನನಗೆ ಕಡಿದಾಳ್ ಮಂಜಪ್ಪ ನೆನಪಿಗೆ ಬಂದರು. ಪತ್ರಿಕೋದ್ಯಮಕ್ಕೆ ಬಂದ ಹೊಸತರಲ್ಲಿ ನಾನವರನ್ನು ಭೇಟಿ ಮಾಡಿದ್ದೆ. ಇಲ್ಲೇ ಲ್ಯಾವೆಲ್ಲೆ ರೋಡೋ, ಲ್ಯಾಂಗ್‌ಫೋರ್ಡ್ ರೋಡಿನಲ್ಲೋ ಅವರ ಮನೆಯಿತ್ತು.

ಆಗವರು ತಮ್ಮ ಬದುಕಿನ ಸಂಧ್ಯಾ ಕಾಲದ ಹೊಸ್ತಿಲು ತುಳಿದಿದ್ದರು. ಅಂತಹ ವಯಸ್ಸಿನಲ್ಲೂ 'ನನಸಾಗದ ಕನಸು' ಎಂಬ ಜೀವನ ಚರಿತ್ರೆ ಬರೆದಿದ್ದರು. ಎಷ್ಟು ಜನರಿಗೆ ಕಡಿದಾಳ್ ಮಂಜಪ್ಪ ಅವರ ಹೆಸರು ನೆನಪಿದೆಯೋ ನನಗೆ ಗೊತ್ತಿಲ್ಲ.

ಆದರೆ ಕರ್ನಾಟಕದ ಇತಿಹಾಸ ಅವರನ್ನು ನೆನಪಿನಲ್ಲಿಟ್ಟುಕೊಳ್ಳುವ ಘಟನೆಗಳು ನಡೆಯುತ್ತಲೇ ಇವೆ. ಉಳುವವನೇ ಹೊಲದೊಡೆಯನಾಗಬೇಕು ಎಂದು ಕನಸು ಕಂಡಿದ್ದವರು ಕಡಿದಾಳ್ ಮಂಜಪ್ಪ. ಶಿವಮೊಗ್ಗ ಜಿಲ್ಲೆಯ ಹಾರೋಗುಳಿಗೆ ಅವರ ಹುಟ್ಟೂರು ಎಂದು ಹೇಳಿದ್ದ ನೆನಪು.

ರಾಜಕೀಯ ಸ್ಥಿತ್ಯಂತರಗಳ ನಡುವೆ 1956ರಲ್ಲಿ ಸುಮಾರು ಎರಡು ತಿಂಗಳುಗಳಷ್ಟು ಕಾಲ ಮುಖ್ಯಮಂತ್ರಿಯಾಗುವ(ಆಗ ಮೈಸೂರು ರಾಜ್ಯ) ಅವಕಾಶ ಅವರಿಗೆ ದಕ್ಕಿತ್ತು.

ಅಂದ ಹಾಗೆ, ಇನಾಂ ರದ್ದತಿ ಕಾಯ್ದೆಯನ್ನು ಅನುಷ್ಠಾನಗೊಳಿಸಲು ಕಡಿದಾಳ್ ಮಂಜಪ್ಪ ಪಟ್ಟ ಪರಿಶ್ರಮದ ಬಗ್ಗೆ ಹೇಳಲು ಹೊರಟರೆ ಮತ್ತು ರಾಜ್ಯದ ಜನ ಜಾತಿ, ಮತ, ಪಂಥಗಳ ಹಂಗಿಲ್ಲದೆ ಸಾಮಾಜಿಕವಾಗಿ, ಆರ್ಥಿಕವಾಗಿ ಮುಖ್ಯವಾಹಿನಿಗೆ ಬರಬೇಕು ಎಂಬ ಅವರ ಕನಸಿನ ಬಗ್ಗೆ ಹೇಳಲು ಹೋದರೆ ಅದೊಂದು ದೊಡ್ಡ ಕತೆ.

ಮುಂದೆ ಅವರ ಕನಸಿನ ಒಂದು ಭಾಗವನ್ನು, ಭೂ ಸುಧಾರಣಾ ಕಾಯ್ದೆಯ ಮೂಲಕ ಜಾರಿಗೊಳಿಸಿದ ದೇವರಾಜ ಅರಸು ಕರ್ನಾಟಕದ ಇತಿಹಾಸದಲ್ಲಿ ದೊಡ್ಡ ಹೆಸರು ಮಾಡಿದರು. ಅದೇನೇ ಇರಲಿ, ಇಂತಹ ಕಡಿದಾಳ್ ಮಂಜಪ್ಪ ಅವರನ್ನು ಸಂದರ್ಶನ ಮಾಡಲು ಅವರ ಮನೆಗೆ ಹೋದಾಗ ನಾನು ಅಕ್ಷರಶ: ಮೂಕನಾಗಿದ್ದೆ.

ಮನೆಯಲ್ಲಿ ಅವರು ಮತ್ತವರ ಪತ್ನಿ ಮಾತ್ರ ಇದ್ದರು. ನೀರವ ಮೌನ ಇಡೀ ಮನೆಯನ್ನು ಅವುಚಿಕೊಂಡು ಕುಳಿತಿತ್ತು. ಸ್ವಲ್ಪ ಹೊತ್ತು ಕುಳಿತು ಮಾತನಾಡಿದ ನಂತರ ತಮ್ಮ ನಡುಗುವ ದೇಹವನ್ನು ಹೊತ್ತು ಒಳಗೆ ಹೋದ ಕಡಿದಾಳ್ ಮಂಜಪ್ಪ ತಮ್ಮ ಜೀವನ ಚರಿತ್ರೆ 'ನನಸಾಗದ ಕನಸು' ತಂದುಕೊಟ್ಟರು. ಮುಖ್ಯಮಂತ್ರಿಯಾಗಿದ್ದವರು ಇಷ್ಟೊಂದು ಸರಳವಾಗಿರುವುದನ್ನು ಊಹಿಸಲೂ ನನಗೆ ಸಾಧ್ಯವಾಗಿರಲಿಲ್ಲ.

ಹೀಗಾಗಿ ಸಂದರ್ಶನ ಮುಗಿಸಿ ಔಪಚಾರಿಕವಾಗಿ ಮಾತನಾಡುತ್ತಿರುವಾಗ ನಾನು ಕೇಳಿದೆ. ಸಾರ್, ಉಳುವವನಿಗೆ ಭೂಮಿ ಕೊಡಿಸಬೇಕು ಅಂತ ನಿಮಗೆ ಯಾಕನ್ನಿಸಿತು ಎಂದು ನಾನು ಕೇಳುವುದಿಲ್ಲ. ಯಾಕೆಂದರೆ ಇಂತಹ ಯೋಚನೆ ಮೂಡಲು

ಹಲವಾರು ಪ್ರೇರಣೆಗಳು ಇರುತ್ತವೆ. ಆದರೆ ಈ ವಿಷಯದಲ್ಲಿ ನಿಮ್ಮ ಮನ ಕಲಕಿದ ಯಾವುದಾದರೂ ಒಂದು ಘಟನೆ ಹೇಳುತ್ತೀರಾ...

ಕಡಿದಾಳ್ ಮಂಜಪ್ಪ ಸ್ವಲ್ಪ ಹೊತ್ತು ಮೌನವಾಗಿದ್ದರು. ನೀರವ ವಾತಾವರಣ. ಮಂಜಪ್ಪ ಮೆಲ್ಲಗೆ ಹೇಳತೊಡಗಿದರು. ಆಗಿನ್ನೂ ನಾನು ಮುಖ್ಯಮಂತ್ರಿಯಾಗಿರಲಿಲ್ಲ. ಒಂದು ಸಲ ನಾನು ನಮ್ಮೂರಿಗೆ ಹೋಗಿದ್ದೆ.

ರಾತ್ರಿಯ ಹೊತ್ತು. ಕಾರಿನ ಎದುರು ಸೊಂಟ ಬಾಗಿದ ಮುದುಕಿಯೊಬ್ಬಳು ಬಂದಳು. ನಾನು ತಕ್ಷಣ ಕಾರು ನಿಲ್ಲಿಸಲು ಹೇಳಿದೆ. ಕಾರು ನಿಂತಿದ್ದೇ ತಡ, ಕೆಳಗಿಳಿದು ಆಕೆಯನ್ನು ಕೇಳಿದೆ. ಯಾಕಮ್ಮಾ ಕಾರಿಗೆ ಅಡ್ಡಲಾಗಿ ನಿಂತೆ, ಏನಾಗಬೇಕಿತ್ತು?

ಸ್ವಾಮಿ, ನೀನು ನಮ್ಮ ಮಂಜಪ್ಪ ಅಲ್ವಾ, ತುಂಬ ದೊಡ್ಡ ಜಾಗಕ್ಕೆ ಹೋಗಿದ್ದೀಯಂತೆ. ನಾವು ಇಡೀ ಕುಟುಂಬದವರು ಒಂದೇ ಹೊಲದಲ್ಲಿ ದುಡಿಯುತ್ತಿದ್ದೇವೆ. ಕಾಲ ಕಾಲಕ್ಕೆ ಮಾಲೀಕರು ಅದರಲ್ಲಿ ಬರುವ ಬೆಳೆಯನ್ನು ತೆಗೆದುಕೊಳ್ಳುತ್ತಾರೆ. ಆದರೆ ನಮಗೆ ನೆಪ ಮಾತ್ರಕ್ಕೆ ಸಣ್ಣದೊಂದು ಪಾಲನ್ನು ಕೊಡುತ್ತಾರೆ. ಅದು ಕೆಲ ತಿಂಗಳ ಮಟ್ಟಿಗೂ ನಮ್ಮ ಹೊಟ್ಟೆಗೆ ಸಾಲುವುದಿಲ್ಲ.

ಹೀಗೇ ಆಗುತ್ತಾ ಆಗುತ್ತಾ ಹಲವು ವರ್ಷಗಳ ಹಿಂದೆ ನಮಗೆ ಹುಟ್ಟಿದ ಒಬ್ಬನೇ ಮಗ ಜ್ವರದ ಬಾಧೆಯಿಂದ ಸತ್ತೇ ಹೋದ. ನನ್ನ ಗಂಡ ನಿರ್ವಿಕಾರಚಿತ್ತನಾಗಿ, ಹಸಿವಿನಿಂದ ಬಳಲುತ್ತಾ ಬದುಕುವ ಬದಲು ಮಗ, ದೇವರ ಪಾದ ಸೇರಿಕೊಂಡಿದ್ದೇ ಒಳ್ಳೆಯದಾಯಿತು ಎಂದುಬಿಟ್ಟ. ನನಗೋ ಹುಚ್ಚೇ ಹಿಡಿದಂತಾಯಿತು. ಆದರೂ ಗಂಡ ಇನ್ನೂ ಬದುಕಿದ್ದಾನೆ. ನಾನಿರುವ ತನಕ ನೀನಿರು. ನೀನಿಲ್ಲದೆ ಹೋದರೆ ನಾನು ಬದುಕುವುದರಲ್ಲಿ ಅರ್ಥವಿಲ್ಲ ಎನ್ನುತ್ತಿದ್ದಾನೆ. ಹೀಗಾಗಿ ಬದುಕುವ ಇಚ್ಛೆ ನನಗಿಲ್ಲದೆ ಹೋದರೂ ಆತನಿಗಾಗಿ ಬದುಕುವ ಅನಿವಾರ್ಯತೆ ಇದೆ.

ಇದು ನನ್ನೊಬ್ಬಳ ಕತೆಯಲ್ಲ. ಈ ಊರಿನಲ್ಲಿ ಹಲವರು ಅನುಭವಿಸುತ್ತಿರುವ ಕತೆ. ಇದಕ್ಕೊಂದು ಮುಕ್ತಿ ಕೊಡಿಸಪ್ಪ. ಕನಿಷ್ಠ ಪಕ್ಷ ನಮ್ಮ ಕಣ್ಣೆದುರು ಹಸಿವಿನಿಂದ ನರಳುತ್ತಿರುವವರನ್ನು ರಕ್ಷಿಸಿಕೊಳ್ಳುವಷ್ಟು ಶಕ್ತಿ ಸಿಗುವಂತೆ ಮಾಡಪ್ಪ. ನಮಗೆ ಹೆಚ್ಚೇನೂ ಬೇಡ. ನಾವು ದುಡಿದಿದ್ದಕ್ಕೆ ನ್ಯಾಯವಾದ ಫಲ ಸಾಕು.

ಆಕೆ ಇಷ್ಟು ಹೇಳುವ ಹೊತ್ತಿಗಾಗಲೇ ನಾನು ಕಣ್ಣೀರಾಗಿದ್ದೆ. ಹೀಗಾಗಿ ಮರಳಿ ಬಂದವನು ಹಲವಾರು ಕನಸುಗಳನ್ನು ಹೊತ್ತು, ಇಂತಹ ಕಷ್ಟಗಳನ್ನು ನಿವಾರಿಸಲು ನನ್ನಿಂದೇನು ಸಾಧ್ಯವೋ ಅದನ್ನೆಲ್ಲ ಮಾಡಲು ಯತ್ನಿಸಿದೆ. ಆದರೆ ಏನೇ ಮಾಡಿದರೂ ನನ್ನ ಬಹುತೇಕ ಕನಸುಗಳು ಈಡೇರಲೇ ಇಲ್ಲ ಎಂದರು ಮಂಜಪ್ಪ. ಅವರು ಹಾಕಿಕೊಂಡ ಕನ್ನಡಕದ ಹಿಂದೆ ಜಿನುಗಿದ ಕಣ್ಣೀರು ನನಗೆ ಈಗಲೂ ನೆನಪಿದೆ. ನಾನು ಮೂಕನಾಗಿದ್ದೆ.

3

ಒಳ್ಳೆಯತನ ಯಾರಲ್ಲೇ
ಇರಲಿ, ಅವರು ಸೆಕ್ಯೂಲರ್.
ಕೆಟ್ಟತನ ಯಾರಲ್ಲೇ ಇರಲಿ,
ಅವರು ನಾನ್ ಸೆಕ್ಯೂಲರ್.
ಇದು ನನ್ನ ಜೀವನದ
ದೃಷ್ಟಿಕೋನ.

ಒಳ್ಳೆಯತನವೇ ಸೆಕ್ಯೂಲರ್ ಕೆಟ್ಟತನವೇ ನಾನ್ ಸೆಕ್ಯೂಲರ್

ಅದನ್ನು ಯಾರು ಹೇಳಿದರೋ ನೆನಪಾಗುತ್ತಿಲ್ಲ ವಿಠ್ಠಲಮೂರ್ತಿ. ಆದರೆ ಆ ಮಾತು ನನ್ನ ಬದುಕನ್ನೇ ಬದಲಿಸಿತು ಎಂದು ಹೇಳಿದವರೇ ಅವರು ಒಂದು ಕ್ಷಣ ಸುಮ್ಮನಾದರು.

ನಾನು ಅವರ ಮುಖವನ್ನೇ ನೋಡುತ್ತಾ ಕುಳಿತೆ. ಅಂದ ಹಾಗೆ ಅವರ ಹೆಸರು ಸಿದ್ಧವನಹಳ್ಳಿ ನಿಜಲಿಂಗಪ್ಪ.

ಬೆಂಗಳೂರು ಪ್ರೆಸ್‌ಕ್ಲಬ್‌ಗೆ ಅಂತಹ ಇಳಿ ವಯಸ್ಸಿನಲ್ಲೂ ಅವತ್ತು ಸಹಾಯಕರೊಂದಿಗೆ ನಿಜಲಿಂಗಪ್ಪ ಕಾಲೆಳೆದುಕೊಂಡು ಬಂದಿದ್ದರು. ತಮ್ಮ ಜಿಲ್ಲೆಗೆ ನೀರಾವರಿ ವ್ಯವಸ್ಥೆ ಕಲ್ಪಿಸಲು ಸರ್ಕಾರ ಸಫಲವಾಗಿಲ್ಲ. ಈಗಲಾದರೂ ಅದನ್ನು

ಮಾಡಬೇಕು ಎಂದು ಆಗ್ರಹಿಸಿದ್ದರು. ಅವತ್ತು ಪತ್ರಿಕಾಗೋಷ್ಠಿ ಮುಗಿದ ಕೂಡಲೇ ನಾನವರನ್ನು ಮಾತಿಗೆಳೆದಿದ್ದೆ.

ಅಂದ ಹಾಗೆ ಕರ್ನಾಟಕದ ರಾಜಕಾರಣದಲ್ಲಿ ನಿಜಲಿಂಗಪ್ಪ ಅವರಂತೆ ರಾಷ್ಟ್ರಮಟ್ಟದಲ್ಲಿ ಮಿನುಗಿದ ನಾಯಕರು ಅಪರೂಪ. ಹಾಗೇನಾದರೂ ಇದ್ದರೆ ಅದು ದೇವೇಗೌಡರು ಮಾತ್ರ. ಎಐಸಿಸಿ ಅಧ್ಯಕ್ಷರಾಗಿ ಆಯ್ಕೆಯಾದ ಕರ್ನಾಟಕದ ಮೊದಲ ಹಾಗೂ ಕೊನೆಯ ರಾಜಕಾರಣಿ ಅಂತ ಇವತ್ತಿನ ತನಕ ಯಾರಾದರೂ ಇದ್ದರೆ ಅದು ನಿಜಲಿಂಗಪ್ಪ ಮಾತ್ರ.

ಮುಂದೆ ಇಂದಿರಾಗಾಂಧಿ ಹಾಗೂ ಅವರ ವಿರೋಧಿ ಸಿಂಡಿಕೇಟ್‌ನ ಮಧ್ಯೆ ಜಂಗೀಕುಸ್ತಿ ಆರಂಭವಾದಾಗ ಇದೇ ನಿಜಲಿಂಗಪ್ಪ ಅವರ ಬಳಿ ರಾಷ್ಟ್ರಪತಿ ಹುದ್ದೆ ಕಾಲೆಳೆದುಕೊಂಡು ಬಂದಿತ್ತು. ಅದೇಕೆ ತಪ್ಪಿತು? ಎಂದು ಹೇಳಿದರೆ ಅದೊಂದು ದೊಡ್ಡ ಕತೆ. ಅದೇನೇ ಇರಲಿ. ಆದರೆ ಅವತ್ತು ಪ್ರೆಸ್‌ಕ್ಲಬ್ಬಿನಲ್ಲಿ ಅವರು ಆಡಿದ ಆ ಮಾತು ನನ್ನನ್ನು ನಖಶಿಖಾಂತ ಅಲುಗಾಡಿಸಿಬಿಟ್ಟಿತು.

ಅಂದ ಹಾಗೆ, ಅವತ್ತು ಅವರ ರಾಜಕೀಯ ಬದುಕಿನ ವ್ಯಕ್ತಿಗತ ಅನ್ನಿಸಿಕೆಯನ್ನು ಕೇಳಬೇಕು ಅನ್ನಿಸಿದರೂ ಇಳಿ ವಯಸ್ಸಿನ ಕಾರಣದಿಂದ ನಿಜಲಿಂಗಪ್ಪ ತುಂಬ ಮಾತನಾಡುವ ಸ್ಥಿತಿಯಲ್ಲಿರಲಿಲ್ಲ. ಹೀಗಾಗಿ ಔಪಚಾರಿಕವಾಗಿ ಅದು ಇದು ಎಂದು ಮಾತನಾಡುತ್ತಿದ್ದಾಗ ತಮ್ಮ ಮನಸ್ಸನ್ನು ಕಾಡುತ್ತಿದ್ದ ಒಂದು ವಿಷಯವನ್ನು ಅವರು ಹೇಳಿದರು.

ವಿಠ್ಠಲಮೂರ್ತಿ ಒಂದು ಸಲ ಮುಂಬೈಗೆ ಹೋದಾಗ ಖ್ಯಾತ ತತ್ವಶಾಸ್ತ್ರಜ್ಞರೊಬ್ಬರು ನನಗೆ ಕೇಳಿದ್ದರು. ನಿಜಲಿಂಗಪ್ಪನವರೇ, ನಿಮ್ಮ ಬದುಕಿನ ಬಗ್ಗೆ ಒಳ್ಳೆಯದನ್ನೇ ಕೇಳಿದ್ದೇನೆ. ದಂಡಿಯಾಗಿ ದುಡ್ಡು ಹರಿದು ಬರುವ ದಾರಿಗಳನ್ನೂ ನೀವು ಸ್ವಂತಕ್ಕಾಗಿ ತೆರೆದಿಟ್ಟುಕೊಳ್ಳಲಿಲ್ಲ ಅಂತ ಕೇಳಿದ್ದೇನೆ. ಯಾಕೆ ಅಂತ ಹೇಳಬಹುದಾ?

ನಾನು ನೇರವಾಗಿ ಉತ್ತರಿಸಿದ್ದೆ. ನನಗೆ ಅನ್ನದ ಸಮಸ್ಯೆ ಇಲ್ಲ. ರಾಜಕೀಯ ಕೈ ಕೊಟ್ಟರೂ ದುಡಿದು ಬದುಕಬೇಕು ಎಂಬುದನ್ನು, ಕಾಯಕವೇ ಕೈಲಾಸ ಎಂಬುದನ್ನು ಬದುಕು ನನಗೆ ಕಲಿಸಿದೆ. ಹೀಗಿರುವಾಗ ಅಗತ್ಯಕ್ಕಿಂತ ಹೆಚ್ಚು ದುಡಿದು ನಾನೇನು ಕಟ್ಟೆ ಕಟ್ಟಿಕೊಳ್ಳಲಿ.

ಆಗವರು ಹೇಳಿದರು. ಫೈನ್ ನಿಜಲಿಂಗಪ್ಪಾಜೀ. ಬದುಕಿನಲ್ಲಿ ನಾವು ಸದಾ ಒಳ್ಳೆಯದನ್ನೇ ಮಾಡಲು ಸಾಧ್ಯವಾಗದಿರಬಹುದು. ಹೀಗಾಗಿ ಸಾಧ್ಯವಾದರೆ ಒಳ್ಳೆಯದನ್ನು ಮಾಡಬೇಕು. ಇಲ್ಲವೇ ಮೌನವಾಗಿದ್ದು ಬಿಡಬೇಕು. ಇವತ್ತು ನೀವು ರಾಷ್ಟ್ರ ಮಟ್ಟಕ್ಕೇರಿದ್ದೀರಿ. ಅದಕ್ಕಾಗಿ ಒಂದು ಮಾತು ಹೇಳುತ್ತೇನೆ.

ಒಂದು ವೇಳೆ ಯಾವುದೇ ಮನುಷ್ಯ ದುಡಿದ ದುಡ್ಡು ಪಾಪದ್ದೇ ಆಗಿದ್ದರೆ,

ಆ ಹಣದಿಂದ ದೇವಸ್ಥಾನವನ್ನು ಕಟ್ಟಿಸಿ ಪಾಪ ಪರಿಹಾರ ಮಾಡಿಕೊಳ್ಳಬಹುದು ಎಂದುಕೊಂಡಿದ್ದರೆ, ಹಾಗೆ ಮಾಡುವ ಮೂಲಕ ತನ್ನ ಹೆಸರು ಶಾಶ್ವತವಾಗಿ ಉಳಿಯುತ್ತದೆ ಎಂದು ಭಾವಿಸಿದ್ದರೆ ಅದು ಉಲ್ಟಾ ಆಗಿಬಿಡಬಹುದು.

ಯಾಕೆಂದರೆ ಪ್ರಕೃತಿ ಮುಂದಿನ ಜನ್ಮದಲ್ಲಿ ಆ ವ್ಯಕ್ತಿಯನ್ನು ಅದೇ ದೇವಸ್ಥಾನದ ಮುಂದೆ ಭಿಕ್ಷುಕನನ್ನಾಗಿ ಕೂರಿಸಬಹುದು. ತಾನೇ ಕಟ್ಟಿಸಿದ ದೇವಸ್ಥಾನದ ಎದುರು ಬೇರೆ ಹೆಸರಿನಲ್ಲಿ ಕುಳಿತು ಅಂತಹ ವ್ಯಕ್ತಿ ಭಿಕ್ಷೆ ಬೇಡುವುದನ್ನು ಕಲ್ಪಿಸಿಕೊಳ್ಳಿ. ಅದಕ್ಕಿಂತ ದಿಗ್ಭ್ರಾಂತಿಯ ವಿಷಯ ಬೇರೆ ಇದೆಯೇ ನೀವು ಹಾಗಲ್ಲ. ಅದು ಬೇರೆ ವಿಷಯ, ಮಾತಿಗೆ ಅಂತ ಹೇಳಿದೆ ಎಂದರು.

ನಾನು ಮೂಕನಾಗಿದ್ದೆ. ಅಂದ ಹಾಗೆ ಇದೊಂದು ದೃಷ್ಟಿಕೋನ. ಬದುಕಿನಲ್ಲಿ ಒಳ್ಳೆಯದನ್ನೇ ಮಾಡಿ ಎನ್ನಲು ಪ್ರೇರಣೆ. ತೀರಿಕೊಂಡ ನಂತರ ಮನುಷ್ಯನಿಗೆ ಮುಂದಿನ ಜನ್ಮ ಇದೆಯೋ, ಇಲ್ಲವೋ, ಮಾಡಿದ ಪಾಪಕ್ಕಾಗಿ ಏನಾಗುತ್ತೇವೆ, ಪುಣ್ಯಗಳ ಫಲವಾಗಿ ಏನಾಗುತ್ತೇವೆ ಎಂಬುದೆಲ್ಲ ನಮಗರಿವಾಗದ ವಿಷಯ. ಆದರೆ ಅವತ್ತು ಅವರಾಡಿದ ಮಾತು ನನ್ನಲ್ಲಿ ಒಂದು ಭಾವವನ್ನು ಗಟ್ಟಿಯಾಗಿ ಬೇರೂರಿಸಿತು.

ಅದೆಂದರೆ, ದೇವರು ಎಂಬುದು ಒಳ್ಳೆಯತನ ಮಾತ್ರ. ಕೆಟ್ಟತನವೇ ಸೈತಾನ. ಬದುಕಿನಲ್ಲಿ ಈ ಬೈಫರ್‌ಕೇಷನ್ ಮಾಡಿಕೊಂಡು ಬಿಡಿ. ಅದೇನೋ ಇತ್ತೀಚೆಗೆ ಸೆಕ್ಯೂಲರ್, ನಾನ್ ಸೆಕ್ಯೂಲರ್ ಎಂಬ ಮಾತನಾಡುತ್ತಾರೆ. ಈ ಮುದುಕನಿಗೆ ಅಷ್ಟೆಲ್ಲ ಗೊತ್ತಾಗುವುದಿಲ್ಲ ವಿಠ್ಠಲಮೂರ್ತಿ.

ಒಳ್ಳೆಯತನ ಯಾರಲ್ಲೇ ಇರಲಿ, ಅವರು ಸೆಕ್ಯೂಲರ್, ಕೆಟ್ಟತನ ಯಾರಲ್ಲೇ ಇರಲಿ. ಅವರು ನಾನ್ ಸೆಕ್ಯೂಲರ್. ಇದು ನನ್ನ ಜೀವನದ ದೃಷ್ಟಿಕೋನ. ಯಾವಾಗ ಆ ತತ್ವಜ್ಞಾನಿಯ ಮಾತು ಮನಸ್ಸಿಗೆ ನಾಟಿತೊ ಅಂದಿನಿಂದ ನಾನು ಜಗತ್ತಿನಲ್ಲಿ ಇರುವುದು ಎರಡೇ ವರ್ಗ ಎಂದು ನಂಬುತ್ತೇನೆ. ಒಂದು ಒಳ್ಳೆಯ ವರ್ಗ. ಮತ್ತೊಂದು ಕೆಟ್ಟ ವರ್ಗ.

ನಾವು ದೇವಸ್ಥಾನ ಕಟ್ಟಿಸಿ, ಅದರ ಎದುರು ಭಿಕ್ಷುಕರಾಗಿ ಕೂರುವುದಕ್ಕಿಂತ ಅಥವಾ ಇನ್ನೇನೋ ಬವಣೆ ಅನುಭವಿಸುತ್ತೇವೆ ಅನ್ನುವುದಕ್ಕಿಂತ ನ್ಯಾಯವಾಗಿ ಮಾಡಿದ ದುಡಿಮೆಯಲ್ಲಿ ನಾಲ್ಕು ಜನರಿಗೆ ಒಳ್ಳೆಯದು ಮಾಡಿಬಿಡಬೇಕು. ಅಂದ ಹಾಗೆ ಈಗ ದೇವಸ್ಥಾನಗಳ ಮುಂದೆ ಭಿಕ್ಷೆ ಬೇಡುವವರೆಲ್ಲ ಹಿಂದಿನ ಬದುಕಿನಲ್ಲಿ ದೇವಸ್ಥಾನ ಕಟ್ಟಿಸಿದವರೇ? ಎಂದು ನೀವು ಕೇಳಬಹುದು. ಆದರೆ ಹಾಗಂತ ಹೇಳಲು ಸಾಧ್ಯವಿಲ್ಲ.

ಆದರೆ ಈ ಮಾತಿನ ಅರ್ಥವೆಂದರೆ, ಇರುವ ಬದುಕಿನಲ್ಲಿ ಸಾಧ್ಯವಿದ್ದಷ್ಟು ಒಳ್ಳೆಯದನ್ನೇ ಮಾಡಿ ಮುಂದೆ ಹೇಗಿರಬೇಕು ಎಂಬುದನ್ನು ಪ್ರಕೃತಿಯ ಪಾಲಿಗೆ

ಬಿಡುವುದು ದಿ ಬೆಸ್ಟು ಕೆಲಸ ಅಲ್ಲವೇ ಎಂದರು ನಿಜಲಿಂಗಪ್ಪ. ನಿಜ ಸಾರ್ ಅಂತ ಉತ್ತರಿಸಿ ಬೀಳ್ಕೊಟ್ಟೆ.

ಅಂದ ಹಾಗೆ ಮನುಷ್ಯನಿಗೆ ಮರುಜನ್ಮ ಇದೆಯೋ, ಇಲ್ಲವೋ? ನನಗೆ ಗೊತ್ತಿಲ್ಲ. ಆದರೆ ಒಳ್ಳೆಯತನ, ಕೆಟ್ಟತನ ಎಂಬ ಎರಡು ವಿಷಯಗಳನ್ನು ಬೈಫರ್‌ಕೇಟ್ ಮಾಡಲು ಪ್ರತಿಯೊಬ್ಬರಿಂದಲೂ ಸಾಧ್ಯವಿದೆ. ಅದೇನೇ ಇರಲಿ, ಹೀಗೆ ನಿಜಲಿಂಗಪ್ಪ ಅವರೊಂದಿಗೆ ಮಾತನಾಡಿದ ನೆನಪು ಕೆಲ ದಿನಗಳ ಹಿಂದೆ ಮತ್ತೇಕೋ ನೆನಪಿಗೆ ಬಂದು ಮನಸ್ಸು ಗಲಿಬಿಲಿಯಾಗತೊಡಗಿತ್ತು.

ಅದೇ ಸಮಯಕ್ಕೆ ಸರಿಯಾಗಿ ಫೋನು ಮಾಡಿದ್ದು ಅವಿನಾಶ್. ಆತ ನಮ್ಮ ದೊಡ್ಡಮ್ಮ ಸತ್ಯಭಾಮಾ ಅವರ ತಮ್ಮ ಜಿ. ಕೆ. ಮಹೇಂದ್ರನಾಥ್ ಅವರ ಮಗ. ಅಂದರೆ ವಾವೆಯಲ್ಲಿ ಮಾವನ ಮಗ. ಅವರಿಗೆ ವಿದ್ಯಾ ಹಾಗೂ ವಿಕ್ಕಿ (ಅವಿನಾಶ್) ಅಂತ ಇಬ್ಬರು ಮಕ್ಕಳು. ಈ ಮಕ್ಕಳು ಚಿಕ್ಕವರಿದ್ದಾಗ ಸಾಗರದ ಜೋಸೆಫ್ ನಗರದಲ್ಲಿದ್ದ ನಮ್ಮ ದೊಡ್ಡಪ್ಪ-ದೊಡ್ಡಮ್ಮ ವಸಂತರಾವ್ ಹಾಗೂ ಸತ್ಯಭಾಮಾ ಅವರ ಮನೆಗೆ ಬರುತ್ತಿದ್ದರು.

ಇದೇ ವಿಕ್ಕಿ (ಅವಿನಾಶ್) ಚಿಕ್ಕವನಿದ್ದಾಗ ಒಂದು ಸಲ ನಮ್ಮ ತಂದೆ ನಡೆಸುತ್ತಿದ್ದ ಬಟ್ಟೆ ಅಂಗಡಿಯಲ್ಲಿನ ಹೊಲಿಗೆ ಯಂತ್ರದ ಸೂಜಿಗೆ ಬೆರಳು ಕೊಟ್ಟು, ಅಬ್ಬೊ... ಅಂತ ಅತ್ತಿದ್ದ. ಆತನ ಕಣ್ಣಿನಿಂದ ಮುತ್ತಿನಂತೆ ಸುರಿದಿದ್ದ ನೀರಿನ ಹನಿಗಳು ಇವತ್ತಿಗೂ ನನ್ನ ಮನಸ್ಸಿನಲ್ಲಿ ಸ್ಫಟಿಕದಷ್ಟು ಸ್ಪಷ್ಟ.

ಮುಂದೆ, ನೀರಿನ ದುರಂತವೊಂದರಲ್ಲಿ ಮಹೇಂದ್ರಮಾಮಾ ತೀರಿಕೊಂಡರು. ಆ ದಿನ ನಮಗೆ, ಮಹೇಂದ್ರಮಾಮಾ ಸಂಕಷ್ಟಕ್ಕೆ ಸಿಲುಕಿದ್ದಾರಂತೆ ಅಂತ ವರ್ತಮಾನವೇನೋ ಸಿಕ್ಕಿತು. ನಮಗೆ ಗೊತ್ತಿದ್ದಂತೆ ಮಹೇಂದ್ರ ಮಾಮ ತುಂಬ ಒಳ್ಳೆಯ ವ್ಯಕ್ತಿ. ಅಂತಹ ವ್ಯಕ್ತಿ ಗಂಡಾಂತರದಲ್ಲಿದ್ದಾರೆ ಎಂಬುದನ್ನು ಅವತ್ತು ನನ್ನ ಹಾಗೂ ಗಿರಿಯ ಮನಸ್ಸು ಸಹಿಸಿಕೊಳ್ಳಲಿಲ್ಲ.

ಗಿರಿ, ನಮ್ಮ ಚಿಕ್ಕತ್ತೆ ವನಜಾಕ್ಷಿ ಅವರ ಮಗ. ಹೀಗಾಗಿ ನಮ್ಮೂರು ಸಾಗರದ ಅಶೋಕಾ ರಸ್ತೆಯ ಸರ್ಕಲ್‌ನಲ್ಲಿದ್ದ ಸತ್ಯನಾರಾಯಣ ಸ್ವಾಮಿ ದೇವಸ್ಥಾನಕ್ಕೆ ಹೋಗಿ ನಾನು, ಗಿರಿ ಬೇಡಿಕೊಂಡೆವು. ದೇವರೇ, ಮಹೇಂದ್ರಮಾಮಾ ಬದುಕುವಂತೆ ಮಾಡು. ನಿನಗೆ ಹತ್ತು ಪೈಸೆ ಕಾಣಿಕೆ ಹಾಕುತ್ತೇವೆ ಅಂತ.

ಅಷ್ಟರಲ್ಲಾಗಲೇ ಮಹೇಂದ್ರಮಾಮಾ ತೀರಿಕೊಂಡಿದ್ದರು. ಆದರೆ ನಮ್ಮದು ಬಾಲ ಹರಕೆ. ತುಂಬ ಅರಿವಿಲ್ಲದ ವಯಸ್ಸು. ನಡೆದ ಘಟನೆ ನಡೆದು ಹೋಗಿದೆ. ಆದರೆ ನಾವು ದೇವರೆದುರು ನಿಂತು ಆಮಿಷ ಒಡ್ಡುತ್ತಿದ್ದೇವೆ. ದೇವರೇ, ಮಹೇಂದ್ರಮಾಮಾ ಬದುಕಿದರೆ ನಾವು ತಲಾ ಹತ್ತು ಪೈಸೆ ದಕ್ಷಿಣೆ ಹಾಕುತ್ತೇವೆ ಅಂತ.

ಆದರೆ ವಿಷಯ ನಿಕ್ಕಿಯಾಗುತ್ತಿದ್ದಂತೆಯೇ ನಾನು, ಗಿರಿ ಸೇರಿದಂತೆ ಕುಟುಂಬ ದಲ್ಲಿದ್ದ ಎಲ್ಲರೂ ಮಂಕಾಗಿ ಹೋಗಿದ್ದೆವು. ಮುಂದೆ ಬದುಕು ಎಂಬ ನದಿ ಹರಿಯುತ್ತಾ ಹೋಯಿತು. ಅದರ ಮಧ್ಯೆ ಮಹೇಂದ್ರಮಾಮ, ವಿಕ್ಕಿ, ವಿದ್ಯಾ ಎಲ್ಲರೂ ನಮ್ಮ ಬದುಕಿನ ಮೌನ ಕಣಿವೆಗೆ ಸೇರಿಬಿಟ್ಟರು.

ನಾನು ಈ ರಾಜ್ಯದ ಮುಖ್ಯಮಂತ್ರಿಗಳಾದವರ ಪೈಕಿ ಹದಿನೇಳು ಮಂದಿಯನ್ನು ನಾನು ನೋಡಿದ್ದೇನೆ. ಮಾತನಾಡಿಸಿದ್ದೇನೆ. ರಾಜಕೀಯವನ್ನೂ ಮೀರಿ ಅವರ ಅಂತರಂಗದ ಕತೆಗಳನ್ನು ಕೇಳಿದ್ದೇನೆ. ದೇವರಾಜ ಅರಸರನ್ನು ನೋಡಿದ್ದೆನಾದರೂ ನಾನು ಪತ್ರಕರ್ತನಾಗಿ ಬೆಂಗಳೂರು ತಲುಪುವ ವೇಳೆಗಾಗಲೇ ಅವರು ತೀರಿಕೊಂಡಿದ್ದರು.

ಅರಸರು ಸಾಗರದ ಪುರಸಭೆಯ ಮೈದಾನದಲ್ಲಿ ಭಾಷಣ ಮಾಡಿದಾಗ ಅದನ್ನು ಕೇಳಿಸಿಕೊಂಡ ನನಗೆ ಇನ್ನೂ ಚಿಕ್ಕ ವಯಸ್ಸು. ಆಗವರು ಭಾಷಣ ಮುಗಿಸಿ ಜನರ ಮಧ್ಯೆಯೇ ನಡೆದು ಬಂದರು. ಈ ಸಂದರ್ಭದಲ್ಲಿ ನನ್ನಣ್ಣ ಮಹೇಂದ್ರನ ನೆತ್ತಿ ಸವರಿ, ಕೈಗೆ ಒಂದು ಮೂಸಂಬಿ ಹಣ್ಣು ಕೊಟ್ಟು, ನಿನಗೆ ಒಳ್ಳೆಯದಾಗಲಿ ಮರಿ ಎಂದಿದ್ದರು. ನಮ್ಮತ್ತೆಯ ಮಗ ವಿಠ್ಠಲನಿಗೆ ಲಿಂಬೆ ಹಣ್ಣು ಕೊಟ್ಟು ಆಶೀರ್ವದಿಸಿದ್ದರು.

ಆಗೆಲ್ಲ ನಮಗೆ ಮಹೇಂದ್ರ ಹಾಗೂ ವಿಠ್ಠಲನ ಲಕ್ಕು ಕಂಡು ಆಶ್ಚರ್ಯ. ಒಬ್ಬ ಮುಖ್ಯಮಂತ್ರಿ ಮಹೇಂದ್ರನ ಕೈಗೆ ಮೂಸಂಬಿ ಹಣ್ಣು, ವಿಠ್ಠಲನ ಕೈಗೆ ಲಿಂಬೆ ಹಣ್ಣು ಕೊಡುವುದು ಎಂದರೇನು? ಕೊಟ್ಟು, ಒಳ್ಳೆಯದಾಗಲಿ ಮರಿ ಎಂದು ಸಂಬೋಧಿಸಿದ್ದೇನು ಸಣ್ಣ ಮಾತೇ. ವಿಷಾದದ ಸಂಗತಿ ಎಂದರೆ ನಾನು ಬೆಂಗಳೂರಿಗೆ ಬಂದು ಪತ್ರಿಕೋದ್ಯಮಕ್ಕೆ ಅಡಿ ಇಡುವ ಹೊತ್ತಿಗಾಗಲೇ ಅರಸು ತೀರಿಕೊಂಡಿದ್ದರು. ಹೀಗಾಗಿ ಅವರನ್ನು ಮಾತನಾಡಿಸಲು ನನಗೆ ಸಾಧ್ಯವಾಗಲೇ ಇಲ್ಲ.

ಆದರೆ ಕಡಿದಾಳ್ ಮಂಜಪ್ಪ ಅವರಿಂದ ಹಿಡಿದು, ಈಗ ಸಿಎಂ ಆಗಿರುವ ಯಡಿಯೂರಪ್ಪ ಅವರ ತನಕ ಮುಖ್ಯಮಂತ್ರಿಗಳಾದವರ ಪೈಕಿ ಹದಿನೇಳು ಮಂದಿಯ ಜತೆ ಮಾತನಾಡುವ ಅವಕಾಶ ನನಗೆ ದಕ್ಕಿತು.

ಯಾರೇನೇ ಹೇಳಲಿ, ಹೀಗೆ ಮುಖ್ಯಮಂತ್ರಿಯಾದವರ ಪೈಕಿ ಎಲ್ಲರೂ ಒಂದೊಂದು ಬಗೆಯಲ್ಲಿ ವಿಶಿಷ್ಟ ಗುಣಗಳನ್ನು ಹೊಂದಿದವರೇ. ಅಲ್ಲಿ ತಪ್ಪು ಹುಡುಕುವುದು ಸುಲಭ. ಆದರೆ ಅವರಲ್ಲಿರುವ ಒಳ್ಳೆಯ ಗುಣಗಳನ್ನು ಎತ್ತಿ ತೋರಿಸಬೇಕು, ಅವರ ಮೇಲೆ ಪ್ರಭಾವ ಬೀರಿದ ಸಂಗತಿಗಳ ಕುರಿತು ನಿಮ್ಮೊಂದಿಗೆ ಹಂಚಿಕೊಳ್ಳಬೇಕು ಅನ್ನುವುದನ್ನು ಬಿಟ್ಟರೆ ನನಗೆ ಬೇರೆ ಯಾವ ಆಕಾಂಕ್ಷೆಯೂ ಇಲ್ಲ.

ಹೀಗೆ ಒಬ್ಬ ವ್ಯಕ್ತಿಯಲ್ಲಿರುವ ಒಳ್ಳೆಯತನವನ್ನು ಗುರುತಿಸಿ ಧ್ವನಿ ಎತ್ತರಿಸಿ ಹೇಳುವುದು ಉತ್ತಮ. ಯಾಕೆಂದರೆ ಆ ಕೆಲಸ ಮಾಡಿದರೆ ಅವರು ಇನ್ನಷ್ಟು ಒಳ್ಳೆಯ

ಕೆಲಸ ಮಾಡಲು ಸಾಧ್ಯ. ಮುಂದೆ ಬರುವವರು ಅದರಿಂದ ಪ್ರೇರಣೆ ಪಡೆಯಲು ಸಾಧ್ಯ.

ಎಲ್ಲಕ್ಕಿಂತ ಮುಖ್ಯವಾಗಿ ರಾಜಕೀಯವಾಗಿ ನಾಯಕರಿಟ್ಟ ಹೆಜ್ಜೆಗಳಲ್ಲಿ ಸರಿ ಯಾವುದು? ತಪ್ಪು ಯಾವುದು? ಎಂಬುದನ್ನು ಹೇಳಲು ಬೇಕಾದಷ್ಟು ವೇದಿಕೆಗಳಿವೆ. ಆದರೆ ಇಲ್ಲಿ ಅದನ್ನೆಲ್ಲ ವಿವರಿಸುವುದು ನನಗೆ ಇಷ್ಟವಿಲ್ಲದ ಕೆಲಸ.

ಅಂದ ಹಾಗೆ ನಾವು ತೀರಿಕೊಂಡ ಮೇಲೆ ಬದುಕು ಏನಾಗುತ್ತದೆ ಎಂಬುದು ಗೊತ್ತಿಲ್ಲ. ಆದರೆ ನಾನು ಬಹುವಾಗಿ ಇಷ್ಟಪಡುವ ತತ್ವಜ್ಞಾನಿ ಓಶೋ ಹೇಳುತ್ತಾರೆ: ಮನುಷ್ಯನ ದೇಹಕ್ಕೆ ಸಾವಿದೆ. ಆತ್ಮಕ್ಕೆ ಸಾವಿಲ್ಲ. ಹೀಗಾಗಿ ಸಾವು ಎಂಬುದು ಇರುವುದಿಲ್ಲ. ದೇಹಕ್ಕೊಂದು ಜೀವನದ ಅವಧಿ ಇರುತ್ತದೆ. ಹೀಗಾಗಿ ಈ ಅವಧಿಯಲ್ಲಿ ಸಾಧ್ಯವಿದ್ದಷ್ಟು ಒಳ್ಳೆಯದನ್ನು ಮಾಡಿ. ಮುಂದೆ ಆ ದೇಹ ಅಂತ್ಯ ಕಂಡ ಮೇಲೆ, ನಿಮ್ಮ ಆತ್ಮ ಎಲ್ಲಿರಬೇಕು, ಹೇಗಿರಬೇಕು ಅಂತ ಪ್ರಕೃತಿ ನಿರ್ಧರಿಸುತ್ತದೆ ಅಂತ.

ಹಾಗಂದುಕೊಳ್ಳುತ್ತಿದ್ದ ಕಾಲಕ್ಕೆ ಸರಿಯಾಗಿ ಅಮೇರಿಕೆಯಿಂದ ಅವಿನಾಶ್ (ವಿಕ್ಕಿ) ಫೋನು ಮಾಡಿದ್ದ. ವಯಸ್ಸಿನಲ್ಲಿ ನನಗಿಂತ ಹತ್ತು ವರ್ಷ ಚಿಕ್ಕವನು. ಈಗ ಅಮೇರಿಕೆಯಲ್ಲಿ ಸೆಟ್ಲ್ ಆಗಿ ದೊಡ್ಡ ಕಂಪನಿಯಲ್ಲಿ ಉದ್ಯೋಗ ಮಾಡುತ್ತಿದ್ದಾನೆ. ತುಂಬ ಒಳ್ಳೆಯ ಹುಡುಗ. ಆತನ ಮಾತು ಕೇಳುತ್ತಿದ್ದಂತೆಯೇ ನನಗೆ ಮಹೇಂದ್ರಮಾಮಾ ಅವರು ಗಂಡಾಂತರದಲ್ಲಿದ್ದಾರೆ ಎಂದು ತಿಳಿದ ಕೂಡಲೇ ನಾನು, ಗಿರಿ ಮಾಡಿಕೊಂಡ ಹರಕೆ ಮತ್ತು ನಿಜಲಿಂಗಪ್ಪ ಅವರ ಮಾತುಗಳೆಲ್ಲ ಒಟ್ಟೊಟ್ಟಿಗೆ ನೆನಪಾದವು.

ಅದೇ ರೀತಿ ನಾಲ್ಕು ಜನರಿಗೆ ಬೇಕಾದವರಾಗಿ ಬದುಕಿದ ಮಹೇಂದ್ರ ಮಾಮಾ ಅವರ ಆತ್ಮ ಎಲ್ಲೋ ನೆಮ್ಮದಿಯಿಂದ ಬದುಕುತ್ತಿರಬಹುದೇನೋ ಅನ್ನಿಸಿತು. ಅದೇನೇ ಇರಲಿ, ಹರಿವ ನದಿಗೆ ಯಾವ್ಯಾವುದೋ ತೊರೆಗಳು ಬಂದು ಸೇರುವಂತೆ, ಬದುಕಿನ ಯಾವುದೋ ಒಂದು ಎಳೆ, ಇನ್ನಷ್ಟು ಎಳೆಗಳನ್ನು ಸೇರಿಸಿ ಮನಸ್ಸಿನಲ್ಲೇ ನೇಯ್ಗೆ ಮಾಡಿ ಹೊಸ ಬಟ್ಟೆಯೊಂದನ್ನು ಸೃಷ್ಟಿಸಿಬಿಡುತ್ತದೆ ನೋಡಿ. ಅದು ನಿಜಕ್ಕೂ ಅಚ್ಚರಿ ಹುಟ್ಟಿಸುತ್ತದೆ.

ಲಿಂಗಾಯತ ಹಾಗೂ
ಒಕ್ಕಲಿಗ ಸಮುದಾಯಗಳ
ಎದುರು ಸೆಣಸಲು ಅರಸರಿಗೆ
ಶೋಷಿತ ವರ್ಗಗಳ ಸೈನ್ಯ
ಬೇಕಾಗಿತ್ತು. ಹೀಗಾಗಿ
ರಾಜ್ಯದುದ್ದಗಲ ಶೋಷಿತ
ವರ್ಗಗಳ ನಾಯಕರನ್ನು
ಹೆಕ್ಕಿ ಹೆಕ್ಕಿ ಮುಂದೆ ತಂದರು.

4

ದೇವರಾಜ ಅರಸು ಹಿಂದುಳಿದ ವರ್ಗಗಳ ಚಾಂಪಿಯನ್ ಆಗಿದ್ದು ಹೇಗೆ?

ಕಳೆದ ಐವತ್ತು ವರ್ಷಗಳಿಂದ ಕರ್ನಾಟಕದ ರಾಜಕಾರಣದಲ್ಲಿ ಸಕ್ರಿಯರಾಗಿರುವ ಹಿರಿಯ ನಾಯಕರೊಬ್ಬರ ಜತೆ, ಮೊನ್ನೆ ಆಫ್ ದಿ ರೆಕಾರ್ಡ್ ಅಂತ ಮಾತನಾಡುತ್ತಿದ್ದೆ.

ಹೀಗೆ ಆಫ್ ದಿ ರೆಕಾರ್ಡ್ ಅಂತ ನಾಯಕರ ಜತೆ ಮಾತನಾಡಿದಾಗ ಗೊತ್ತಿಲ್ಲದ ಅನೇಕ ಅಂಶಗಳು ನಮ್ಮ ಗಮನಕ್ಕೆ ಬರುತ್ತವೆ. ಹೀಗಾಗಿ ಬಹುತೇಕ ಪತ್ರಕರ್ತರಿಗೆ ರೊಟೀನ್ ಸುದ್ದಿಗಳಿಗಿಂತ ಆಫ್ ದಿ ರೆಕಾರ್ಡ್ ಸ್ಟೋರಿಗಳೆಂದರೆ ಪ್ರೀತಿ.

ಅವತ್ತು ಆ ನಾಯಕರು, ದೇವರಾಜ ಅರಸರ ಕುರಿತು ಮಾತನಾಡಿದರು. 1972ರ ಮಾರ್ಚ್ 20ರಿಂದ 1980ರವರೆಗೆ (77ರಲ್ಲಿ ಸ್ವಲ್ಪ ಕಾಲ ರಾಜ್ಯದಲ್ಲಿ

ರಾಷ್ಟ್ರಪತಿ ಆಳ್ವಿಕೆಯಿತ್ತು) ಕರ್ನಾಟಕದ ಮುಖ್ಯಮಂತ್ರಿಯಾಗಿ, ಸಾಮಾಜಿಕ ಕ್ರಾಂತಿಯ ಹರಿಕಾರರಾಗಿ, ಇತಿಹಾಸದ ಪುಟಗಳಲ್ಲಿ ಗುರುತಿಸಲ್ಪಟ್ಟವರು ಅರಸು.

'ಉಳುವವನೇ ಹೊಲದೊಡೆಯ' ಎಂಬ ಮಂತ್ರದೊಂದಿಗೆ ಅವರು ಜಾರಿಗೆ ತಂದ ಭೂ ಸುಧಾರಣಾ ಕಾಯ್ದೆ, ರಾಜ್ಯದ ಅಲ್ಪಸಂಖ್ಯಾತ, ಹಿಂದುಳಿದ ಮತ್ತು ದಲಿತ (ಅಹಿಂದ) ಸಮುದಾಯಗಳಿಗೆ ಸೇರಿದ ಅನೇಕರಿಗೆ ಭೂಮಿ ದಕ್ಕುವಂತೆ ಮಾಡಿದ್ದಲ್ಲದೇ, ಸಾಮಾಜಿಕವಾಗಿ ಮತ್ತು ಆರ್ಥಿಕವಾಗಿ ಮುಖ್ಯವಾಹಿನಿಗೆ ಬರಲು ನೆರವು ನೀಡಿತು.

ಅಂತಹ ದೇವರಾಜ ಅರಸರನ್ನು ಹತ್ತಿರದಿಂದ ನೋಡಿದ ರಾಜಕಾರಣಿ ಇವರು. ಹೀಗಾಗಿ ನಾನು ಕೇಳುತ್ತಿದ್ದಂತೆಯೇ ಅವರು ಮಾತನಾಡುತ್ತಾ ಹೋದರು: ನೋಡಿ ನೀವು ಪತ್ರಕರ್ತರು. ಯಾವುದೇ ವಿಷಯಕ್ಕೆ ಹಲ ಮುಖಗಳು ಇರುತ್ತವೆ ಎಂಬುದನ್ನು ಮೊದಲು ಗಮನಿಸಿ. ನೋ ಡೌಟ್, ದೇವರಾಜ ಅರಸರು ರಾಜ್ಯದ ಹಿಂದುಳಿದ ವರ್ಗಗಳ ಚಾಂಪಿಯನ್ ಎನ್ನಿಸಿಕೊಂಡಿದ್ದು ನಿಜ. ಮತ್ತು ಅದಕ್ಕೆ ಪೂರಕವಾದ ಕೆಲಸಗಳನ್ನು ಮಾಡಿದ್ದೂ ನಿಜ. ಆದರೆ ಅದನ್ನವರು ತಮ್ಮ ರಾಜಕೀಯ ಲಾಭಕ್ಕಾಗಿ ಮಾಡಿದರು.

ಆದರೆ ಇದನ್ನು ನೀವು ಗಮನಿಸುವುದಿಲ್ಲ. ಫೈನಲಿ, ಯಾವುದೇ ವಿಷಯದಲ್ಲಿ ರಿಸಲ್ಟು ಗಮನಿಸುವುದು ಮುಖ್ಯವಾದರೂ ಇತಿಹಾಸವನ್ನು ಅರ್ಥ ಮಾಡಿಕೊಳ್ಳುವ ದೃಷ್ಟಿಯಿಂದ ನೀವು ಮೂಲವನ್ನೂ ಗಮನಿಸಬೇಕು. ಆಗ ನಿಮಗೆ ರಾಜಕೀಯದ ಒಳನೋಟಗಳು ದಕ್ಕುತ್ತವೆ.

ಅಂದ ಹಾಗೆ ದೇವರಾಜ ಅರಸರು ಸಿಎಂ ಆಗುವ ಮುನ್ನಿನ ದಿನಗಳಲ್ಲಿ ನಿಜಲಿಂಗಪ್ಪ ಅವರಿಗೂ ಕಾಂಗ್ರೆಸ್ ಅಧಿನಾಯಕಿ ಇಂದಿರಾಗಾಂಧಿ ಅವರಿಗೂ ಆಗುತ್ತಿರಲಿಲ್ಲ. ಅದಾಗಲೇ ರಾಷ್ಟ್ರ ರಾಜಕೀಯದ ಪಡಸಾಲೆ ತಲುಪಿದ್ದ ನಿಜಲಿಂಗಪ್ಪ ಅವರು ಇಂದಿರಾ ವಿರೋಧಿ ಪಾಳೆಯದಲ್ಲಿದ್ದರು. ಹೀಗಾಗಿ ಅವತ್ತು ಕರ್ನಾಟಕದಲ್ಲಿ ಪರ್ಯಾಯ ನಾಯಕನನ್ನು ಇಂದಿರಾಗಾಂಧಿ ಹುಡುಕುತ್ತಿದ್ದರು.

ಅದೇ ಸಂದರ್ಭದಲ್ಲಿ ದೇವರಾಜ ಅರಸರಿಗೆ, ಸರ್ಕಾರಿ ಸಂಸ್ಥೆಯೊಂದು ಫೇವರ್ ಮಾಡಿತ್ತು ಎಂಬ ಕಾರಣಕ್ಕಾಗಿ ನಿಜಲಿಂಗಪ್ಪ ಅವರು ತಿರುಗಿ ಬಿದ್ದಿದ್ದರು. ಹೀಗಾಗಿ, ನಿಜಲಿಂಗಪ್ಪ ಮತ್ತು ಅರಸರಿಗೂ ಆಗುತ್ತಿರಲಿಲ್ಲ. ಈ ಮಧ್ಯೆ ನಿಜಲಿಂಗಪ್ಪ ರಾಷ್ಟ್ರ ರಾಜಕಾರಣದಲ್ಲಿದ್ದುದರಿಂದ ಇಲ್ಲಿ ಅವರ ಶಿಷ್ಯರಾದ ವೀರೇಂದ್ರ ಪಾಟೀಲ್ ಮುಖ್ಯಮಂತ್ರಿಯಾಗಿದ್ದರು.

ಯಾವಾಗ ನಿಜಲಿಂಗಪ್ಪ ನೇತೃತ್ವದ ಸಿಂಡಿಕೇಟ್ ದೊಡ್ಡ ಮಟ್ಟದಲ್ಲಿ ಇಂದಿರಾ ವಿರುದ್ಧ ತಿರುಗಿ ಬಿತ್ತೋ ಆಗ ಇಂದಿರಾಗಾಂಧಿ ಕರ್ನಾಟಕದಲ್ಲಿ ತನ್ನ ಪರಮಾಪ್ತರನ್ನು

ಸಿಎಂ ಮಾಡಲು ಬಯಸಿದರು. ಆ ಕಡೆ ನಿಜಲಿಂಗಪ್ಪ ಮತ್ತು ಇಂದಿರಾಗಾಂಧಿಗೆ ಆಗುತ್ತಿರಲಿಲ್ಲ. ಈ ಕಡೆ ದೇವರಾಜ ಅರಸು ಮತ್ತು ನಿಜಲಿಂಗಪ್ಪ ಅವರಿಗೆ ಆಗುತ್ತಿರಲಿಲ್ಲ.

ಪರಿಣಾಮ, ಇಲ್ಲಿ ಮತ್ತು ದಿಲ್ಲಿಯಲ್ಲಿ ನಿಜಲಿಂಗಪ್ಪ ತಮ್ಮ ವಿರೋಧಿಗಳ ವಿರುದ್ಧ ಹೋರಾಡಬೇಕಾಯಿತು. ಈ ಸಂದರ್ಭದಲ್ಲಿ ಇಂದಿರಾಗಾಂಧಿಯವರ ಕಣ್ಣಿಗೆ ಬಿದ್ದವರು ದೇವರಾಜ ಅರಸು ಮತ್ತು ಬಿ.ಡಿ.ಜತ್ತಿ.

ಆ ಸಂದರ್ಭದಲ್ಲಾಗಲೇ ಬಿ.ಡಿ.ಜತ್ತಿ ಅವರು ಪಾಂಡಿಚೆರಿಯ ಲೆಫ್ಟಿನೆಂಟ್ ಗವರ್ನರ್ ಆಗಿದ್ದರು. ಹೀಗಾಗಿ ನಿಜಲಿಂಗಪ್ಪ ಬಣದ ವಿರುದ್ಧ ದೇವರಾಜ ಅರಸರನ್ನು ಮೇಲೆತ್ತಿ ನಿಲ್ಲಿಸಲು ಇಂದಿರಾ ಬಯಸಿದರು. ಅದೇ ರೀತಿ ಲಿಂಗಾಯತ ಸಮುದಾಯದ ವಿಶ್ವಾಸ ಗಳಿಸಲು ಜತ್ತಿಯವರನ್ನು ಮುಂದೆ ಒರಿಸ್ಸಾ ಗವರ್ನರ್ ಆಗಿ ನೇಮಕ ಮಾಡುವ ಭರವಸೆ ನೀಡಿದರು.

ಸರಿ, ಯುದ್ಧ ಆರಂಭವಾಗಿಯೇ ಹೋಯಿತು. ನಿಜಲಿಂಗಪ್ಪ ಅವರದು ಆಗ ಕಾಂಗ್ರೆಸ್(ಓ) ಪಕ್ಷ. ಇಂದಿರಾಗಾಂಧಿಯವರದು ಕಾಂಗ್ರೆಸ್(ಆರ್) ಪಕ್ಷ. ನಿಜಲಿಂಗಪ್ಪ ಅವರ ಜತೆ ಆಗ ವೀರೇಂದ್ರ ಪಾಟೀಲ್, ರಾಮಕೃಷ್ಣ ಹೆಗಡೆ ಸೇರಿದಂತೆ ಪ್ರಮುಖ ನಾಯಕರು ಹೋದರು.

ಇದಕ್ಕೆ ಪ್ರತಿಯಾಗಿ ದೇವರಾಜ ಅರಸು ಮತ್ತು ಬಿ.ಡಿ.ಜತ್ತಿ ಸೇರಿ ಕಾಂಗ್ರೆಸ್ ಶಾಸಕರನ್ನು ಎಳೆದರು. ಸಹಜವಾಗಿಯೇ ಆಗ ಇಂದಿರಾಗಾಂಧಿಯವರ ಪವರ್ ಜಾಸ್ತಿ ಇತ್ತು. ಆ ಸಮಯವನ್ನು ಸರಿಯಾಗಿ ಉಪಯೋಗಿಸಿಕೊಂಡ ದೇವರಾಜ ಅರಸು, ರಾಜ್ಯದಲ್ಲಿ ಕಾಂಗ್ರೆಸ್ ಎಂದರೆ ಇಂದಿರಾಗಾಂಧಿ ಎಂಬಂತೆ ಬೆಳೆಸಿದರು.

ಪರಿಣಾಮ, ಸಿಎಂ ಹುದ್ದೆಯಿಂದ ವೀರೇಂದ್ರಪಾಟೀಲರು ಕೆಳಗಿಳಿದು 1972 ರಲ್ಲಿ ನಡೆದ ವಿಧಾನಸಭಾ ಚುನಾವಣೆಯಲ್ಲಿ ಅರಸು ನೇತೃತ್ವದ ಕಾಂಗ್ರೆಸ್, ರಾಜ್ಯದ ಅಧಿಕಾರ ಸೂತ್ರ ಹಿಡಿಯಿತು. ಈ ಸಂದರ್ಭದಲ್ಲಿ ಅರಸು ಎದುರು ಹಾಕಿಕೊಂಡಿದ್ದು ಯಾರನ್ನು, ರಾಜ್ಯದ ಪ್ರಬಲ ಲಿಂಗಾಯತ, ಒಕ್ಕಲಿಗ ವರ್ಗಗಳನ್ನು. ಹೀಗಾಗಿ ಅದರ ವಿರುದ್ಧ ಸೆಣಸಲು ಆರ್ಥಿಕವಾಗಿ, ಸಾಮಾಜಿಕವಾಗಿ ಹಿಂದುಳಿದ ವರ್ಗಗಳ ಸೈನ್ಯವನ್ನು ಕಟ್ಟಿದರು.(ಸ್ಥೂಲವಾಗಿ ಹೇಳಬೇಕೆಂದರೆ ಅಹಿಂದ ವರ್ಗಗಳು)

ಈ ವರ್ಗಗಳನ್ನು ರಾಜಕೀಯವಾಗಿ ಮುಂಚೂಣಿಗೆ ತರುವ ಕೆಲಸವನ್ನು ಅರಸು ಮಾಡಿದರು. ಆ ಮೂಲಕ ಸಾಮಾಜಿಕವಾಗಿ, ಆರ್ಥಿಕವಾಗಿ ಹಿಂದುಳಿದಿದ್ದ ಶೋಷಿತರಿಗೆ ಅನುಕೂಲವಾಗುವ ಹಲವು ಕಾರ್ಯಕ್ರಮಗಳನ್ನು ಜಾರಿಗೆ ತಂದರು. ಇವತ್ತು ಶೋಷಿತ ವರ್ಗದ ಹಲ ನಾಯಕರನ್ನು ನಾವೇನು ನೋಡುತ್ತಿದ್ದೇವೆ? ಅವರ ಪೈಕಿ ಬಹುತೇಕರು ದೇವರಾಜ ಅರಸರ ಪ್ರಾಡಕ್ಟುಗಳು. ವಾಸ್ತವವಾಗಿ ಹೇಳಬೇಕೆಂದರೆ

ಲಿಂಗಾಯತ ಹಾಗೂ ಒಕ್ಕಲಿಗ ಸಮುದಾಯಗಳ ಎದುರು ಸೆಣಸಲು ಅರಸರಿಗೆ ಶೋಷಿತ ವರ್ಗಗಳ ಸೈನ್ಯ ಬೇಕಾಗಿತ್ತು.(ಇವತ್ತಿನ ಅಹಿಂದ ಸೈನ್ಯದ ಕಲ್ಪನೆ ಇದೇ) ಹೀಗಾಗಿ ರಾಜ್ಯದುದ್ದಗಲ ಶೋಷಿತ ವರ್ಗಗಳ ನಾಯಕರನ್ನು ಹೆಕ್ಕಿ ಹೆಕ್ಕಿ ಮುಂದೆ ತಂದರು.

ಒಂದು ವೇಳೆ ಅರಸರು ಈ ಕೆಲಸ ಮಾಡದಿದ್ದರೆ ತುಂಬ ಕಾಲ ಸಿಎಂ ಆಗಿ ಉಳಿಯುವುದು ಕಷ್ಟವಾಗುತ್ತಿತ್ತು. ಆದರೆ ಅರಸರು ಬುದ್ಧಿವಂತಿಕೆಯಿಂದ ಸಂದರ್ಭವನ್ನು ಬಳಸಿಕೊಂಡರು. ಪರಿಣಾಮವಾಗಿ ಕಾಂಗ್ರೆಸ್ ಪಕ್ಷಕ್ಕೆ ಬಡವರ ಪಕ್ಷ ಎಂಬ ಸ್ಲೋಗನ್ನು ಸಿಗುವಂತೆ ಮಾಡಿದರು. ತಾವು ಹಿಂದುಳಿದ ವರ್ಗಗಳ (ಶೋಷಿತ ವರ್ಗಗಳ) ಚಾಂಪಿಯನ್ ಅನ್ನಿಸಿಕೊಂಡರು.

ಹೀಗವರು ಮೇಲೆದ್ದು ನಿಂತಿದ್ದರಿಂದಲೇ ಕರ್ನಾಟಕದಲ್ಲಿ ಪ್ರಬಲ ವಿರೋಧ ಪಕ್ಷ ತಲೆ ಎತ್ತಿ ನಿಂತಿತು. ಆ ವಿರೋಧ ಪಕ್ಷಕ್ಕೆ ಲಿಂಗಾಯತ, ಒಕ್ಕಲಿಗ ಸಮುದಾಯಗಳೇ ಬೆನ್ನೆಲುಬಾದವು. ಆದರೆ ಅರಸರು ತಮ್ಮ ರಾಜಕೀಯ ಲಾಭಕ್ಕಾಗಿ ಕಟ್ಟಿದ ಶೋಷಿತ ವರ್ಗಗಳ ಸೈನ್ಯ ಎಷ್ಟು ಪ್ರಬಲವಾಗಿತ್ತೆಂದರೆ 1978ರಲ್ಲಿ ನಡೆದ ವಿಧಾನಸಭಾ ಚುನಾವಣೆಯಲ್ಲೂ ಕಾಂಗ್ರೆಸ್ ಗೆದ್ದು ಅಧಿಕಾರಕ್ಕೆ ಬಂತು.

ಮುಂದೆ ತಮ್ಮ ಆಪ್ತರ ಚಾಡಿ ಮಾತು ಕೇಳಿ ಇಂದಿರಾಗಾಂಧಿ ಅವರು ದೇವರಾಜ ಅರಸರ ವಿರುದ್ಧ ತಿರುಗಿ ಬಿದ್ದರು. ಇದಕ್ಕಾಗಿ ಬಂಗಾರಪ್ಪ ಅವರನ್ನು ಬಳಸಿಕೊಂಡರು. ಆದರೆ ಹೀಗೆ ಬಳಸಿಕೊಂಡು ಅರಸರನ್ನು ಕೆಳಗಿಳಿಸಿದ ಮೇಲೆ ತಮ್ಮ ಮಗ ಸಂಜಯಗಾಂಧಿಯವರ ಮಾತು ಕೇಳಿ, ಗುಂಡೂರಾಯರನ್ನು ಸಿಎಂ ಮಾಡಿದರು.

ಇತಿಹಾಸದ ಬಗ್ಗೆ ಹೇಳುತ್ತಾ ಹೋದರೆ ಇಂತಹ ಹಲವು ಕತೆಗಳನ್ನು ಹೇಳಬಹುದು. ಆದರೆ ದೇವರಾಜ ಅರಸರು ಹೇಗೆ ಬ್ಯಾಕ್ ವರ್ಡ್ ಕ್ಲಾಸ್ ಚಾಂಪಿಯನ್ ಆದರು, ಇದಕ್ಕಾಗಿ ಶೋಷಿತ ವರ್ಗಗಳ ಸೈನ್ಯ ಕಟ್ಟುವುದು ಅವರಿಗೆ ಹೇಗೆ ಅನಿವಾರ್ಯವಾಯಿತು ಎಂಬುದಕ್ಕಾಗಿ ಇದನ್ನೆಲ್ಲ ಹೇಳಿದೆ.

ಮೂಲ ಕತೆ ಇದಾದರೂ ಇವತ್ತು ಅರಸರ ಸಾಧನೆಯನ್ನು ನಾವು ತುಂಬ ಗೌರವದಿಂದ ನೋಡಬೇಕು. ಯಾಕೆಂದರೆ ನಾವು ಯಾವುದೇ ಲಾಭಕ್ಕಾಗಿ ಕೆಲಸ ಮಾಡಿದರೂ ರಿಸಲ್ಟು ಏನು ಅನ್ನುವುದು ಮುಖ್ಯ. ಆ ದೃಷ್ಟಿಯಿಂದ ಅರಸು ನಿಶ್ಚಿತವಾಗಿಯೂ ಡಿಸ್ಟಿಂಕ್ಷನ್‌ನಲ್ಲೇ ಪಾಸಾದರು.

ಆದ್ದರಿಂದ ಇತಿಹಾಸ ನಿಮಗೆ ಗೊತ್ತಿರಲಿ ಎಂಬ ಕಾರಣಕ್ಕಾಗಿ ಇದನ್ನು ನಿಮಗೆ ಹೇಳಿದೆ ಅಂತ ಆ ನಾಯಕರು ವಿವರಿಸಿ ಮಾತು ನಿಲ್ಲಿಸಿದರು. ಒಂದು ಬೆಳವಣಿಗೆಯ ಹಿಂದೆ ನಾನಾ ಮುಖಗಳಿರುತ್ತವೆ ಎಂಬ ಕಾರಣಕ್ಕಾಗಿ ನಾನು ಆ ನಾಯಕರು ವಿವರಿಸಿದ ಕತೆಯನ್ನು ನಿಮ್ಮ ಮುಂದಿಟ್ಟಿದ್ದೇನೆ.

ಏಕಾಂತ ಎಂಬ ಹಸಿವಿನ
ಪೈಕಿ ಮೊದಲನೆಯದನ್ನು
ನೀವು ನಿವಾರಿಸಿಕೊಳ್ಳಬಲ್ಲಿರಿ.
ಆದರೆ ಎರಡನೇ ಬಗೆಯ
ಏಕಾಂತದ ಹಸಿವನ್ನು
ನೀಗಿಸಿಕೊಳ್ಳಲು ನಿಮ್ಮಿಂದ
ಸಾಧ್ಯವಾಗುತ್ತದಾ ಗೊತ್ತಿಲ್ಲ.

5

ಉಣ್ಣಲು ಅನ್ನವಿಲ್ಲದಿರುವುದೇ ಹಸಿವಲ್ಲ ಅದಕ್ಕಿಂತ ಭೀಕರ ಹಸಿವು ಏಕಾಂತ

ಮನುಷ್ಯನಿಗೆ ಏಕಾಂತದಷ್ಟು ಭೀಕರ ಹಸಿವು ಬೇರೊಂದಿದೆಯಾ ವಿಠ್ಠಲಮೂರ್ತಿ ಅಂತ ಅಂತ ಅವರು ಕೇಳಿದರು. ಅವರ ಹೆಸರು – ಆರ್. ಗುಂಡೂರಾವ್.

ಕರ್ನಾಟಕದ ಸಾಮಾಜಿಕ ಹಾಗೂ ಆರ್ಥಿಕ ಸ್ಥಿತಿಯನ್ನು ಅರಿಯುವುದಕ್ಕಿಂತ ಮುಂಚೆ ಅವರು ಮುಖ್ಯಮಂತ್ರಿ ಹುದ್ದೆಗೆ ಏರಿದ್ದರು. ಮತ್ತು ಇದೇ ಕಾರಣಕ್ಕಾಗಿ ರೈತ ಚಳವಳಿಗಳಿಂದ ಹಿಡಿದು ದಲಿತ ಚಳವಳಿಗಳ ತನಕ ತಮ್ಮ ವಿರುದ್ಧ ಮುಗಿಬಿದ್ದ ಹಲ ಚಳವಳಿಗಳನ್ನು ನಿಭಾಯಿಸಲಾಗದೆ ಪರದಾಡಿದ್ದರು.

ಆದರೆ ನೋ ಡೌಟ್. ನಾನು ನೋಡಿದಂತೆ ಗುಂಡೂರಾಯರಂತಹ ಸಮಯ

ಪ್ರಜ್ಞೆಯ ಮತ್ತು ನಿರ್ಭಿಡೆಯ ಮುಖ್ಯಮಂತ್ರಿಯನ್ನು ಕರ್ನಾಟಕದ ಇತಿಹಾಸ ಕಂಡಿಲ್ಲ. ಹಾಗೇನಾದರೂ ಗುಂಡೂರಾಯರಂತೆಯೇ ಎಲ್ಲವನ್ನೂ ಎದುರಿಸಿ ಬದುಕುವ ಧೈರ್ಯ ಎಂಬುದನ್ನು ನೋಡಿದ್ದರೆ ಅದು ಜೆ. ಹೆಚ್. ಪಟೇಲರಲ್ಲಿ ಮಾತ್ರ.

ಆದರೆ ಪಟೇಲರಿಗೆ ಅಸಾಮಾನ್ಯ ಓದಿನ ಬೆಂಬಲವಿತ್ತು. ಸಮಾಜವಾದಿ ಚಳವಳಿಯ ಹಿನ್ನೆಲೆ ಇತ್ತು. ಒಂದು ಸಲ ಮಾತನಾಡುವಾಗ ಪಟೇಲರೇ ಹೇಳಿದ್ದರು. ರೀ ನಿಜವಾದ ಸಮಾಜವಾದಿಯಾಗಲು ಒಬ್ಬ ಶ್ರೀಮಂತನಿಗೆ ಮಾತ್ರ ಸಾಧ್ಯ. ಯಾಕೆಂದರೆ ತ್ಯಜಿಸಬೇಕಾದವನು ಅವನು. ತ್ಯಜಿಸಲು ಏನೂ ಇಲ್ಲದವನು ಸಮಾಜವಾದಿಯಾದರೇನು? ಕಾಮ್ರೇಡ್ ಆದರೇನು?

ಗಾಂಧೀಜಿ ಒಮ್ಮೆ ಸಮಾಜವಾದಿ ನಾಯಕರೊಬ್ಬರಿಗೆ ಹೇಳಿದ್ದರಂತೆ: ರೀ ನೀವು ಸಮಾಜವಾದಿಗಳು. ಪ್ರತಿಯೊಬ್ಬ ಮನುಷ್ಯನಿಗೂ ಬಂಗಲೆ, ಕಾರು ಇರಬೇಕು ಎಂದು ಬಯಸುತ್ತೀರಿ. ಬಯಸಿ. ತಪ್ಪೇನಲ್ಲ. ಆದರೆ ನೀವು ಮಾತ್ರ ಬಂಗಲೆಗಳಲ್ಲಿ ವಾಸಿಸುತ್ತಾ ಸಮಾಜವಾದದ ಆಶಯದಂತೆ ಬದುಕುವ ವಾತಾವರಣ ನಿರ್ಮಾಣವಾಗಬೇಕು ಎಂದು ಬಯಸಬೇಡಿ. ಬದಲಿಗೆ ನನ್ನಂತೆ ಲಂಗೋಟಿ ಉಟ್ಟುಕೊಂಡು ಹೋರಾಟದ ಕಣಕ್ಕೆ ಬನ್ನಿ, ಆನಂತರ ಸಮಾಜವಾದದ ಮಾತನಾಡಿ ಅಂತ.

ಇಂತಹ ಗುಣ ಪಟೇಲರಿಗೆ ಓದಿನ ಮೂಲಕ, ಬದುಕಿನ ಅನುಭವಗಳ ಮೂಲಕ ದಕ್ಕಿತ್ತು. ತಮ್ಮ ಕುಟುಂಬಕ್ಕೆ ದಂಡಿಯಾಗಿ ಭೂಮಿ ಇದ್ದರೂ, ಬೆಳೆ ಬಂದ ಕಾಲಕ್ಕೆ ಕಣ್ಣು ಹಾಯಿಸುವಷ್ಟು ದೂರ, ಬೆಳೆದ ಬೆಳೆಯನ್ನು ಚೆಲ್ಲುವ ಪರಿಸ್ಥಿತಿ ಇದ್ದರೂ ಅವರ ಕುಟುಂಬ ತನ್ನ ಕೈಲಿದ್ದ ಭೂಮಿಯನ್ನು ಬಿಟ್ಟುಕೊಟ್ಟಿತ್ತು.

ಗುಂಡೂರಾಯರಿಗೆ ಅಂತಹ ಹಿನ್ನೆಲೆ ಇರದಿದ್ದರೂ ಬಡತನದ ನೋವು ಅನುಭವಿಸಿದ ಹಿನ್ನೆಲೆ ಇತ್ತು. ಬದುಕಿನಲ್ಲಿ ನೋವಿನ ಅನುಭವ ಇರುವ ಮನುಷ್ಯ ಸಹಜವಾಗಿಯೇ ತೀರ್ಮಾನ ತೆಗೆದುಕೊಳ್ಳುವ ವಿಷಯದಲ್ಲಿ ಟಫ್ ಆಗುತ್ತಾನೆ. ಗುಂಡೂರಾಯರೂ ಹಾಗೇ.

ಹೇಳಲು ಹೋದರೆ ಗುಂಡೂರಾಯರ ಬಗ್ಗೆ ನೂರು ವಿಷಯ ಹೇಳಬಹುದು. ಯಾಕೆಂದರೆ 'ಹಾಯ್ ಬೆಂಗಳೂರ್' ಪತ್ರಿಕೆ ಆರಂಭವಾದಾಗ ಅವರದೊಂದು ಜೀವನ ಚರಿತ್ರೆ ಅಂತ ಬರೆದವನು ನಾನು. ಹಾಗೆ ಅವರ ಜೀವನ ಚರಿತ್ರೆ ಬರೆಯಲು ಅಗತ್ಯವಾದ ಬೀಜ ಬಿತ್ತನೆಯಾಗಲು ಒಂದು ಕಾರಣವಿತ್ತು.

ಅದು 91ರ ಲೋಕಸಭಾ ಚುನಾವಣೆಯ ಸಂದರ್ಭ. ಆಗ ಗುಂಡೂರಾಯರು ಚುನಾವಣಾ ಪ್ರಚಾರದ ಅಂಗವಾಗಿ ಪ್ರೆಸ್‌ಕ್ಲಬ್ಬಿಗೆ ಬಂದಿದ್ದರು. ಆರಡಿಗೂ ಹೆಚ್ಚು ಎತ್ತರದ, ದೈತ್ಯ ದೇಹದ, ಸದಾ ನಗು ಮುಖದ ಗುಂಡೂರಾವ್ ಸಹಜವಾಗಿಯೇ ನನ್ನನ್ನು ಆಕರ್ಷಿಸಿದ್ದರು. ಹೀಗಾಗಿ ಅವತ್ತು ಪತ್ರಿಕಾಗೋಷ್ಠಿ ಮುಗಿದ ತಕ್ಷಣ ನಾನು

ಮಾತನಾಡಲು, ಅಲ್ಲೇ ಪ್ರೆಸ್ ಕ್ಲಬ್ಬಿನಲ್ಲಿರುವ ಟೇಬಲ್ ಒಂದರ ಮುಂದೆ ಕೂರುವಂತೆ ಆಹ್ವಾನಿಸಿದ್ದೆ.

ಈ ರಾಜ್ಯದ ಮುಖ್ಯಮಂತ್ರಿಯಾಗಿದ್ದ ನಾಯಕ ತಾವು ಎಂಬ ಯಾವುದೇ ಹಮ್ಮು ಬಿಮ್ಮುಗಳಿಲ್ಲದೆ ಅವರೂ ನಗುತ್ತಾ ಬಂದು ಕಲ್ಲು ಹಾಸಿನ ಟೇಬಲ್ಲಿನ ಬಳಿ ಕುಳಿತು ಮಾತನಾಡಿದರು. ನಾನು ಸುಮ್ಮನೆ ಕೇಳಿದೆ.

ಸಾರ್, ಮುಖ್ಯಮಂತ್ರಿಯಾಗಲು ಬೇಕಾದ ಹಿನ್ನೆಲೆ ನನಗಿತ್ತು ಅಂತ ನಿಮಗನ್ನಿಸುತ್ತದಾ. ನಿಮ್ಮ ಕಾಲದಲ್ಲಿ ನೂರಕ್ಕೂ ಹೆಚ್ಚು ಜನ ರೈತರು ಗುಂಡಿಗೆ ಬಲಿಯಾದರು. ಪರಿಸ್ಥಿತಿಯನ್ನು ನಿಭಾಯಿಸಲು ನೀವು ವಿಫಲರಾದ ರೀತಿಯನ್ನು ನೋಡಿದರೆ, ನಿಮಗೆ ಸಿಎಂ ಆಗಲು ಅಗತ್ಯವಾದ ಒಂದು ಹಿನ್ನೆಲೆ ಇತ್ತು ಎಂಬ ಭಾವನೆ ಮೂಡುವುದಿಲ್ಲ. ಆದರೂ ಅವತ್ತು ಸಿಎಂ ಆಗಬಹುದು ಎಂಬ ವಿಷಯದಲ್ಲಿ ನಿಮಗೆ ಅಪಾರ ನಂಬಿಕೆ ಇತ್ತು. ಇವತ್ತು ನಿಮಗೇನನ್ನಿಸುತ್ತದೆ.

ಗುಂಡೂರಾವ್ ಜೋರಾಗಿ ನಕ್ಕರು. ಅವರ ಆಳ್ತನದಂತೆಯೇ ಅದೂ ಜೋರಾಗಿತ್ತು. ಹಾಗಂತಲೇ, ಬೇಸರ ಮಾಡಿಕೊಳ್ಳದೆ ಅವರು ಹೇಳಿದರು. ಯಾರೂ ಒಂದು ಹಿನ್ನೆಲೆ ಇಟ್ಟುಕೊಂಡು ಬಂದು ಸಿಎಂ ಆಗಲು ಸಾಧ್ಯವಿಲ್ಲ ವಿಠ್ಠಲಮೂರ್ತಿ. ಇಟ್ ಈಸ್ ಏ ಟೈಮ್. ಅದು ನನ್ನ ಪರವಾಗಿ ಇರದೇ ಇದ್ದಿದ್ದರೆ ಅವತ್ತು ಬಂಗಾರಪ್ಪ ಅವರೋ ಹೆಚ್.ಸಿ.ಶ್ರೀಕಂಠಯ್ಯ ಅವರೋ ಸಿಎಂ ಆಗಬೇಕಿತ್ತು.

ಆದರೆ ಟೈಮು ನನ್ನ ಜತೆಗಿತ್ತು. ಅದಕ್ಕೆ ಸರಿಯಾಗಿ ದಿಲ್ಲಿಯಲ್ಲಿ ಸಂಜಯಗಾಂಧಿ ಅವರಿಗೆ ಕ್ಲೋಸಾಗಿದ್ದ ಎಫ್.ಎಂ.ಖಾನ್ ತರದವರು ನನ್ನ ಜತೆಗಿದ್ದರು. ಹಾಗೆಯೇ ಆ ಕಾಲದಲ್ಲಿ ತಮ್ಮ ಪರವಾಗಿ ಧ್ವನಿ ಎತ್ತಿ ಮಾತನಾಡುವವರನ್ನು ಇಂದಿರಾಗಾಂಧಿಯವರು ಗಮನಿಸುತ್ತಿದ್ದರು. ಸಹಜವಾಗಿಯೇ ಆ ಕಾಲದಲ್ಲಿ ಅವರ ಕಣ್ಣಿಗೆ ಬಿದ್ದವನು ನಾನು. ಆ ಸಂದರ್ಭದಲ್ಲಿ ಇದೇ ಲಾಲ್‌ಬಾಗ್‌ನ ಗ್ಲಾಸ್ ಹೌಸ್ ಇದೆಯಲ್ಲ? ಅಲ್ಲಿ ನಾನು ಮಾಡಿದ ಭಾಷಣ, ಇಂದಿರಾಗಾಂಧಿಯವರನ್ನು ಸಮರ್ಥಿಸಿಕೊಂಡು ಮಾತನಾಡಿದ ರೀತಿ, ಖುದ್ದು ಇಂದಿರಾಗಾಂಧಿಯವರಿಗೆ ಹಿಡಿಸಿತ್ತು.

ಹೀಗಾಗಿ ಕೆಲ ದಿನಗಳಲ್ಲೇ ನನಗವರು ಹೇಳಿದ್ದರು. ಮುಂದಿನ ಮುಖ್ಯಮಂತ್ರಿಯಾಗಲು ನೀವು ರೆಡಿಯಾಗಿರಿ. ನಾನು ಏನು ಹೇಳುತ್ತೇನೋ? ಅಷ್ಟನ್ನು ಮಾಡಿ. ಉಳಿದಿದ್ದನ್ನು ನನಗೆ ಬಿಡಿ ಎಂದಿದ್ದರು. ನಾನು ಮರು ಮಾತನಾಡದೇ ಒಪ್ಪಿಕೊಂಡಿದ್ದೆ.

ಯಾಕೆ ಒಪ್ಪಿಕೊಂಡಿದ್ದೆ ಎಂದರೆ ನಾನು ಏಕಾಂತ ಎಂಬ ಹಸಿವನ್ನು ಅನುಭವಿಸಿದವನು ವಿಠ್ಠಲಮೂರ್ತಿ. ನಿಮಗೆ ಗೊತ್ತಿರಲಿ. ಉಣ್ಣಲು ಅನ್ನ ಇಲ್ಲದಿರುವುದೇ ಹಸಿವಲ್ಲ. ನೀವು ಬದುಕಿನಲ್ಲಿ ಏಕಾಂಗಿಯಾಗುತ್ತೀರಲ್ಲ? ಅದಕ್ಕಿಂತ ದೊಡ್ಡ ಹಸಿವು ಮತ್ತೊಂದಿರಲು ಸಾಧ್ಯವಿಲ್ಲ.

ಸಹಜ ಬದುಕಿನಲ್ಲಿ ನನಗೆ ಏನಿರಬೇಕಿತ್ತೋ ಅದೆಲ್ಲವೂ ಇತ್ತು. ಆದರೆ ಏಕಾಂತದ ಹಸಿವು ತೀವ್ರವಾಗಿತ್ತು. ಅರೇ, ನೀನು ಇಲ್ಲಿ ಟ್ರಾವೆಲ್ಸ್ ನಲ್ಲಿ ಕೆಲಸ ಮಾಡುತ್ತಾ ದಿನ ಕಳೆಯಬೇಕಾದವನಲ್ಲ ಎಂಬ ಗೆಳೆಯರನೇಕರ ಮಾತು ಮನಸ್ಸನ್ನು ಮತ್ತೆ ಮತ್ತೆ ಅಂತಹ ಹಸಿವಿಗೆ ದೂಡುತ್ತಿತ್ತು.

ನಾನು ಯುವಕನಾಗಿದ್ದಾಗ ಟ್ರಾವೆಲ್ಸ್ ಒಂದರಲ್ಲಿ ಕೆಲಸ ಮಾಡುತ್ತಿದ್ದೆ. ಆದರೆ ಎಲ್ಲರ ಮಾತು ಕೇಳಿದ ಮೇಲೆ ಬದುಕಿನಲ್ಲಿ ಮೇಲೆ ಬರಬೇಕು ಎಂಬ ಹಸಿವು ಶುರುವಾಯಿತು. ಕೆಲಸ ಮಾಡುವುದು, ದಿನಸಿ ಸಾಮಾನುಗಳನ್ನು ಮನೆಗೆ ತೆಗೆದುಕೊಂಡು ಹೋಗಿ ಹಾಕುವುದು, ಅವು, ಇವು ಅಂತ ದಿನವೂ ಎದುರಾಗುವ ಸಣ್ಣ ಪುಟ್ಟ ಸಮಸ್ಯೆಗಳನ್ನು ಎದುರಿಸುವುದಷ್ಟೇ ಜೀವನವಲ್ಲ ಅನ್ನುವ ಹಪಹಪಿ ಶುರುವಾಯಿತು.

ಹೀಗಾಗಿ ಮೇಲೆದ್ದು ನಿಂತೆ. ಎಫ್. ಎಂ. ಖಾನ್ ಅವರಂತವರ ಬೆಂಬಲವೂ ಇತ್ತು. ದಿಲ್ಲಿಯ ಕಾಂಟ್ಯಾಕ್ಟು ಸಿಕ್ಕಿತು. ಶುರುವಿನಲ್ಲಿ ರಾಜಕೀಯದ ಓಂನಾಮಗಳನ್ನು ಕಲಿಯುತ್ತಿದ್ದವನು ಇದ್ದಕ್ಕಿದ್ದಂತೆ ಎಮ್ಮೆಲ್ಲೆಯಾದೆ. ದೇವರಾಜ ಅರಸರ ಸಂಪುಟದಲ್ಲಿ ಮಂತ್ರಿಯಾದೆ. ಆನಂತರ ಇಂದಿರಾಗಾಂಧಿ ಬಯಸಿದ ತರ ಇದ್ದುದರಿಂದ ಮುಖ್ಯಮಂತ್ರಿಯಾದೆ.

ಯಾವಾಗ ಮುಖ್ಯಮಂತ್ರಿಯಾದೆನೋ, ಆಗಲೂ ಏಕಾಂತದ ಹಸಿವು ಕಾಡತೊಡಗಿತು. ನೀವು ಯಾರಿಂದಲೂ ಪ್ರೀತಿಸಲ್ಪಡುವುದಿಲ್ಲವೋ, ಆಗಲೂ ಒಂದು ಬಗೆಯ ಏಕಾಂತವನ್ನು ಅನುಭವಿಸುತ್ತೀರಿ. ಅದೇ ರೀತಿ ಎಲ್ಲರೂ ನಿಮ್ಮನ್ನು ಪ್ರೀಸಿಸುತ್ತಿದ್ದಾರೆ ಎಂಬ ಭಾವ ಬಂದಾಗಲೂ ಅದೇ ಏಕಾಂತದ ಹಸಿವು ನಿಮ್ಮನ್ನು ಕಾಡತೊಡಗುತ್ತದೆ. ಯಾಕೆಂದರೆ, ಯಾರೂ ಕೂಡಾ ನಿಮ್ಮನ್ನು ನೀವು ಪ್ರೀತಿಸಿಕೊಂಡಷ್ಟು ಪ್ರೀತಿಸುವುದಿಲ್ಲ. ಬದಲಿಗೆ ಯಾವುದಾದರೂ ಒಂದು ಬಗೆಯ ಅವಲಂಬನೆಗಾಗಿ ಪ್ರೀತಿಸುತ್ತಾರೆ.

ಮೊದಲನೆಯ ವಿಷಯ ಬಂದಾಗ, ನೀವು ಆ ಹಸಿವಿನಿಂದ ಹೊರಬರಲು ಯತ್ನಿಸುತ್ತೀರಿ. ಎರಡನೆಯ ವಿಷಯ ಬಂದಾಗ ಅಜೀರ್ಣದಿಂದ ಪಾರಾಗುವ ಹಸಿವಿನಿಂದ ಚಡಪಡಿಸುತ್ತೀರಿ.

ಬದುಕಿನ ಈ ವಿಚಿತ್ರ ಎಷ್ಟೋ ಸಲ ನನ್ನನ್ನು ಕಾಡುತ್ತದೆ. ಟ್ರಾವೆಲ್ಸ್‌ನಲ್ಲಿದ್ದಾಗ ನನಗೆ ಯಾರೂ ಇಲ್ಲ ಅನ್ನುವ ಹಸಿವು ಕಾಡುತ್ತಿತ್ತು. ಆದರೆ ಮುಖ್ಯಮಂತ್ರಿಯಾದ ಕೆಲವೇ ದಿನಗಳಲ್ಲಿ ಮತ್ತೆ ಏಕಾಂತದ ಹಸಿವು ಮರುಕಳಿಸಿತು.

ಆದರೆ ಆ ಏಕಾಂತದ ಹಸಿವು ನಿವಾರಣೆಯಾಗಲೇ ಇಲ್ಲ. ನೀವು ಕೂಡಾ ನೆನಪಿಡಿ. ನಿಮ್ಮ ಬದುಕಿನಲ್ಲಿ ಯಾವುದೇ ಸ್ಥಾನಮಾನ ಬರಲಿ, ಬರದೇ ಹೋಗಲಿ.

ಆದರೆ ಏಕಾಂತದ ಹಸಿವು ಮಾತ್ರ ಕಟ್ಟಿಟ್ಟ ಬುತ್ತಿ.

ಶುರುವಿನಲ್ಲಿ ಈ ಏಕಾಂತದ ಹಸಿವನ್ನು ನೀಗಿಸಿಕೊಳ್ಳಲು ನಿಮಗೆ ಸಾಧ್ಯ. ಆದರೆ ಒಂದು ಸಲ ಮನಸ್ಸಿನ ತುಂಬ ಜನ ಆವರಿಸಿದರೋ, ಆಗ ನಿಜವಾದ ಏಕಾಂತದ ಹಸಿವು ಶುರುವಾಗುತ್ತದೆ. ಆದರೆ ಅದರಿಂದ ಬಚಾವಾಗುವುದು ಬಹಳ ಕಷ್ಟ.

ನೀವಿರುವ ಸ್ಥಿತಿಯಲ್ಲಿನ ಹಸಿವಿನಿಂದ ಬಚಾವಾಗಲು ಇವತ್ತು ನಿಮಗೆ ಸಾಧ್ಯವಿದೆ. ಆದರೆ ನನಗೆ ಅದು ಸಾಧ್ಯವಾಗದ ಕೆಲಸ. ಬಯಸಿಯೋ, ಬಯಸದೆಯೋ ಈ ರಾಜ್ಯದ ಮುಖ್ಯಮಂತ್ರಿಯಾದೆ. ಯಾರೇನೇ ಅನ್ನಲಿ. ನನ್ನ ಮನಸ್ಸಿಗೆ ಏನನ್ನಿಸಿತೋ? ಅದನ್ನೆಲ್ಲ ಮಾಡಿದೆ.

ಇತಿಹಾಸದಲ್ಲಿ ನೀವು ಎಷ್ಟೋ ಮುಖ್ಯಮಂತ್ರಿಗಳ ಬಗ್ಗೆ ಕೇಳಿರಬಹುದು. ಅಥವಾ ಮುಂದೆ ಕೇಳಬಹುದು, ಆದರೆ ಈ ಗುಂಡೂರಾವ್‌ಗಿದ್ದ ಪಂಕ್ಚುಯಾಲಿಟಿ, ಒಂದು ಸಲ ಹೊರಡಿಸಿದ ಆದೇಶವನ್ನು ಬದಲಿಸದ ಶಕ್ತಿಯನ್ನು ನೀವು ಮತ್ತೊಬ್ಬ ಸಿಎಂ ಕೈಲಿ ನೋಡಲು ಸಾಧ್ಯವಿಲ್ಲ. ದಟ್ ಈಸ್ ಗುಂಡೂರಾವ್.

ಈ ಸಮಾಧಾನದಿಂದ ನಾನು ನನ್ನನ್ನಾವರಿಸಿರುವ ಏಕಾಂತದ ಹಸಿವನ್ನು ನೀಗಿಸಿಕೊಳ್ಳಲು ಯತ್ನಿಸುತ್ತೇನೆ. ಆದರೆ ನೀವೇನೇ ಮಾಡಿದರೂ ಹಸಿವು ಎಂಬುದು ನೀಗದ ವಿಷಯ. ಎಕ್ಸಾಂಪಲ್ಲಿಗೆ ಅಂತ ತೆಗೆದುಕೊಳ್ಳಿ, ನಾನು ಇಷ್ಟು ಹೇಳಿದರೂ ನಿಮಗೆ ಇನ್ನೂ ಕೇಳಬೇಕು ಅನ್ನಿಸುತ್ತದೆ ಅಲ್ಲವೇ ಅಂದರು ಗುಂಡೂರಾವ್.

ಹೌದು ಸಾರ್ ಎಂದೆ. ಗುಂಡೂರಾಯರು ಖುರ್ಚಿಯಿಂದ ಮೇಲೇಳುತ್ತಾ, ಈ ರೀತಿಯ ಹಸಿವನ್ನು ಸದಾ ಇಟ್ಟುಕೊಂಡಿರಿ. ಎಲ್ಲಿಯವರೆಗೆ ನಿಮಗೆ ಹಸಿವಿರುತ್ತದೋ ಅಲ್ಲಿಯ ತನಕ ಬೆಳೆಯುತ್ತೀರಿ.

ಏಕಾಂತ ಎಂಬ ಹಸಿವಿನ ಪೈಕಿ ಮೊದಲನೆಯದನ್ನು ನೀವು ನಿವಾರಿಸಿಕೊಳ್ಳಬಲ್ಲಿರಿ. ಆದರೆ ಎರಡನೇ ಬಗೆಯ ಏಕಾಂತದ ಹಸಿವನ್ನು ಇಂಗಿಸಿಕೊಳ್ಳಲು ನಿಮ್ಮಿಂದ ಸಾಧ್ಯವಾಗುತ್ತದಾ, ಗೊತ್ತಿಲ್ಲ. ಯಾಕೆಂದರೆ ಇದುವರೆಗೆ ಆ ಹಸಿವನ್ನು ನೀಗಿಸಿಕೊಳ್ಳಲು ನನಗೂ ಆಗಿಲ್ಲ ಎಂದು ಹೊರಡಲು ಅಣಿಯಾದರು.

ಏಕಾಂತ ಎಂಬುದು ಎರಡು ಬಗೆಯ ಹಸಿವನ್ನು ಸೃಷ್ಟಿಸುತ್ತದೆ ಅಂತ ಹಿಂದೆ ಗುಂಡೂರಾಯರು ಹೇಳಿದ್ದು ಎಷ್ಟು ನಿಜವಲ್ಲವೇ ಅಂತ ಇವತ್ತು ಮನಸ್ಸು ಚಕಿತಗೊಳ್ಳುತ್ತದೆ.

ಮುಂದೆ ಅವರ ಬದುಕಿನ ಹಲವು ಮುಖಗಳ ಬಗ್ಗೆ ನಾನು "ನೂರು..... ಚಿತ್ರ" ಎಂಬ ಪುಸ್ತಕ ಬರೆಯಲು ಈ ಘಟನೆ ಪ್ರೇರಣೆಯಾಗಿತ್ತು ಅನ್ನುವ ಕಾರಣಕ್ಕಾಗಿ ಇದನ್ನೆಲ್ಲ ನಿಮಗೆ ಹೇಳಿದೆ.

6

ಪ್ರತಿಯೊಬ್ಬ ಮನುಷ್ಯ
ಕೂಡಾ ಒಂದು
ಬೀಗವಿದ್ದಂತೆ. ಇಂಟರೆಸ್ಟಿಂಗ್
ವಿಷಯವೆಂದರೆ ಈ
ಬೀಗವನ್ನು ಓಪನ್
ಮಾಡುವ ಕೀಗಳು
ಸಿಗುವುದೇ ಇಲ್ಲ.

ನಿಮ್ಮ ಬಳಿ ಕೀ ಬಂಚ್ ಇದ್ದರೂ ಒಂದು ಬೀಗವನ್ನೂ ತೆರೆಯಲಾರಿರಿ

ಎಲ್ರೀ ದಿನೇಶ್. ನಿಮ್ಮ ಸಾಹೇಬರು ಸಿಗುತ್ತಲೇ ಇಲ್ಲ? ಓಪನ್ ಆಗದ ಬೀಗದಂತಾಗಿ ಹೋಗಿದ್ದಾರೆ. ಈ ಬೀಗ ಬಿಡಿಸುವುದು ಹೇಗೆ ಅನ್ನುವುದೇ ಅರ್ಥವಾಗುತ್ತಿಲ್ಲವಲ್ರೀ ಅಂತ ಹಿರಿಯ ಕಾಂಗ್ರೆಸ್ ನಾಯಕ, ಮಾಜಿ ಉಪ ಮುಖ್ಯಮಂತ್ರಿ ಡಾ॥ ಜಿ.ಪರಮೇಶ್ವರ್ ಅವರ ಆಪ್ತ ದಿನೇಶ್ ಗೂಳಿಗೌಡರಿಗೆ ಮೊನ್ನೆ ತಮಾಷೆ ಮಾಡಿದೆ.

ಅಂದ ಹಾಗೆ ಪರಮೇಶ್ವರ್ ಅವರು ನನಗೆ ಸುಮಾರು ಮೂವತ್ತು ವರ್ಷಗಳಿಂದ ಪರಿಚಿತರು. ಬೆಂಗಳೂರಿನಲ್ಲಿ ಪತ್ರಿಕೋದ್ಯಮಕ್ಕೆ ನಾನು ನುಗ್ಗಿದ ಸಂದರ್ಭದಲ್ಲೇ ಅವರು ಕೂಡಾ ಮೊಟ್ಟ ಮೊದಲ ಬಾರಿ ಶಾಸಕರಾಗಿ ಆಯ್ಕೆಯಾಗಿ ವಿಧಾನಸಭೆ ಪ್ರವೇಶಿಸಿದ್ದರು.

ಇವತ್ತಿಗೂ ತಮ್ಮ ಸಾರ್ವಜನಿಕ ನಡವಳಿಕೆಗೆ ಹೆಸರುವಾಸಿಯಾಗಿರುವ ಕರ್ನಾಟಕದ ಕೆಲವೇ ನಾಯಕರಲ್ಲಿ ಪರಮೇಶ್ವರ್ ಒಬ್ಬರು. ಹಾಗೆಯೇ ದಿ ಬೆಸ್ಟ್ ಲಿಸನರ್ ಕೂಡಾ. ಎದುರಿಗಿದ್ದವರು ಹೇಳುವುದನ್ನು ಕೇಳುವುದಕ್ಕೆ ಹೆಚ್ಚು ಟೈಮು ಕೊಡುವ, ಸ್ಪಂದಿಸುವ ಪರಮೇಶ್ವರ್ ನಿಜಕ್ಕೂ ದೊಡ್ಡ ಮನಸ್ಸಿನವರು.

ನನಗೆ ಸದಾಶಿವನಗರದಲ್ಲಿರುವ ಅವರ ಮನೆಯ ಲಾನ್ ಅಂದರೆ ತುಂಬ ಇಷ್ಟ. ಲಾನ್ ಪಕ್ಕದಲ್ಲಿರುವ ಗಾಜಿನ ಕೊಠಡಿಯಲ್ಲಿ ಕುಳಿತು ಪರಮೇಶ್ವರ್ ಅವರೊಂದಿಗೆ ಟೀ ಕುಡಿಯುವುದು ಇವತ್ತಿಗೂ ನನಗೆ ಆಹಾ! ಎನ್ನುವಷ್ಟು ಪ್ರಿಯ. ಹೀಗಾಗಿ ಸಾಧ್ಯವಿದ್ದಾಗಲೆಲ್ಲ ಅಲ್ಲಿಗೆ ಹೋಗುತ್ತೇನೆ. ಒಂದು ದಿವ್ಯವಾದ ಮೌನ ಇಡೀ ವಾತಾವರಣವನ್ನು ಆವರಿಸಿರುತ್ತದೆ. ಸ್ವತ: ಪರಮೇಶ್ವರ್ ಅವರು ಮಾತನಾಡುತ್ತಿದ್ದರೂ ಆ ದಿವ್ಯ ಮೌನಕ್ಕೆ ಭಂಗ ಬರುವುದಿಲ್ಲ. ಮಾತು ಹೊರಹೊಮ್ಮುವ ಸಂದರ್ಭದಲ್ಲೂ ಅಂತಹದೊಂದು ದಿವ್ಯ ಮೌನಕ್ಕೆ ಧಕ್ಕೆಯಾಗುವುದಿಲ್ಲ ಅನ್ನಿಸುವುದು ಇಲ್ಲೇ.

ಇರಲಿ, ದಿನೇಶ್ ಅವರಿಗೆ ತಮಾಷೆ ಮಾಡಿದ ಬಗ್ಗೆ ನಿಮಗೆ ಹೇಳಿದೆ. ಹೀಗೆ ತಮಾಷೆ ಮಾಡುತ್ತಿದ್ದಂತೆಯೇ ನೆನಪಾದವರು ಮಾಜಿ ಮುಖ್ಯಮಂತ್ರಿ ರಾಮಕೃಷ್ಣ ಹೆಗಡೆ. ಯಾಕೆಂದರೆ ಪತ್ರಿಕೋದ್ಯಮಕ್ಕೆ ಬಂದ ಹೊಸತರಲ್ಲಿ ಇದೇ ರೀತಿ ಸದಾಶಿವನಗರದಲ್ಲಿರುವ ಅವರ ಬಂಗಲೆ 'ಕೃತ್ತಿಕಾ' ದಲ್ಲಿದ್ದ ಲಾನ್‌ಗೆ ನಾನು ಮಾರು ಹೋಗಿದ್ದೆ.

ಒಂದು ದಿನ ಅವರ ಆಪ್ತ ಸಹಾಯಕ ನಾಗರಾಜ್ ಅವರೊಂದಿಗೆ ಟೈಮು ಫಿಕ್ಸು ಮಾಡಿಕೊಂಡು ಸಂದರ್ಶನಕ್ಕೆಂದು ಹೋಗಿದ್ದೆ. ಇನ್ನೇನು ಒಳಗೆ ಕಾಲಿಡಬೇಕು. ಶುರುವಾಯಿತಲ್ಲ ಮಳೆ. ನಾಗರಾಜ್ ತಕ್ಷಣವೇ ಬಾಗಿಲು ಹಾಕಿಬಿಟ್ಟರು. ಬಾಗಿಲು

ಹಾಕಿದರೇನು ಮನೆಗೆ ಎಂಟ್ರಿ ಕೊಡುತ್ತಿದ್ದಂತೆಯೇ ಕಂಡಿತು ನಡುಮಧ್ಯ ಭಾಗದಲ್ಲಿದ್ದ ಲಾನ್‌ನಲ್ಲಿ ಮಳೆಯ ಮನಮೋಹಕ ನರ್ತನ. ವಾವ್, ಎಷ್ಟು ಹಿತವಾದ ಅನುಭವ ಎನ್ನುತ್ತೀರಿ! ಪೂರ್ವ, ಪಶ್ಚಿಮ ದಿಕ್ಕುಗಳೆನ್ನದೆ ಒಂದೇ ಸಮನೆ ರಾಚುತ್ತಿದ್ದ ಮಳೆಯನ್ನು ಅಲ್ಲಿದ್ದ ಖುರ್ಚಿಯ ಮೇಲೆ ಕುಳಿತು ನೋಡುತ್ತಾ, ನೋಡುತ್ತಾ ಹಾಗೇ ಮೈ ಮರೆತಿದ್ದೇನೆ.

ಹಿಂದಿನಿಂದ ಕೇಳಿತು ಆ ಅದ್ಭುತ ಧ್ವನಿ. ಅರೇ! ವಿಠ್ಠಲಮೂರ್ತಿ ಬಂದು ತುಂಬ ಹೊತ್ತಾಯಿತಾ ಸಾರಿ, ಸಾರಿ ಫಾರ್ ದಿ ಲೇಟ್ ಅಂತ. ತಿರುಗಿ ನೋಡಿದರೆ ನಗುತ್ತಾ ನಿಂತಿದ್ದರು ರಾಮಕೃಷ್ಣ ಹೆಗಡೆ.

ಅವರ ಮಾತು ಕೇಳಿದ್ದೇ ತಡ, ನಾನು ರಪಕ್ಕಂತ ಎದ್ದು ನಿಂತೆ. ಅವರು ಹೆಗಲ ಮೇಲೆ ಕೈ ಹಾಕಿ ಮಹಡಿಯ ಮೇಲೆ ಕರೆದುಕೊಂಡು ಹೋದರು. ಇನ್ನೇನು ಮಹಡಿಯ ಮೇಲಿನ ರೂಮಿನಲ್ಲಿ ಕೂರಬೇಕು, ಅಷ್ಟರಲ್ಲಿ ಒಂದು ಫೋನು ಬಂತು. ಕೈಗೆತ್ತಿಕೊಂಡ ಹೆಗಡೆ ಹಲೋ ಚಿತ್ರಾ, ಇವತ್ತು ಸಿಗುತ್ತೇನೆ ಅಂತ ನಿಮಗೆ ಹೇಳಿದ್ದೆ. ಈಗ ನನ್ನ ಜರ್ನಲಿಸ್ಟ್ ಫ್ರೆಂಡ್ ಬಂದಿದ್ದಾರೆ. ಮಾತನಾಡುತ್ತಿದ್ದೇನೆ. ಆನಂತರ ಬನ್ನಿ. ಐ ವಿಲ್ ವೇಯ್ಟ್ ಫಾರ್ ಯೂ ಅಂದರು.

ಅಂದ ಹಾಗೆ ಹೆಗಡೆಯ ಜತೆ ಮಾತನಾಡಿದವರು ಅವತ್ತಿನ ಕಾಲಕ್ಕೆ ಖ್ಯಾತ ಪತ್ರಕರ್ತರಾಗಿದ್ದ ಚಿತ್ರಾ ಸುಬ್ರಮಣ್ಯಂ. ನಿಮಗೆ ರಾಜೀವ್ ಗಾಂಧಿಯವರ ಸರ್ಕಾರ ಉರುಳುವಂತೆ ಮಾಡಿದ ಬೊಫೋರ್ಸ್ ಹಗರಣದ ಬಗ್ಗೆ ಗೊತ್ತಿರುತ್ತದೆ. ಆ ಬೊಫೋರ್ಸ್ ಹಗರಣವನ್ನು ಬಯಲು ಮಾಡಿದವರಲ್ಲಿ 'ಇಂಡಿಯನ್ ಎಕ್ಸ್‌ಪ್ರೆಸ್' ಪತ್ರಿಕೆಯ ಇದೇ ಚಿತ್ರಾ ಸುಬ್ರಮಣ್ಯಂ ಪ್ರಮುಖರು.

ಇದಾದ ಸ್ವಲ್ಪ ಹೊತ್ತಿನಲ್ಲಿ ಹೆಗಡೆ ಅವರ ಜತೆಗಿನ ರಾಜಕೀಯ ಸಂದರ್ಶನ ಮುಗಿಯಿತು. ಇದಾದ ನಂತರ ಶುರುವಾಯಿತು ಆಫ್ ದಿ ರೆಕಾರ್ಡ್ ಮಾತುಕತೆ. ಆ ಹೊತ್ತಿಗಾಗಲೇ ಹೆಗಡೆ ಹಾಗೂ ದೇವೇಗೌಡರ ನಡುವಣ ಕಚ್ಚಾಟ ಕರ್ನಾಟಕದ ಮಟ್ಟಿಗೆ ವಿಖ್ಯಾತ. ಹಾಗಂತಲೇ ಕೇಳಿದೆ. ಸಾರ್, ನಿಮ್ಮ ಹಾಗೂ ದೇವೇಗೌಡರ ನಡುವಣ ಕಚ್ಚಾಟದಿಂದ ಜನತಾದಳ ಅಧಿಕಾರ ಕಳೆದುಕೊಂಡಿತು. ಯಾಕೆ ಸಾರ್ ಈ ಕಚ್ಚಾಟ ಅಂತ.

ಹೆಗಡೆ ಮೌನವಾದರು. ಸಾರ್, ನಿಮ್ಮ ಹಾಗೂ ದೇವೇಗೌಡರ ನಡುವೆ ಲೀಡರ್ ಷಿಪ್ಪಿಗಾಗಿ ಈ ಕದನ ನಡೆಯುತ್ತಿದೆ ಅಲ್ಲವಾ ಇದಾದರೂ ಎಷ್ಟು ದಿನ ನಡೆಯಬಹುದು ಅಂತ ನಾನು ಮತ್ತೆ ಕೆದಕಿ ಕೇಳಿದೆ.

ಹೆಗಡೆ ಬೇರೆಯೇ ಲೋಕಕ್ಕೆ ಜಾರಿದರು. ವಿಠ್ಠಲಮೂರ್ತಿ, ನಾನು ಅರ್ಥ ಮಾಡಿಕೊಂಡಂತೆ ಇದು ಯಾವತ್ತಿಗೂ ಸರಿಯಾಗುವ ಸಂಬಂಧವಲ್ಲ. (ಮುಂದೆ

ಒಂದಾದರೂ ಮತ್ತೆ ಆ ಸ್ನೇಹ ಮುರಿದು ಹೋಯಿತು) ಶುರು ಶುರುವಿನಲ್ಲಿ ಇಬ್ಬರ ನಡುವೆಯೂ ಪ್ರತಿಷ್ಠೆ ಕೆಲಸ ಮಾಡಿದ್ದು ನಿಜ. ಆದರೆ ನಾನಾಗಲೇ ಮುಖ್ಯಮಂತ್ರಿಯಾಗಿದ್ದೇನೆ. ಯೋಜನಾ ಆಯೋಗದ ಉಪಾಧ್ಯಕ್ಷನಾಗಿದ್ದೇನೆ. ಆದರೆ ಇನ್ನು ಮುಂದೆ ಎಲ್ಲವನ್ನೂ ಮರೆತು ಒಟ್ಟಿಗೆ ಹೋಗೋಣ ಅಂತ ನಾನು ಬಯಸಿದರೂ ಒಟ್ಟಿಗೆ ಹೋಗಲು ಅವರು ಬಯಸುವುದಿಲ್ಲ ಎಂದರು.

ಯಾಕೆ ಸಾರ್ ಎಂದೆ. ಯಥಾ ಪ್ರಕಾರ ಹೆಗಡೆ ತುಂಬ ಹೊತ್ತು ಮೌನವಾಗಿದ್ದರು. ನಾಯಕರೆನ್ನಿಸಿಕೊಂಡವರು ಹೀಗೆ ಮೌನವಾದಾಗ ನಾವು ಅವಸರಕ್ಕೆ ಬೀಳಬಾರದು. ಸುಮ್ಮನಿದ್ದು ಬಿಡಬೇಕು.

ಅವರ ಯೋಚನೆಯ ಆಧಾರದ ಮೇಲೆ ಬರುವ ಮಾತೇ ನಮಗೆ ಮುಖ್ಯವಾಗಿರುತ್ತದೆ ಎಂಬುದನ್ನು ಅರ್ಥ ಮಾಡಿಕೊಂಡು ನಾನು ಮೌನವಾದೆ. ಆಗ ಹೆಗಡೆ ತಣ್ಣಗೆ ಹೇಳುತ್ತಾ ಹೋದರು. ವಿಠ್ಠಲಮೂರ್ತಿ, ಪ್ರತಿಯೊಬ್ಬ ವ್ಯಕ್ತಿಯೂ ಒಂದು ಬೀಗವಿದ್ದಂತೆ. ಅದು ಗೋಲ್ಡ್ ಪ್ಲೇಟೆಡ್ ಆಗಿರಬಹುದು. ಸಿಲ್ವರ್ ಪ್ಲೇಟೆಡ್ ಆಗಿರಬಹುದು. ಸ್ಟೀಲ್ ಪ್ಲೇಟೆಡ್ ಆಗಿರಬಹುದು. ಐರನ್ ಪ್ಲೇಟೆಡ್ ಆಗಿರಬಹುದು. ಇನ್ಯಾವುದೇ ಪ್ಲೇಟಿಂಗ್‌ನ ಬೀಗ ಇರಬಹುದು. ನಾನು, ದೇವೇಗೌಡರು ಕೂಡಾ ಅಂತಹ ಬೀಗಗಳ ಪೈಕಿ ಇಬ್ಬರು. ನಾವಿಬ್ಬರೇ ಅಂತಲ್ಲ. ಪ್ರತಿಯೊಬ್ಬ ಮನುಷ್ಯ ಕೂಡಾ ಬೀಗವಿದ್ದಂತೆ. ದುರಾದೃಷ್ಟ ಎಂದರೆ ಕ್ಲೋಸ್ ಆಗೇ ಇರಿ. ಶತ್ರುಗಳೇ ಆಗಿರಿ. ಈ ಈ ಬೀಗ(ವ್ಯಕ್ತಿ) ಮಾತ್ರ ಯಾವತ್ತೂ ಓಪನ್ ಆಗುವುದೇ ಇಲ್ಲ.

ಅವರಾಡುತ್ತಿದ್ದ ಮಾತು ಕೇಳಿ ನಾನು ತಣ್ಣಗಾಗಿ ಹೋದೆ. ಅಲ್ಲಿಯ ತನಕ ಯಾರ ಬಗೆಗಾದರೂ ಮಾತು ಬಂದರೆ, ಅಯ್ಯೋ, ಅವರ ಬಗ್ಗೆ ನನಗೆ ಗೊತ್ತಿಲ್ಲವಾ? ಅವರ ಒರಿಜಿನಲ್ ಬಣ್ಣವೇನು, ಜಾತಕ ಏನು, ಚರಿತ್ರೆ ಏನು? ಅಂತ ನನಗೆ ಗೊತ್ತು. ಅವರ ಬದುಕಿನ ಒಂದೊಂದು ವಿವರಗಳೂ ನನಗೆ ಬಾಯಿ ಪಾಠವಾಗಿವೆ ಎಂಬಂತೆ ಮಾತನಾಡುತ್ತಿದ್ದೆ.

ಪತ್ರಿಕೋದ್ಯಮಕ್ಕೆ ಬಂದ ಕೆಲ ವರ್ಷಗಳಲ್ಲಿ ಇಂತಹ ಭಾವನೆ ಸಹಜವಾಗಿಯೇ ಮೂಡಿಬಿಡುತ್ತದೆ. ಇದಕ್ಕೆ ಕಾರಣ, ಒಬ್ಬ ನಾಯಕರ ಬಗ್ಗೆ ಮತ್ತೊಬ್ಬ ನಾಯಕರು ಕೊಡುವ ವಿವರ ಹಾಗಿರುತ್ತದೆ. ಆದರೆ ಹೆಗಡೆ ಬೇರೆ ಬೇರೆ ಪರಿಭಾಷೆಯಲ್ಲಿ ಮಾತನಾಡುವುದರಲ್ಲಿ ಗ್ರೇಟ್ ಮಾಸ್ಟರ್. ಹೀಗಾಗಿ ನಾನು, ಸಾರ್, ಪ್ರತಿಯೊಬ್ಬ ಮನುಷ್ಯನೂ ಒಂದು ಬೀಗ ಎಂಬುದು ನನಗರ್ಥವಾಗುತ್ತಿಲ್ಲ. ಬಿಡಿಸಿ ಹೇಳಿ ಸಾರ್ ಪ್ಲೀಸ್ ಎಂದೆ.

ಹೆಗಡೆ ಒಂದು ವಿಷಾದದ ನಗೆ ತುಳುಕಿಸಿ, ವಿಠ್ಠಲಮೂರ್ತಿ. ಪ್ರತಿಯೊಬ್ಬ ಮನುಷ್ಯ ಕೂಡಾ ಒಂದು ಬೀಗವಿದ್ದಂತೆ. ಇಂಟರೆಸ್ಟಿಂಗ್ ವಿಷಯವೆಂದರೆ ಈ ಬೀಗವನ್ನು

ಓಪನ್ ಮಾಡುವ ಕೀಗಳು ಸಿಗುವುದೇ ಇಲ್ಲ. ಬೇಕಿದ್ದರೆ ನೋಡಿ. ನಿಮ್ಮ ಬಳಿಯೇ ಕೀ ಬಂಚ್ ಇದೆ. ಅದರಲ್ಲಿ ಹಲವಾರು ಕೀಗಳಿವೆ. ಅಂದರೆ ಹಲವರ ಬಗ್ಗೆ ನಿಮಗೆ ಗೊತ್ತಿದೆ, ಬೇಕೆಂದಾಗ ಅವರ ಬದುಕಿನ ಬೀಗವನ್ನು ಬಿಚ್ಚಬಲ್ಲೆ ಎಂಬ ವಿಶ್ವಾಸ ನಿಮ್ಮಲ್ಲಿದೆ. ಆದರೆ ನಿಜವಾಗಿಯೂ ನೀವು ಯಾವೊಂದು ಬೀಗವನ್ನೂ ಓಪನ್ ಮಾಡಲು ಸಾಧ್ಯವಿಲ್ಲ. ಯಾಕೆಂದರೆ ನಿಮ್ಮ ಬಳಿ ಇರುವ ಕೀಯಿಂದ ಯಾವುದೇ ಬೀಗದ ಕಿಂಡಿಗೂ ನೀವು ಕೀ ಹಾಕಿ ತಿರುಗಿಸಬಹುದು. ಆದರೆ ಹೀಗೆ ತಿರುಗಿಸಲು ಮಾತ್ರ ನಿಮಗೆ ಸಾಧ್ಯ. ಓಪನ್ ಮಾಡಲು ಸಾಧ್ಯವಿಲ್ಲ.

ಯಾಕೆಂದರೆ ನಾನೂ ಒಂದು ಬೀಗವಾಗಿ ಹೇಳುತ್ತೇನೆ. ಅದು ಯಾವ ರೀತಿ ಲಾಕ್ ಆಗಿದೆ ಅಂತ ನನಗೇ ಗೊತ್ತಿಲ್ಲ. ಅದನ್ನು ಓಪನ್ ಮಾಡುವ ಕೀ ಕೂಡಾ ನನ್ನ ಬಳಿ ಇಲ್ಲ. ಅಂದ ಮೇಲೆ ನೀವು ಹೇಗೆ ನನ್ನ ಬದುಕಿನ ಬೀಗವನ್ನು ಓಪನ್ ಮಾಡಲು ಸಾಧ್ಯ? ನಾನು ಅಂತಲ್ಲ. ಯಾವ ಬೀಗವನ್ನೂ(ವ್ಯಕ್ತಿ) ಓಪನ್ ಮಾಡಲು ನಿಮ್ಮಲ್ಲಿ ಕೀಗಳಿಲ್ಲ. ಹೆಚ್ಚೆಂದರೆ ನಾನು ಹೇಳಿದಂತೆ ನಿಮ್ಮ ಬಳಿ ಇರುವ ಕೀ ಗೊಂಚಲಿನ ಕೆಲ ಕೀಗಳ ಮೂಲಕ ನಿರ್ದಿಷ್ಟ ಬೀಗದ(ವ್ಯಕ್ತಿ) ಕಿಂಡಿಯಲ್ಲಿ ಎಡಕ್ಕೆ, ಬಲಕ್ಕೆ ಅಂತ ತಿರುಗಿಸಬಹುದು ಅಷ್ಟೇ ಎಂದರು.

ಅಂದರೆ ಯಾವ ವ್ಯಕ್ತಿಯ ಬಗ್ಗೆಯೂ ನಾವು ಪರಿಪೂರ್ಣವಾಗಿ ಅರ್ಥ ಮಾಡಿಕೊಳ್ಳಲು ಸಾಧ್ಯವಿಲ್ಲ ಅಂತಲ್ಲವೇ ಸಾರ್ ನಿಮ್ಮ ಮಾತಿನ ಅರ್ಥ? ಎಂದೆ. ಅರೇ, ಯೋಚಿಸಿ ನೋಡಿ ವಿಠ್ಠಲಮೂರ್ತಿ. ಬೀಗದ ಜತೆ ಕೀ ಕೂಡಾ ರೆಡಿಯಿದ್ದರೆ ಮಾತ್ರ ಅದನ್ನು ಓಪನ್ ಮಾಡಲು ಸಾಧ್ಯ. ಆದರೆ ಯಾವ ಬೀಗದ (ವ್ಯಕ್ತಿ) ಜತೆಗೂ ಕೀ ಸೃಷ್ಟಿಯಾಗಿರುವುದಿಲ್ಲ. ನೇಚರ್ ಕೈಲಿ ಮಾತ್ರ ಅಂತಹದೊಂದು ಕೀ ಇರಬಹುದು. ಹೀಗಾಗಿ ಯಾವ ಟೈಮಿನಲ್ಲಿ ಅದನ್ನು ಓಪನ್ ಮಾಡಬೇಕು ಎಂಬುದನ್ನು ಅದು ಮಾತ್ರ ನಿರ್ಧರಿಸುತ್ತದೆ ಎಂದರು ಹೆಗಡೆ.

ಹೀಗೆ ನಮ್ಮ ಬಗ್ಗೆ ನಾವೇ ಪರಿಪೂರ್ಣವಾಗಿ ಅರ್ಥ ಮಾಡಿಕೊಂಡಿಲ್ಲ. ಆದರೂ ಸನ್ನಿವೇಶಕ್ಕೆ ಅನುಗುಣವಾಗಿ, ನನ್ನ ಬದುಕು ತೆರೆದಿಟ್ಟ ಪುಸ್ತಕ ಇದ್ದಂತೆ. ಅದರೆಲ್ಲ ವಿವರ ನನ್ನ ಆತ್ಮೀಯರಿಗೆ ಗೊತ್ತು ಎನ್ನುತ್ತೇವೆ. ಆದರೆ ಪ್ರಾಮಾಣಿಕವಾಗಿ ನೋಡಿಕೊಂಡರೆ ನಮ್ಮ ಬಗ್ಗೆ ನಮಗೇ ಪರಿಪೂರ್ಣವಾಗಿ ಗೊತ್ತಿರುವುದಿಲ್ಲ. ಅಂದ ಮೇಲೆ ಇನ್ನೊಂದು ಬೀಗ (ವ್ಯಕ್ತಿ)ವನ್ನು ನಿರಾಯಾಸವಾಗಿ ತೆಗೆಯುವುದು ಹೇಗೆ?

ಹೀಗೆ ತೆಗೆಯಲು ಸಾಧ್ಯವಾಗದೆ ಇದ್ದರೂ ಇನ್ನೊಂದು ಬದುಕಿನ ಬಗ್ಗೆ ನಾವು ಅಥೆಂಟಿಕ್ ಆಗಿ ಹೇಳುವುದು ಹೇಗೆ? ಹೀಗಾಗಿ ನಿಮಗೆ ಒಂದು ಮಾತು ಹೇಳುತ್ತೇನೆ. ಯಾವ ಪ್ಲೇಟೆಡ್ ಬೀಗವೇ ಇರಲಿ. ಕಾಲ ಕಾಲಕ್ಕೆ ತಕ್ಕಂತೆ ಬಣ್ಣ ಕಳೆದುಕೊಂಡು ಮಾಸುತ್ತದೆ. ಸಾಧ್ಯವಾದರೆ ಅದನ್ನು ತಿಕ್ಕಿ, ತೊಳೆದು ಫಳ ಫಳ ಹೊಳೆಯುವಂತೆ

ಮಾಡಿ. ಒಬ್ಬರ ತಕ್ಷಣದ ನಡವಳಿಕೆಯ ಕುರಿತು ಟೀಕಿಸುವುದು ಸಾಮಾನ್ಯ. ಆದರೆ ನಿಮ್ಮಿಂದಾದಾಗ ಆ ಬೀಗವನ್ನು(ವ್ಯಕ್ತಿ) ತಿಕ್ಕಿ ಫಳ ಫಳ ಹೊಳೆಯುವಂತೆ ಮಾಡಿ. ನೀವು ಅಂತಲ್ಲ. ನಾನು ಕೂಡಾ ಅದನ್ನೇ ಮಾಡಬೇಕು. ಯಾಕೆಂದರೆ ವ್ಯವಸ್ಥೆಯ ಮೇಲೆ ಮುಂದಿನ ಪೀಳಿಗೆಗೆ ನಂಬಿಕೆ ಇರಬೇಕಲ್ಲವಾ ವಿಠ್ಠಲಮೂರ್ತಿ ಅಂದರು ಹೆಗಡೆ.

ಆ ಮಾತುಗಳನ್ನು ಅರಗಿಸಿಕೊಳ್ಳಲು ಯತ್ನಿಸುತ್ತಾ ನಾನು ಮೆಟ್ಟಿಲಿಳಿಯುತ್ತಿದ್ದಾಗ ಕೆಳಗೆ ನಗುತ್ತಾ ನಿಂತಿದ್ದ ಚಿತ್ರಾ ಸುಬ್ರಮಣ್ಯಂ ಕಾಣಿಸಿದರು.

ಮನುಷ್ಯನ ಎಲ್ಲ ಸಮಸ್ಯೆಗಳಿಗೆ
ಕಂದಾಚಾರಿಗಳ ಬಳಿ
ಉತ್ತರವಿಲ್ಲ. ಬದಲಿಗೆ
ನೋವುಂಡ ಮನುಷ್ಯ, ಪ್ರಕೃತಿ
ಹಾಗೂ ವಿಜ್ಞಾನದ ನಡುವೆ
ನೇರ ಸಂವಹನ ಸಾಧಿಸಲು
ಸಾಧ್ಯವಾಗಬೇಕು. ಆಗಲೇ
ಅವನ ಸಮಸ್ಯೆಗಳಿಗೆ ಮುಕ್ತಿ
ಸಿಗಲು ಸಾಧ್ಯ

7

ಒಡೆಯುವುದಕ್ಕಿಂತ ಕಟ್ಟುವುದು ಒಳ್ಳೆಯದು, ಚರ್ಮಕ್ಕಿಂತ ಗುಣಕ್ಕೆ ಬೆಲೆ ಕೊಡುವುದು ಒಳ್ಳೆಯದು

ಆತ ಗಂಭೀರವಾಗಿ ರಾಜಸಭೆಗೆ ಪ್ರವೇಶ ಮಾಡುತ್ತಾನೆ. ನೆರೆದಿದ್ದವರೆಲ್ಲ ಗೊಳ್ಳೆಂದು ನಗುತ್ತಾರೆ. ಅವರು ನಗುವುದನ್ನು ನೋಡಿ ರಾಜನೂ ನಗುತ್ತಾನೆ.

ರಾಜಸಭೆಗೆ ಪ್ರವೇಶ ಮಾಡಿದ ಆತನೂ ಕೂಡಾ ನಗುತ್ತಾ ಎಲ್ಲರನ್ನೂ ಅವಲೋಕಿಸಿ: ಕ್ಷಮಿಸಿ ಮಹಾರಾಜ, ಇದು ರಾಜಸಭೆ ಎಂದು ತಪ್ಪಾಗಿ ಭಾವಿಸಿ ಬಂದೆ. ಆದರೆ ಇದು ಕಟುಕರು, ಚಮ್ಮಾರರೇ ತುಂಬಿರುವ ಸಭೆ ಎಂದು ಭಾವಿಸಿರಲಿಲ್ಲ. ಚರ್ಮದ ಆಧಾರದ ಮೇಲೆ ಅದರ ಬೆಲೆ ಕಟ್ಟುವವರು ಅವರೇ. ಅಂತಲ್ಲಿ ನನಗೇನು ಕೆಲಸ? ಎನ್ನುತ್ತಾ ವಾಪಸ್ಸು ಹೊರಡಲು ತಯಾರಾಗುತ್ತಾನೆ.

ಆತನ ಮಾತು ಕೇಳಿ ಮಹಾರಾಜ ಮಾತ್ರವಲ್ಲ, ಇಡೀ ರಾಜಸಭೆ ಸ್ತಂಭೀಭೂತವಾಗುತ್ತದೆ. ಸಭೆಯಲ್ಲಿದ್ದ ಯಾರಿಗೂ ಮಾತೇ ಹೊರಡುವುದಿಲ್ಲ. ಇರುವ ಶಕ್ತಿಯನ್ನೆಲ್ಲ ಸಂಚಯಿಸಿಕೊಂಡು ರಾಜ ಕೇಳುತ್ತಾನೆ. ಅರೇ, ಇದೇಕೆ ನಿನಗೆ ಹಾಗನ್ನಿಸಿತು ಅಷ್ಟಾವಕ್ರ. ಇಷ್ಟು ನಿರ್ದಾಕ್ಷಿಣ್ಯವಾಗಿ ಮಾತನಾಡಿ ಹೋಗುತ್ತಿದ್ದೀಯ?

ಆಗ ಅಷ್ಟಾವಕ್ರ ಹೇಳುತ್ತಾನೆ. ರಾಜ, ಈ ಸಭೆಯಲ್ಲಿದ್ದವರಿಗೆ ಜ್ಞಾನವೇ ಮುಖ್ಯವಾಗಿದ್ದರೆ ಅದಕ್ಕೆ ಸಂಬಂಧಿಸಿದಂತೆ ಪ್ರಶ್ನೆಗಳನ್ನು ಕೇಳಿ ಉತ್ತರ ಪಡೆಯಲು ಉತ್ಸುಕರಾಗಿರುತ್ತಿದ್ದರು. ಆದರೆ ಅಂತಹ ಉತ್ಸುಕತೆ ಯಾರಲ್ಲೂ ಕಾಣುತ್ತಿಲ್ಲ. ಬದಲಿಗೆ ಎಲ್ಲರಿಗೂ ನನ್ನ ದೇಹದ ಮೇಲೆ ಕಣ್ಣಿದೆಯೇ ಹೊರತು, ನನ್ನ ಜ್ಞಾನದ ಮೇಲೆ ಕಣ್ಣಿಲ್ಲ. ಚರ್ಮಕ್ಕೆ ಬೆಲೆ ಕೊಡುವ ಈ ಸಭೆ ಕಟುಕರು, ಚಮ್ಮಾರರ ಸಭೆಯಲ್ಲದೆ ಇನ್ನೇನಾಗಲು ಸಾಧ್ಯ?

ಎಲ್ಲರೂ ಮೌನವಾಗಿ ತಲೆ ತಗ್ಗಿಸುತ್ತಾರೆ. ಈ ಕತೆಯನ್ನು ಹೇಳಿದ ಅವರು ಮೌನವಾದರು. ನಾನು ಹೆಚ್ಚು ಮಾತನಾಡದೆ ಅವರ ಮುಖವನ್ನೇ ದಿಟ್ಟಿಸಿದೆ. ಅವರು ಹೊರಗೆ ನೋಡುತ್ತಿದ್ದರು. ಅವರ ಹೆಸರು–

ಸೋಮಪ್ಪ ರಾಯಪ್ಪ ಬೊಮ್ಮಾಯಿ.

88ರಲ್ಲಿ ರಾಮಕೃಷ್ಣ ಹೆಗಡೆ ಮುಖ್ಯಮಂತ್ರಿ ಹುದ್ದೆಯಿಂದ ಕೆಳಗಿಳಿದ ನಂತರ ಕರ್ನಾಟಕದ ಮುಖ್ಯಮಂತ್ರಿಯಾದವರು ಎಸ್.ಆರ್.ಬೊಮ್ಮಾಯಿ. ಅವರು ಮುಖ್ಯಮಂತ್ರಿಯಾದ ಕೆಲವೇ ಕಾಲದಲ್ಲಿ ಕಲ್ಯಾಣರಾವ್ ಮೊಳಕೇರಿ ಸೇರಿದಂತೆ ದೇವೇಗೌಡರ ಹಲ ಆಪ್ತ ಶಾಸಕರು ಹೋಗಿ ರಾಜ್ಯಪಾಲ ವೆಂಕಟಸುಬ್ಬಯ್ಯ ಅವರನ್ನು ಭೇಟಿ ಮಾಡಿದರು.

ಈ ಸರ್ಕಾರದ ಮೇಲೆ ನಮಗೆ ವಿಶ್ವಾಸವಿಲ್ಲ. ಹೀಗಾಗಿ ಇದನ್ನು ವಜಾ ಮಾಡಿ ಎಂದು ಒತ್ತಾಯಿಸಿದರು. ರಾಜ್ಯಪಾಲ ವೆಂಕಟಸುಬ್ಬಯ್ಯ ತಡ ಮಾಡಲಿಲ್ಲ. ತ್ವರಿತವಾಗಿ ಸರ್ಕಾರವನ್ನು ವಜಾ ಮಾಡಿದರು. ಕರ್ನಾಟಕದ ಮೇಲೆ ರಾಷ್ಟ್ರಪತಿ ಆಡಳಿತ ಹೇರಿದರು.

ಇದರ ವಿರುದ್ಧ ಬೊಮ್ಮಾಯಿ ಸುಪ್ರೀಂಕೋರ್ಟಿಗೆ ಹೋದರು. ಸುದೀರ್ಘ ವಿಚಾರಣೆಯ ನಂತರ ಸುಪ್ರೀಂಕೋರ್ಟ್ ಒಂದು ತೀರ್ಪು ನೀಡಿತು. ಮುಖ್ಯಮಂತ್ರಿಯ ಬಹುಮತ ಸಾಬೀತಾಗಬೇಕಿರುವುದು ವಿಧಾನಸಭೆಯಲ್ಲೇ ಹೊರತು, ರಾಜಭವನದ ಅಂಗಳದಲ್ಲಲ್ಲ ಅಂತ ಸ್ಪಷ್ಟವಾಗಿ ಹೇಳಿತು.

ಆದರೆ ಈ ತೀರ್ಪು ಬರುವ ಕಾಲಕ್ಕಾಗಲೇ ತುಂಬ ತಡವಾಗಿತ್ತು. ಯಾಕೆಂದರೆ ಅಷ್ಟೊತ್ತಿಗಾಗಲೇ 89ರ ವಿಧಾನಸಭೆ ಚುನಾವಣೆ ನಡೆದು ಕಾಂಗ್ರೆಸ್ ಪಕ್ಷ ಅಧಿಕಾರಕ್ಕೆ ಬಂದಿತ್ತು.

ಆದರೆ ಗೊತ್ತಿರಲಿ, ಇವತ್ತಿಗೂ ಯಾರೇ ಶಾಸಕರು ರಾಜ್ಯಪಾಲರ ಬಳಿ ಹೋಗಿ, ಈ ಸರ್ಕಾರದ ಮೇಲೆ ನಮಗೆ ವಿಶ್ವಾಸವಿಲ್ಲ ಎಂದರೆ ರಾಜ್ಯಪಾಲರಾದವರು ಅನಿವಾರ್ಯವಾಗಿ, ನಿಮಗಿರುವ ಬಹುಮತವನ್ನು ಸಾಬೀತುಪಡಿಸಿ ಎಂದು ಮುಖ್ಯಮಂತ್ರಿಗಳಿಗೆ ಸೂಚಿಸಬೇಕು. ಅದಕ್ಕಾಗಿ ಸಮಯ ನಿಗದಿ ಪಡಿಸಬೇಕು.

ಇದು ಬೊಮ್ಮಾಯಿ ಅವರ ಸಾಧನೆ. ಸ್ವತ: ಮುಖ್ಯಮಂತ್ರಿ ಪದವಿ ಕಳೆದುಕೊಂಡರೂ, ಸುಪ್ರೀಂಕೋರ್ಟ್ ಇಂತಹ ಐತಿಹಾಸಿಕ ತೀರ್ಪು ನೀಡುವಂತೆ ಮಾಡುವ ಮೂಲಕ ಮುಂದೆ ಮುಖ್ಯಮಂತ್ರಿಗಳಾದ ಎಲ್ಲರಿಗೂ ಆಕ್ಸಿಜನ್ ಅಂತ ಕೊಟ್ಟವರು ಬೊಮ್ಮಾಯಿ.

ಅಂತಹ ಬೊಮ್ಮಾಯಿ ನಾನು ಭೇಟಿ ಮಾಡುವ ಕಾಲಕ್ಕಾಗಲೇ ಪ್ರಧಾನಿ ದೇವೇಗೌಡರ ಕೇಂದ್ರ ಸಚಿವ ಸಂಪುಟದಲ್ಲಿ ಮಂತ್ರಿ. ಇಂಟರ್‌ವ್ಯೂಗೆ ಅಂತ ಆರ್. ಟಿ. ನಗರದ ಮನೆಗೆ ಹೋದರೆ ಕಿಕ್ಕಿರಿದ ಜನ. ಈ ಜನಸಂದಣಿಯ ಮಧ್ಯೆ ಮಾತನಾಡಲು ಅವಕಾಶವೇ ಇರಲಿಲ್ಲ.

ಹೀಗಾಗಿ ಬೊಮ್ಮಾಯಿ ಹೇಳಿದರು. ವಿಠ್ಠಲಮೂರ್ತಿ. ನಿಮಗೆ ಬೇರೇನೂ ತುರ್ತು ಕೆಲಸವಿಲ್ಲದಿದ್ದರೆ ಏರ್‌ಪೋರ್ಟ್‌ಗೆ ನನ್ನ ಜತೆಗೇ ಬನ್ನಿ. ಮಾತನಾಡುತ್ತಾ ಹೋಗೋಣ ಎಂದರು. ಆಗ ವಿಮಾನ ನಿಲ್ದಾಣಕ್ಕೆ ಹೋಗಲು ಹೆಚ್ಚು ಎಂದರೆ ಅರ್ಧ ಗಂಟೆಯ ದಾರಿ. ಅಷ್ಟರಲ್ಲಿ ನಾನು ದಾಖಲಿಸಿಕೊಂಡಿದ್ದ ಇಂಟರ್‌ವ್ಯೂ ಮುಗಿಸುವುದು ಕಷ್ಟದ ಕೆಲಸ.

ಆದರೆ ನಾನು ದೂಸರಾ ಮಾತನಾಡದೆ ಯಸ್ ಸಾರ್ ಎಂದೆ. ಸರಿ, ಬೊಮ್ಮಾಯಿ ಅವರ ಕಾರಿನಲ್ಲೇ ಕುಳಿತು ಏರ್‌ಪೋರ್ಟ್ ಕಡೆ ಹೊರಟೆವು. ನಾನು ನೇರವಾಗಿಯೇ ಹೇಳಿದೆ. ಸಾರ್, ನಾನು ತಯಾರಿಸಿಕೊಂಡು ಬಂದಿರುವ ಪ್ರಶ್ನೆಗಳಿಗೆ ಉತ್ತರ ಕೊಡಲು ನಿಮಗೆ ಕನಿಷ್ಠ ಒಂದು ಗಂಟೆ ಬೇಕು. ಹೀಗಾಗಿ ಸುಮ್ಮನೆ ನನಗನ್ನಿಸಿದ್ದನ್ನು ಕೇಳುತ್ತಾ ಜತೆಗೆ ಬರುತ್ತೇನೆ ಎಂದೆ.

ಬೊಮ್ಮಾಯಿ ಖುಷಿಯಾದರು. ಕಾರು ಹತ್ತುತ್ತಿದ್ದಂತೆಯೇ ಇಬ್ಬರ ನಡುವೆ ಔಪಚಾರಿಕ ಮಾತುಕತೆ ಆರಂಭವಾಯಿತು. ನಾನು ಸಹಜವಾಗಿ ಕೇಳಿದೆ. ಸಾರ್ ನೀವು ಎಂ.ಎನ್.ರಾಯ್ ಅವರ ವಿಚಾರಧಾರೆಯಿಂದ ಪ್ರಭಾವಿತರಾಗಿರುವವರು. ರಾಯ್ ಅವರು ನವೀನ ಮಾನವತಾವಾದದ ಪ್ರತಿಪಾದಕ. ನಿಮಗೇಕೆ ಅದು ಇಷ್ಟವಾಯಿತು?

ಬೊಮ್ಮಾಯಿ ನಕ್ಕರು. ಹಾಗೆ ನಗುತ್ತಲೇ ಹೇಳಿದರು. ಅರೇ, ವಿಠ್ಠಲಮೂರ್ತಿ. ರಾಯ್ ಅವರ ವಿಚಾರಧಾರೆಯಿಂದ ನಾನು ಮಾತ್ರವಲ್ಲ, ನಮ್ಮ ಕಾಲದ ಅನೇಕರು ಪ್ರಭಾವಿತರಾಗಿದ್ದರು. ಮನುಷ್ಯನ ಎಲ್ಲ ಸಮಸ್ಯೆಗಳಿಗೆ ಕಂದಾಚಾರಿಗಳ ಬಳಿ

ಉತ್ತರವಿಲ್ಲ. ಬದಲಿಗೆ ನೋವುಂಡ ಮನುಷ್ಯ, ಪ್ರಕೃತಿ ಹಾಗೂ ವಿಜ್ಞಾನದ ನಡುವೆ ನೇರ ಸಂವಹನ ಸಾಧಿಸಲು ಸಾಧ್ಯವಾಗಬೇಕು. ಆಗಲೇ ಅವನ ಸಮಸ್ಯೆಗಳಿಗೆ ಮುಕ್ತಿ ಸಿಗಲು ಸಾಧ್ಯ ಎಂಬುದು ರಾಯ್ ಅವರ ವಾದವಾಗಿತ್ತು.

ಆ ಕಾಲದಲ್ಲಿ ಇಟ್ ಈಸ್ ಏ ರಿಯಲಿ ಫೆಂಟಾಸ್ಟಿಕ್ ಥಿಂಕಿಂಗ್. ಹೀಗಾಗಿ ನನ್ನಂತಹ ಅನೇಕರು ರಾಯ್ ಅವರ ಬೆನ್ನು ಬಿದ್ದೆವು. ಪ್ರಕೃತಿ ಮತ್ತು ವಿಜ್ಞಾನದ ಮಧ್ಯೆ ಒಂದು ಸಂಬಂಧವಿದೆ. ಅದರರ್ಥ ನಾವು ತತ್ವಶಾಸ್ತ್ರದ ಮೇಲೆ ನಂಬಿಕೆ ಇಲ್ಲದವರು ಅಂತಲ್ಲ. ಆದರೆ ಫಿಲಾಸಫಿ ಮತ್ತು ಸೈನ್ಸ್ ಒಗ್ಗೂಡಿದರೆ ಮನುಷ್ಯನ ಸಮಸ್ಯೆಗಳಿಗೆ ಉತ್ತರವಿದೆ ಎಂಬುದು ರಾಯ್ ಅವರ ನಂಬಿಕೆಯಾಗಿತ್ತು. ನೇರವಾಗಿ ಹೇಳಬೇಕೆಂದರೆ ಅವರಿಗೆ ದಲ್ಲಾಳಿಗಳ ವಿಷಯದಲ್ಲಿ ನಂಬಿಕೆ ಇರಲಿಲ್ಲ.

ಅವರು ಕಮ್ಯೂನಿಸ್ಟ್ ಆಗಿದ್ದರು, ಸಮಾಜವಾದಿ ಆಗಿದ್ದರು. ಸಮತಾವಾದಿ ಯಾಗಿದ್ದರು. ಆದರೆ ನಡವಳಿಕೆಯ ವಿಷಯದಲ್ಲಿ ಎಲ್ಲರ ಬಗ್ಗೆ ಭ್ರಮ ನಿರಸನ ಗೊಂಡರು. ಅವರಿಗೆ ಲೆನಿನ್, ಸ್ಟಾಲಿನ್, ಮಾವೋ, ಟ್ರಾಟ್ಸ್ಕಿ ಸೇರಿದಂತೆ ಜಗತ್ತಿನ ಅನೇಕ ನಾಯಕರ ಜತೆ ಸಂಪರ್ಕವಿತ್ತು. ಆದರೆ ಯಾರ ಜತೆ ಸಂಪರ್ಕವಿದ್ದರೂ, ತನ್ನದೇ ಲಹರಿಯಲ್ಲಿ ಮುಂದೆ ಹೋಗುವ ಮನುಷ್ಯ ರಾಯ್. ಅದಕ್ಕಾಗಿಯೇ ನನಗವರು ತುಂಬ ಇಷ್ಟವಾದರು.

ದಲ್ಲಾಳಿಯೇ ಇಲ್ಲದ ಜಗತ್ತಿನ ಕಲ್ಪನೆ ಮಾಡಿಕೊಳ್ಳಿ. ಮನುಷ್ಯ ತನ್ನೆಲ್ಲ ಸಮಸ್ಯೆಗಳಿಗೆ ನೇರವಾಗಿ ವಿಜ್ಞಾನದ ಮೊರೆ ಹೋಗಬೇಕು. ಆ ಮೂಲಕ ಸತ್ಯವನ್ನು ಕಂಡುಕೊಳ್ಳಬೇಕು ಎಂಬ ರಾಯ್ ಮಾತನ್ನು ನಾವು ಗಂಭೀರವಾಗಿ ಪರಿಗಣಿಸಬೇಕು. ನನಗನ್ನಿಸಿದ ಪ್ರಕಾರ, ರಾಯ್ ಅವರಿಗೆ ದೇವರ ವಿಷಯದಲ್ಲಿ ವಿರೋಧವಿರಲಿಲ್ಲ. ಈ ಜಗತ್ತನ್ನು ಆಳಲು ಒಂದು ಶಕ್ತಿ ಇರಲೇಬೇಕು ಎಂಬ ವಿಷಯದಲ್ಲಿ ಅವರಿಗೆ ನಂಬಿಕೆ ಇತ್ತು.

ಅದೇ ರೀತಿ ಮನುಷ್ಯ ತನ್ನ ಬದುಕಿನಲ್ಲಿ ಹುಟ್ಟು ಹಾಕಿದ ಅಪೂರ್ವ ಪರಿಕಲ್ಪನೆ ಎಂದರೆ ದೇವರು ಎಂಬುದು ಅವರ ನಂಬಿಕೆಯಾಗಿತ್ತು. ಆದರೆ ನನಗೆ ಅನ್ನಿಸಿದಂತೆ ಅವರಿಗೆ ಒಂದು ಹೆದರಿಕೆ ಇತ್ತು. ಇಂತಹ ಅಮೂಲ್ಯ ಕಲ್ಪನೆಯನ್ನು ಈ ದಲ್ಲಾಳಿಗಳು ನಾಶ ಮಾಡುತ್ತಾರೆ, ದಿನ ಬೆಳಗಾದರೆ ದೇವರು ಇರುವುದು ಹಾಗೆ, ಹೀಗೆ ಎಂದು ಮಾತನಾಡುತ್ತಾ, ಹೆದರಿಸುತ್ತಾ ಇವರು ಆಡುವ ನಾಟಕದಿಂದ ಜನ ಬೇಸತ್ತುಕೊಳ್ಳುತ್ತಾರೆ. ಒಂದು ದಿನ ದೇವರ ಮೇಲಿರುವ ನಂಬಿಕೆಯನ್ನೇ ಕಳೆದುಕೊಳ್ಳುತ್ತಾರೆ.

ಹೀಗಾಗಿ ಒಂದಲ್ಲ, ಒಂದು ದಿನ ಈ ದಲ್ಲಾಳಿಗಳ ವರ್ತನೆಯಿಂದ ರೋಸತ್ತು ಹೋಗುವ ಪೀಳಿಗೆ ದೇವರನ್ನು ನಂಬುವ ಗೋಜಿಗೇ ಹೋಗುವುದಿಲ್ಲ. ಆತನನ್ನು

ನಾವು ನೋಡಿಲ್ಲ. ಹೀಗಾಗಿ ಆತನನ್ನು ನಾವು ನಂಬುವುದಿಲ್ಲ ಎಂಬ ಮಟ್ಟಕ್ಕೆ ತಿರಸ್ಕಾರದ ಭಾವನೆ ಬೆಳೆಸಿಕೊಳ್ಳುತ್ತಾರೆ.

ಹೀಗಾಗಿ ಫಿಲಾಸಫಿ ಹಾಗೂ ವಿಜ್ಞಾನದ ಮಧ್ಯೆ ಸಾಮರಸ್ಯ ಮೂಡಿಸಿ, ಆ ಮೂಲಕವೇ ಮನುಷ್ಯ ತನ್ನ ಸಮಸ್ಯೆಗಳಿಗೆ ಪರಿಹಾರ ಕಂಡುಕೊಳ್ಳಬೇಕು ಎಂಬುದು ರಾಯ್ ಅವರ ಕನಸಾಗಿತ್ತು. ಇವತ್ತಲ್ಲ, ನಾಳೆ ಅಂತಹ ಜನಾಂಗವೂ ಸೃಷ್ಟಿಯಾಗುತ್ತದೆ. ಮತ್ತು ಫಿಲಾಸಫಿ, ವಿಜ್ಞಾನದ ನಡುವೆಯೇ ನಾವು ಉತ್ತರ ಕಂಡು ಹಿಡಿಯಬೇಕು ಎಂಬುದು ಅವರಿಗೆ ಗೊತ್ತಾಗುತ್ತದೆ ಎಂಬುದು ರಾಯ್ ಅವರ ವಿಶ್ವಾಸವಾಗಿತ್ತು ಎಂದರು ಬೊಮ್ಮಾಯಿ.

ನಾನು ನೇರವಾಗಿ ವಿಷಯಕ್ಕೆ ಬಂದೆ. ಸಾರ್. ಬೊಮ್ಮಾಯಿ ಅಂದರೆ ಸಂಧಾನ, ಸಂಧಾನ ಅಂದರೆ ಬೊಮ್ಮಾಯಿ ಅಂತ ಹೇಳುತ್ತಾರೆ. ಎಲ್ಲರನ್ನೂ ಒಂದು ಮಾಡಲು ಯತ್ನಿಸುವುದೇ ಅವರ ಹೆಗ್ಗಳಿಕೆ ಅನ್ನುತ್ತಾರೆ ಯಾಕೆ ಅಂದೆ.

ಬೊಮ್ಮಾಯಿ ಅರೆಕ್ಷಣ ಗಂಭೀರರಾದರು. ಆನಂತರ ಇದ್ದಕ್ಕಿದ್ದಂತೆ ತಾವು ಹಾಕಿದ್ದ ಕನ್ನಡಕವನ್ನು ಮೂಗಿನ ಮೇಲೇರಿಸುತ್ತಾ ಹೇಳಿದರು. ಇದು ಕೂಡಾ ನನ್ನ ಥಿಂಕಿಂಗ್ ಅಲ್ಲ. ರಾಯ್ ಅವರ ಪ್ರಭಾವ ವಿಠ್ಠಲಮೂರ್ತಿ. ನಿಮ್ಮ ಪ್ರಶ್ನೆಯ ಉದ್ದೇಶ ಏನು ಅಂತ ನನಗೆ ಗೊತ್ತು. ಆದರೆ ಈ ಕೆಲಸವನ್ನು ನನ್ನ ಕಾಲಘಟ್ಟದಲ್ಲಿ ನಾನು ಮಾತ್ರ ಸಮರ್ಪಕವಾಗಿ ಮಾಡಬಲ್ಲೆ ಎಂಬುದನ್ನು ಮನಗಂಡೇ ಈ ಕೆಲಸಕ್ಕೆ ಇಳಿದೆ ಎಂದರು.

ಅಂದ ಹಾಗೆ ದೇವೇಗೌಡ, ಹೆಗಡೆ, ಪಟೇಲ್ ಸೇರಿದಂತೆ ಜನತಾ ಪರಿವಾರದ ಯಾವ್ಯಾವ ಮಹಾನ್ ನಾಯಕರು ಅಂತಿದ್ದರೋ ಅವರ ಮಧ್ಯೆ ಒಡಕಾದಾಗಲೆಲ್ಲ ಬೊಮ್ಮಾಯಿ ಮಧ್ಯೆ ಪ್ರವೇಶಿಸುತ್ತಿದ್ದರು. ರೀ ಗೌಡ್ರೇ, ರೀ ಹೆಗಡೆ ಅವರೇ, ಪಟೇಲ್ರೇ. ನೀವೆಲ್ಲ ಹೀಗೆ ಚಿಕ್ಕ ಮಕ್ಕಳಂತೆ ಜಗಳ ಮಾಡಿದರೆ ನಾವು ಪಾರ್ಟಿ ಕಟ್ಟಬೇಕಾ? ಅಥವಾ ಮನೆಗೆ ಹೋಗಬೇಕಾ ಎಂದು ಮುಲಾಜಿಲ್ಲದೆ ಕೇಳುವ ಒಂದು ಅಪೂರ್ವ ಶಕ್ತಿ ಬೊಮ್ಮಾಯಿ ಅವರಿಗಿತ್ತು.

ಮತ್ತು ಈ ರೀತಿ ಪದೇ ಪದೇ ಒಡೆದ ಜನತಾ ಪರಿವಾರಕ್ಕೆ ಮರಳಿ ತೇಪೆ ಹಾಕುವಲ್ಲಿ ಬೊಮ್ಮಾಯಿ ಯಶಸ್ವಿಯಾಗುತ್ತಿದ್ದರು. ಹಾಗಂತಲೇ ನಾನು ಕೇಳಿದೆ. ಸಾರ್. ಈ ರೀತಿ ನಾಯಕರನ್ನು ಒಗ್ಗೂಡಿಸುವ ವಿಷಯದಲ್ಲಿ ನಿಮ್ಮಂತೆ ಯಶಸ್ಸು ಕಂಡವರು ಕಡಿಮೆ. ನಿಮಗೆ ಇದು ಹೇಗೆ ಸಾಧ್ಯವಾಗುತ್ತಿತ್ತು.

ಅಷ್ಟಾವಕ್ರನ ಗುಣ ಇದ್ದುದಕ್ಕಾಗಿ ವಿಠ್ಠಲಮೂರ್ತಿ ಎಂದರು ಬೊಮ್ಮಾಯಿ. ನಾನು ಬೆಕ್ಕಸ ಬೆರಗಾದೆ. ಅದುವರೆಗೂ ಅಷ್ಟಾವಕ್ರನ ಕತೆ ಎಂದರೆ, ನನಗಿದ್ದ ಕಲ್ಪನೆಯೇ ಬೇರೆ.

ಆತ ಸದಾ ಕಾಲ ಕೊಟ್ಟಿಗೆಯಲ್ಲಿರುತ್ತಿದ್ದವನು. ರಾಜನಿಂದ ಬೇಸತ್ತ ರಾಣಿಯೊಬ್ಬಳು ಆತ ನುಡಿಸುತ್ತಿದ್ದ ಕೊಳಲ ನಾದಕ್ಕೆ ಮನಸೋತಳು ಎಂಬಂತಹ ಕತೆ.

ಆದರೆ ಬೊಮ್ಮಾಯಿ ದಿಗ್ಮೂಢವೆನ್ನಿಸುವ ಕತೆ ಹೇಳಿದರು. ವಿಠ್ಠಲಮೂರ್ತಿ. ಆತನ ಹೆಸರನ್ನು ಬಾಲ್ಯದಲ್ಲಿ ಕುರೂಪಕ್ಕೆ ಪ್ರತಿಮೆಯಾಗಿ ಬಳಸುತ್ತಿದ್ದೆವು. ಆದರೆ ಆತ ಅಪ್ರತಿಮ ಬುದ್ಧಿವಂತ. ಆತನಿಗೆ ಕಟ್ಟುವ ಕೆಲಸದಲ್ಲಿ ನಂಬಿಕೆ ಇತ್ತೇ ವಿನ: ಒಡೆಯುವ ಕೆಲಸದಲ್ಲಿ ಅಲ್ಲ. ಭಾರತದ ಸಂಸ್ಕೃತಿ ಒಡೆಯುವುದರ ಮೇಲೆ ನಂಬಿಕೆ ಇರಿಸಿಲ್ಲ. ಕಟ್ಟುವ ಕಲೆಯಲ್ಲಿ ನಂಬಿಕೆ ಇರಿಸಿಕೊಂಡಿದೆ. ಹೀಗಾಗಿ ಆತನ ಕತೆ ನನ್ನ ಮೇಲೆ ಎಷ್ಟು ಪ್ರಭಾವ ಬೀರಿತು ಎಂದರೆ, ನಾನು ನಿರಂತರವಾಗಿ ಕಟ್ಟುವ ಕೆಲಸವನ್ನೇ ಆಯ್ದುಕೊಂಡೆ.

ಹೀಗಾಗಿ ರಾಜಕೀಯವಾಗಿ ನನ್ನನ್ನು ನೋಡುವವರು, ಬೊಮ್ಮಾಯಿ ಎಂದರೆ ರಾಜಿಕಬೂಲಿಯ ವ್ಯಕ್ತಿ ಅನ್ನಬಹುದು. ಆದರೆ ರಾಯ್ ಅವರ ವಾದಕ್ಕೆ ದೊಡ್ಡ ಮಟ್ಟದಲ್ಲಿ ಹೋಲಿಕೆ ಆಗುವ ವ್ಯಕ್ತಿ ಎಂದರೆ ಅಷ್ಟಾವಕ್ರ. ಆತ ಸೌಂದರ್ಯವನ್ನು ಮುಖ್ಯವಾಗಿಸಿಕೊಳ್ಳಲಿಲ್ಲ. ಗುಣವನ್ನು ಮುಖ್ಯವಾಗಿಸಿಕೊಂಡ ಅಂತ ಹೇಳಿದ ಬೊಮ್ಮಾಯಿ, ಉದಾಹರಣೆಗಾಗಿ ಈ ಕತೆ ಹೇಳಿದರು.

ಕೇಳಿದ ನಾನು ಮೌನಕ್ಕೆ ಶರಣಾದೆ. ಅಷ್ಟರಲ್ಲಾಗಲೇ ಏರ್‌ಪೋರ್ಟ್ ಬಂದಿತ್ತು. ಬೊಮ್ಮಾಯಿ ತಮ್ಮ ಕಾರ್ ಡ್ರೈವರ್‌ಗೆ, ವಿಠ್ಠಲಮೂರ್ತಿ ಅವರನ್ನು ವಿಧಾನಸೌಧಕ್ಕೆ ಕರೆದುಕೊಂಡು ಹೋಗಿ ಬಿಡು. ಏನೂ ತೊಂದರೆ ಆಗಬಾರದು ಎಂದರು.

ನಾನು ಪುನ: ಕೇಳುವುದೇನೂ ಇರಲಿಲ್ಲ.

ಪ್ರತಿ ಮನುಷ್ಯನ ಮನಸ್ಸಿನಲ್ಲಿ
ಒಳ್ಳೆಯತನ ಹಾಗೂ
ಕೆಟ್ಟತನದ ನಡುವೆ
ಹೊಯ್ದಾಟ ನಡೆದೇ
ಇರುತ್ತದೆ. ಕೆಟ್ಟದನ್ನು
ಯೋಚಿಸದೆ ಇರುವವನು
ಮನುಷ್ಯನೇ ಅಲ್ಲ.

8

ಮನುಷ್ಯನಲ್ಲಿ ಕೆಟ್ಟ ಯೋಚನೆ ಬರಲೇಬೇಕು ಆದರೆ ವಿವೇಕವೆಂಬ ಕೃಷ್ಣ ಜಾಗೃತನಾಗಿರಬೇಕು

ಅವತ್ತು ವೀರೇಂದ್ರ ಪಾಟೀಲ್ ಮಾತನಾಡುವ ಮೂಡ್‌ನಲ್ಲಿದ್ದರು.

ಹಾಗೆ ನೋಡಿದರೆ ಇಷ್ಟು ವರ್ಷಗಳಲ್ಲಿ ನಾನು ನೋಡಿದ ಸರಳ ರಾಜಕಾರಣಿಗಳ ಪೈಕಿ ವೀರೇಂದ್ರ ಪಾಟೀಲ್ ಕೂಡಾ ಅಗ್ರಪಂಕ್ತಿಯಲ್ಲಿ ನಿಲ್ಲುವವರು.

ಎರಡು ಬಾರಿ ಕರ್ನಾಟಕದ ಮುಖ್ಯಮಂತ್ರಿಯಾಗಿದ್ದ ವೀರೇಂದ್ರ ಪಾಟೀಲರನ್ನು ಮೇಲಿಂದ ಮೇಲೆ ಹತ್ತಿರದಿಂದ ನೋಡುವ ಅವಕಾಶ ನನಗೆ ಲಭ್ಯವಾಗುತ್ತಿತ್ತು. ಅವರದು ಒಂಥರಾ ಮಗುವಿನ ಸ್ವಭಾವ. ಆ ಸಂದರ್ಭದಲ್ಲಿ ಅವರಿಗೆ ತುಂಬ

ಆತ್ಮೀಯರಾಗಿದ್ದವರ ಪೈಕಿ ಇವತ್ತು ಕಾಂಗ್ರೆಸ್ ನಾಯಕರಾಗಿರುವ ಸಿ.ಎಂ.ಇಬ್ರಾಹಿಂ ಮುಖ್ಯರಾದವರು.

ಅವತ್ತು ಸಂದರ್ಶನಕ್ಕೆ ಅಂತ ಅವರ ಸರ್ಕಾರಿ ಬಂಗಲೆ ಕಾವೇರಿಗೆ ಹೋದಾಗ ಅವರ ಪತ್ನಿ ರೊಟ್ಟಿ ಮಾಡಿದ್ದರು. ಜೋಳದ ರೊಟ್ಟಿ, ಝುನಕಾ, ಪುಂಡೀಕಾಯಿ ಪಲ್ಯ, ಉಚ್ಚೆಳ್ಳು ಚಟ್ನಿಪುಡಿ, ಮೊಸರು ಹೀಗೆ. ಈ ರೀತಿ ತಿಂಡಿ ತಿನ್ನುವಾಗ ರಾಜಕೀಯ ಸಂದರ್ಶನ ಮಾಡಲು ಸಾಧ್ಯವಾಗದಿದ್ದರೂ, ಆತ್ಮೀಯತೆಯಿಂದ ನಮ್ಮೆದುರಿಗಿರುವವರು ಮಾತನಾಡುವಂತೆ ನೋಡಿಕೊಳ್ಳಬೇಕು. ದೊಡ್ಡವರು ಅನ್ನಿಸಿಕೊಂಡವರು ಮಾತನಾಡಿದಾಗ ಮಾಧ್ಯಮಗಳಿಗಲ್ಲದಿದ್ದರೂ, ವೈಯಕ್ತಿಕವಾಗಿ ನಮ್ಮ ಬದುಕಿಗೆ ಅಗತ್ಯವಾದಂತಹ ಟಿಪ್ಸ್‌ಗಳು ಸಿಗುತ್ತವೆ.

ಅಂದ ಹಾಗೆ ಅವತ್ತಿಗಾಗಲೇ ರಾಮಕೃಷ್ಣ ಹೆಗಡೆ ಅವರ ಟೆಲಿಫೋನ್ ಟ್ಯಾಪಿಂಗ್ ವಿಷಯದಲ್ಲಿ ದೊಡ್ಡ ರಾದ್ಧಾಂತವೇ ನಡೆದಿತ್ತು.

ರಣಾಂಗಣದಲ್ಲಿ ಮುಖಾಮುಖಿಯಾಗುವ ಇಬ್ಬರು ವೀರ ಸೇನಾನಿಗಳು ಹೇಗೆ ಹೋರಾಡುತ್ತಾರೋ, ತಮ್ಮ ತಮ್ಮ ಬತ್ತಳಿಕೆಯಲ್ಲಿರುವ ಅಸ್ತ್ರಗಳನ್ನು ಹೇಗೆ ಪ್ರಯೋಗಿಸುತ್ತಾರೋ ನಾನು ನೋಡಿಲ್ಲ. ಆದರೆ ಕಾರ್ಗಿಲ್‌ನಲ್ಲಿ ಭಾರತ-ಪಾಕಿಸ್ತಾನದ ನಡುವೆ ಘನಘೋರ ಯುದ್ಧವಾದಾಗ ನೋಡಿದ್ದೇನೆ. ಯೋಧರ ಶವಗಳನ್ನು ಹೊತ್ತು ದ್ರಾಸ್‌ನಿಂದ ಟ್ರಕ್ಕುಗಳು ಕೆಳಗಿಳಿಯುತ್ತಿರುವುದನ್ನು ನೋಡಿ ಕಣ್ಣೀರು ಹಾಕಿದ್ದೇನೆ.

ಹಾಗೆಯೇ ಅವತ್ತು ಟೋಲೋಲಿಂಗ್ ಪರ್ವತವನ್ನು ಉಗ್ರಗಾಮಿಗಳು ಮತ್ತು ಪಾಕ್ ಸೈನಿಕರ ಹಿಡಿತದಿಂದ ತಪ್ಪಿಸಿ, ಅಲ್ಲಿ ಭಾರತದ ತ್ರಿವರ್ಣ ಧ್ವಜವನ್ನು ನೆಟ್ಟ ಭಾರತೀಯ ಸೈನಿಕರ ಕಷ್ಟಗಳನ್ನು, ಆ ಕಷ್ಟಗಳ ನಡುವೆಯೇ ಅವರು ಸಂಭ್ರಮ ಆಚರಿಸುವುದನ್ನು ನೋಡಿ ಮಕ್ಕಳಂತೆ ಖುಷಿ ಪಟ್ಟಿದ್ದೇನೆ.

ಆದರೆ ಆ ಯುದ್ಧದಲ್ಲೂ ಇಬ್ಬರು ಸೇನಾನಿಗಳು ಮುಖಾಮುಖಿಯಾದದ್ದನ್ನು ನಾನು ನೋಡಿಲ್ಲ. ಈಗಿನ ಯುದ್ಧಗಳ ಸ್ವರೂಪವೇ ಬೇರೆ. ಅತಿರಥ-ಮಹಾರಥರೆನ್ನಿಸಿಕೊಂಡವರು ಹಾಗೆ ಎದುರಾ ಬದುರಾಗಿ ನಿಂತು ಹೋರಾಡಲು ಸಾಧ್ಯವಿಲ್ಲ.

ಹೋಲಿಸಿದರೆ ಹಿಂದಿನ ಯುದ್ಧಗಳ ಹಾಗೂ ಈಗಿನ ಯುದ್ಧಗಳ ತಂತ್ರ ಬದಲಾಗಿದೆ. ಕಾಲ ಕಾಲಕ್ಕೆ ಅವು ಬದಲಾಗುತ್ತಲೂ ಇರುತ್ತವೆ. ಅದೇನೇ ಇರಲಿ, ಅವತ್ತು ಭಾರತ-ಪಾಕಿಸ್ತಾನದ ನಡುವೆ ಯುದ್ಧವಾದಾಗ ಶ್ರೀನಗರ, ಉಡಿ, ಲಾಲ್ ಪುಲ್, ಪಂದ್ರಾಸ್, ದ್ರಾಸ್‌ನಂತಹ ರಕ್ತ ಸಿಕ್ತ ಪ್ರದೇಶಗಳಿಗೆ ಹೋದಾಗ ಆದ ಅನುಭವ ತುಂಬ ದೊಡ್ಡದು.

ಆದರೆ ಅದಕ್ಕೂ ಬಹಳ ವರ್ಷಗಳ ಮುನ್ನ, ಅಂದರೆ 1990ರಲ್ಲಿ ಇದೇ ವಿಧಾನಸಭೆಯಲ್ಲಿ ರಾಮಕೃಷ್ಣ ಹೆಗಡೆ ಹಾಗೂ ವೀರೇಂದ್ರ ಪಾಟೀಲ್ ಪರಸ್ಪರ ಮುಖಾಮುಖಿಯಾಗಿ ಟೆಲಿಫೋನ್ ಕದ್ದಾಲಿಕೆಯ ಕುರಿತು ನಡೆಸಿದ ಚರ್ಚೆಯಿದೆಯಲ್ಲ ಅಂತಹ ಅಮೋಘ ಚರ್ಚೆಗಳನ್ನು ನಾನು ಕೇಳಿದ್ದು ಕಡಿಮೆ.

ದಿನಗಟ್ಟಲೆ ನಡೆದ ಆ ಚರ್ಚೆಯ ಸಂದರ್ಭದಲ್ಲಿ ಉಭಯ ನಾಯಕರು, ತಮ್ಮ ತಮ್ಮ ಬತ್ತಳಿಕೆಯಿಂದ ತೆಗೆ ತೆಗೆದು ಒಬ್ಬರು, ಮತ್ತೊಬ್ಬರ ಮೇಲೆ ಪ್ರಯೋಗಿಸುತ್ತಿದ್ದ ಬಾಣಗಳು ಅತ್ಯುಚ್ಚ ಮಟ್ಟದವದ್ದಾಗಿದ್ದವು. ಒಂದೇ ಒಂದು ಕೆಟ್ಟ ಪದವಿಲ್ಲ. ಒಂದೇ ಒಂದು ದ್ವೇಷದ ಪದವಿಲ್ಲ. ರಿಯಲಿ ಇಟ್ ವಾಸ್ ಯಮ್ಮಿ.

ಫೈನಲಿ, ರಾಮಕೃಷ್ಣ ಹೆಗಡೆಯಂತಹ ಅತಿರಥ ರಾಜಕಾರಣಿಯ ಮುಂದೆ ವೀರೇಂದ್ರಪಾಟೀಲರ ಬತ್ತಳಿಕೆಯಲ್ಲಿದ್ದ ದಾಖಲೆಗಳು ಗೆದ್ದವು. ಹಾಗಂತ ನನಗನ್ನಿಸಿತು. ಮತ್ತು ಆ ಚರ್ಚೆಯ ನಂತರದ ದಿನಗಳಲ್ಲೇ ವೀರೇಂದ್ರಪಾಟೀಲರ ಸಂದರ್ಶನ ಮಾಡುವ ಅವಕಾಶ ನನಗೆ ದಕ್ಕಿತು.

ಅಂದ ಹಾಗೆ ಅವತ್ತು ಮನೆಗೆ ಹೋದಾಗ, ತಿಂಡಿ ತಿನ್ನುತ್ತಾ ಮಾತನಾಡೋಣ ಎಂದರು ವೀರೇಂದ್ರ ಪಾಟೀಲ್. ಆದರೆ ತಿಂಡಿ ತಿನ್ನುತ್ತಾ ನಾನು ಬರೆದುಕೊಳ್ಳುವುದು ಹೇಗೆ ಅಂತ ಪೇಚಾಡಿದೆ. ನನ್ನ ಪೇಚಾಟ ನೋಡಿದ ವೀರೇಂದ್ರ ಪಾಟೀಲ್, ಹೌದಲ್ಲ, ವಿಠ್ಠಲಮೂರ್ತಿ, ತಿಂಡಿ ತಿನ್ನುತ್ತಾ ಸಂದರ್ಶನ ಮಾಡುವುದು ಹೇಗೆ ತಿಂಡಿ ತಿಂದ ನಂತರವೇ ಸಂದರ್ಶನ ಮಾಡೋಣ. ಮೊದಲು ತಿಂಡಿ ತಿಂದು ಬಿಡೋಣ ಎಂದರು.

ಸರಿ, ಇಬ್ಬರೂ ತಿಂಡಿಗೆ ಕುಳಿತೆವು. ನಾನು ಔಪಚಾರಿಕವಾಗಿ ಟೆಲಿಫೋನ್ ಟ್ಯಾಪಿಂಗ್ ಪ್ರಕರಣದ ವಿಷಯ ಪ್ರಸ್ತಾಪಿಸಿದೆ. ಇಟ್ ಈಸ್ ಏ ಫ್ಯಾಕ್ಟ್ ವಿಠ್ಠಲಮೂರ್ತಿ. ಹಲವು ಸಲ ಟೆಲಿಫೋನ್ ಟ್ಯಾಪಿಂಗ್ ಮಾಡಬೇಕಾಗುತ್ತದೆ. ಆದರೆ ಯಾರ ದೂರವಾಣಿಯನ್ನು ಕದ್ದಾಲಿಸಬೇಕು ಎಂಬುದಕ್ಕೆ ಒಂದು ನಿಯಮ ಅಂತಿರುತ್ತದೆ ಎಂದರು ವೀರೇಂದ್ರ ಪಾಟೀಲ್.

ನಾನು ಮಾತನಾಡಲಿಲ್ಲ. ಬದಲಿಗೆ ಅವರೇ ಮಾತನಾಡುತ್ತಾ ಹೋದರು. ಇದನ್ನು ಆಫ್ ದಿ ರೆಕಾರ್ಡ್ ಅಂತ ಹೇಳುತ್ತೇನೆ ವಿಠ್ಠಲಮೂರ್ತಿ. ಅಂದ ಹಾಗೆ ಹೆಗಡೆ ನನ್ನ ಆತ್ಮೀಯ ಗೆಳೆಯರು. ನೋ ಡೌಟ್. ಆದರೆ ಸತ್ಯ ಮಾತನಾಡುವಾಗ ನನ್ನ ಬಳಿ ಏನೇನು ದಾಖಲೆಗಳಿದ್ದವೋ ಅದನ್ನೇ ಬಿಚ್ಚಿಟ್ಟಿದ್ದೇನೆ ಎಂದರು.

ಇದರರ್ಥ, ಹೆಗಡೆ ಒಬ್ಬರೇ ದೂರವಾಣಿ ಕದ್ದಾಲಿಸಿದ ಸಿಎಂ ಅಂತ ನನಗನ್ನಿಸುವುದಿಲ್ಲ. ಆದರೆ ಅವರ ಕುರಿತು ಯಾವ ದೂರು ಕೇಳಿ ಬಂದಿದೆಯೋ ಅದಕ್ಕೆ ಪೂರಕವಾದ ಸಾಕ್ಷ್ಯಗಳಿವೆ. ರಾಷ್ಟ್ರ ಮಟ್ಟದ ನಾಯಕರಾಗಿ ಬೆಳೆಯುತ್ತಿರುವ ಸಂದರ್ಭದಲ್ಲಿ ತಮ್ಮ ದಾರಿಗೆ ಯಾರೂ ಅಡ್ಡ ಬರಬಾರದು ಎಂಬುದು ಅವರ

ಬಯಕೆಯಾಗಿರಬಹುದು. ಅದಕ್ಕಾಗಿ ಹಿರಿಯ ನಾಯಕರ ದೂರವಾಣಿ ಕರೆಯನ್ನು ಕದ್ದಾಲಿಸಿರಬಹುದು. ಹಾಗೆಂದ ಮಾತ್ರಕ್ಕೆ ಹೆಗಡೆ ಅವರನ್ನು ಸಾರಾಸಗಟಾಗಿ ನಿರಾಕರಿಸಲು ಸಾಧ್ಯವಿಲ್ಲ ವಿಠ್ಠಲಮೂರ್ತಿ ಎಂದರು.

ನಾನು ಅವಾಕ್ಕಾದೆ. ಎರಡೇ ದಿನಗಳ ಹಿಂದೆ ವಿಧಾನಸಭೆಯಲ್ಲಿ ಇದೇ ವೀರೇಂದ್ರ ಪಾಟೀಲ್ ಹಾಗೂ ಹೆಗಡೆಯವರ ನಡುವೆ ಭಾರೀ ಸಂಘರ್ಷವೇ ನಡೆದಿತ್ತು. ನೀವು ರಾಜೀವ್ ಗಾಂಧಿಯವರ ಮನ ಒಲಿಸಲು ನನ್ನನ್ನು ಅಪರಾಧಿ ಸ್ಥಾನದಲ್ಲಿ ನಿಲ್ಲಿಸುತ್ತಿದ್ದೀರಿ ಎಂದು ಹೆಗಡೆ ಹೇಳಿದರೆ, ನನ್ನ ಬಳಿ ಇರುವ ದಾಖಲೆಗಳ ಆಧಾರದ ಮೇಲೆ ನಾನು ಮಾತನಾಡುತ್ತಿದ್ದೇನೆ. ಯಾರನ್ನೂ ಮೆಚ್ಚಿಸಲು ನಾನು ಮಾತನಾಡುವುದಿಲ್ಲ. ಇಷ್ಟು ವರ್ಷ ನನ್ನನ್ನು ನೋಡಿದ್ದೀರಿ. ಇದು ನಿಮಗೂ ಗೊತ್ತಿರಬಹುದು ಎಂದು ಪಾಟೀಲ್ ತಿರುಗುಬಾಣ ಬಿಟ್ಟಿದ್ದರು.

ಹೀಗೆ ಕಚ್ಚಾಡಿದರೂ ರಾಮಕೃಷ್ಣ ಹೆಗಡೆ ಅವರ ಬಗ್ಗೆ ವೀರೇಂದ್ರಪಾಟೀಲರಿಗೆ ಅಪಾರ ಗೌರವ ಇತ್ತು. ಅವರ ಮಾತಿನಲ್ಲಿ ಅದು ವ್ಯಕ್ತವಾಗುತ್ತಿತ್ತು. ನಾನು ಕುತೂಹಲದಿಂದ ಹೇಳಿದೆ. ಸಾರ್, ಅಸೆಂಬ್ಲಿಯಲ್ಲಿ ನೀವು ಹಾಗೂ ಹೆಗಡೆಯವರು ಮಾತನಾಡುತ್ತಿದ್ದ ರೀತಿ ನೋಡಿ ಇಬ್ಬರ ನಡುವೆ ದ್ವೇಷದ ಜ್ವಾಲಾಮುಖಿಯೇ ಇದೆ ಅನ್ನಿಸಿತ್ತು.

ವೀರೇಂದ್ರ ಪಾಟೀಲ್ ಅರೆಕ್ಷಣ ಮೌನವಾದರು. ಹಾಗೆಯೇ ಮೊಸರು ಬೆರೆಸಿದ ಉಚ್ಚೆಳ್ಳು ಚಟ್ನಿಯನ್ನು ರೊಟ್ಟಿಗೆ ತಗುಲಿಸಿಕೊಂಡು ಬಾಯಿಗಿಟ್ಟುಕೊಂಡು ಜಗಿಯುತ್ತಾ ಹೇಳಿದರು: ವಿಠ್ಠಲಮೂರ್ತಿ, ನಿಮಗೊಂದು ಮಾತು ಹೇಳುತ್ತೇನೆ. ತಪ್ಪು ತಿಳಿದುಕೊಳ್ಳುವುದಿಲ್ಲ ತಾನೇ, ಇವರೇನೋ ಫಿಲಾಸಫಿ ಹೇಳುತ್ತಾರೆ ಅಂದುಕೊಳ್ಳುವುದಿಲ್ಲ ತಾನೇ ಅಂದರು.

ಇಲ್ಲ ಸಾರ್ ಎಂದೆ. ವಿಠ್ಠಲಮೂರ್ತಿ. ಈ ಮಹಾಭಾರತ ನಡೆಯಿತು ಅನ್ನುತ್ತಾರಲ್ಲ ಅದು ನಡೆದಿರುವುದು ಅಸಂಭವವಲ್ಲ. ಈಗ ನಾವು ಓದುತ್ತಿರುವ ಮಹಾಭಾರತಕ್ಕೆ ಹಲ ಮಂದಿ ವಿದ್ವಾಂಸರು ಮತ್ತಷ್ಟು ಹೊಳಪು ನೀಡಿರಬಹುದು. ಆದರೆ ನನಗನ್ನಿಸುವ ಪ್ರಕಾರ, ಮನುಷ್ಯನ ಮನಸ್ಸೇ ಒಂದು ಮಹಾಭಾರತ ಎಂದರು ವೀರೇಂದ್ರ ಪಾಟೀಲ್.

ನಾನು ಕುತೂಹಲದಿಂದ ಅವರನ್ನೇ ನೋಡುತ್ತಾ ಕುಳಿತೆ. ಅವರು ಹೇಳುತ್ತಾ ಹೋದರು. ವಿಠ್ಠಲಮೂರ್ತಿ. ಮಹಾಭಾರತದಲ್ಲಿ ಪಾಂಡವರು ಒಳ್ಳೆಯತನದ ಸಂಕೇತ. ಕೌರವರು ಕೆಟ್ಟತನದ ಸಂಕೇತ. ಈ ಒಳ್ಳೆಯತನ ಮತ್ತು ಕೆಟ್ಟತನ ಎರಡೂ ನಮ್ಮ ಮನಸ್ಸಿನಲ್ಲೇ ಇರುತ್ತದೆ.

ಒಬ್ಬ ವ್ಯಕ್ತಿ ನಿಮಗೆ ಸರ್ವ ಶ್ರೇಷ್ಠ ಅನ್ನಿಸಬಹುದು. ಅದರರ್ಥ, ಆತ ಕೆಟ್ಟದನ್ನೇ ಯೋಚಿಸಿರುವುದಿಲ್ಲ ಎಂದಲ್ಲ. ಆದರೆ ಪ್ರತಿ ಮನುಷ್ಯನ ಮನಸ್ಸಿನಲ್ಲಿ ಒಳ್ಳೆಯತನ

ಹಾಗೂ ಕೆಟ್ಟತನದ ನಡುವೆ ಹೊಯ್ದಾಟ ನಡೆದೇ ಇರುತ್ತದೆ. ಕೆಟ್ಟದನ್ನು ಯೋಚಿಸದೆ ಇರುವವನು ಮನುಷ್ಯನೇ ಅಲ್ಲ ಎಂದರು ವೀರೇಂದ್ರ ಪಾಟೀಲ್.

ನನಗೆ ಅರೆಕ್ಷಣ ಮೈ ಜುಂ ಅಂತು. ಕೆಟ್ಟದನ್ನು ಯೋಚಿಸದವನು ಮನುಷ್ಯನೇ ಅಲ್ಲ ಎಂಬುದು ಸಣ್ಣ ಮಾತಲ್ಲ. ಅದರಲ್ಲೂ ಎರಡೆರಡು ಬಾರಿ ಕರ್ನಾಟಕದ ಮುಖ್ಯಮಂತ್ರಿಯಾದ ವೀರೇಂದ್ರ ಪಾಟೀಲರಂತಹ ಸಜ್ಜನ ನಾಯಕನ ಬಾಯಲ್ಲಿ ಬರುತ್ತಿರುವ ಮಾತದು.

ನಾನು ಮೂಕನಾಗಿ ಕೇಳುತ್ತಾ ಕುಳಿತೆ. ಯಥಾ ಪ್ರಕಾರ, ಅವರು ಮೊಸರು ಕಲಸಿದ ಉಚ್ಚೆಳ್ಳು ಚಟ್ನಿಯನ್ನು ರೊಟ್ಟಿಗೆ ಸವರಿಕೊಂಡು ತಿನ್ನುತ್ತಾ ಹೇಳಿದರು: ನಾವು ಬದುಕಿನಲ್ಲಿ ಕೆಟ್ಟದನ್ನು ಯೋಚಿಸುತ್ತೇವೆ. ಅದು ಕೂಡಾ ನಿರಂತರ ಪ್ರಕ್ರಿಯೆ. ಒಂದು ಕಾಲಘಟ್ಟದಲ್ಲಿ ನಾನು ಕೆಟ್ಟದನ್ನೇ ಯೋಚಿಸುತ್ತಿದ್ದೆ. ಆನಂತರದ ಕಾಲಘಟ್ಟದಲ್ಲಿ ಒಳ್ಳೆಯದನ್ನೇ ಯೋಚಿಸಲು ಶುರು ಮಾಡಿದೆ ಎಂಬುದು ಸುಳ್ಳು. ಮನುಷ್ಯನ ಮನಸ್ಸಿನಲ್ಲಿ ಏಕ ಕಾಲದಲ್ಲಿ ಪಾಂಡವರು, ಕೌರವರ ಉಪಸ್ಥಿತಿ ಇರಲೇಬೇಕು.

ಆದರೆ ಮನಸ್ಸಿನಲ್ಲಿರುವ ಈ ಕೆಟ್ಟತನ ಹಾಗೂ ಒಳ್ಳೆಯತನದ ನಡುವೆ ವಿವೇಕ ಎಂಬ ಶ್ರೀಕೃಷ್ಣನ ಉಪಸ್ಥಿತಿ ಲಭ್ಯವಾಗುವಂತೆ ಮಾಡಿಕೊಂಡರೆ ನೀವು ಬಚಾವ್. ಯಾಕೆಂದರೆ ಆಗ ನಿಮ್ಮಲ್ಲಿ ಒಳ್ಳೆಯತನದ ಷೇರು ಜಾಸ್ತಿಯಾಗುತ್ತದೆ. ಇದು ಫಿಫ್ಟಿ ಒನ್ ಪರ್ಸೆಂಟಿಗಿಂತ ಕಡಿಮೆಯಾಗದಂತೆ ನೋಡಿಕೊಂಡರೆ ನೀವು ಒಳ್ಳೆಯತನದ ಬೌಂಡರಿಯೊಳಗಿದ್ದೀರಿ ಅಂತ ಅರ್ಥ.

ಹಾಗೊಂದು ವೇಳೆ ಕೆಟ್ಟತನದ ಷೇರು ಐವತ್ತೊಂದು ಪರ್ಸೆಂಟು ತಲುಪಿದರೆ ನೀವು ಕೆಟ್ಟವರು ಅಂತ ಅರ್ಥ. ಆದ್ದರಿಂದ ಪಾಂಡವರನ್ನು ರೂಪಿಸುವವರು ನೀವೇ. ಕೌರವರನ್ನು ರೂಪಿಸಿಕೊಳ್ಳುವವರೂ ನೀವೇ. ಹೀಗಾಗಿ ಪದೇ ಪದೇ ವಿವೇಕ ಎಂಬ ಶ್ರೀಕೃಷ್ಣನನ್ನು ಮುಂದಿಟ್ಟುಕೊಳ್ಳಿ. ಮನಸ್ಸೆಂಬ ರಥ ಮುನ್ನುಗ್ಗಲು ಕಾರಣವಾಗುವ ಲಗಾಮು ಆತನ ನಿಯಂತ್ರಣದಲ್ಲಿರುವಂತೆ ನೋಡಿಕೊಳ್ಳಿ.

ಹೀಗಾಗಿಯೇ ಯೋಚಿಸುತ್ತಾ ಹೋದರೆ ನನಗೆ ಮಹಾಭಾರತ ಎಂದರೆ ಮಹಾಕಾವ್ಯ ಮಾತ್ರವಲ್ಲ. ಪ್ರತಿಯೊಬ್ಬ ಮನುಷ್ಯ ಕೂಡಾ ಅದರ ಪ್ರತಿಬಿಂಬ ಅನ್ನಿಸುತ್ತದೆ. ಆ ದೃಷ್ಟಿಯಿಂದ ನೋಡಿದರೆ ಹೆಗಡೆ ಕೂಡಾ ಒಳ್ಳೆಯತನದ ಷೇರು ಹೆಚ್ಚಿದ್ದ ಮನುಷ್ಯ. ಹೀಗಾಗಿ ಕೆಲ ಘಟನೆಗಳ ಆಧಾರದ ಮೇಲೆ ಅವರನ್ನು ಸಾರಾಸಗಟಾಗಿ ಕೆಟ್ಟವರು ಎನ್ನಬಾರದು ಅಲ್ಲವೇ ಅಂತ ಪ್ರಶ್ನಿಸಿದ ವೀರೇಂದ್ರ ಪಾಟೀಲ್, ಇದರಲ್ಲಿ ಏನಾದರೂ ತಪ್ಪಿದೆಯೇ ಎಂದು ಕೇಳಿದರು.

ಅಷ್ಟು ದೊಡ್ಡ ಮನುಷ್ಯ. ಮನಸ್ಸನ್ನೇ ಮಹಾಭಾರತ ಅಂತ ಹೇಳಿ ಅನೂಹ್ಯವಾದ ಘಟ್ಟವೊಂದಕ್ಕೆ ಕರೆದೊಯ್ದ ನಾಯಕ. ಫೈನಲಿ, ಇದರಲ್ಲಿ ಏನಾದರೂ ತಪ್ಪಿದೆಯೇ

ಎಂದು ಕೇಳಿದರೆ ನಾನೇನು ಹೇಳಲಿ, ಆ ಕ್ಷಣಕ್ಕೆ ನಾನು ಮೂಕನೇ ಆಗಿ ಹೋದೆ.

ನನ್ನ ಸ್ಥಿತಿ ಕಂಡು ವೀರೇಂದ್ರ ಪಾಟೀಲರು ಅಮಾಯಕ ನಗೆ ನಗುತ್ತಾ, ವಯಸ್ಸಾದವನು ಏನೇನೋ ಹೇಳುತ್ತಾನೆ ಅಂದುಕೊಳ್ಳಬೇಡಿ. ಬನ್ನಿ. ಆರಾಮಾಗಿ ಕೂತು ಮಾತನಾಡೋಣ. ನಿಮ್ಮ ಪ್ರಶ್ನೆಗಳೇನಿವೆ ಕೇಳಿ ಎಂದರು. ಅಂದ ಹಾಗೆ ಅವತ್ತು ಸಂದರ್ಶನವೇನೋ ಮುಗಿಯಿತು. ಅದು ವರ್ತಮಾನಕ್ಕೆ ಸಂಬಂಧಿಸಿದ್ದು, ಆದರೆ ಅದಕ್ಕೂ ಮುನ್ನ ಅವರಾಡಿದ ಮಾತು, ಮನುಷ್ಯ ಭವಿಷ್ಯದಲ್ಲಿ ಹೇಗೆ ನಡೆಯಬೇಕು? ಎಂಬುದನ್ನು ಧ್ವನಿಸಿತ್ತು.

ಅಂದ ಹಾಗೆ ಸುಮಾರು ಮೂರು ದಶಕಗಳ ಹಿಂದೆ ಅವರಾಡಿದ ಈ ಮಾತುಗಳು ಇವತ್ತೂ ನನ್ನನ್ನು ಕಾಡುತ್ತವೆ.

9

ಬಂಗಲೆಯೇ ಇರಲಿ, ಗುಡಿಸಲೇ ಇರಲಿ. ಮನುಷ್ಯನಿಗೊಂದು ಸೂರು ಇರಬೇಕು. ಸೂರಿದ್ದರೆ ಗಂಜಿಯೋ? ನೀರೋ ಕುಡಿದುಕೊಂಡು ಇರಬಹುದು. ಆದರೆ ಸೂರಿಲ್ಲದ ಬದುಕನ್ನು ಊಹಿಸಿಕೊಳ್ಳುವುದು ನನಗೆ ಕಷ್ಟವಾಯಿತು.

ಆ ನಿರಾಶ್ರಿತೆಯ ಕಣ್ಣೀರ ಕತೆ ಹಲವರಿಗೆ 'ಆಶ್ರಯ' ದಕ್ಕಿಸಿಕೊಟ್ಟಿತು

ವಿಠ್ಠಲಮೂರ್ತಿ, ಮಲೆನಾಡಿನ ಮಳೆಯಲ್ಲಿ ನೀವೂ ನೆನೆದಿರುತ್ತೀರಿ. ಆದರೆ ಎಷ್ಟು ಹೊತ್ತು ನೆನೆದಿದ್ದೀರಿ ಅಂತ ಅವರು ಕೇಳಿದರು.

ಅಬ್ಬಬ್ಬಾ ಎಂದರೂ ಎರಡು ಅಥವಾ ಮೂರು ಗಂಟೆ ನೆನೆದು ಬಕಾಬರಲೆ ಸುಸ್ತಾಗಿ ಮಲಗಿದ ದಿನಗಳಿವೆ ಸಾರ್ ಎಂದೆ. ಅದಕ್ಕವರು ಸೀರಿಯಸ್ಸಾಗಿ, ಇದೇ ರೀತಿ ಇಪ್ಪತ್ನಾಲ್ಕು ಗಂಟೆ ಮಳೆಯಲ್ಲಿ ನೆನೆದು, ಆ ಮಳೆಯಲ್ಲೇ ಮಲಗಿದವರನ್ನು ನೋಡಿದ ನೆನಪೇನಾದರೂ ಇದೆಯಾ ಎಂದರು.

ನೋ ಚಾನ್ಸ್ ಸಾರ್. ನಾನು ಹಾಗೇನಾದರೂ ಮಲೆನಾಡಿನ ಬಿರುಮಳೆಗಾಗಲೀ, ಜಿಟಿ ಜಿಟಿ ಮಳೆಗಾಗಲೀ ಇಪ್ಪತ್ನಾಲ್ಕು ಗಂಟೆ ನೆನೆದಿದ್ದರೆ ನೆಗೆದು ಬಿದ್ದು

ಹೋಗುತ್ತಿದ್ದೆ ಅನ್ನಿಸುತ್ತದೆ ಎಂದೆ. ಅರೆಕ್ಷಣ ಅವರು ಮೌನವಾದರು. ಆನಂತರ ಉದ್ವೇಗದಿಂದೆಂಬಂತೆ ಹೇಳತೊಡಗಿದರು.

ಆದರೆ ಅವತ್ತು, ಈ ರೀತಿ ಇಪ್ಪತ್ನಾಲ್ಕು ಗಂಟೆಗೂ ಹೆಚ್ಚು ಕಾಲ ಮಳೆಗೆ ನೆನೆದು, ಅದೇ ಮಳೆಯಲ್ಲಿ ಮರದ ಕೆಳಗೆ ಮಲಗಿದ ಆ ಹಣ್ಣು ಹಣ್ಣು ಮುದುಕಿಯನ್ನು ನೋಡಿ ನಾನು ಅತ್ತುಬಿಟ್ಟಿದ್ದೆ ವಿಠ್ಠಲಮೂರ್ತಿ. ಮುಂದೆ ನಾನು ಮುಖ್ಯಮಂತ್ರಿಯಾದಾಗ 'ಆಶ್ರಯ' ಯೋಜನೆ ಜಾರಿಗೆ ತರಲು ಅದು ಕಾರಣವಾಯಿತು ಎಂದು ಹೇಳಿ ಮತ್ತವರು ಮೌನ ತಾಳಿದರು.

ಅಷ್ಟರಲ್ಲಾಗಲೇ ಕಾರು ವಿಂಡ್ಸರ್ ಮ್ಯಾನರ್ ಹೋಟೆಲ್‌ನ ಅಂಡರ್‌ಬ್ರಿಡ್ಜ್ ಕೆಳಗಿತ್ತು. ನಾನು ಕೇಳಿದ ಪ್ರಶ್ನೆಗೆ ಸ್ಥೂಲವಾಗಿ ಉತ್ತರವೇನೋ ಸಿಕ್ಕಿತ್ತು. ಆದರೆ ಅದರ ವಿವರ ಸಿಕ್ಕಿರಲಿಲ್ಲ. ಹಾಗಂತಲೇ, ಸಾರ್, ಈ ಘಟನೆಯನ್ನು ವಿವರವಾಗಿ ಹೇಳಿ ಸಾರ್. ಆಶ್ರಯ ಯೋಜನೆ ಜಾರಿಗೆ ತರಲು ನಿಮಗಿದ್ದ ಪ್ರೇರಣೆ ಏನು ಅನ್ನುವುದು ಗೊತ್ತಾಯಿತು. ಆದರೆ ಅದರ ವಿವರ ಗೊತ್ತಾಗಲಿಲ್ಲ ಎಂದೆ.

ಅಂದ ಹಾಗೆ ಅವತ್ತು ನನ್ನ ಕುತೂಹಲದ ಪ್ರಶ್ನೆಗೆ ನೀರಿನ ಕಾರಂಜಿಯಂತೆ ಉತ್ತರ ಹೊರಹೊಮ್ಮಿಸಿದವರು ಬಂಗಾರಪ್ಪ. ತೊಂಬತ್ತರಿಂದ ತೊಂಬತ್ತೆರಡರ ತನಕ ಕರ್ನಾಟಕದ ಮುಖ್ಯಮಂತ್ರಿಯಾಗುವ ಅವಕಾಶ ಅವರಿಗೆ ದಕ್ಕಿತ್ತು.

ಈ ಕಾಲದಲ್ಲೇ ಅವರು ಬಡವರಿಗೆ ಸೂರು ಒದಗಿಸುವ ಮಹತ್ವದ ಆಶ್ರಯ ಯೋಜನೆಯನ್ನು ಜಾರಿಗೆ ತಂದರು. ಇದು ಕೂಡಾ ದೇವರಾಜ ಅರಸರು ಜಾರಿಗೆ ತಂದ ಉಳುವವನೇ ಭೂ ಒಡೆಯ ಎಂಬಷ್ಟೇ ಕ್ರಾಂತಿಕಾರಿ ನಿರ್ಣಯವಾಗಿತ್ತು. ಯಥಾ ಪ್ರಕಾರ ಈ ಯೋಜನೆಯ ದುರ್ಲಾಭ ಪಡೆದವರೂ ಇರಬಹುದು. ಅದು ಬೇರೆ ವಿಷಯ. ಆದರೆ ಅಷ್ಟು ವರ್ಷಗಳಾದರೂ ಇಂತಹದೊಂದು ಮಹತ್ವದ ಯೋಜನೆಯನ್ನು ಜಾರಿಗೆ ತರಲು ಅವರಿಗಿದ್ದ ಪ್ರೇರಣೆ ಏನು ಅನ್ನುವುದು ಎಲ್ಲೂ ಬಹಿರಂಗವಾಗಿರಲಿಲ್ಲ.

ಹೀಗಾಗಿಯೇ ಈ ವಿಷಯ ತಿಳಿದುಕೊಳ್ಳಲು ನಾನು ಅವತ್ತು ಸದಾಶಿವನಗರದಲ್ಲಿದ್ದ ಅವರ ಮನೆಗೆ ಹೋಗಿದ್ದೆ. ಆಗಷ್ಟೇ ಅವರು ತಮ್ಮ ಬಾಡಿಗೆ ಮನೆಯನ್ನು ಬಿಟ್ಟು ಸ್ವಂತ ಮನೆಗೆ ಹೋಗಿದ್ದರು. ಹೀಗೆ ಅವರನ್ನು ನೋಡಲು ಅಂತ ಹೊರಟಾಗ ಅದಾಗಲೇ ಹೊರಗೆ ಹೊರಡುವ ತಯಾರಿಯಲ್ಲಿದ್ದ ಬಂಗಾರಪ್ಪ, ತಮ್ಮ ಪತ್ನಿಯ ತೋಳ್ತೆಕ್ಕೆಯಲ್ಲಿದ್ದ ಮೊಮ್ಮಗನಿಂದ ಮುತ್ತು ಸ್ವೀಕರಿಸಿ ಕಾರು ಏರುತ್ತಿದ್ದರು.

ಅದೇ ಹೊತ್ತಿಗೆ ಸರಿಯಾಗಿ ನಾನವರ ಮನೆಗೆ ಎಂಟ್ರಿಯಾಗಿದ್ದೆ. ಅವರು ತಮ್ಮ ಪತ್ನಿ ಶ್ರೀಮತಿ ಶಕುಂತಲಾ ಅವರ ತೋಳ್ತೆಕ್ಕೆಯಲ್ಲಿದ್ದ ಮಗುವಿನಿಂದ ಮುತ್ತು ಸ್ವೀಕರಿಸಿದ್ದು ಈಗಲೂ ಕಣ್ಣ ಮುಂದೆ ನಡೆದಂತಿದೆ. ಹೀಗೆ ಮುತ್ತು ಪಡೆದ ಬಂಗಾರಪ್ಪ

ಕಾರು ಹತ್ತುತ್ತಿದ್ದಂತೆಯೇ ನನ್ನನ್ನು ಗಮನಿಸಿ, ಅರೇ ವಿಠ್ಠಲಮೂರ್ತಿ. ಕಾರು ಹತ್ತಿ ಎಂದರು.

ನಾನು ಹಿಂದೆ ಮುಂದೆ ನೋಡದೆ ಕಾರು ಹತ್ತಿದೆ. ಸರಿ, ಕಾರು ಹೊರಟ ತಕ್ಷಣ: ಸಾರ್. ನೀವು ಸಿಎಂ ಆಗಿದ್ದಾಗ ಬಡವರಿಗೆ ಸೂರು ಒದಗಿಸುವ ಆಶ್ರಯದಂತಹ ಮಹತ್ವದ ಯೋಜನೆಯನ್ನು ಜಾರಿಗೆ ತಂದಿರಿ. ಅದನ್ನು ಜಾರಿಗೆ ತರಲು ಇದ್ದ ಹಿನ್ನೆಲೆಯ ಬಗ್ಗೆ ಹೇಳಿ ಎಂದು ಕೇಳಿದಾಗ ಬಂಗಾರಪ್ಪ ಹೇಳುತ್ತಾ ಹೋಗಿದ್ದರು.

ಹೀಗೆ ವಿಂಡ್ಸರ್ ಮ್ಯಾನರ್ ಪಕ್ಕದ ಬ್ರಿಡ್ಜಿನ ಬಳಿ ಬರುವ ಹೊತ್ತಿಗೆ ಸ್ಥೂಲವಾಗಿ ಅದರ ಚಿತ್ರವೇನೋ ಸಿಕ್ಕಿತ್ತು. ಆದರೆ ಅದಿನ್ನೂ ಸ್ಪಷ್ಟವಾಗಿರಲಿಲ್ಲ. ಹಾಗಂತಲೇ ನಾನು ಪಟ್ಟು ಬಿಡದೆ ಮತ್ತೆ ಅದನ್ನೇ ಕೇಳಿದೆ.

ಅದಕ್ಕವರು ಮತ್ತೆ ವಿಷಾದದ ಧ್ವನಿಯಲ್ಲಿ ಹೇಳತೊಡಗಿದರು. ವಿಠ್ಠಲಮೂರ್ತಿ. ನನ್ನ ಕ್ಷೇತ್ರ ಸೊರಬದ ಕುಬಟೂರಿನ ಹತ್ತಿರ ಬಂಕಸಾಣ ಎಂಬ ಗ್ರಾಮವಿದೆ. ಪ್ರತಿ ವರ್ಷ ಅಲ್ಲಿ ಸಾಮೂಹಿಕ ವಿವಾಹ ನಡೆಸುವುದು ನಮ್ಮ ರೂಢಿ. ಹೀಗೇ ಒಂದು ಸಲ ಬಂಕಸಾಣಕ್ಕೆ ಹೊರಟಿದ್ದೇನೆ. ಇನ್ನೇನು ಬಂಕಸಾಣ ತಲುಪಬೇಕು. ಮಳೆ ಅಂದರೆ ಮಳೆ. ಎಂತಹ ಮಳೆ ಎನ್ನುತ್ತೀರಿ! ಇನ್ನೇನು ಆ ಮಳೆಯ ಹೊಡೆತಕ್ಕೆ ಪ್ರಳಯವೇ ಆಗಿ ಬಿಡುತ್ತದೆ ಎನ್ನಬೇಕು ಆ ಥರ. ಮರಗಳಿಂದ ಹನಿ ತೊಟ್ಟಿಕ್ಕುವ ಬದಲು ನೀರು ಸುರಿಯುತ್ತಿದೆ ಎಂದರೆ ಅದಿನ್ನೆಂತಹ ಮಳೆ ಇರಬೇಕು ಊಹಿಸಿ ಆ ಮಳೆಯ ಚಂಡಿತನ ನೋಡಿ ಕಾರಿನಲ್ಲಿ ಕೂತ ನಾನೇ ದಿಗಿಲು ಬಿದ್ದು ಹೋದೆ.

ಅದರ ನಡುವೆಯೇ ಅದೇಕೋ ಆಯಾಚಿತವಾಗಿ ನನ್ನ ಗಮನ ಹೊರಗೆ ಸರಿಯಿತು. ನೋಡಿದರೆ ಆ ರೀತಿ ಭರ್ರೋ ಅಂತ ಯಮಗಾಳಿಯ ಜತೆ ಮಳೆ ಸುರಿಯುತ್ತಿದ್ದರೂ ಒಂದು ಮರದ ಕೆಳಗೆ ವಯಸ್ಸಾದ ಹಣ್ಣು ಹಣ್ಣು ಮುದುಕಿಯೊಬ್ಬಳು ಕುಳಿತಿದ್ದಾಳೆ.

ಅರೇ, ಕಾರಿನಲ್ಲಿ ಕೂತ ನಾನೇ ಆ ಮಳೆಯ ಹೊಡೆತಕ್ಕೆ ದಿಗಿಲಾಗಿದ್ದೇನೆ. ಆ ಮುದುಕಿಯ ಕತೆ ಏನಾಗಿರಬೇಕು ಅಂತ ಯೋಚಿಸುವಷ್ಟರಲ್ಲಿ ಕಾರು ಮುಂದೆ ಹೋಗಿತ್ತು. ಬಂಕಸಾಣದ ದೀಪಗಳು ಝೀರೋ ಕ್ಯಾಂಡಲ್ ಬಲ್ಬ್ ನಂತೆ ಚಿಳ್ಕಿ–ಪಿಳ್ಕಿ ಎನ್ನುತ್ತಿದ್ದವು.

ಸರಿ, ಅದ್ಹೇಗೋ ಬಂಕಸಾಣದಲ್ಲಿ ಮದುವೆ ಕಾರ್ಯಕ್ರಮವನ್ನು ಮುಗಿಸಿದ್ದಾಯಿತು. ಮರು ದಿನ ಸಂಜೆ, ಬೆಂಗಳೂರಿಗೆ ಹೊರಟೆ. ಯಥಾ ಪ್ರಕಾರ ಒಂದೇ ಸಮನೆ ಮಳೆ ಸುರಿಯುತ್ತಿದೆ. ಹೋಗುತ್ತಾ ಹೋಗುತ್ತಾ ನನ್ನ ದೃಷ್ಟಿಯನ್ನು ಒಂದು ಬಗೆಯ ಆತಂಕದಿಂದಲೇ ಕಾರಿನ ಎಡಭಾಗದ ಮೇಲಿಟ್ಟು ಹೋದೆ. ಹಿಂದಿನ

ದಿನ ಸಂಜೆ ಮರದ ಕೆಳಗೆ ನೆನೆಯುತ್ತಾ ಕುಂತಿದ್ದ ಮುದುಕಿ, ಅದೇ ಮಳೆಯಲ್ಲಿ ಮುದುಡಿಕೊಂಡು ಮರದ ಕೆಳಗೆ ಮಲಗಿದ್ದಾಳೆ.

ತಡೆಯಲಾಗದೆ ನಾನು ಕಾರಿನಿಂದ ಇಳಿದು ಆ ಮುದುಕಿಯ ಬಳಿ ಹೋದೆ. ಕನಿಷ್ಠ ಪಕ್ಷ ಒಂದು ಸೂರಿನ ಕೆಳಗಾದರೂ ಇರದೆ ಮರದ ಕೆಳಗೆ ಮುದುಕಿ ಮಲಗಿದ್ದಾಳೆ ಎಂದರೆ ಸಹಜವಾಗಿಯೇ ಮನಸ್ಸು ಭಾರವಾಗುತ್ತದೆ ಅಲ್ಲವಾ, ನನಗೂ ಹಾಗೇ ಆಯಿತು. ಹಾಗಂತಲೇ ಆ ಮಳೆಯ ನಡುವೆಯೇ ಮುದುಕಿಯ ಹತ್ತಿರ ಹೋಗಿ, ಅಜ್ಜಿ, ಅಜ್ಜಿ ಎಂದು ಕೂಗಿದೆ.

ಅದಕ್ಕಾಕೆ ಕಣ್ಣು ತೆರೆದಳು. ನಾನು ಸ್ವಲ್ಪ ಮುನಿಸಿನಿಂದಲೇ, ಅದೇನಜ್ಜಿ, ನೆನ್ನೆ ಸಂಜೆ ನೋಡಿದ್ದು. ಇವತ್ತು ಸಂಜೆ ನೋಡಿದರೂ ಹಾಗೇ ಮಲಗಿದ್ದೀ. ಯಾವುದಾದರೂ ಒಂದು ಸೂರಿನ ಕೆಳಗಾದರೂ ಆಶ್ರಯ ಪಡೆಯಬಾರದಿತ್ತೇ ಎಂದು ಹೇಳಿದೆ.

ಅದಕ್ಕೆ ಆ ಮುದುಕಿ ಕಣ್ಣೀರಿಡುತ್ತಾ, ಎಲ್ಲಿದೆ ಮಗೂ ನನಗೆ ಆಶ್ರಯ ಕೊಡುವ ಸೂರು ನನ್ನವರು ಅಂತ ನನಗ್ಯಾರು ಇದ್ದಾರೆ ಯಾರೂ ಇಲ್ಲ ಕಣಪ್ಪಾ ಎಂದಳು. ಹೀಗೆ ಹೇಳುವಾಗ ಆಕೆಯ ಮೈ-ಕೈ ನಡುಗುತ್ತಿತ್ತು. ಆ ಕ್ಷಣದಲ್ಲಿ ನನ್ನೆದೆ ಝುಲ್ಲಂತ ನಡುಗಿ ಹೋಯಿತು. ಒಬ್ಬ ಮನುಷ್ಯನಿಗೆ ಬಿಸಿಲು, ಗಾಳಿ, ಮಳೆ, ಚಳಿಯ ರಕ್ಷಣೆಗಾಗಿ ಅಂತ ಒಂದು ಸೂರೂ ಇಲ್ಲದಿದ್ದರೆ ಹೇಗೆ ಅನ್ನಿಸಿ ನೋವಾಯಿತು.

ಇದೇ ಸ್ಥಿತಿಯಲ್ಲಿ ನಾನಿದ್ದಿದ್ದರೆ ಅಂತ ಯೋಚಿಸಿದೆ. ತಕ್ಷಣವೇ ಆ ಮುದುಕಿಯನ್ನು ಎಬ್ಬಿಸಿ, ಮುಂದಿದ್ದ ಹಳ್ಳಿಯೊಂದರ ತನಕ ಕಾರಿನಲ್ಲೇ ಕರೆದುಕೊಂಡು ಹೋದೆ. ಅಲ್ಲಿದ್ದ ಪರಿಚಿತರೊಬ್ಬರಿಗೆ, ಈಕೆ ನನಗೆ ಬೇಕಾದವಳು. ಈಕೆಯನ್ನು ಜತೆಯಲ್ಲಿಟ್ಟುಕೊಳ್ಳಿ. ಆಕೆಯ ಖರ್ಚು ನನ್ನದೇ ಎಂದೆ. ಮುಂದೆ ಆ ಮುದುಕಿ ಬದುಕಿರುವವರೆಗೆ ಆಕೆಯ ಖರ್ಚನ್ನು ನಾನೇ ಭರಿಸುತ್ತಿದ್ದೆ. ಆದರೆ ಆ ದಿನದ ಘಟನೆ ಮನಸ್ಸಿನಲ್ಲಿ ಚಿರಸ್ಥಾಯಿಯಾಗಿ ಹೋಯಿತು.

ಬಂಗಲೆಯೇ ಇರಲಿ, ಗುಡಿಸಲೇ ಇರಲಿ. ಮನುಷ್ಯನಿಗೊಂದು ಸೂರು ಇರಬೇಕು. ಸೂರಿದ್ದರೆ ಗಂಜಿಯೋ, ನೀರೋ ಕುಡಿದುಕೊಂಡು ಇರಬಹುದು. ಆದರೆ ಸೂರಿಲ್ಲದ ಬದುಕನ್ನು ಊಹಿಸಿಕೊಳ್ಳುವುದು ನನಗೆ ಕಷ್ಟವಾಯಿತು.

ಹೀಗಾಗಿಯೇ, ನನಗೆ ರಾಜಕೀಯವಾಗಿ, ಮಹತ್ವದ ಅಧಿಕಾರವೇನಾದರೂ ಸಿಕ್ಕಿದರೆ ಇಂತಹ ಜನರಿಗಾಗಿ ಏನಾದರೂ ಮಾಡಬೇಕು ಅಂತ ಮನಸ್ಸು ತಟಗುಟ್ಟುತ್ತಿತ್ತು. ಬಡವರಿಗೆ ಸೂರು ಒದಗಿಸುವ ಆ ಯೋಜನೆಯ ಕನಸಿಗೆ ಬೀಜ ಬಿದ್ದಿದ್ದು ಆ ಸಂದರ್ಭದಲ್ಲಿಯೇ ಎಂದು ಹೇಳಿ ಬಂಗಾರಪ್ಪ ಮೌನವಾದರು.

ಅದಾದ ನಂತರ ನಾನು ಮಾತನಾಡಲಿಲ್ಲ. ಯಾಕೆಂದರೆ ಮಾತನಾಡಲು ನನಗೇನೂ ಉಳಿದಿರಲಿಲ್ಲ.

10

ಒಬ್ಬ ಹೆಣ್ಣು ಮಗಳನ್ನು ಸೂಳೆ
ಎನ್ನುವ ಸಮಾಜಕ್ಕೆ, ಇಂತಹ
ಮಹತ್ವದ ಕೆಲಸ ಮಾಡಲು
ಸಾಧ್ಯವಾಗಲಿಲ್ಲ ಎಂದರೆ ಏನರ್ಥ?
ಆಕೆಯ ಮಾನವೀಯತೆಯ
ಲೆವೆಲ್ಲಿನಲ್ಲಿ ಈ ಸಮಾಜ ಇಲ್ಲ
ಎಂದು ತಾನೇ?

ಒಬ್ಬ ಸೂಳೆಯನ್ನು ಅರ್ಥ ಮಾಡಿಕೊಳ್ಳದ ಸಮಾಜಕ್ಕೆ ಮಹಾವ್ಯಕ್ತಿಗಳು ಅರ್ಥವಾಗಲು ಸಾಧ್ಯವೇ?

ಕತ್ತಲು ಮುತ್ತುತ್ತಿದ್ದಂತೆಯೇ ತಂಗಾಳಿ ಆವರಿಸಿಕೊಳ್ಳುತ್ತಾ ಹೋಯಿತು.

ನಾನು ಎದುರಿಗಿದ್ದವರ ಮುಂದೆ ಕುಳಿತುಕೊಳ್ಳಲು ಚಡಪಡಿಸುತ್ತಾ, ಆಗಿಂದಾಗ ಮಗ್ಗಲು ಬದಲಿಸುತ್ತಾ, ಕುಳಿತ ಭಂಗಿಯಲ್ಲಿ ದುರಹಂಕಾರದ ಲವಲೇಶವೇನಾದರೂ ಕಾಣುತ್ತದಾ ಅಂತ ಯೋಚಿಸುತ್ತಿದ್ದೆ. ನಾನು ಆ ಯೋಚನೆಯಲ್ಲಿದ್ದಾಗಲೇ ಅವರು ಮಾತನಾಡತೊಡಗಿದರು. ಅವರ ಹೆಸರು–

ಜೆ.ಹೆಚ್.ಪಟೇಲ್.

ಆಗವರು ಮುಖ್ಯಮಂತ್ರಿ. ಬದುಕಿನಲ್ಲಿ ನಾನು ಹಲವಾರು ದಿಗ್ಗಜ ನಾಯಕರನ್ನು

ನೋಡಿದ್ದೇನೆ. ಮಾತನಾಡಿದ್ದೇನೆ. ಅವರ ಜತೆ ಕುಳಿತು ಊಟ ಮಾಡಿದ್ದೇನೆ. ಆದರೆ ನೋ ಡೌಟ್, ಎಲ್ಲ ನಾಯಕರಲ್ಲೂ ಒಂದಲ್ಲ, ಒಂದು ವಿಶೇಷ ಗುಣವನ್ನು ನೋಡಿದ್ದೇನೆ.

ಹೀಗಾಗಿ ಯಾವ ನಾಯಕರನ್ನು ನಾನು ಮತ್ತೊಬ್ಬರೊಂದಿಗೆ ಹೋಲಿಸುವುದಿಲ್ಲ. ಪಟೇಲರ ವಿಷಯದಲ್ಲೂ ಅಷ್ಟೇ. ಅವರಿಗೆ ಅವರೇ ಸಾಟಿ. ಮತ್ತೊಬ್ಬ ನಾಯಕರನ್ನು ಅವರ ಜತೆ ಹೋಲಿಸಬೇಕೆಂದರೂ ಊಹೂಂ, ನೋ ಚಾನ್ಸ್.

ಇರಲಿ, ಅವತ್ತು ಮನೆಯೆದುರು ಪೇರಲೆ ಗಿಡಗಳಿಂದ ಆವೃತವಾದ ಹುಲ್ಲುಹಾಸಿನ ಮೇಲೆ ಖುರ್ಚಿ ಇಟ್ಟುಕೊಂಡು ಪಟೇಲರು ಲೋಕಾಭಿರಾಮವಾಗಿ ಮಾತನಾಡತೊಡಗಿದರು.

ಅಂದ ಹಾಗೆ, ನನಗೆ ಒಂದು ವಿಷಯ ಕೇಳಬೇಕು ಎಂಬ ತರಾತುರಿ ಇತ್ತು. ಯಾಕೆಂದರೆ ಅವತ್ತಷ್ಟೇ ಕನ್ನಡದ ಖ್ಯಾತ ಸಾಹಿತಿ, ಸಂಶೋಧಕರೊಬ್ಬರು, ಪಟೇಲರ ಕ್ಷೇತ್ರ ಚನ್ನಗಿರಿಯ ವ್ಯಾಪ್ತಿಯಲ್ಲಿರುವ ಕಾರಿಗನೂರಿನ ಬಳಿ ಇರುವ ಕೆರೆಯೊಂದರ ಹೆಸರನ್ನು ಬದಲಿಸಬೇಕು ಎಂದು ಪಟ್ಟು ಹಿಡಿದಿದ್ದರು. ಆ ಕೆರೆಯ ಹೆಸರು ಸೂಳೆ ಕೆರೆ. ಏಷ್ಯಾ ಖಂಡದ ದೊಡ್ಡ ಕೆರೆಗಳಲ್ಲಿ ಒಂದಾದ ಅದರ ಹೆಸರನ್ನು ಶಾಂತಿ ಸಾಗರ ಎಂದು ಬದಲಿಸಬೇಕು ಎಂಬುದು ಅವರ ಒತ್ತಾಯ.

ಆದರೆ ಜಪ್ಪಯ್ಯ ಅಂದರೂ ಪಟೇಲರು ಒಪ್ಪಲಿಲ್ಲ. ಅರೇ, ಇರಲಿ ಬಿಡ್ರಿ. ಸೂಳೆ ಕೆರೆ ಅನ್ನೋ ಹೆಸರು ಕೇಳಲೇ ಚೆಂದ. ಅದರ ಹೆಸರನ್ನು ಶಾಂತಿ ಸಾಗರ ಎಂದು ಬದಲಿಸಿ ಇತಿಹಾಸವನ್ನು ನಾವೇಕೆ ತಿರುಚಬೇಕು ಎಂದವರು ಉಲ್ಟಾ ಹೊಡೆದಿದ್ದರು.

ಅರೇ ಹೌದಲ್ಲ, ಸೂಳೆ ಕೆರೆ ಎಂಬ ಹೆಸರನ್ನು ಬದಲಿಸಿ ಶಾಂತಿ ಸಾಗರ ಎಂದು ಹೆಸರಿಟ್ಟರೆ ತಪ್ಪೇನು ಅನ್ನುವುದು ನನ್ನ ಅನಿಸಿಕೆಯೂ ಆಗಿತ್ತು. ಹೀಗಾಗಿ ಸಂಜೆ ಅವರ ಮಾಧ್ಯಮ ಸಲಹೆಗಾರ ಶಂಕರಲಿಂಗಪ್ಪ ಅವರನ್ನು ಕಾಡಿ ಟೈಮು ಫಿಕ್ಸು ಮಾಡಿಕೊಂಡಿದ್ದೆ.

ಅಯ್ಯೋ, ನಿಮಗೆ ಗೊತ್ತಿಲ್ಲ ಪಟೇಲರು ರಾತ್ರಿಯ ಹೊತ್ತು ಕುಳಿತು ಮಾತನಾಡುವುದಿಲ್ಲ. ಯಾಕೆಂದರೆ ಅವರಿಗೆ ಬೇರೆ ಎಂಗೇಜ್‌ಮೆಂಟುಗಳಿರುತ್ತವೆ! ಹೇಗೆ ಎಂದರು ಶಂಕರಲಿಂಗಪ್ಪ, ಆದರೆ ನಾನು ಪಟ್ಟು ಬಿಡದೆ, ಸಾರ್, ನಾನೇನೂ ಗಂಟೆಗಟ್ಟಲೆ ಮಾತನಾಡುವುದಿಲ್ಲ. ಹತ್ತೋ, ಹದಿನೈದು ನಿಮಿಷ ಮಾತ್ರ ಎಂದು ಹೇಳಿ ಯೆಸ್ ಅನ್ನಿಸಿದ್ದೆ.

ಸರಿ, ಪಟೇಲರ ಕಿಕ್ಕಿಂಗ್ ಟೈಮಿನಲ್ಲಿ ನನ್ನ ಆಫ್ ದಿ ರೆಕಾರ್ಡ್ ಇಂಟರ್‌ವ್ಯೂಗೆ ಅವಕಾಶ ಸಿಕ್ಕಿತು. ಹೋದೆ. ಪಟೇಲರು ಪೇರಲೆ ಗಿಡಗಳಿಂದ ಆವೃತವಾದ ಹುಲ್ಲುಹಾಸಿನ ಮೇಲೆ ಬಂದು ಕೂರಲು ಬಹಳ ಸಮಯ ತೆಗೆದುಕೊಳ್ಳಲಿಲ್ಲ.

ಹೀಗಾಗಿ ನನ್ನ ಚಡಪಡಿಕೆಗಳೇನಿವೆ ಎಂಬುದರ ಬಗ್ಗೆ ಗಮನವೇ ಇಲ್ಲದವರಂತೆ ಮಾತನಾಡುತ್ತಾ ಹೋದರು.

ವಿಠ್ಠಲಮೂರ್ತಿ. ನೀವು ರಾಮಾಯಣ, ಮಹಾಭಾರತ ಓದಿರುತ್ತೀರಿ. ಆದರೆ ಬೈಬಲ್, ಖುರಾನ್ ಓದಿದ್ದೀರಾ ಎಂದು ಕೇಳಿದರು. ನಾನು ಇಲ್ಲ ಸಾರ್, ನಾನೇಕೆ ಬಂದೆ ಎಂದರೆ ಅಂತ ಮೆಲ್ಲಗೆ ರಾಗ ಎಳೆದೆ.

ಅದಕ್ಕವರು ನನಗೆ ಗೊತ್ತು, ನೀವು ಏನು ಕೇಳಲು ಬಂದಿದ್ದೀರಿ ಅಂತ. ಆದರೆ ನಾನು ಕೇಳುತ್ತಿರುವುದು ಸಿಂಪಲ್ ಕ್ವಶ್ಚನ್. ನೀವು ಬೈಬಲ್, ಖುರಾನ್ ಓದಿದ್ದೀರಾ ಅಂತ. ಯಾಕೆಂದರೆ ನಮ್ಮಲ್ಲಿ ತುಂಬ ಜನರಿಗೆ ಇತಿಹಾಸ ಗೊತ್ತಿರುವುದಿಲ್ಲ. ಹೀಗಾಗಿ ತಮಗೆ ತಿಳಿದಂತೆ ವರ್ತಮಾನವನ್ನು ಅರ್ಥೈಸಿಕೊಂಡು ಮಾತನಾಡುತ್ತಾ ಒಂದು ವಿಕ್ಷಿಪ್ತ ಇತಿಹಾಸವನ್ನು ಸೃಷ್ಟಿಸುತ್ತಾರೆ (ಅರ್ಥವಾಗುವಿಕೆ ಹಾಗೂ ಅರ್ಥವಾಗದೆ ಇರುವಿಕೆ ಎಂಬುದರ ಮಧ್ಯೆ ಇರುವ ಅಪಾರ್ಥವನ್ನು ಕಲ್ಪಿಸಿಕೊಳ್ಳುತ್ತಾರೆ)ಎಂದರು.

ನನಗೆ ದೂಸರಾ ಮಾತನಾಡಲು ಸಾಧ್ಯವೇ ಆಗಲಿಲ್ಲ. ಅವರೇ ವಿಷಾದ ದಿಂದೆಂಬಂತೆ ನಕ್ಕು ಹೇಳುತ್ತಾ ಹೋದರು: ಇದನ್ನೇಕೆ ನಿಮಗೆ ಹೇಳಿದೆ ಎಂದರೆ ನಮ್ಮಲ್ಲಿ ತುಂಬ ಜನರಿಗೆ ಪ್ರವಾದಿ ಮುಹಮ್ಮದರ ಬಗ್ಗೆ, ಅವರ ಹೆಸರನ್ನು ಉಲ್ಲೇಖಿಸುವಾಗ ಅಲ್ಲಾಹು ಅವರ ಮೇಲೆ ಶಾಂತಿ ಮತ್ತು ಅನುಗ್ರಹಗಳನ್ನು ದಯಪಾಲಿಸಲಿ ಎಂದು ಹೇಳಬೇಕು ಎಂಬುದು ಗೊತ್ತೇ ಇರುವುದಿಲ್ಲ.

ಹಾಗೆಯೇ ಅವರೇಕೆ ಒಂದು ಕಾಲಘಟ್ಟದಲ್ಲಿ ದೇವರು ನಿರಾಕಾರ ಎಂದರು ಎಂಬುದನ್ನು ನಾವು ಅರ್ಥೈಸಿಕೊಳ್ಳುವ ಗೋಜಿಗೂ ಹೋಗುವುದಿಲ್ಲ. ಅವರ ತಂದೆಯ ಹೆಸರು ಅಬ್ದುಲ್ ಅಂತ, ತಾಯಿಯ ಹೆಸರು ಅಮೀನಾ ಅಂತ, ನಮ್ಮಲ್ಲಿ ಕೃಷ್ಣನನ್ನು ಯಶೋಧೆ ಸಲಹಿದಂತೆ ಮುಹಮ್ಮದರನ್ನು ಸಲಹಿದ ತಾಯಿ ಹಲೀಮಾ ಸಾದಿಯಾ ಅಂತ ತುಂಬ ಜನರಿಗೆ ಗೊತ್ತೂ ಇರುವುದಿಲ್ಲ.

ಆದರೆ ಚೆಕ್ ಮಾಡಿ ನೋಡಿ. ನಾವು ನಮಗೆ ಗೊತ್ತೇ ಇರದ ಸಂಗತಿಗಳ ಬಗ್ಗೆ ಅದ್ಭುತವಾಗಿ ಮಾತನಾಡುತ್ತೇವೆ. ಗೊತ್ತಿರುವ ಸಂಗತಿಗಳ ಕುರಿತು ಮಾತೇ ಆಡುವುದಿಲ್ಲ ಎಂದರು. ಅವರ ಮಾತನ್ನು ನಾನು ಜೀರ್ಣ ಮಾಡಿಕೊಳ್ಳಲು ಯತ್ನಿಸತೊಡಗಿದೆ. ಹೀಗಾಗಿ ಮಾತೇ ಆಡಲಿಲ್ಲ. ಯಥಾ ಪ್ರಕಾರ ಅವರ ಮಾತು ಮುಂದುವರಿಯಿತು.

ದೇವರು ನಿರಾಕಾರ ಎಂದು ಮುಹಮ್ಮದರು ಹೇಳಿದ್ದನ್ನೇ, ನಮ್ಮ ಶಂಕರಾಚಾರ್ಯರೂ ಹೇಳಿದ್ದರು. ಆದರೆ ಕಣ್ಣ ಮುಂದೆ ಏನೂ ಕಾಣದೆ ಇದ್ದರೆ ಏನನ್ನು ನಂಬುವುದು ಅಂತ ಕಾಮನ್ ಮ್ಯಾನ್ ಗಲಿಬಿಲಿಗೊಳ್ಳುತ್ತಾನೆ ಎಂಬ ಕಾರಣಕ್ಕಾಗಿ ಶಾರದಾ ದೇವಿಯನ್ನು ಸೃಷ್ಟಿಸಿದರು.

ಯೆಸ್. ನಾನು ದೇವರು ಆಕಾರ, ನಿರಾಕಾರ ಎಂಬ ಕುರಿತು ಮಾತನಾಡುವುದಿಲ್ಲ. ಆದರೆ ಬದುಕಿನ ಪ್ರತಿಯೊಂದು ಸಂಗತಿಗಳ ಕುರಿತೂ ನಾವು ಗೌರವ ಭಾವನೆ ಇರಿಸಿಕೊಳ್ಳಬೇಕು ಎಂಬ ಕಾರಣಕ್ಕಾಗಿ ಇದನ್ನು ಹೇಳಿದೆ. ನನಗೆ ಮುಸ್ಲಿಂ ಗೆಳೆಯರು ಹೆಚ್ಚು ಎಂಬ ಕಾರಣಕ್ಕಾಗಿ ನಾನು ಇದನ್ನೆಲ್ಲ ನಿಮಗೆ ಹೇಳುತ್ತಿದ್ದೇನೆ ಎಂದುಕೊಳ್ಳಬೇಡಿ. ಬೈಬಲ್‌ನ ಹಳೇ ಒಡಂಬಡಿಕೆ, ಹೊಸ ಒಡಂಬಡಿಕೆಯ ಕುರಿತೂ ನಾನು ವಿವರವಾಗಿ ನಿಮಗೆ ಹೇಳಬಲ್ಲೆ.

ಆದರೆ ಯಾವ್ಯಾವ ಕಾರಣಕ್ಕಾಗಿ ಮುಹಮ್ಮದರು, ಯೇಸು ಕ್ರಿಸ್ತರು ಹೋರಾಡಿದರು ಎಂಬುದನ್ನು ನಾವು ಅರ್ಥ ಮಾಡಿಕೊಳ್ಳುವ ಬದಲು ಅವರನ್ನು ನಿರ್ದಿಷ್ಟ ಧರ್ಮಕ್ಕೆ ಸೀಮಿತಗೊಳಿಸಿ ಮಾತನಾಡುತ್ತೇವೆ. ಆದರೆ ಅವರು ನಿಂತ ನೆಲ ಯಾವುದು? ಯಾವ ಪರಿಸ್ಥಿತಿಯನ್ನು ಅವರು ಎದುರಿಸಿದ್ದರು ಎಂಬುದನ್ನು ಮರೆಯುತ್ತೇವೆ. ಅದೇನೇ ಇರಲಿ, ಒಂದಂತೂ ನಿಜ. ಅವರು ಈ ಪ್ರಕೃತಿ ಸೃಷ್ಟಿಸಿದ ಅಮೂಲ್ಯ ಮುತ್ತುಗಳು ಎಂಬುದನ್ನು ಒಪ್ಪಲೇಬೇಕು. ಸಮುದ್ರ ಅಮೂಲ್ಯ ಮುತ್ತುಗಳನ್ನೂ ಸೃಷ್ಟಿಸುತ್ತದೆ. ಕಪ್ಪೆ ಚಿಪ್ಪುಗಳನ್ನೂ ಸೃಷ್ಟಿಸುತ್ತದೆ. ಹಾಗಂತ ನಾವು ಅದನ್ನು ಹೋಲಿಕೆ ಮಾಡಬಾರದು.

ಯಾಕೆಂದರೆ ಪ್ರಕೃತಿಯ ದೃಷ್ಟಿಯಲ್ಲಿ ಪ್ರತಿಯೊಂದೂ ಅಮೂಲ್ಯವೇ. ಈಗ ವಿಷಯಕ್ಕೆ ಬರುತ್ತೇನೆ. ಸೂಳೆಕೆರೆಯ ಹೆಸರನ್ನು ಶಾಂತಿಸಾಗರ ಅಂತ ಬದಲಿಸುವುದರಲ್ಲಿ ತಪ್ಪೇನು ಅಂತ ತಾನೇ ನೀವು ಯೋಚಿಸುತ್ತಿರುವುದು ಎಂದರು. ಅವರಾಡಿದ ಮಾತು ಕೇಳಿ ನಾನು ವಿಸ್ಮಿತನಾಗಿ, ಹೌದು ಸಾರ್ ಎಂದೆ.

ಅದಕ್ಕವರು: ಒಬ್ಬ ಹೆಣ್ಣು ಮಗಳನ್ನು ಸೂಳೆಯ ಪಟ್ಟಕ್ಕೇರಿಸುವುದು ಯಾರು? ಈ ಸಮಾಜದ ದುರುಳ ಗಂಡಸರು ಮತ್ತು ಬಾಯಿ ಚಪಲ ಅತಿಯಾಗಿರುವ ಹೆಂಗಸರಲ್ಲವೇ? ರೈಟ್. ಒಬ್ಬ ಹೆಣ್ಣಿಗೆ ಅದು ಅನಿವಾರ್ಯವಾಗುವಂತೆ ಮಾಡಿದವರು ಯಾರು ಈ ಸಮಾಜ. ಆದರೆ ಈ ಸಮಾಜದ ಕಣ್ಣಲ್ಲಿ ಸೂಳೆ ಎನ್ನಿಸಿಕೊಂಡ ಆ ಹೆಣ್ಣು ಮಗಳು ಕೆರೆ ಕಟ್ಟಿಸುವ ಮೂಲಕ ಲಕ್ಷಾಂತರ ಜನ ನೆಮ್ಮದಿಯಾಗಿ ಅನ್ನ ಉಣ್ಣಲು ದಾರಿ ಮಾಡಿಕೊಟ್ಟಳಲ್ಲವೇ ಎಂದರು.

ನಾನು ಮೂಕ ಬಸವಣ್ಣನ ತರ ತಲೆ ಅಲ್ಲಾಡಿಸಿದೆ. ಅದಕ್ಕವರು, ಲಕ್ಷಾಂತರ ಜನರಿಗೆ ಅನ್ನ ಉಣ್ಣಲು ದಾರಿ ಮಾಡಿಕೊಟ್ಟ ಒಬ್ಬ ಹೆಣ್ಣು ಮಗಳನ್ನು ಸೂಳೆ ಎನ್ನುವ ಸಮಾಜಕ್ಕೆ, ಅಂತಹ ಮಹತ್ವದ ಕೆಲಸ ಮಾಡಲು ಸಾಧ್ಯವಾಗಲಿಲ್ಲ ಎಂದರೆ ಏನರ್ಥ. ಆಕೆಯ ಮಾನವೀಯತೆಯ ಲೆವೆಲ್ಲಿನಲ್ಲಿ ಈ ಸಮಾಜ ಇಲ್ಲ ಎಂದು ತಾನೇ, ಹೀಗಾಗಿ ಆಕೆಯನ್ನು ಸೂಳೆ ಎಂದು ಕರೆದ ಸಮಾಜದ ಮನಸ್ಸಿನಲ್ಲಿ ನಾಚಿಕೆ ಎಂಬುದು ಶಾಶ್ವತವಾಗಿ ಉಳಿಯಬೇಕು. ಸೂಳೆ ಎಂದು ಕರೆಸಿಕೊಂಡ ಆ ಹೆಣ್ಣಿನಲ್ಲಿ ಇರುವ ಒಬ್ಬ ತಾಯಿಯನ್ನು ನಾವು ಸದಾ ಕಾಲ ಗುರುತಿಸಬೇಕು ಎಂಬ ಕಾರಣಕ್ಕಾಗಿ ಅದೇ

ಹೆಸರು ಇರಲಿ ಎಂದೆನೇ ಹೊರತು, ಬೇರೆ ಯಾವ ಉದ್ದೇಶಕ್ಕೂ ಅಲ್ಲ. ಇವತ್ತು ನಾವು ಆ ಕೆರೆಯ ಹೆಸರನ್ನು ಶಾಂತಿ ಸಾಗರ ಎಂದು ಕರೆದೆವು ಎಂದಿಟ್ಟುಕೊಳ್ಳಿ. ಮುಂದಿನ ಪೀಳಿಗೆಗೆ ಅದರ ಹಿನ್ನೆಲೆಯೇ ಅರ್ಥವಾಗುವುದಿಲ್ಲ.

ಹೀಗಾಗಿ ಅದು ತಲೆಮಾರುಗಳಿಂದ ತಲೆಮಾರುಗಳಿಗೆ ಅರ್ಥವಾಗುತ್ತಾ ಹೋಗಲಿ. ಒಬ್ಬ ಹೆಣ್ಣು ಮಗಳು ಸೂಳೆ ಅನ್ನಿಸಿಕೊಂಡರೆ ಅದಕ್ಕೆ ಕಾರಣ ಯಾರು ಎಂಬುದು ಅರ್ಥವಾಗಲಿ ಎಂಬ ಕಾರಣಕ್ಕಾಗಿ ಅದೇ ಹೆಸರಿರಲಿ ಎಂದೆ. ತಪ್ಪೇನಾದರೂ ಇದೆ ಅನ್ನಿಸುತ್ತದೆಯಾ ಎಂದರು ಪಟೇಲ್.

ಇಲ್ಲ ಸಾರ್ ಎಂದೆ. ಅದಕ್ಕವರು ಮೇಲೇಳುತ್ತಾ ಹೇಳಿದರು. ಇದನ್ನೆಲ್ಲ ನಿಮಗೇಕೆ ಹೇಳಿದೆ ಎಂದರೆ ಈ ಸಮಾಜಕ್ಕೆ ಒಬ್ಬ ಹೆಣ್ಣು ಮಗಳು ಯಾಕೆ ಸೂಳೆಯಾದಳು ಎಂಬ ಸಾಮಾನ್ಯ ವಿಷಯವೇ ಅರ್ಥವಾಗುವುದಿಲ್ಲ. ಹೀಗಿರುವಾಗ ರಾಮ, ಕೃಷ್ಣ, ಜೀಸಸ್, ಮುಹಮ್ಮದರಂತಹ ಮಹಾನುಭಾವರು ಅರ್ಥವಾಗಲು ಸಾಧ್ಯವೇ ಎಂದರು.

ನಾನು ತಣ್ಣಗೆ ಮೇಲೆದ್ದೆ.

11

ಮದ್ಯಪಾನ ಒಳ್ಳೆಯದಲ್ಲ
ಎಂಬುದೇನೋ ಸರಿ. ಆದರೆ
ಅದರ ಹೆಸರಿನಲ್ಲಿ ಒಂದು
ಲಾಬಿಯೇ ಶುರುವಾಗಿ,
ಜನ ಆಯ್ಕೆ ಮಾಡಿದ
ಸರ್ಕಾರದ ಮೇಲೇ ಸವಾರಿ
ಮಾಡುವ ಮಟ್ಟಕ್ಕೆ ಬೆಳೆದರೆ
ಪ್ರಜಾಪ್ರಭುತ್ವದ
ಗತಿ ಏನಾಗಬೇಕು?

ಮದ್ಯದ ಲಾಬಿಯನ್ನು ಕೃಷ್ಣ ಬಗ್ಗು ಬಡಿದಿದ್ದು ಹೀಗೆ...

ಅದು ಎಸ್. ಎಂ. ಕೃಷ್ಣ ಮುಖ್ಯಮಂತ್ರಿಯಾಗಿದ್ದ ಕಾಲ.

ಒಂದು ಸಲ ಅವರು ಬೆಂಗಳೂರಿನ ಖಾಸಗಿ ಆಸ್ಪತ್ರೆಗೆ ಹೋದರು. ಆ ಸಂದರ್ಭದಲ್ಲಿ ಮಾಜಿ ಸಿಎಂ ರಾಮಕೃಷ್ಣ ಹೆಗಡೆ ಅವರಿಗೆ ಹುಷಾರಿರಲಿಲ್ಲ.

ಸರಿ, ಇವರು ಆರೋಗ್ಯ ವಿಚಾರಿಸಲು ಹೋದ ಸಂದರ್ಭದಲ್ಲಿ ಹೆಗಡೆ ತಮ್ಮ ವಕೀಲರೊಂದಿಗೆ ಮಾತನಾಡುತ್ತಿದ್ದರು. ತಮ್ಮ ಚಿಕಿತ್ಸೆಗೆ ಬೇಕಾದಷ್ಟು ಹಣ ಹೆಗಡೆ ಅವರ ಹತ್ತಿರ ಇರಲಿಲ್ಲ. ಹಾಗಂತಲೇ ತಮಗಿದ್ದ ಆಸ್ತಿಯೊಂದನ್ನು ಮಾರಿ ಚಿಕಿತ್ಸಾ ವೆಚ್ಚಕ್ಕೆ ಹೊಂದಿಸಲು ಅವರು ಯೋಚಿಸಿದ್ದರು.

ಎಸ್.ಎಂ.ಕೃಷ್ಣ ಈ ಬೆಳವಣಿಗೆಯನ್ನು ಗಮನಿಸಿದರು. ಅದಾದ ನಂತರ ಹೆಗಡೆಯವರನ್ನು ಮಾತನಾಡಿಸಿ ಕುಶಲೋಪರಿ ವಿಚಾರಿಸಿದರು. ಕರ್ನಾಟಕದ ಮೊಟ್ಟ ಮೊದಲ ಕಾಂಗ್ರೆಸ್ಸೇತರ ಸರ್ಕಾರದಲ್ಲಿ ಮುಖ್ಯಮಂತ್ರಿಯಾಗಿದ್ದ, ಮೌಲ್ಯಾಧಾರಿತ ರಾಜಕಾರಣದ ಮಾತನಾಡಿ ಜನರ ಮನ ಗೆದ್ದಿದ್ದ, ಒಂದು ಹಂತದಲ್ಲಿ ರಾಷ್ಟ್ರ ರಾಜಕಾರಣದಲ್ಲಿ ತುಂಬ ಎತ್ತರಕ್ಕೇರಿದ್ದ ನಾಯಕರು ರಾಮಕೃಷ್ಣ ಹೆಗಡೆ.

ಅಂತವರನ್ನು ಒಬ್ಬ ಮುಖ್ಯಮಂತ್ರಿ ಹೋಗಿ ಭೇಟಿ ಮಾಡುವುದು, ಕುಶಲೋಪರಿ ವಿಚಾರಿಸುವುದು ಒಳ್ಳೆಯ ಸಂಪ್ರದಾಯ. ಆಯಿತು. ಈ ಭೇಟಿ ನಡೆದ ನಂತರ ಒಂದು ದಿನ ಎಸ್.ಎಂ. ಕೃಷ್ಣ ಟೆನ್ನಿಸ್ ಆಟದಲ್ಲಿ ಮಗ್ನರಾಗಿದ್ದರು. ಆ ಸಂದರ್ಭದಲ್ಲಿ ಹಿರಿಯ ಪೋಲೀಸ್ ಅಧಿಕಾರಿಯೊಬ್ಬರು ಅವರನ್ನು ಭೇಟಿ ಮಾಡಿ, ಹೆಗಡೆಯವರ ವಿಷಯ ಪ್ರಸ್ತಾಪಿಸಿದರು. ಆ ಅಧಿಕಾರಿಯ ಹೆಸರು ಜಯಪ್ರಕಾಶ್.

ಅವರ ಜತೆ ಮಾತನಾಡುತ್ತಾ ಎಸ್.ಎಂ.ಕೃಷ್ಣ ಕೇಳಿದರು: ಮಿಸ್ಟರ್ ಜಯಪ್ರಕಾಶ್, ಹಲ ಮದ್ಯದ ದೊರೆಗಳು ರಾಜಕಾರಣಿಗಳಿಗೆ ಅಷ್ಟು ಕೊಟ್ಟರಂತೆ, ಇಷ್ಟು ಕೊಟ್ಟರಂತೆ ಅಂತ ಜನ ಮಾತನಾಡುತ್ತಾರೆ. ಇದೆಲ್ಲ ನಿಜವೇ ಹಾಗಿದ್ದರೆ ಹೆಗಡೆಯವರು ಚಿಕಿತ್ಸೆಗೆ ಹಣ ಹೊಂದಿಸಲು ಏಕೆ ಆಸ್ತಿ ಮಾರುವ ಸ್ಥಿತಿ ಬರುತ್ತಿತ್ತು ಎಂದು ಕೇಳಿದರು.

ಅದಕ್ಕುತ್ತರಿಸಿದ ಜಯಪ್ರಕಾಶ್: ಸಾರ್, ಹಲ ಮಂದಿ ಮದ್ಯದ ದೊರೆಗಳ ಕತೆ ಹೀಗೆಯೇ. ತಮಗೆ ನೂರು ರೂಪಾಯಿ ಲಾಭವಾಗುತ್ತದೆ ಎಂದಾಗ ಐದೋ, ಹತ್ತೋ ರೂಪಾಯಿಗಳನ್ನು ರಾಜಕಾರಣಿಗಳಿಗೆ ಕೊಡುತ್ತಾರೆ. ರಾಜಕಾರಣಿಗಳು ಕಷ್ಟ ಅಂತ ತಮ್ಮ ಬಳಿ ಬಂದವರಿಂದ ಹಿಡಿದು ವಿವಿಧ ಕಾರಣಗಳಿಗೆ ಆ ಹಣವನ್ನು ಹಂಚಿ ಬಿಡುತ್ತಾರೆ. ಈ ಮಧ್ಯೆ ಹಲ ಜನರೂ, ಈ ರಾಜಕಾರಣಿಗೆ ಇಂತಹ ಮದ್ಯದ ದೊರೆ ಇಷ್ಟು ದುಡ್ಡು ಕೊಟ್ಟನಂತೆ, ಅಷ್ಟು ದುಡ್ಡು ಕೊಟ್ಟನಂತೆ ಎಂದು ಪುಗಸಟ್ಟೆ ಪ್ರಚಾರ

ಮಾಡುತ್ತಾರೆ. ಆದರೆ ಇಂತಹ ಮದ್ಯದ ದೊರೆಗಳಿಂದ ರಾಜ್ಯಕ್ಕೇನೂ ಲಾಭವಿಲ್ಲ ಸಾರ್. ಒಂದು ಸಲ ಪಾನೀಯ ನಿಗಮ ಸ್ಥಾಪಿಸಿ. ನಮ್ಮ ಸರ್ಕಾರದ ಬೊಕ್ಕಸವೂ ತುಂಬುತ್ತದೆ. ಮದ್ಯದ ಲಾಬಿಯನ್ನೂ ಬಗ್ಗು ಬಡಿದಂತಾಗುತ್ತದೆ ಎಂದರು.

ಸರಿ, ಜಯಪ್ರಕಾಶ್ ಅವರ ಸಲಹೆ ಪಡೆದ ಕೃಷ್ಣ ತದನಂತರ ಸೀದಾ ಅಬಕಾರಿ ಇಲಾಖೆಯ ಹಿರಿಯ ಅಧಿಕಾರಿಯೊಬ್ಬರನ್ನು ಕರೆಸಿಕೊಂಡರು. ಪಾನೀಯ ನಿಗಮ ಸ್ಥಾಪನೆಯ ಕುರಿತು ಮಾಹಿತಿ ಪಡೆದರು. ಅದರ ಪ್ರಕಾರ, ಪಕ್ಕದ ಆಂಧ್ರಪ್ರದೇಶದಲ್ಲಿ ಮದ್ಯದ ಮೂಲಕ ಬರುವ ಆದಾಯವನ್ನು ಹೆಚ್ಚಿಸಿಕೊಳ್ಳಲು ಒಂದು ಯತ್ನ ಆರಂಭವಾಗಿತ್ತು.

ಕರ್ನಾಟಕದಲ್ಲಿ ಅದುವರೆಗೂ ಸಕ್ಕರೆ ಕಾರ್ಖಾನೆಯಲ್ಲಿ ಕಬ್ಬು ಅರೆದ ನಂತರ ಲಭ್ಯವಾಗುತ್ತಿದ್ದ ಮೊಲಾಸಿಸ್(ಕಾಕಂಬಿ) ಎಷ್ಟು ಅದನ್ನು ಯಾವ್ಯಾವ ಡಿಸ್ಟಿಲರಿಗಳು ಎಷ್ಟೆಷ್ಟು ಪ್ರಮಾಣದಲ್ಲಿ ಪಡೆಯುತ್ತವೆ. ಇದರ ಆಧಾರದ ಮೇಲೆ ಎಷ್ಟು ಮದ್ಯವನ್ನು ಉತ್ಪಾದಿಸುತ್ತವೆ ಎಂಬ ಕುರಿತು ಸರ್ಕಾರಕ್ಕೆ ಮಾಹಿತಿಯೇ ಸಿಗುತ್ತಿರಲಿಲ್ಲ. ಇದರಿಂದಾಗಿ ಸರ್ಕಾರಕ್ಕೆ ಬರುವ ಆದಾಯದ ಪ್ರಮಾಣ ಕಡಿಮೆ ಇತ್ತು.

ಮತ್ತು ಇದೇ ಕಾರಣಕ್ಕಾಗಿ ಹಲ ಮಂದಿ ಮದ್ಯದ ದೊರೆಗಳು ಒಂದು ಸಾವಿರ ಕೇಸು ಮದ್ಯವನ್ನು ಉತ್ಪಾದಿಸಲು ಪರವಾನಗಿ ಪಡೆದು ಹತ್ತು ಸಾವಿರ ಕೇಸು ಮದ್ಯವನ್ನು ಉತ್ಪಾದಿಸುತ್ತಿದ್ದರು. ಹೀಗೆ ಉತ್ಪಾದಿಸುತ್ತಿದ್ದ ಹೆಚ್ಚುವರಿ ಮದ್ಯವೇ ಸೆಕೆಂಡ್ಸ್, ಈ ಸೆಕೆಂಡ್ಸ್ ಮದ್ಯವೇ ಮಾರುಕಟ್ಟೆಗೆ ಬರುತ್ತಿತ್ತು. ಸರ್ಕಾರದ ಬೊಕ್ಕಸಕ್ಕೆ ಸಾವಿರಾರು ಕೋಟಿ ರೂ ನಷ್ಟವಾಗುತ್ತಿತ್ತು. ಇದರಲ್ಲೇ ನಗಣ್ಯ ಅನ್ನಿಸುವಷ್ಟು ಭಾಗ ಕೆಲ ರಾಜಕಾರಣಿಗಳಿಗೆ, ಅಧಿಕಾರಿಗಳಿಗೆ ತಲುಪುತ್ತಿತ್ತು. ಆದರೆ ಹೊರಗೆ ಕೆಲ ರಾಜಕಾರಣಿಗಳು, ಅಧಿಕಾರಿಗಳಿಗೆ ಹಣ ಕೊಟ್ಟಂತೆ ಮಾಡುತ್ತಿದ್ದ ಹಲ ಮದ್ಯದ ದೊರೆಗಳು ಒಳಗಿಂದೊಳಗೇ ದಂಡಿಯಾಗಿ ಹಣ ಗಳಿಸುತ್ತಿದ್ದರು.

ಇಂತಹ ಒಬ್ಬ ಮದ್ಯದ ದೊರೆ ಯಾವ ಮಟ್ಟಕ್ಕೆ ಬೆಳೆದಿದ್ದರೆಂದರೆ ಒಬ್ಬ ಮುಖ್ಯಮಂತ್ರಿಯನ್ನೇ ಉರುಳಿಸುವ ಲೆವೆಲ್ಲಿಗೆ ಹೋಗಿದ್ದರು. ಚುನಾವಣೆಯ ಸಂದರ್ಭದಲ್ಲಿ ಅಧಿಕಾರಕ್ಕೆ ಯಾವ ಪಕ್ಷ ಬರುತ್ತದೆ? ಎಂಬ ಸುಳಿವು ಪಡೆದಿದ್ದ ಈ ಮದ್ಯದ ದೊರೆ ಹೆಚ್ಚು ಕಡಿಮೆ ಐದು ಕೋಟಿ ರೂಗಳಷ್ಟು ಹಣವನ್ನು ನಿಧಿಯ ರೂಪದಲ್ಲಿ ನೀಡಿದ್ದರು. (ಆಗ ಜಾಗತೀಕರಣ ದೇಶಕ್ಕೆ ನುಗ್ಗಿರಲಿಲ್ಲ)

ಆದರೆ ಮುಂದೆ ಅಧಿಕಾರಕ್ಕೆ ಬಂದ ಸರ್ಕಾರದ ಮುಖ್ಯಮಂತ್ರಿ ಹಾಗೂ ಹಣಕಾಸು ಮಂತ್ರಿ ಜತೆಗೂಡಿ ಇಂತವರನ್ನು ಯಕ್ಕಾ ಮಕ್ಕಾ ಬಾರಿಸಿ, ಹಣ ಸಂಗ್ರಹಿಸಿ ಬೊಕ್ಕಸ ತುಂಬಿಸತೊಡಗಿದಾಗ ಈ ಮದ್ಯದ ದೊರೆಯ ಕಣ್ಣು ಕೆಂಪಾಯಿತು. ಹೀಗಾಗಿ ಸದರಿ

ಮುಖ್ಯಮಂತ್ರಿಯನ್ನು ಕೆಳಗಿಳಿಸಲು ಆ ಮದ್ಯದ ದೊರೆ ನಿರ್ಧರಿಸಿದರು. ಮುಂದಿನದು ಇತಿಹಾಸ.

ಅದೇನೇ ಇರಲಿ, ಆದರೆ ಹೆಗಡೆಯವರ ಕುರಿತು ಇದ್ದ ಮಾಹಿತಿಗೂ, ವಾಸ್ತವಕ್ಕೂ ಇದ್ದ ಅಂತರವನ್ನು ಅರಿತ ಎಸ್.ಎಂ.ಕೃಷ್ಣ ಸಹಜವಾಗಿ ಅಸಮಾಧಾನಗೊಂಡರು. ತದ ನಂತರ ಅವರ ಸೂಚನೆಯಂತೆ, ಹಲ ಅಧಿಕಾರಿಗಳ ಸತತ ಶ್ರಮದಿಂದ ಪಾನೀಯ ನಿಗಮದ ರೂಪುರೇಷೆಗಳು ತಯಾರಾದವು. ಅದರ ಪ್ರಕಾರ, ಸಕ್ಕರೆ ಕಾರ್ಖಾನೆಗಳಲ್ಲಿ ಉತ್ಪಾದನೆಯಾಗುತ್ತಿದ್ದ ಮೊಲಾಸಿಸ್ ಪ್ರಮಾಣ ಎಷ್ಟು? ಯಾವ ಡಿಸ್ಟಿಲರಿಗೆ ಎಷ್ಟು ಮೊಲಾಸಿಸ್ ಬೇಕು, ಪಡೆಯುವ ಮೊಲಾಸಿಸ್‌ನ್ನು ಬಳಸಿ ಸದರಿ ಡಿಸ್ಟಿಲರಿ ಎಷ್ಟು ಮದ್ಯ ಉತ್ಪಾದಿಸಬಹುದು ಎಂಬುದನ್ನೆಲ್ಲ ಲೆಕ್ಕ ಹಾಕಲಾಯಿತು.

ಅಷ್ಟೇ ಅಲ್ಲ, ಮುಂದಿನ ದಿನಗಳಲ್ಲಿ ಡಿಸ್ಟಿಲರಿಗಳು ಉತ್ಪಾದಿಸುವ ಮದ್ಯವನ್ನೆಲ್ಲ ಸರ್ಕಾರಿ ಸ್ವಾಮ್ಯದ ಎಂ.ಎಸ್.ಐ.ಎಲ್ ಸಂಸ್ಥೆಗೆ ತಲುಪಿಸಬೇಕು. ಈ ಸಂಸ್ಥೆಯೇ ರಿಟೇಲ್ ಮದ್ಯದ ವ್ಯಾಪಾರಿಗಳಿಗೆ ಮದ್ಯ ಪೂರೈಸಿ ಡಿಸ್ಟಿಲರಿಗಳಿಗೆ ಹಣ ಕೊಡಬೇಕು ಎಂದು ನಿರ್ಧಾರವಾಯಿತು. ಹೀಗೆ ಪಾನೀಯ ನಿಗಮದ ರೂಪು ರೇಷೆ ತಯಾರಾಗುತ್ತಿದ್ದಂತೆಯೇ ಒಂದು ದಿನ ಇದ್ದಕ್ಕಿದ್ದಂತೆ ಎಸ್.ಎಂ.ಕೃಷ್ಣ ಆ ಕುರಿತು ಘೋಷಿಸಿಬಿಟ್ಟರು.

ಇದರಿಂದಾಗಿ ಸರ್ಕಾರಕ್ಕೆ ಅದುವರೆಗೆ ಬರುತ್ತಿದ್ದ ಆದಾಯ ಹಲವು ಪಟ್ಟು ಹೆಚ್ಚಾಯಿತು. ಮದ್ಯಪಾನ ಒಳ್ಳೆಯದಲ್ಲ ಎಂಬುದೇನೋ ಸರಿ. ಆದರೆ ಅದರ ಹೆಸರಿನಲ್ಲಿ ಒಂದು ಲಾಬಿಯೇ ಶುರುವಾಗಿ, ಜನ ಆಯ್ಕೆ ಮಾಡಿದ ಸರ್ಕಾರದ ಮೇಲೇ ಸವಾರಿ ಮಾಡುವ ಮಟ್ಟಕ್ಕೆ ಬೆಳೆದರೆ ಪ್ರಜಾಪ್ರಭುತ್ವದ ಗತಿ ಏನಾಗಬೇಕು?

ಈ ವಿಷಯದಲ್ಲಿ ಎಸ್.ಎಂ.ಕೃಷ್ಣ ಅವರಿಗೆ ಹ್ಯಾಟ್ಸಾಫ್ ಹೇಳಲೇಬೇಕು. ಯಾಕೆಂದರೆ ದಶಕಗಳ ಕಾಲ ತಲೆ ಎತ್ತಿ ನಿಂತಿದ್ದ, ಸರ್ಕಾರಗಳನ್ನೇ ಅಲುಗಾಡಿಸುತ್ತಿದ್ದ ಮದ್ಯದ ಲಾಬಿಯನ್ನು ಅವರು ಬಗ್ಗು ಬಡಿದರು. ಸರ್ಕಾರಕ್ಕೆ ನ್ಯಾಯವಾಗಿ ಬರಬೇಕಾದ ತೆರಿಗೆ ಹಣ ಬರುವಂತೆ ನೋಡಿಕೊಂಡರು.

ಅಂದ ಹಾಗೆ ಈ ವಿಷಯದಲ್ಲಿ ಹಿರಿಯ ಅಧಿಕಾರಿ ಜಯಪ್ರಕಾಶ್ ಅವರಿಗೆ, ತೆರೆಯ ಹಿಂದೆ ದುಡಿದ(ಕೆಲವರನ್ನು ಈಗಲೂ ನಾನು ಭೇಟಿ ಮಾಡುತ್ತಿರುತ್ತೇನೆ. ಅವರ ಹೆಸರುಗಳನ್ನು ಇಲ್ಲಿ ಪ್ರಸ್ತಾಪಿಸಲು ಸಾಧ್ಯವಿಲ್ಲ) ಹಲವಾರು ಅಧಿಕಾರಿಗಳ ಶ್ರಮವನ್ನು ಅಭಿನಂದಿಸಲೇಬೇಕು.

ಕುತೂಹಲದ ಸಂಗತಿ ಎಂದರೆ ಇವತ್ತು ರಾಜ್ಯ ಸರ್ಕಾರದ ಅಬಕಾರಿ ಆದಾಯದ ಗುರಿ ಎಷ್ಟು ಗೊತ್ತಾ. ಇಪ್ಪತ್ತು ಸಾವಿರ ಕೋಟಿ ರೂಪಾಯಿಗಳಿಗಿಂತ ಹೆಚ್ಚು. ಒಬ್ಬ ಮುಖ್ಯಮಂತ್ರಿಗೆ, ಸರ್ಕಾರಕ್ಕೆ ಇಚ್ಛಾ ಶಕ್ತಿ ಇದ್ದರೆ ಅಗಾಧವಾದುದನ್ನು ಮಾಡಬಹುದು ಎಂಬುದಕ್ಕೆ ಇದು ಸಾಕ್ಷಿ.

ಇದೆಲ್ಲ ದೇವರು ತೆರೆ ಮರೆಯಲ್ಲಿ
ನಿಂತು ಆಡಿಸುತ್ತಿರುವ ನಾಟಕ.
ಈ ನಾಟಕದಲ್ಲಿ
ನಾನೊಬ್ಬ ಪಾತ್ರಧಾರಿ.
ಅನಾರೋಗ್ಯ ಪೀಡಿತನಾದ
ನನಗಾಗಿ ಹೊರಟವರು
ತೀರಿಕೊಂಡರು.
ನಾನು ಮಾತ್ರ ಉಳಿದುಕೊಂಡೆ.

12

ಬದುಕಿನಲ್ಲಿ ಒಳ್ಳೆಯದನ್ನೇ ಹುಡುಕಿ ಕೆಟ್ಟದನ್ನು ಸೈಡಿಗೆ ಸರಿಸಿ ಬಿಡಿ

"ಇಗೋರಿ ಇತ್ಥೆಲ್ ಮೂರ್ತಿ, ನಾನು ನಿಮಗೊಂದು ಕತೆ ಹೇಳಲಾ?" ಎಂದು ಖುರ್ಚಿಗೆ ಒರಗುತ್ತಾ ಅವರು ಕೇಳಿದರು.

ಅವರ ಹೆಸರು ಧರ್ಮಸಿಂಗ್.

ಆವರು ಕರ್ನಾಟಕದ ಮುಖ್ಯಮಂತ್ರಿ ಹುದ್ದೆಗೇರಿದ್ದ ನಾಯಕ. ಅವರು ಹೇಳಿದ್ದನ್ನು ಕೇಳಿ ಎದುರುಗಡೆ ಕುಳಿತಿದ್ದ ನನಗೆ ನಿರಾಸೆಯಾಯಿತು. ನಾನು ಅವರ ಬಳಿ ಆಫ್ ದಿ ರೆಕಾರ್ಡ್ ಅಂತ ಮಾತನಾಡಲು ಹೋಗಿದ್ದೆ. ಆದರೆ ಕೇಳಿದ ವಿಷಯದ ಬಗ್ಗೆ ಅವರು ಏನೂ ಹೇಳುತ್ತಿಲ್ಲ. ಬದಲಿಗೆ ನಿಮಗೊಂದು ಕತೆ ಹೇಳಲಾ ಅಂತ ಕೇಳುತ್ತಿದ್ದಾರೆ. ಇನ್ ಫ್ಯಾಕ್ಟ್, ಪತ್ರಿಕೋದ್ಯಮದಲ್ಲಿರುವವರಿಗೆ ಒಂದು ವಿಷಯ ಸ್ಪಷ್ಟವಾಗಿ ಗೊತ್ತಿರುತ್ತದೆ.

ಆಫ್ ದಿ ರೆಕಾರ್ಡ್ ಸ್ಟೋರಿಗಳನ್ನು ಕೊಡದ ಕರ್ನಾಟಕದ ಕೆಲವೇ ರಾಜಕೀಯ

ನಾಯಕರ ಪೈಕಿ ಧರ್ಮಸಿಂಗ್ ಒಬ್ಬರು. ಅದೇನೇ ತಿಪ್ಪರಲಾಗ ಹೊಡೆದರೂ ಧರ್ಮಸಿಂಗ್ ಅವರ ಬಳಿ ಆನ್ ದಿ ರೆಕಾರ್ಡ್ ಸ್ಟೋರಿಗಳು ಸಿಗುತ್ತಿದ್ದವೇ ಹೊರತು ಆಫ್ ದಿ ರೆಕಾರ್ಡ್ ಸ್ಟೋರಿಗಳು ಹುಟ್ಟುತ್ತಿರಲಿಲ್ಲ.

ಇಷ್ಟಾದರೂ ಒಂದು ಆಫ್ ದಿ ರೆಕಾರ್ಡ್ ಸ್ಟೋರಿಗೆ ಕೈ ಹಾಕಿದ್ದೆ. ಧರ್ಮಸಿಂಗ್ ಬಿಟ್ಟರೆ ಇನ್ಯಾರೂ ಅದನ್ನು ಕನ್‌ಫರ್ಮ್ ಮಾಡಲು ಸಾಧ್ಯವೇ ಇಲ್ಲ ಎಂಬ ಕಾರಣಕ್ಕಾಗಿ ಅವರ ನಿವಾಸಕ್ಕೆ ಹೋಗಿದ್ದೆ. ಆದರೆ ನಾನು ಕೇಳಿದ್ದನ್ನು ಬಿಟ್ಟು ಅವರೇನೋ ಹೇಳುತ್ತಿದ್ದಾರೆ. ಇಠ್ಠಲ್ ಮೂರ್ತಿ. ನಿಮಗೊಂದು ಕತೆ ಹೇಳಲಾ..

ಬೇಡ ಎನ್ನುವುದು ಹೇಗೆ ಸಾರ್, ನಾನು ಕೇಳಿದ್ದರ ಕುರಿತು ಸ್ವಲ್ಪ ಹೇಳಿ ಸಾರ್ ಎಂದರೆ ಧರ್ಮಸಿಂಗ್ ಮಾತು ಮುಗಿಸಿಯೇ ಬಿಡುವ ಸೂಚನೆಗಳಿದ್ದವು. ವರದಿಗಾರ ಯಾವತ್ತೂ ಅವಸರ ಮಾಡಕೂಡದು. ಇದನ್ನು ಮನಸ್ಸಿಗೆ ತಂದುಕೊಳ್ಳುತ್ತಲೇ: ಸರಿ ಸಾರ್ ಎಂದೆ. ಎಷ್ಟೇ ಆದರೂ ಅವರು ದೊಡ್ಡವರು. ಎಲ್ಲಕ್ಕಿಂತ ಮುಖ್ಯವಾಗಿ ಅನುಭವಿ ರಾಜಕಾರಣಿ. ಏನು ಹೇಳುತ್ತಾರೋ.

ಹಾಗಂದುಕೊಂಡೇ, ಅವರು ಹೇಳುವ ವಿಷಯದ ಬಗ್ಗೆ ಉತ್ಸುಕತೆ ತೋರಿಸಿದೆ. ಅದಕ್ಕವರು ಹೇಳುತ್ತಾ ಹೋದರು: ಇಠ್ಠಲ್‌ಮೂರ್ತಿ (ಅವರು ನನ್ನನ್ನು ಕರೆಯುತ್ತಿದ್ದುದೇ ಹಾಗೆ) ಮೊನ್ನೆ ಒಂದು ಕತೆ ಓದಿದೆ. ಆ ಕತೆಯ ನಾಯಕನಿಗಿರುವ ದೃಷ್ಟಿಕೋನ ಎಷ್ಟು ಚಂದಗಿದೆ ಎಂಬ ಕಾರಣಕ್ಕಾಗಿ ನಿಮ್ಮ ಬಳಿ ಹೇಳುತ್ತಿದ್ದೇನೆ.

ಆ ಕತೆಯ ನಾಯಕ ಸಿಂಪಲ್ ಮ್ಯಾನ್. ತನಗಾಗಿ ಬದುಕಿದವನಲ್ಲ. ಇನ್ನೊಬ್ಬರ ಸಂತೋಷಕ್ಕಾಗಿ ಬದುಕಿದವನು. ತನಗೆ ಎಷ್ಟೇ ಕಷ್ಟ–ನೋವು ಬಂದರೂ ನಗು ನಗುತ್ತಲೇ ಇರುವವನು. ನೋಡಿದವರಿಗೆ ಅಚ್ಚರಿ. ಅರೇ! ಬದುಕಿನಲ್ಲಿ ಒಂದರ ಹಿಂದೊಂದರಂತೆ ನಿರಂತರ ಕಷ್ಟ ಅನುಭವಿಸಿದ ಈ ಮನುಷ್ಯನ ಮುಖದಲ್ಲಿ ನೋವಿನ ಒಂದು ಸೆಳಕೂ ಇಲ್ಲ. ಇದು ಹೇಗೆ ಸಾಧ್ಯ ಅಂತ.

ಯಾಕೆಂದರೆ ಆತ ಅಪಾರವಾಗಿ ಪ್ರೀತಿಸಿದ ಹುಡುಗಿ, ಜೀವನದ ಭದ್ರತೆಗಾಗಿ ಬೇರೊಬ್ಬನನ್ನು ಮದುವೆಯಾದಳು. ಆಗಲೂ ಆತ ಅಯ್ಯೋ ಅಂತ ಅಳಲಿಲ್ಲ. ಇದಾದ ಕೆಲವೇ ದಿನಗಳಲ್ಲಿ ಮೃತ್ಯುವೇ ಮಗ್ಗುಲಿಗೆ ಬಂದು ಮಲಗಿತೇನೋ ಅನ್ನುವಂತಹ ಅಪಘಾತವಾಯಿತು. ಆದರೆ ಎಚ್ಚರ ಬಂದಾಗ, ತನ್ನನ್ನು ನೋಡಲು ಬಂದವರ ಎದುರು ಆತ ನಗು ನಗುತ್ತಲೇ ಮಾತನಾಡಿದ.

ಅವನ ಗ್ರಹಚಾರಕ್ಕೋ ಏನೋ ಕೈಲಿದ್ದ ಕೆಲಸವೂ ಹೋಯಿತು. ಆದರೆ ಅದಕ್ಕಾಗಿ ಆತ ತಲೆ ಕೆಡಿಸಿಕೊಳ್ಳಲಿಲ್ಲ. ಬದಲಿಗೆ ತನ್ನ ಮೂರು ಬೆಡ್ ರೂಮಿನ ಬಾಡಿಗೆ ಮನೆಯನ್ನು ಬಿಟ್ಟು ಸಿಂಗಲ್ ಬೆಡ್ ರೂಮಿನ ಮನೆಗೆ ಬಂದ. ಇಲ್ಲಿ ಟೈಪು ಮಾಡಲಾಗುತ್ತದೆ ಎಂದು ಮನೆಯ ಮುಂದೆ ಬೋರ್ಡು ತಗಲಿಸಿಕೊಂಡ.

ಈ ಮಧ್ಯೆ ಹಲ ಬದಲಾವಣೆಗಳಾದವು. ಈತನಿಗೆ ಕೈ ಕೊಟ್ಟು ಭದ್ರತೆಗಾಗಿ ಬೇರೆಯವರ ಕೈ ಹಿಡಿದಿದ್ದ ಹುಡುಗಿ ಒಂದು ವರ್ಷದಲ್ಲೇ ವಿಧವೆಯಾಗಿ ಮನೆ ಸೇರಿದಳು. ಇದಾದ ಸ್ವಲ್ಪ ದಿನಗಳಲ್ಲೇ ಆಕೆಯ ತಂದೆ-ತಾಯಿ ತೀರಿಕೊಂಡರು. ಯಾವ ವಿಷಯವನ್ನು ಕೇಳಿದರೂ ಆತನ ಮುಖದಲ್ಲಿ ಸಣ್ಣದೊಂದು ನಗೆ. ಅದು ಸಂತೋಷಕ್ಕೋ, ದು:ಖಕ್ಕೋ ಯಾವುದೂ ತಿಳಿಯುವಂತಿರಲಿಲ್ಲ. ಹೀಗಿರುತ್ತಲೇ ಒಂದು ದಿನ ಅವನಿಗೆ ಸುಡು ಜ್ವರ. ಹದಿನೈದು ದಿನ ಕಳೆದರೂ ಮೇಲೇಳುವ ಲಕ್ಷಣವೇ ಇಲ್ಲ. ಯಾವ ಔಷಧಿ ಕೊಟ್ಟರೂ ಜ್ವರದ ಮುಂದೆ ಮಂಕು. ಇದನ್ನು ನೋಡಿ ಜತೆಗಿದ್ದ ಗೆಳೆಯನಿಗೆ ಗಾಬರಿ. ಹಾಗಂತಲೇ ಆತ ಸೀದಾ ಆ ಹುಡುಗಿಯ ಮನೆಗೆ ಹೋದ.

"ನೋಡಿ. ಆತ ಮೊದಲೇ ನಿಮ್ಮನ್ನು ಮನಸಾರೆ ಪ್ರೀತಿಸಿದವನು. ನೀವೂ ಆತನನ್ನು ಪ್ರೀತಿಸಿದವರು. ಆದರೆ ಆತ ಈಗ ಸಾವಿನ ದವಡೆಯಲ್ಲಿದ್ದಾನೆ. ಹೇಗಾದರೂ ಮಾಡಿ ಉಳಿಸಿಕೊಳ್ಳಿ. ಬನ್ನಿ ಪ್ಲೀಸ್" ಎಂದು ಗೋಗರೆದ. ಆಕೆ ಅಳುತ್ತಲೇ ಆತನನ್ನು ನೋಡಲು ಹೋದಳು. ಒತ್ತಾಯ ಮಾಡಿ ತನ್ನ ಮನೆಗೆ ಕರೆತಂದಳು.

ಆಕೆಯ ಪ್ರೀತಿಯ ಆರೈಕೆಯಲ್ಲಿ ಅವನು ಗುಣಮುಖ. ಸರಿ, ಆತ ತನ್ನ ಸಿಂಗಲ್ ಬೆಡ್ ರೂಮಿನ ಮನೆಗೆ ಹೊರಡಲು ಸಜ್ಜಾದ. ಆದರೆ ಆಕೆ ಬಿಡಲಿಲ್ಲ. ಇನ್ನು ಮುಂದೆ ನನಗೆ ನೀವು, ನಿಮಗೆ ನಾನು. ನೀವಿಲ್ಲಿಂದ ಹೋಗಬೇಡಿ. ನಾವಿನ್ನು ಗಂಡ-ಹೆಂಡತಿ. ಆಕೆಯ ಮಾತು ಕೇಳಿ ಅವನು ನಕ್ಕ.

ಅವನ ನಗು ನೋಡಿ ಆಕೆ ವಿಸ್ಮಯದಿಂದ: ಅರೇ, ಎಂತಹ ನೋವಿನಲ್ಲೂ ನಗುತ್ತೀರಲ್ಲ, ನಿಮಗೆ ಅದು ಹೇಗೆ ಸಾಧ್ಯವಾಗುತ್ತದೆ ಎಂದು ಕೇಳುತ್ತಾ ಕಣ್ಣೀರು ಸುರಿಸಿ ಅಪ್ಪಿಕೊಂಡಳು. ಆತ ಹೇಳುತ್ತಾ ಹೋದ: "ನೋಡು, ನಾನು ಚಿಕ್ಕವನಿದ್ದೆ. ಆಗ ಬಹಳ ರೋಗಗ್ರಸ್ತ ದೇಹ ನನ್ನದು. ಹತ್ತಿರದಲ್ಲೇ ಇದ್ದ ಶ್ರೀರಾಮನ ದೇವಸ್ಥಾನಕ್ಕೆ ಹೋಗಿ ಪೂಜೆ ಮಾಡಿಸಿಕೊಂಡು ಬಂದರೆ ಹುಡುಗ ಗುಣಮುಖನಾಗುತ್ತಾನೆ" ಅಂತ ಯಾರೋ ಹೇಳಿದರು.

ಸರಿ, ನನ್ನ ತಂದೆ-ತಾಯಿ, ಸಹೋದರ-ಸಹೋದರಿ ಎಲ್ಲ ಸೇರಿ ಅಲ್ಲಿಗೆ ಹೊರಟೆವು. ದಾರಿಯಲ್ಲಿ ನದಿ ದಾಟಬೇಕಿತ್ತು. ಆದರೆ ನದಿ ದಾಟುವಾಗ ದೋಣಿ ಮಗುಚಿ ಎಲ್ಲರೂ ತೀರಿಕೊಂಡರು. ಉಳಿದವನು ನಾನೊಬ್ಬನೇ. ಅಯ್ಯೋ, ಎಲ್ಲರೂ ತೀರಿಕೊಂಡರು. ಇನ್ನು ನಾನೇಕೆ ಬದುಕಲಿ, ಸಾಯುವುದೇ ವಾಸಿ ಎಂದುಕೊಂಡೆ.

ಆದರೆ ಹಾಗೆ ಅಂದುಕೊಂಡ ಮರುಕ್ಷಣವೇ ಅನ್ನಿಸಿತು. ಇದೆಲ್ಲ ದೇವರು ತೆರೆ ಮರೆಯಲ್ಲಿ ನಿಂತು ಆಡಿಸುತ್ತಿರುವ ನಾಟಕ. ಈ ನಾಟಕದಲ್ಲಿ ನಾನೊಬ್ಬ ಪಾತ್ರಧಾರಿ. ಅನಾರೋಗ್ಯ ಪೀಡಿತನಾದ ನನಗಾಗಿ ಆರೋಗ್ಯವಂತರಾದ ಎಲ್ಲರೂ ಇಲ್ಲಿಗೆ

ಹೊರಟರೆ, ಅವರೆಲ್ಲ ತೀರಿಕೊಂಡರು, ನಾನು ಮಾತ್ರ ಉಳಿದುಕೊಂಡೆ. ಅರ್ಥಾತ್, ಈ ನಾಟಕವನ್ನು ನಡೆಸುವವನು ಎಷ್ಟು ದಿನ ನಡೆಸುತ್ತಾನೋ ನಡೆಸಲಿ, ಅವನ ಉದ್ದೇಶವಿದ್ದಂತೆ ಆಗಲಿ. ಹೀಗಿರುವಾಗ ವಿನಾ ಕಾರಣ ನಾನೇಕೆ ಬದುಕಿನ ಈ ಸುಖ–ದು:ಖಗಳಿಗೆ ಹಿಂಜರಿಯಲಿ.

ಯಾಕೆಂದರೆ, ನಾನೇನೇ ಮಾಡಿದರೂ ನಾಟಕ ನಡೆದೇ ನಡೆಯುತ್ತದೆ. ಪಾತ್ರ ಎಲ್ಲಿಯ ತನಕ ನಡೆಯುತ್ತದೋ? ನಡೆಯಲಿ ಅದಕ್ಕಾಗಿ ನಾನು ಪ್ರತಿಯೊಂದು ಸಂಕಟಕ್ಕೂ ಕಣ್ಣೀರು ಹಾಕುತ್ತಾ ಕೂರುವುದು ಎಷ್ಟು ಸರಿ? ಅಂತ ಆತ ನಗುತ್ತಾ ಹೇಳಿದ.

ಈ ಕತೆ ಹೇಳಿದ ಧರ್ಮಸಿಂಗ್ ಕೇಳಿದರು: ಇಗೋರಿ ಇಠ್ಠಲಮೂರ್ತಿ. ಬದುಕಿನಲ್ಲಿ ಏನಾಗಬೇಕೋ ಆಗುತ್ತದೆ. ನಾನು ಚಿಕ್ಕವನಿದ್ದಾಗ ಸಿಎಂ ಹುದ್ದೆಯ ತನಕ ನಡಕೊಂಡು ಬರುತ್ತೇನೆ ಅಂತ ಯೋಚಿಸಿರಲೇ ಇಲ್ಲ. ಆದರೆ ಸಂದರ್ಭ ನನ್ನನ್ನು ನಡೆಸಿಕೊಂಡು ಬಂತು. ಈ ಜಾಗಕ್ಕೆ ಬರಲು ಎಂತೆಂತವರೋ ಟ್ರೈ ಕೊಟ್ಟರು. ಆದರೆ, ದೇವೇಗೌಡರು ಮಾತ್ರ, ಸಿಎಂ ಆಗುವುದಾದರೆ ಧರ್ಮಸಿಂಗ್ ಮಾತ್ರ ಆಗಲಿ ಎಂದರು.

ಈ ಜಾಗದಲ್ಲಿ ನಾನು ಬಹಳ ಕಾಲ ಇರುತ್ತೇನೆ ಅಂತ ಕನಸು ಕಂಡಿರಲಿಲ್ಲ. ಇದ್ದರೂ ಎಲ್ಲರಿಗೂ ದೊಡ್ಡದನ್ನೇನೋ ಮಾಡುತ್ತೇನೆ ಎಂದುಕೊಂಡಿರಲಿಲ್ಲ. ಅದನ್ನು ಮಾಡಲು ಸಾಧ್ಯವೂ ಇರಲಿಲ್ಲ. ಆದರೆ ನಮ್ಮ ಜೀವನಕ್ಕೆ ಒಂದು ದೃಷ್ಟಿಕೋನ ಇರಬೇಕು. ಪಾಸಿಟಿವ್ ಆದಂತಹ ದೃಷ್ಟಿಕೋನ. ಅದು ಪಾಸಿಟಿವ್ ಆಗಿದ್ದರೆ, ನೀವು ಸುಖ ಸಿಕ್ಕಿತು ಎಂದು ಹಿಗ್ಗುವುದಿಲ್ಲ. ದು:ಖ ಬಂತು ಅಂತ ಕೊರಗುವುದಿಲ್ಲ.

ಅಂದ ಹಾಗೆ ಬದುಕಿನಲ್ಲಿ ತಪ್ಪುಗಳನ್ನು ಹುಡುಕುತ್ತಾ ಹೋದರೆ ಪ್ರತಿಯೊಬ್ಬ ಮನುಷ್ಯನಲ್ಲೂ ನಿಮಗೆ ತಪ್ಪುಗಳು ಸಿಗುತ್ತಾ ಹೋಗುತ್ತವೆ. ಒಳ್ಳೆಯದನ್ನು ಹುಡುಕುತ್ತಾ ಹೋದರೆ ಪ್ರತಿಯೊಬ್ಬ ಮನುಷ್ಯನಲ್ಲೂ ಒಳ್ಳೆಯದು ಸಿಗುತ್ತಾ ಹೋಗುತ್ತದೆ.

ಒಬ್ಬ ಮನುಷ್ಯನಲ್ಲೇ ನಿಮಗೆ ಬೇಕಾದ್ದು ಸಿಗುತ್ತದೆ ಎಂದಾದಾಗ, ಸಹಜವಾಗಿಯೇ ಯಾವ ಧಾರ್ಮಿಕ ಗ್ರಂಥಗಳನ್ನು ಓದಿದರೂ ನಿಮಗೆ ಇಷ್ಟವಾದದ್ದು ಸಿಗುತ್ತದೆ. ಇಷ್ಟವಾಗದೇ ಇರುವುದೂ ಸಿಗುತ್ತದೆ. ಆದರೆ ನೀವು ಏನನ್ನು ಹುಡುಕುತ್ತೀರಿ ಅನ್ನುವುದು ಮುಖ್ಯ.

ಹೀಗಾಗಿ ಎಲ್ಲ ಕಡೆ ಒಳ್ಳೆಯದನ್ನೇ ಹುಡುಕಿ. ನೆಮ್ಮದಿಯಾಗಿರುತ್ತೀರಿ. ಕೆಡುಕನ್ನೇ ಹುಡುಕುತ್ತಾ ಹೋದರೆ ಕೆಡುಕೇ ಸಿಗುತ್ತಾ ಹೋಗುತ್ತದೆ. ಹಾಗೆ ಮಾಡಲು ಹೋಗಬೇಡಿ. ಕೆಟ್ಟದು ಕಂಡರೆ ಒಪ್ಪಬೇಡಿ. ಆದರೆ ಒಳ್ಳೆಯದನ್ನು ಕಂಡರೆ ಜೀವನದಲ್ಲಿ ಅದನ್ನು ಅಳವಡಿಸಿಕೊಳ್ಳಿ.

ಧರ್ಮಸಿಂಗ್ ಈ ಕತೆ ಹೇಳುತ್ತಿದ್ದರೆ ನಾನು ಮೂಕನಾಗಿ ಕೇಳುತ್ತಿದ್ದೆ. ಬದುಕಿನಲ್ಲಿ ಸುಖಾ ಸುಮ್ಮನೆ ನಡೆಯುತ್ತಾ ಹೋಗುವುದಲ್ಲ. ಅದಕ್ಕೊಂದು ದೃಷ್ಟಿಕೋನ ಇರಬೇಕು. ಧರ್ಮಸಿಂಗ್ ಅವರು ಹೇಳಿದಂತೆ, ಒಳ್ಳೆಯದನ್ನು ಹುಡುಕುವ, ಕೆಟ್ಟದನ್ನು ತಿರಸ್ಕರಿಸುವ ಗುಣ ಬೆಳೆಯಬೇಕು. ಹಾಗಾದಾಗ ನಾವೂ ಅವರು ಹೇಳಿದ ಕತೆಯ ಪಾತ್ರದಂತೆ ಎಲ್ಲ ವೈಯಕ್ತಿಕ ನೋವನ್ನು ಮರೆತು ಮುಂದೆ ನಡೆಯಲು ಸಾಧ್ಯ? ಯಾಕೆಂದರೆ ಬದುಕಿನಲ್ಲಿ ಸುಖ ಅಪರೂಪದ ಅತಿಥಿಯಾದರೆ, ದುಃಖ ಮಾತ್ರ ಖಾಯಂ ನೆಂಟನ ತರ.

ಅಂದ ಹಾಗೆ ಮೊನ್ನೆ ಕೆಲಸದ ಮಧ್ಯೆ ಬಿಡುವು ಮಾಡಿಕೊಂಡು ನನ್ನೂರು ಸಾಗರಕ್ಕೆ ಹೋಗುವಾಗ ಗೆಳೆಯರೊಬ್ಬರು ಸಿಕ್ಕರು. ಈ ಕತೆಯನ್ನು ಅವರಿಗೆ ಹೇಳಿದೆ. ಅದಕ್ಕವರು ಅಚ್ಚರಿಪಡುತ್ತಾ, ಅರೇ, ತೆಲುಗಿನಲ್ಲಿ ಬಾಲಗಂಗಾಧರನಾಥ್ ಅಂತ ಸಾಹಿತಿಯೊಬ್ಬರಿದ್ದಾರೆ. ಅವರು ಬರೆದ ಕತೆಗೂ, ಇದಕ್ಕೂ ಎಷ್ಟು ಸಾಮ್ಯವಿದೆ ಅಥವಾ ಅದೇ ಇರಬಹುದು.

ಅದೇನೇ ಇದ್ದರೂ ಬದುಕಿಗೆ ಇಂತಹ ದೃಷ್ಟಿಕೋನ ಇರಬೇಕು. ಕೆಟ್ಟದನ್ನೇ ಹುಡುಕುತ್ತಾ ಹೋದರೆ ನಿಮಗೆ ಕೆಟ್ಟದೇ ಸಿಗುತ್ತದೆ ಎಂಬುದು ಹೇಗೆ ನಿಜವೋ, ಒಳ್ಳೆಯದನ್ನು ಹುಡುಕುತ್ತಾ ಹೋದರೆ ನಿಮಗೆ ಒಳ್ಳೆಯದೇ ಸಿಗುತ್ತದೆ ಎಂಬುದೂ ಅಷ್ಟೇ ನಿಜ.

ಹಾಗಂತ ಬದುಕಿನಲ್ಲಿ ಎಲ್ಲವೂ ಒಳ್ಳೆಯದೇ ಸಿಗುತ್ತದೆ ಅಂತಲ್ಲ, ಆದರೆ ಒಳ್ಳೆಯದರ ಹುಡುಕಾಟದಲ್ಲಿ ನಾವು ನಿರಂತರವಾಗಿ ಮಗ್ನರಾಗಿರುವುದು ಒಳ್ಳೆಯದು. ಯಾಕೆಂದರೆ ಅದರಿಂದ ಮನಸ್ಸಿಗೆ ನೆಮ್ಮದಿ ಸಿಗುತ್ತದೆ ಎಂದರು.

ಹೀಗೇ ಇಬ್ಬರೂ ಮಾತನಾಡುತ್ತಾ ಹೋದೆವು. ಗುಲ್ಬರ್ಗದ ಧರ್ಮಸಿಂಗ್ ಅವರು ತೆಲುಗಿನ ಈ ಕತೆಯಿಂದ ಪ್ರೇರಿತರಾಗಿರಬಹುದು. ಆದರೆ ಇಂತಹ ಪ್ರೇರಣೆ ಅವರಲ್ಲಿ ಎಷ್ಟರ ಮಟ್ಟಿಗೆ ಕೆಲಸ ಮಾಡುತ್ತಿದೆ ಎಂಬುದನ್ನು ನೆನೆಸಿಕೊಂಡು ಅಚ್ಚರಿಗೊಂಡೆ. ಅದಕ್ಕಿಂತ ಮುಖ್ಯವಾಗಿ ಅವತ್ತು ಧರ್ಮಸಿಂಗ್ ಹೇಳಿದ ಕತೆ ಹೇಗೆ ಸುಪ್ತವಾಗಿ ಮನಸ್ಸಿನಲ್ಲಿ ಕೆಲಸ ಮಾಡುತ್ತಿದೆ ಎಂಬುದನ್ನು ಕಲ್ಪಿಸಿಕೊಳ್ಳತೊಡಗಿದೆ.

ರಿಯಲಿ, ಇಟ್ ಈಸ್ ನೈಸ್ ಅನ್ನಿಸಿತು.

13

ಅವತ್ತು ಜೆಡಿಎಸ್-ಬಿಜೆಪಿ ಮೈತ್ರಿಕೂಟ ಸರ್ಕಾರದಲ್ಲಿ ಮುಖ್ಯಮಂತ್ರಿ ಆಗಬೇಕಿದ್ದವರು ಹಿರಿಯ ನಾಯಕ ಎಂ.ಪಿ.ಪ್ರಕಾಶ್. ಆದರೆ ಕಾಲದ ನಿರ್ಣಯ ಬೇರೆಯಾಗಿತ್ತು. ಹೀಗಾಗಿ ನಾನು ಮುಖ್ಯಮಂತ್ರಿಯಾದೆ.

ಜೆಡಿಎಸ್-ಬಿಜೆಪಿ ಮೈತ್ರಿ ಸರ್ಕಾರ ಅಸ್ತಿತ್ವಕ್ಕೆ ಬಂದ ರೋಚಕ ಕತೆ

ಬ್ರದರ್, ಅವತ್ತು ಜೆಡಿಎಸ್-ಬಿಜೆಪಿ ಮೈತ್ರಿಕೂಟ ಸರ್ಕಾರದಲ್ಲಿ ಮುಖ್ಯಮಂತ್ರಿ ಆಗಬೇಕಿದ್ದವರು ಹಿರಿಯ ನಾಯಕ ಎಂ.ಪಿ.ಪ್ರಕಾಶ್. ಆದರೆ ಕಾಲದ ನಿರ್ಣಯ ಬೇರೆಯಾಗಿತ್ತು. ಹೀಗಾಗಿ ನಾನು ಸಿಎಂ ಆದೆ ಎಂದರು ಹೆಚ್.ಡಿ.ಕುಮಾರಸ್ವಾಮಿ.

ನಾನು ಅವಾಕ್ಕಾದೆ. 2006ರಲ್ಲಿ ಕುಮಾರಸ್ವಾಮಿ ಅವರ ನೇತೃತ್ವದಡಿ ಜೆಡಿಎಸ್-ಬಿಜೆಪಿ ಸರ್ಕಾರ ಅಸ್ತಿತ್ವಕ್ಕೆ ಬಂದಿದ್ದು ಇತಿಹಾಸ. ಆದರೆ ಒಲಿದು ಬಂದ ಮುಖ್ಯಮಂತ್ರಿ ಪಟ್ಟವನ್ನು ಎಂ.ಪಿ.ಪ್ರಕಾಶ್ ನಿರಾಕರಿಸಿದ್ದರು ಅನ್ನುವುದು ಮಾತ್ರ ಹೊಸ ವಿಷಯ.

ಹೀಗಾಗಿ ನಾನು ಉತ್ಸುಕತೆಯಿಂದ: ಕುಮಾರಣ್ಣ, ಆ ಎಪಿಸೋಡಿನ ಕುರಿತು ವಿವರವಾಗಿ ಹೇಳಿ ಎಂದೆ. ಅವರು ನಿರರ್ಗಳವಾಗಿ ವಿವರಿಸುತ್ತಾ ಹೋದರು.

ಬ್ರದರ್, 2004ರ ವಿಧಾನಸಭಾ ಚುನಾವಣೆಯಲ್ಲಿ ಅತಂತ್ರ ಫಲಿತಾಂಶ ಬಂದಾಗ ಜೆಡಿಎಸ್ ಜತೆ ಕೈಗೂಡಿಸಿ ಸರಕಾರ ರಚಿಸಲು ಕಾಂಗ್ರೆಸ್‌ನಂತೆಯೇ ಬಿಜೆಪಿ ಕೂಡಾ ಆಸಕ್ತಿ ತಾಳಿತ್ತು. ಆದರೆ ದೇವೇಗೌಡರಿಗೆ ಆ ಪಕ್ಷದ ಜತೆ ಹೋಗಲು ಆಸಕ್ತಿ ಇರಲಿಲ್ಲ.

ಇಷ್ಟಾದರೂ ಒಂದು ದಿನ, 'ಈ ಸಂಜೆ' ಪತ್ರಿಕೆಯ ಸಂಪಾದಕರಾದ ಟಿ. ವೆಂಕಟೇಶ್ ಅವರು ನನ್ನ ಜತೆ ಮಾತನಾಡಿ ಬಿಜೆಪಿಯವರು ನಿಮ್ಮ ಪಕ್ಷದ ಜತೆ ಕೈಜೋಡಿಸಿ ಸರ್ಕಾರ ರಚಿಸಲು ಉತ್ಸುಕರಾಗಿದ್ದಾರೆ. ಹೀಗೆ ಸರ್ಕಾರ ರಚಿಸುವುದು, ಬಿಡುವುದು ಬೇರೆ ಮಾತು. ಆದರೆ ಬಿಜೆಪಿ ನಾಯಕರ ಜತೆ ಔಪಚಾರಿಕವಾಗಿ ಮಾತುಕತೆ ನಡೆಸಬಹುದಲ್ಲ ಎಂದು ಕೇಳಿದರು. ಸರಿ ಎಂದಾಗ ತಮ್ಮ ಮನೆಯಲ್ಲೇ ಒಂದು ಉಪಾಹಾರ ಕೂಟ ಏರ್ಪಡಿಸಿದರು.

2014ರಲ್ಲಿ ಅಧಿಕಾರಕ್ಕೆ ಬಂದ ಪ್ರಧಾನಿ ನರೇಂದ್ರಮೋದಿ ನೇತೃತ್ವದ ಎನ್.ಡಿ.ಎ ಸರ್ಕಾರದಲ್ಲಿ ಸಂಪುಟದಲ್ಲಿ ಸಚಿವರಾದ ಅರುಣ್ ಜೇಟ್ಲಿ, ವಾಮನಾಚಾರ್ಯ ಅವರಿಂದ ಹಿಡಿದು ಹಲವು ಪ್ರಮುಖರು ಈ ಉಪಾಹಾರ ಕೂಟದಲ್ಲಿ ಭಾಗವಹಿಸಿದ್ದರು. ಅವತ್ತು ನೇರವಾಗಿ ವಿಷಯಕ್ಕೆ ಬಂದ ಅರುಣ್ ಜೇಟ್ಲಿ ಅವರು ಮಿಸ್ಟರ್ ಕುಮಾರಸ್ವಾಮಿ, ಈಗ ಬಿಹಾರವನ್ನೇ ನೋಡಿ. ಅಲ್ಲಿ ನಿತೀಶ್ ಕುಮಾರ್ ಅವರ ಜೆಡಿ(ಯು) ಜತೆ ಸೇರಿ ನಾವು ಸರ್ಕಾರ ರಚಿಸಿದ್ದೇವೆ. ಅದರ ಪಾಡಿಗದು ಸ್ಮೂತಾಗಿ ನಡೆಯುತ್ತಿದೆ. ಇಲ್ಲೂ ಹಾಗೇ ನಡೆಯುತ್ತದೆ. ಹೀಗಾಗಿ ನಮ್ಮೆರಡೂ ಪಕ್ಷಗಳು ಸೇರಿ ಸರ್ಕಾರ ರಚಿಸಲಿ. ಒಪ್ಪಿಕೊಳ್ಳಿ ಎಂದರು.

ಆದರೆ ಏನೇ ಮಾಡಿದರೂ ದೇವೇಗೌಡರು ಜಪ್ಪಯ್ಯ ಅನ್ನಲಿಲ್ಲ. ಸರಿ,

ಇನ್ನುಳಿದಿದ್ದು ಕಾಂಗ್ರೆಸ್ ಮಾತ್ರ. ಹೀಗಾಗಿ ಹಲವು ನಾಯಕರ ಜತೆಗೂಡಿ ದೆಹಲಿಗೆ ಹೋದ ದೇವೇಗೌಡರು, ಎಐಸಿಸಿ ಅಧ್ಯಕ್ಷರಾದ ಶ್ರೀಮತಿ ಸೋನಿಯಾಗಾಂಧಿ ಅವರನ್ನು ಭೇಟಿ ಮಾಡಿದರು. ಆದರೆ ಸೋನಿಯಾಗಾಂಧಿ ಅವರದು ಒಂದೇ ಮಾತು: ನಾವೀಗ ಕೇಂದ್ರದಲ್ಲಿ ಅಧಿಕಾರ ಹಿಡಿದಿದ್ದೇವೆ. ರಾಜ್ಯದಲ್ಲೂ ನಿಮಗಿಂತ ನಮ್ಮ ಶಕ್ತಿಯೇ ಹೆಚ್ಚು. ಹೀಗಾಗಿ ನಮ್ಮ ಪಕ್ಷಕ್ಕೆ ಸಿಎಂ ಪೋಸ್ಟು ಇರಲಿ, ನಿಮ್ಮ ಪಕ್ಷಕ್ಕೆ ಡಿಸಿಎಂ ಸ್ಥಾನ ಇರಲಿ ಅಂತ.

ಪಾಪ, ಸಿದ್ಧರಾಮಯ್ಯ ಅವರು ಇವತ್ತಿಗೂ ಸೋನಿಯಾಗಾಂಧಿಯವರು ನಮ್ಮ ಪಕ್ಷಕ್ಕೇ ಸಿಎಂ ಪೋಸ್ಟು ಬಿಟ್ಟುಕೊಡಲು ಒಪ್ಪಿದ್ದರು. ಆದರೆ ದೇವೇಗೌಡರು ಒಪ್ಪಲಿಲ್ಲ ಅನ್ನುತ್ತಾರೆ. ಬೇಕಿದ್ದರೆ ಶರದ್ ಪವಾರ್ ಅವರನ್ನು ಈ ಕುರಿತು ಕೇಳಿ ನೋಡಿ ಎನ್ನುತ್ತಾರೆ. ಈಗಲೂ ಹೇಳುತ್ತೇನೆ. ಅದು ನಿಜ ಅಂತ ಸೋನಿಯಾಗಾಂಧಿಯವರು ಹೇಳಲಿ ನೋಡೋಣ?

ಇರಲಿ, ಆದರೆ ಅವತ್ತು ಇದನ್ನೇ ಪಟ್ಟಾಗಿ ಹಿಡಿದುಕೊಂಡ ಸಿದ್ಧರಾಮಯ್ಯ, ನಾನು ಡಿಸಿಎಂ ಆಗಲು ರೆಡಿ ಇಲ್ಲ ಎಂದುಬಿಟ್ಟರು. ಆಗ ಜತೆಗಿದ್ದ ಹಿರಿಯ ನಾಯಕರಾದ ಸಿಂಧ್ಯಾ ಹಾಗೂ ಎಂ.ಪಿ.ಪ್ರಕಾಶ್ ಅವರು, ಸಾರ್, ಡಿಸಿಎಂ ಆಗಲು ಸಿದ್ಧರಾಮಯ್ಯ ಒಪ್ಪುತ್ತಿಲ್ಲ. ಹೀಗಾಗಿ ನಮ್ಮಿಬ್ಬರ ಪೈಕಿ ಒಬ್ಬರನ್ನು ಡಿಸಿಎಂ ಮಾಡಿ ಎನ್ನತೊಡಗಿದರು.

ಆದರೆ ನಾನೇ ಮುಂದಾಗಿ ಕರ್ನಾಟಕ ಭವನಕ್ಕೆ ಹೋಗಿ ಸಿದ್ಧರಾಮಯ್ಯ ಅವರನ್ನು ಭೇಟಿ ಮಾಡಿದೆ. ಸಾರ್, ನಮ್ಮ ಪಕ್ಷ ಸ್ವಯಂಬಲದ ಮೇಲೆ ಅಧಿಕಾರಕ್ಕೆ ಬಂದ ಮೇಲೆ ನೀವೇ ಸಿಎಂ ಅಗುತ್ತೀರಿ. ಯೋಚಿಸಬೇಡಿ ಎಂದೆ. ಆಗವರು ಒಪ್ಪಿಕೊಂಡರು. ಪರಿಣಾಮವಾಗಿ ಧರ್ಮಸಿಂಗ್ ನೇತೃತ್ವದಲ್ಲಿ ಕಾಂಗ್ರೆಸ್-ಜೆಡಿಎಸ್ ಮೈತ್ರಿಕೂಟ ಸರ್ಕಾರ ಅಸ್ತಿತ್ವಕ್ಕೆ ಬಂತು.

ಹೇಗೋ ಕೆಲವು ಕಾಲ ಈ ಸರ್ಕಾರ ನಡೆಯಿತು. ಆದರೆ ಕಾಲಕ್ರಮೇಣ ಪಕ್ಷದಲ್ಲಿ ಶಾಸಕರ ಅಸಮಾಧಾನ ಹೆಚ್ಚುತ್ತಾ ಹೋಯಿತು. ಯಾಕೆಂದರೆ ಸರ್ಕಾರದ ಮಟ್ಟದಲ್ಲಿ ಯಾರ ಕೆಲಸವೂ ಆಗುತ್ತಿರಲಿಲ್ಲ. ಹೀಗಿರುತ್ತಲೇ ಎರಡು ಅನಿರೀಕ್ಷಿತ ಘಟನೆಗಳು ಜರುಗಿದವು ಬ್ರದರ್. ಹೀಗಾಗಿ ನಾವು ನಿರ್ಣಾಯಕ ತೀರ್ಮಾನವೊಂದಕ್ಕೆ ಬರಬೇಕಾದ ಸ್ಥಿತಿ ಸೃಷ್ಟಿಯಾಗಿಬಿಟ್ಟಿತು.

ಮೊದಲನೆಯದಾಗಿ ಪಕ್ಷದ ವಿರುದ್ಧವೇ ತಿರುಗಿ ಬಿದ್ದ ಸಿದ್ದರಾಮಯ್ಯ ಅಹಿಂದ ಚಳವಳಿಯನ್ನು ಕಟ್ಟಿ ಬೀದಿಗಿಳಿದರು. ದೊಡ್ಡವರು(ದೇವೇಗೌಡ) ಬೇಡ, ಬೇಡ ಎಂದರೂ ಕೇಳಲಿಲ್ಲ. ಹೀಗಾಗಿ ಅವರನ್ನು ಡಿಸಿಎಂ ಹುದ್ದೆಯಿಂದ ಕಿತ್ತು ಹಾಕಿ ಎಂ.ಪಿ.ಪ್ರಕಾಶ್ ಅವರನ್ನು ಆ ಜಾಗಕ್ಕೆ ತರುವುದು ಅಂತ ತೀರ್ಮಾನವಾಯಿತು.

ಹೀಗೆ ಸಿದ್ದರಾಮಯ್ಯ ಅವರು ಪಕ್ಷದಿಂದ ಹೊರಹೋದ ಮೇಲೆ ಜಿಲ್ಲಾ

ಪಂಚಾಯತ್, ತಾಲ್ಲೂಕ್ ಪಂಚಾಯತ್ ಚುನಾವಣೆಗಳು ಬಂದವಲ್ಲ, ಆಗ ಅವರೂ ಒಂದು ಪಕ್ಷ ಕಟ್ಟಿ ಚುನಾವಣೆಗೆ ಹೋದರು. ಕೆಲವು ಕಡೆ ಗಣನೀಯ ಸಂಖ್ಯೆಯ ಸೀಟುಗಳನ್ನೂ ಗೆದ್ದರು. ಆಗ ನಮ್ಮ ಜತೆ ಮೈತ್ರಿ ಮಾಡಿಕೊಂಡಿದ್ದ ಕಾಂಗ್ರೆಸ್‌ನ ದೆಹಲಿ ನಾಯಕರು ಒಂದು ಹೊಸ ಆಟಕ್ಕೆ ಕೈ ಹಾಕಿದರು.

ಎಲ್ಲಿ ಸಿದ್ದರಾಮಯ್ಯ ಅವರ ಪಕ್ಷದ ಜತೆ ಕೈಜೋಡಿಸಿ ಜಿಲ್ಲಾ ಪಂಚಾಯತ್‌ಗಳ ಅಧಿಕಾರ ಹಿಡಿಯಬಹುದೋ ಅಲ್ಲಿ ಅವರ ಜತೆ ಕೈ ಜೋಡಿಸುವುದು. ಉಳಿದ ಕಡೆ ಜೆಡಿಎಸ್ ಜತೆ ಕೈ ಜೋಡಿಸಿ ಅಧಿಕಾರ ಹಿಡಿಯುವುದು ಎಂಬುದು ಈ ಆಟ. ಹಾಗಂತ ಅವರು ಸ್ಥಳೀಯ ನಾಯಕರಿಗೆ ಸಿಗ್ನಲ್ ನೀಡಿದರು. ಸಾಲದು ಎಂಬಂತೆ ಎಸ್.ಎಂ.ಕೃಷ್ಣ ಅವರಂತಹ ನಾಯಕರು ರಹಸ್ಯವಾಗಿ, ಮೇಲಿಂದ ಮೇಲೆ ಸಭೆ ನಡೆಸಿ ಕಾಂಗ್ರೆಸ್ ಪಕ್ಷಕ್ಕೆ ಸಿದ್ಧರಾಮಯ್ಯ ಅವರನ್ನು ಸೇರಿಸಿಕೊಳ್ಳಲು ತಯಾರಿ ನಡೆಸಿದರು.

ಈ ಬೆಳವಣಿಗೆ ಸಹಜವಾಗಿ ದೇವೇಗೌಡರ ಆಕ್ರೋಶಕ್ಕೆ ಕಾರಣವಾಯಿತು. ಹಾಗಂತಲೇ ಅವರು ದಿಲ್ಲಿಗೆ ಹೋಗಿ ಶ್ರೀಮತಿ ಸೋನಿಯಾಗಾಂಧಿ ಅವರನ್ನು ಭೇಟಿ ಮಾಡಿದರು. ನಿಮ್ಮ ಪಕ್ಷದ ಸಹವಾಸವೇ ನಮಗೆ ಬೇಡ. ಹೀಗಾಗಿ ಸರ್ಕಾರವನ್ನು ವಿಸರ್ಜಿಸಿ ಮತ್ತೆ ಚುನಾವಣೆಗೆ ಹೋಗೋಣ ಎಂದು ಹೇಳಿದವರೇ ವಾಪಸ್ಸು ಬಂದುಬಿಟ್ಟರು.

ಹೀಗೆ ಬಂದವರು ಪಕ್ಷದ ಶಾಸಕಾಂಗ ಸಭೆಯಲ್ಲಿ, ಬಿ ರೆಡಿ ಟು ಮಿಡ್ ಟರ್ಮ್ ಪೋಲ್ ಎಂದು ಬಿಟ್ಟರು. ಆದರೆ ಇದರಿಂದ ಆತಂಕಗೊಂಡ ಬಹುತೇಕ ಶಾಸಕರು ನನ್ನ ಬಳಿ ಬಂದು: ಸಾರ್, ಚುನಾವಣೆಗಾಗಿ ಈಗಾಗಲೇ ದಂಡಿಯಾಗಿ ಸಾಲ ಮಾಡಿ ಸಂಕಷ್ಟದಲ್ಲಿದ್ದೇವೆ. ಈಗ ಮರಳಿ ಚುನಾವಣೆಗೆ ಹೋಗುವುದು ತುಂಬ ಕಷ್ಟ. ಹೀಗಾಗಿ ನೀವೇ ಏನಾದರೂ ಮಾಡಿ ಮಧ್ಯಂತರ ಚುನಾವಣೆಯನ್ನು ತಪ್ಪಿಸಿ ಎಂದು ಪಟ್ಟು ಹಿಡಿದು ಬಿಟ್ಟರು.

ಅಯ್ಯೋ ಶಿವನೇ, ಈಗ ಏನಪ್ಪಾ ಮಾಡುವುದು ಅಂತ ಯೋಚಿಸುತ್ತಿದ್ದೆ. ಈ ಕಾಲದಲ್ಲೇ ಒಮ್ಮೆ ಅಸೆಂಬ್ಲಿಯಲ್ಲಿ ಕುಳಿತಿದ್ದ ನನ್ನ ಕೈಗೆ ಒಂದು ಚೀಟಿ ಬಂತು. ತೆಗೆದು ನೋಡಿದರೆ ಅದು ಪ್ರತಿಪಕ್ಷದ ನಾಯಕ ಯಡಿಯೂರಪ್ಪ ಅವರು ಕಳಿಸಿದ್ದು. ಅದರಲ್ಲವರು: ಬಿಡುವು ಮಾಡಿಕೊಂಡು ನೀವು ಡಾಲರ್ ಕಾಲೋನಿಯಲ್ಲಿರುವ ನಮ್ಮ ಮನೆಗೆ ಬಂದು ಐದು ನಿಮಿಷ ಭೇಟಿ ಮಾಡಲು ಸಾಧ್ಯವೇ ಎಂದು ಕೇಳಿದ್ದರು.

ಸರಿ, ನಾನು ಡ್ರೈವರ್ ಅನ್ನೂ ಕರೆದುಕೊಳ್ಳದೆ ಖುದ್ದಾಗಿ ಕಾರು ಓಡಿಸಿಕೊಂಡು ಅವರ ಮನೆಗೆ ಹೋದೆ. ಅಲ್ಲವರು, ದೇವರ ಕೋಣೆಯ ಬಳಿ ಕರೆದೊಯ್ದರು. ಪೂಜೆ ಮಾಡಿ ಮಂಗಳಾರತಿ ಕೊಟ್ಟರು. ಚಿತ್ರಾನ್ನ ತಿನ್ನಿಸಿದರು. ಆನಂತರ ಮನೆಯ ಹಾಲ್‌ನಲ್ಲಿ ನಾವಿಬ್ಬರೂ ಹೋಗಿ ಕುಳಿತುಕೊಂಡೆವು.

ಈ ಸಂದರ್ಭದಲ್ಲಿ ಅವರು, ಕುಮಾರಸ್ವಾಮಿಯವರೇ, ಪಕ್ಷದಲ್ಲಿನ ಬೆಳವಣಿಗೆಗಳಿಂದ ನನಗೆ ಬೇಸರವಾಗಿದೆ. ಹೀಗಾಗಿ ಪಕ್ಷಕ್ಕೆ ರಾಜೀನಾಮೆ ಕೊಟ್ಟು ಬರುತ್ತೇನೆ. ನನ್ನನ್ನು ಮಂತ್ರಿ ಮಾಡಲು ಸಾಧ್ಯವಾ ಎಂದು ಕೇಳಿದರು.

ಆದರೆ ನಾನು ಪ್ರತಿಯುತ್ತರಿಸಿ, ಸಾರ್, ನೀವೊಬ್ಬರೇ ಬಂದರೆ ಬಿಜೆಪಿಯಲ್ಲಿ ನಿಮ್ಮ ಲೀಡರ್‌ಷಿಪ್ಪಿಗಿರುವ ಸೀನಿಯಾರಿಟಿ ಹೋಗುತ್ತದೆ. ಹೀಗಾಗಿ ನೀವು ಅರವತ್ತರಷ್ಟು ಶಾಸಕರನ್ನು ನಿಮ್ಮ ಜತೆ ಕರೆದುಕೊಂಡು ಬರಲು ಪ್ರಯತ್ನಿಸಿ ಎಂದೆ.

ನಂತರ ಯಡಿಯೂರಪ್ಪ ಅವರು ಪಕ್ಷದ ಶಾಸಕರ ಮೀಟಿಂಗು ಮಾಡಿ: ನನಗೆ ಜೆಡಿಎಸ್ ಮತ್ತು ಕಾಂಗ್ರೆಸ್ ಪಕ್ಷಗಳ ಕಡೆಯಿಂದ ಸರ್ಕಾರ ರಚಿಸಲು ಕೈ ಜೋಡಿಸಿ ಎಂಬ ಆಹ್ವಾನ ಬರುತ್ತಿದೆ. ಏನು ಮಾಡುವುದು ಅಂತ ಕೇಳಿದ್ದಾರೆ. ಆಗ ಬಿಜೆಪಿಯ ಬಹುತೇಕ ಶಾಸಕರು, ಜೆಡಿಎಸ್ ಜತೆ ಹೋಗೋಣ ಎಂದಿದ್ದಾರೆ.

ಹೀಗಾಗಿ ಮತ್ತೆ ಯಡಿಯೂರಪ್ಪ ಬೆಂಗಳೂರಿನ ಸದಾಶಿವನಗರದ ನನ್ನ ಅತಿಥಿ ಗೃಹಕ್ಕೆ ಬಂದ ಮೇಲೆ ಇನ್ನೊಂದು ಸುತ್ತಿನ ಮಾತುಕತೆಯಾಯಿತು. ಇಪ್ಪತ್ತು ತಿಂಗಳು ನಾನು ಸಿಎಂ ಆಗಬೇಕು. ನಂತರದ ಇಪ್ಪತ್ತು ತಿಂಗಳು ಯಡಿಯೂರಪ್ಪ ಸಿಎಂ ಆಗಬೇಕು ಎಂದು ನಿರ್ಧಾರವಾಯಿತು.

ಈ ಬೆಳವಣಿಗೆಯ ಕುರಿತು ನಾನು ನನ್ನ ಸಹೋದರರಾದ ಬಾಲಕೃಷ್ಣೇಗೌಡ ಹಾಗೂ ರೇವಣ್ಣ ಅವರ ಬಳಿ ಹೇಳಿದೆ. ಅವರು ಕೂಡಾ, ಸಿಎಂ ಆಗುವುದಾದರೆ ಓಕೆ, ಗೋ ಅಹೆಡ್ ಅಂತೇನೋ ಹೇಳಿದರು. ಆದರೆ ದೇವೇಗೌಡರಿಗೆ ವಿಷಯ ಗೊತ್ತಾಗಿದ್ದೇ ತಡ, ನೀನು ಹಾಗೇನಾದರೂ ಬಿಜೆಪಿ ಜತೆ ಸೇರಿ ಸರ್ಕಾರ ಮಾಡುವುದಿದ್ದರೆ ನನಗೆ ವಿಷ ಕೊಟ್ಟು ಹೋಗು ಎಂದುಬಿಟ್ಟರು.

ಹೀಗಾಗಿ ನಾನು ಅಲ್ಲಿರಲಾಗದೆ, ಅನಿವಾರ್ಯವಾಗಿ ಪಕ್ಷದ ನಲವತ್ತಕ್ಕೂ ಹೆಚ್ಚು ಶಾಸಕರ ಜತೆ ಸೇರಿ ರೆಸಾರ್ಟ್‌ಗೆ ಹೋದೆ. ಅವರಿಗೂ ದೊಡ್ಡವರ ಮನಸ್ಥಿತಿ ಗೊತ್ತಿತ್ತು. ಹೀಗಾಗಿ ರೆಸಾರ್ಟ್‌ನಿಂದ ಮನೆಗೆ ಹೋಗಲು ನನ್ನನ್ನವರು ಬಿಡುತ್ತಲೇ ಇರಲಿಲ್ಲ. ಬದಲಿಗೆ ಹಗಲು-ರಾತ್ರಿ ಎನ್ನದೆ ಕಾಯುತ್ತಾ ಕುಳಿತುಬಿಟ್ಟರು.

ನನಗೆ ಧರ್ಮಸಂಕಟ. ಅಲ್ಲಿ ನೋಡಿದರೆ ದೊಡ್ಡವರು ವಿಷ ಕುಡಿದು ಸಾಯುವ ಮಾತನಾಡುತ್ತಿದ್ದಾರೆ. ಇಲ್ಲಿ ನೋಡಿದರೆ ಶಾಸಕರು, ಪರ್ಯಾಯ ಸರ್ಕಾರ ರಚನೆಯಾಗಲೇಬೇಕು ಅನ್ನುತ್ತಿದ್ದಾರೆ. ಹೀಗಾಗಿ ನಿತ್ಯ ಅಳುವುದೇ ನನ್ನ ಕೆಲಸವಾಗಿ ಹೋಯಿತು. ಇದನ್ನು ನೋಡಿ ತಡೆದುಕೊಳ್ಳಲಾಗದೆ ಶಾಸಕ ಪುಟ್ಟರಾಜು, ಒಂದು ದಿನ ಬೆಳಗಿನ ಜಾವ ರಹಸ್ಯವಾಗಿ ನನ್ನನ್ನು ದೇವೇಗೌಡರ ಬಳಿ ಕರೆದುಕೊಂಡು ಹೋದರು.

ಅವತ್ತು ದೇವೇಗೌಡರು ನನ್ನನ್ನು ಎದುರು ನಿಲ್ಲಿಸಿಕೊಂಡು: ನೋಡು, ರಾಮಾಯಣದಲ್ಲಿ ತಂದೆ ದಶರಥನ ಮಾತು ಕೇಳಿ ರಾಮ ವನವಾಸಕ್ಕೆ ಹೋದ. ಇವತ್ತು ನಾನು ದಶರಥನ ಜಾಗದಲ್ಲಿ, ನೀನು ರಾಮನ ಜಾಗದಲ್ಲಿ ನಿಲ್ಲುವ ಪರಿಸ್ಥಿತಿ ಬಂದಿದೆ. ಹೀಗಾಗಿ ನಾನು ಹೇಳಿದಂತೆ ಕೇಳು. ನೀನು ಬಿಜೆಪಿಯ ಜತೆ ಹೋಗಿ ಸರ್ಕಾರ ರಚಿಸಬೇಡ ಎಂದರು.

ಆಗ ನಾನೊಂದು ನಿರ್ಧಾರಕ್ಕೆ ಬಂದವನೇ ಕುಮಾರಪಾರ್ಕ್ ಬಳಿ ಇದ್ದ ಹಿರಿಯ ನಾಯಕ ಎಂ.ಪಿ.ಪ್ರಕಾಶ್ ಅವರ ಮನೆಗೆ ಹೋದೆ. ಸಾರ್, ಶಾಸಕರ ದೃಷ್ಟಿಯಿಂದಲಾದರೂ ಈ ಸರ್ಕಾರವನ್ನು ಉಳಿಸಿಕೊಳ್ಳಬೇಕು. ಆದರೆ ನಾನು ಮುಖ್ಯಮಂತ್ರಿಯಾಗುವ ಸ್ಥಿತಿಯಲ್ಲಿಲ್ಲ. ಹೀಗಾಗಿ ನೀವೇ ಜೆಡಿಎಸ್-ಬಿಜೆಪಿ ಸರ್ಕಾರದ ಮುಖ್ಯಮಂತ್ರಿಯಾಗಿ ಎಂದೆ.

ಅದಕ್ಕವರು ಎತ್ತಿದ ಮಾತಿಗೇ ಇಲ್ಲ ಕುಮಾರಸ್ವಾಮಿ, ನಾನು ದೊಡ್ಡವರನ್ನು ಬಿಟ್ಟು ಬರಲು ಸಾಧ್ಯವೇ ಇಲ್ಲ ಎಂದು ಬಿಟ್ಟರು. ಆಗಿನ್ನೂ ನನಗೆ ನಲವತ್ತಾರು ವರ್ಷ. ಆದರೆ ಎಂ.ಪಿ.ಪ್ರಕಾಶ್ ಅವರು ನಿರಾಕರಿಸಿದ ಮೇಲೆ ಈ ಹೊಣೆಯನ್ನು ನಾನು ಹೊರದೆ ಬೇರೆ ದಾರಿಯೇ ಇರಲಿಲ್ಲ.

ಹೀಗಾಗಿ ಅವತ್ತು ನಾನು ಸಿಎಂ ಪಟ್ಟಕ್ಕೆ ಬಂದು ಕುಳಿತೆ. ಒಂದು ವೇಳೆ ಅವತ್ತು ಎಂ.ಪಿ.ಪ್ರಕಾಶ್ ಅವರೇನಾದರೂ ಸಿಎಂ ಆಗಲು ಒಪ್ಪಿದ್ದರೆ ಕತೆ ಬೇರೆಯಾಗುತ್ತಿತ್ತು. ಆದರೆ ಕಾಲಚಕ್ರದ ಓಟದಲ್ಲಿ ಕೆಲವೊಮ್ಮೆ ನಾವು ಬಯಸದಿದ್ದರೂ ಮುಂದೆ ಓಡುವ ಅನಿವಾರ್ಯತೆ ಸೃಷ್ಟಿಯಾಗುತ್ತದೆ ಎಂದು ಹೇಳಿ ಮೌನಿಯಾದರು ಕುಮಾರಸ್ವಾಮಿ.

14

ಸರ್ಕಾರ ಕೂಡಾ ಜನರ ಮನಸ್ಸಿನ
ಕಾಯಕದಿಂದ, ದೈಹಿಕ ಕಾಯಕದಿಂದ
ಅಸ್ತಿತ್ವಕ್ಕೆ ಬಂದಿರುತ್ತದೆ. ಅವರು
ಸುರಿಸುವ ಬೆವರಿನಿಂದ ತೆರಿಗೆ
ಪಡೆಯುತ್ತದೆ. ನಾವದನ್ನು
ನಿರಾಯಾಸವಾಗಿ ಪಡೆದುಬಿಟ್ಟರೆ
ಕಾಯಕಕ್ಕೆ ಅವಮಾನವಾಗುತ್ತದೆ.

ಕಾಯಕ ಎಂದರೆ ಬರೀ ಕೆಲಸವಲ್ಲ ನಿಜವಾದ ನೆಮ್ಮದಿ ಎಂಬುದು ಗೊತ್ತಿರಲಿ

ಕಾಯಕ ಎಂದರೆ ಬರೀ ದೈಹಿಕ ಕೆಲಸವಲ್ಲ ವಿಠ್ಠಲಮೂರ್ತಿ. ಅದಕ್ಕೊಂದು ನಿಷ್ಕಲ್ಮಶ ಭಾವವಿರಬೇಕು. ಅಂತರಂಗ ಶುದ್ಧಿ, ಬಹಿರಂಗ ಶುದ್ಧಿಯ ಕಾಯಕ ಎಂದರೆ ಅದು. ನೋಡಬೇಕು ಎಂದರೆ ನಿಮ್ಮ ಸುತ್ತಲೇ ಅಂತಹ ಹಲ ಕಾಯಕ ಜೀವಿಗಳಿದ್ದಾರೆ. ನೋಡುವ ಕಣ್ಣು, ಹೃದಯ ಮಾತ್ರ ನಿಮಗಿರಬೇಕು ಎಂದರು ಮಾಜಿ ಮುಖ್ಯಮಂತ್ರಿ ಜಗದೀಶ್ ಶೆಟ್ಟರ್.

ಅಂದ ಹಾಗೆ ಅವತ್ತು ಬೆಂಗಳೂರಿನ ಹೈಗ್ರೌಂಡ್ಸ್‌ನ ಸೆವೆನ್ ಮಿನಿಸ್ಟರ್ಸ್ ಕ್ವಾರ್ಟರ್ಸ್‌ನಲ್ಲಿ ನಾವಿಬ್ಬರೂ ಮಾತನಾಡುತ್ತಾ ಕುಳಿತಿದ್ದೆವು. ನಿಜ ಹೇಳಬೇಕೆಂದರೆ ಸರ್ಕಾರಿ ರಜೆಗಳು ಬಂದರೆ ಸಾಕು, ಸಹಜವಾಗಿ ಪತ್ರಕರ್ತನಿಗೆ ಸುದ್ದಿಗೆ, ಸ್ಟೋರಿಗಳಿಗೆ ಬರಗಾಲ ಶುರುವಾಗುತ್ತದೆ.

ಹೀಗಾಗಿ ಸುದ್ದಿಯ ಮೂಲಗಳ ಮೇಲೆ ನಿರಂತರವಾಗಿ ಒಂದು ಕಣ್ಣಿಟ್ಟುಕೊಂಡೇ ಇರಬೇಕು. ತುಂಬ ಸಲ ಪತ್ರಕರ್ತರು ಆಫ್ ದಿ ರೆಕಾರ್ಡ್ ಸ್ಟೋರಿಗೆ ಅಂತ ಹೋದರೆ ಒಂದಲ್ಲ, ಹಲ ಬಾರಿ ಬರುವ ರಜೆಗಳ ತಲೆನೋವನ್ನು ಕಡಿಮೆ ಮಾಡಿಬಿಡುತ್ತದೆ.

ಹಾಗೆಯೇ ಅವತ್ತೂ ಅಷ್ಟೇ. ಬಸವ ಜಯಂತಿಯ ರಜೆ. ಕುತೂಹಲದ ವಿಷಯವೆಂದರೆ ಕಾಯಕವೇ ಕೈಲಾಸ ಎಂದವರು ಬಸವಣ್ಣ. ನಾವು ಅಂತಹ ಬಸವಣ್ಣನವರ ಹೆಸರಿನಲ್ಲಿ ಕಾಯಕಕ್ಕೇ ರಜೆ ತೆಗೆದುಕೊಂಡು ಬಿಡುತ್ತೇವೆ. ಜನರ ಒತ್ತಡ ಅತಿಯಾದಾಗ, ಸರ್ಕಾರವೂ ವಿವಶವಾಗಿ ರಜೆ ಘೋಷಣೆ ಮಾಡಿಬಿಡುತ್ತದೆ.

ಅದೇನೇ ಇರಲಿ, ಅಂದ ಹಾಗೆ ಅವತ್ತು ಶೆಟ್ಟರ್ ಅವರ ಮನೆಗೆ ಹೋದಾಗ ಯಥಾ ಪ್ರಕಾರ ಅಚ್ಚರಿ. ಕಳೆದ ಎರಡು ದಶಕಗಳಿಗೂ ಹೆಚ್ಚು ಕಾಲದಿಂದ ಅವರು ನನಗೆ ಪರಿಚಿತರು. ಯಾವಾಗಲೇ ಹೋಗಲಿ. ಅದೇ ಪ್ರೀತಿ, ವಿಶ್ವಾಸ. ಮತ್ತು ಸದಾ ಏನಿಲ್ಲೊಂದು ಕಾಯಕದಲ್ಲಿ ಮಗ್ನರಾಗಿರುವ ತಾದಾತ್ಮ್ಯತೆ.

ಸಾರ್, ಕೆಲಸದ ಮೇಲೆ ನಿಮಗೇನಿಷ್ಟು ಪ್ರೀತಿ ಅಂದೆ. ಇರಬೇಕಲ್ಲ ವಿಠ್ಠಲಮೂರ್ತಿ. ನಿರಂತರ ಕಾಯಕ ಮಾತ್ರ ಮನುಷ್ಯನನ್ನು ಕಾಪಾಡುತ್ತದೆ. ಆರೋಗ್ಯಪೂರ್ಣವಾಗಿಡುತ್ತದೆ. ಆರೋಗ್ಯಕ್ಕಿಂತ ದೊಡ್ಡ ಸಂಪತ್ತು ಯಾವುದಿದೆ? ಅಂದರು ಶೆಟ್ಟರ್.

ನಾನು ಸುಮ್ಮನಿರಲಾಗದೆ ಕೇಳಿದೆ: ಸಾರ್, ಈ ಕಾಯಕದ ವಿಷಯದಲ್ಲಿ ನಿಮ್ಮ ಮೇಲೆ ತುಂಬ ಪ್ರಭಾವ ಬೀರಿದವರು ಯಾರು? ಜಗದೀಶ್ ಶೆಟ್ಟರ್ ಅರೆಕ್ಷಣ ಮೌನವಾದರು. ಆನಂತರ ನಿಧಾನವಾಗಿ ಹೇಳತೊಡಗಿದರು.

ವಿಠ್ಠಲಮೂರ್ತಿ. ನೀವು ಬಿಜಾಪುರದ ಸಿದ್ಧೇಶ್ವರ ಸ್ವಾಮಿಗಳ ಹೆಸರು ಕೇಳಿದ್ದೀರಲ್ಲ? ಎಂದರು. ಹೌದು ಸಾರ್. ಗೊತ್ತು ಎಂದೆ. ಆಗವರು, ಕಾಯಕದ ವಿಷಯದಲ್ಲಿ ನನ್ನ ಮೇಲೆ ಬಹಳ ಪ್ರಭಾವ ಬೀರಿದವರು ಸಿದ್ಧೇಶ್ವರ ಸ್ವಾಮಿಗಳು. ಅದು ಹೇಗಾಯಿತು ಎಂದರೆ ಆ ಕಾಲದಲ್ಲಿ ಯಡಿಯೂರಪ್ಪ ಅವರು ಮುಖ್ಯಮಂತ್ರಿಗಳಾಗಿದ್ದರು. ಒಂದು ಸಲ ನಮ್ಮ ಉದಾಸಿ (ಮಾಜಿ ಸಚಿವರು) ಸೇರಿದಂತೆ ಹತ್ತು ಮಂದಿ ನಾಯಕರು ಬಂದು, ನನ್ನ ಬಳಿ ಒಂದು ವಿಷಯ ಹೇಳಿದರು.

ಸಾರ್, ಬಿಜಾಪುರದ ಸಿದ್ಧೇಶ್ವರ ಸ್ವಾಮಿಗಳ ಭಕ್ತರು ನಮಗೊಂದು ಮನವಿ ಸಲ್ಲಿಸಿದ್ದಾರೆ. ಒಂದು ಆಶ್ರಮ ನಿರ್ಮಿಸಬೇಕು ಎಂಬುದು ಅವರ ಬಯಕೆ. ಅದಕ್ಕಾಗಿ ಬಜೆಟ್‌ನಲ್ಲಿ ಐದು ಕೋಟಿ ರೂಪಾಯಿ ಕೊಡಿಸಬೇಕು. ನೀವು ಹೇಳಿದರೆ ಯಡಿಯೂರಪ್ಪ ಸಾಹೇಬರು ಇಲ್ಲ ಎನ್ನುವುದಿಲ್ಲ ಎಂದರು. ಅಷ್ಟೊತ್ತಿಗಾಗಲೇ ನಾನು ಅವರ ಬಗ್ಗೆ ಬಹಳ ಕೇಳಿದ್ದೆ.

ಸರಿ, ಹೀಗಾಗಿ ಎಲ್ಲರ ಜತೆ ಸೇರಿ ಮುಖ್ಯಮಂತ್ರಿ ಯಡಿಯೂರಪ್ಪ ಅವರನ್ನು ಭೇಟಿ ಮಾಡಿದೆ. ಸಿದ್ಧೇಶ್ವರ ಸ್ವಾಮಿಗಳ ವಿಷಯ ಹೇಳಿದೆ. ನೀವು ಅವರ ಪ್ರವಚನ ಕೇಳಬೇಕು. ನಿಜವಾದ ಅರ್ಥದಲ್ಲಿ ಅವರು ಶರಣ. ಕಾಯಕಯೋಗಿ. ಒಂದು ಆಶ್ರಮ ಕಟ್ಟಲು ಅವರಿಗೆ ಐದು ಕೋಟಿ ರೂ ಮಂಜೂರು ಮಾಡಿ ಎಂದೆ.

ಯಡಿಯೂರಪ್ಪ ಕೂಡಾ ಬಹಳ ದೊಡ್ಡ ವ್ಯಕ್ತಿ. ಹೀಗಾಗಿಯೇ, ರೀ, ಒಳ್ಳೆಯ ಕೆಲಸ ಮಾಡುವ ಸ್ವಾಮೀಜಿ ಅವರು. ಈ ಬಜೆಟ್‌ನಲ್ಲಿ ಆಶ್ರಮ ನಿರ್ಮಾಣಕ್ಕೆಂದೇ ಅವರಿಗೆ ಐದು ಕೋಟಿ ರೂ ಮಂಜೂರು ಮಾಡುತ್ತೇನೆ ಎಂದರು. ಸ್ವಲ್ಪ ದಿನ ಸುಮ್ಮನಿದ್ದರೆ ಈ ಐದು ಕೋಟಿ ರೂ ಮಂಜೂರಾಗುತ್ತಿತ್ತು. ಆಶ್ರಮ ನಿರ್ಮಾಣವಾಗುತ್ತಿತ್ತು.

ಆದರೆ ಅದು ಹೇಗೋ, ಏನೋ, ಸಿದ್ಧೇಶ್ವರ ಸ್ವಾಮಿಗಳಿಗೆ ವಿಷಯ ಗೊತ್ತಾಗಿ ಹೋಯಿತು. ಆಶ್ರಮಕ್ಕಾಗಿ ಐದು ಕೋಟಿ ರೂ ಬಜೆಟ್‌ನಲ್ಲಿ ಮಂಜೂರಾಗಲಿದೆ. ಇದು ಮಂಜೂರಾಗಲು ಜಗದೀಶ್ ಶೆಟ್ಟರ್ ಅವರೇ ನೇತೃತ್ವ ವಹಿಸಿದ್ದಾರೆ ಅಂತ.

ಹೇಳಿದರೆ ನೀವು ನಂಬಲಾರಿರಿ. ಅವತ್ತೇ ನನಗೆ ಫೋನು ಬಂತು. ಎತ್ತಿದರೆ ಸಿದ್ಧೇಶ್ವರ ಸ್ವಾಮಿಗಳು. ನಾನು ಗೌರವ ಅರ್ಪಿಸಿದೆ. ಅದಕ್ಕವರು ಮರು ಗೌರವ ಸಲ್ಲಿಸಿ, ಸಾರ್, ನಾವು ಆಶ್ರಮ ಕಟ್ಟಲು ನೀವು ಬಜೆಟ್‌ನಲ್ಲಿ ಐದು ಕೋಟಿ ರೂ ಮಂಜೂರು ಮಾಡಿಸುತ್ತಿದ್ದೀರಂತೆ? ಎಂದರು.

ಹೌದು, ಸ್ವಾಮೀಜಿ ಎಂದೆ. ಅದಕ್ಕವರು: ತಕ್ಷಣ ಈ ಪ್ರಸ್ತಾಪವನ್ನು ಕೈ ಬಿಡಿ. ಒಂದು ವೇಳೆ ನೀವು ಬಜೆಟ್‌ನಲ್ಲಿ ಐದು ಕೋಟಿ ಕೊಟ್ಟರೂ ನಾವದನ್ನು ತೆಗೆದುಕೊಳ್ಳುವುದಿಲ್ಲ. ಹಾಗೆ ತೆಗೆದುಕೊಳ್ಳದೆ ಇರುವುದೂ ಒಂದು ಸರ್ಕಾರಕ್ಕೆ ಮಾಡುವ ಅವಮಾನವಾಗುತ್ತದೆ. ಅದು ನನಗಿಷ್ಟವಿಲ್ಲ.

ಸರ್ಕಾರ ಕೂಡಾ ಜನರ ಮನಸ್ಸಿನ ಕಾಯಕದಿಂದ, ದೈಹಿಕ ಕಾಯಕದಿಂದ ಅಸ್ತಿತ್ವಕ್ಕೆ ಬಂದಿರುತ್ತದೆ. ಅವರು ಸುರಿಸುವ ಬೆವರಿನಿಂದ ತೆರಿಗೆ ಪಡೆಯುತ್ತದೆ. ನಾವದನ್ನು ನಿರಾಯಾಸವಾಗಿ ಪಡೆದುಬಿಟ್ಟರೆ ಕಾಯಕಕ್ಕೆ ಅವಮಾನವಾಗುತ್ತದೆ. ದಯವಿಟ್ಟು ತಪ್ಪು ತಿಳಿದುಕೊಳ್ಳಬೇಡಿ. ಈ ಪ್ರಪೋಸಲ್ಲು ಜಾರಿಯಾಗದಂತೆ ನೋಡಿಕೊಳ್ಳಿ ಎಂದರು.

ನಾನು ಮೂಕನಾದೆ. ಎಷ್ಟೋ ಮಂದಿ ಬಂದು, ಸರ್ಕಾರದಿಂದ ಅಷ್ಟು ಹಣ ಮಂಜೂರು ಮಾಡಿಸಿ. ಇಷ್ಟು ಹಣ ಮಂಜೂರು ಮಾಡಿಸಿ ಎನ್ನುತ್ತಾರೆ. ಹಲವು ಸಲ ನಾವೂ ಕೊಡುತ್ತೇವೆ. ತುಂಬ ಸಲ ಅದು ತಪ್ಪು ಎಂದೂ ಅಲ್ಲ.

ಆದರೆ ಸಿದ್ಧೇಶ್ವರ ಸ್ವಾಮಿಗಳ ಮಾತು ಕೇಳಿ ನನಗೆ ಮಾತಾಡಲು ಸಾಧ್ಯವಾಗಲೇ ಇಲ್ಲ. ಒಬ್ಬ ವ್ಯಕ್ತಿ ಕಾಯಕವನ್ನು ಪ್ರೀತಿಸುವುದು ಒಳ್ಳೆಯದು. ಆದರೆ ಇನ್ನೊಬ್ಬರ ಕಾಯಕದ ಮೇಲೂ ಆ ಮಟ್ಟಿನ ಪ್ರೀತಿ ಇಡುವುದು ಅದಕ್ಕಿಂತ ದೊಡ್ಡದು. ಕಾಯಕ ಎಂಬ ಪದಕ್ಕೆ ಅರ್ಥ ಬರುವುದು ಅಂತಲ್ಲಿ ವಿಠ್ಠಲಮೂರ್ತಿ.

ತುಂಬ ಸಲ ನಾವು, ಏನೋ ನಿರೀಕ್ಷೆಯಿಂದ ಕಾಯಕ ಮಾಡುತ್ತೇವೆ. ಮಾಡುವ ಸಂದರ್ಭವೂ ಬರುತ್ತದೆ. ಆದರೆ ಬದುಕಿನಲ್ಲಿ ಪ್ರತಿಯೊಂದನ್ನೂ ನಿರೀಕ್ಷೆಯಿಂದಲೇ ಮಾಡಬಾರದು. ಕಾಯಕಕ್ಕೆ ಅಂತರಂಗ ಶುದ್ಧಿ ಮತ್ತು ಬಹಿರಂಗ ಶುದ್ಧಿ ಎರಡೂ ಇರಬೇಕು.

ಅದು ನಿಜವಾದ ಕಾಯಕ. ನೀವು ಇಂತಹ ಕಾಯಕದಲ್ಲಿ ಮಗ್ನರಾಗಿ. ನೀವು ಎಲ್ಲಿಗೆ ತಲುಪಬೇಕೋ, ತಲುಪುತ್ತೀರಿ. ಯಾಕೆಂದರೆ ನಾನು ಬದುಕಿನಲ್ಲಿ ಅಂತಹ ಕಾಯಕವನ್ನು ನಂಬಿದವನು. ಮೊದಲು ಬರೀ ಶಾಸಕನಾಗಿದ್ದೆ. ಆಮೇಲೆ ಮಂತ್ರಿಯಾದೆ. ವಿರೋಧ ಪಕ್ಷದ ಅಧ್ಯಕ್ಷನಾದೆ. ವಿಧಾನಸಭೆಯ ಅಧ್ಯಕ್ಷನಾದೆ. ಮುಖ್ಯಮಂತ್ರಿಯಾದೆ.

ತಿರುಗಿ ನೋಡಿದರೆ ಇದೆಲ್ಲವೂ ನಾನು ಬಯಸಿ ಬಂದಿದ್ದಲ್ಲ. ನನ್ನ ಪಾಡಿಗೆ ನಾನು ಕೆಲಸ ಮಾಡುತ್ತಾ ಬಂದೆ. ಸ್ಥಾನ ಮಾನ ಅದರ ಪಾಡಿಗೆ ಅದು ಲಭ್ಯವಾಗುತ್ತಾ ಹೋಯಿತು. ಕಾಯಕದ ಶಕ್ತಿ ಅದು. ಶುದ್ಧ ಕಾಯಕ ನಿಮ್ಮನ್ನು ಯಾವ ಎತ್ತರಕ್ಕೆ ಬೇಕಾದರೂ ತಲುಪಿಸಬಹುದು.

ಇದರಲ್ಲಿ ಒಂದು ಮಾತಂತೂ ನಿಜ. ನಿಮ್ಮ ಕಾಯಕ ನಿಜವಾದುದೇ ಆಗಿದ್ದರೆ, ಶುದ್ಧವಾದುದೇ ಆಗಿದ್ದರೆ ನೀವು ಬಯಸದೆ ಹಿಮಾಲಯದೆತ್ತರಕ್ಕೇರಿ ಬಿಡುತ್ತೀರಿ. ಇವತ್ತು ನರೇಂದ್ರಮೋದಿ ಅವರು ಪ್ರಧಾನಿಯಂತಹ ಹುದ್ದೆಗೇರಿದ್ದೂ ಇಂತಹ ಕಾಯಕದಿಂದಲೇ.

ನಾಯಕರು ಅನ್ನಿಸಿಕೊಂಡವರ ಬಗ್ಗೆ ಯಾರು ಏನು ಬೇಕಾದರೂ ಮಾತನಾಡಬಹುದು. ಆದರೆ ನಾವು ಒಬ್ಬ ಮನುಷ್ಯ ತಲುಪಿದ ಉತ್ತುಂಗದ ದಾರಿಯನ್ನು ನೋಡಬೇಕು. ನಾನು ನೋಡಿದ ಹಾಗೆ ಮೋದಿ ಶುದ್ಧ ಕಾಯಕ ಜೀವಿ. ಕಾಯಕ ಮಾಡುವ ವಿಷಯದಲ್ಲಿ ಅವರ ತಾದಾತ್ಮ್ಯ ದೊಡ್ಡದು. ಅದಕ್ಕಾಗಿ ಅವರು ಈ ಜಾಗಕ್ಕೆ ಬಂದಿದ್ದಾರೆ.

ಬೇಕಿದ್ದರೆ ನೀವು ಕೆಲವರನ್ನು ಉದಾಹರಿಸಿ, ಇವರು ಏನೂ ಮಾಡದೆ ಮೇಲಕ್ಕೆ ಬಂದಿಲ್ಲವೇ ಎಂದು ಕೇಳಬಹುದು. ಆದರೆ ಕಾಯಕದಿಂದಲೇ ಎತ್ತರಕ್ಕೇರಿದ ವ್ಯಕ್ತಿ ನಿಜವಾದ ನೆಮ್ಮದಿಯನ್ನು ಪಡೆಯುತ್ತಾನೆ. ನಾವು ಮಾಡುವ ಕೆಲಸದಲ್ಲಿ ನೆಮ್ಮದಿ ಇರಬೇಕು.

ಅದನ್ನೇ ಬಸವಣ್ಣ ಚಂದಗೆ ಹೇಳಿದರು. ಕಾಯಕವೇ ಕೈಲಾಸ ಎಂದರು. ಕಾಯಕ ಮಾಡುವ ಯಾರೇ ಇರಲಿ, ನನ್ನ ಗೌರವಕ್ಕೆ ಪಾತ್ರರು. ಕಾಯಕದಿಂದಲೇ ಎಲ್ಲವನ್ನೂ ಸಾಧಿಸುವ ಮನಸ್ಥಿತಿ ಇರುವ ಸಿದ್ಧೇಶ್ವರ ಸ್ವಾಮಿಗಳು, ಕಾಯಕದಿಂದಲೇ ದೇಶವನ್ನು ಕಟ್ಟುತ್ತೇನೆ ಎಂದು ಪಣ ತೊಡುವ ನರೇಂದ್ರಮೋದಿ ಇದೇ ಕಾರಣಕ್ಕಾಗಿ ದೊಡ್ಡವರು.

ಹಾಗೆಂದು ವಿವರಿಸಿದ ಜಗದೀಶ್ ಶೆಟ್ಟರ್ ಮೌನ ತಾಳಿದರು. ಅದಕ್ಕೂ ಮುನ್ನ ಅವರ ಜತೆ ರಾಜಕೀಯ ಬೆಳವಣಿಗೆಗಳ ಕುರಿತು ಮಾತನಾಡಿದ್ದೆ. ಹೀಗಾಗಿ ಆ ಕುರಿತು ಮಾತನಾಡುವುದೇನಿರಲಿಲ್ಲ. ಆದರೆ ಸರಳ, ಸಜ್ಜನ ನಾಯಕರೊಬ್ಬರು ಕಾಯಕದ ಬಗ್ಗೆ ಆಡಿದ ಈ ಮಾತು, ಕಾಯಕದ ಬಗೆಗಿನ ಗೌರವವನ್ನು ಮತ್ತಷ್ಟು ಹೆಚ್ಚಿಸಿತು.

15

ಬದುಕಿನಲ್ಲಿ ನಾವೇನೂ
ತಂದಿರಲ್ಲ.
ಹೀಗಾಗಿ ಪಡೆದಿದ್ದರಲ್ಲಿ
ಸ್ವಲ್ಪವಾದರೂ
ಹಂಚಿ ಸು:ಖ ಪಡಬೇಕು.

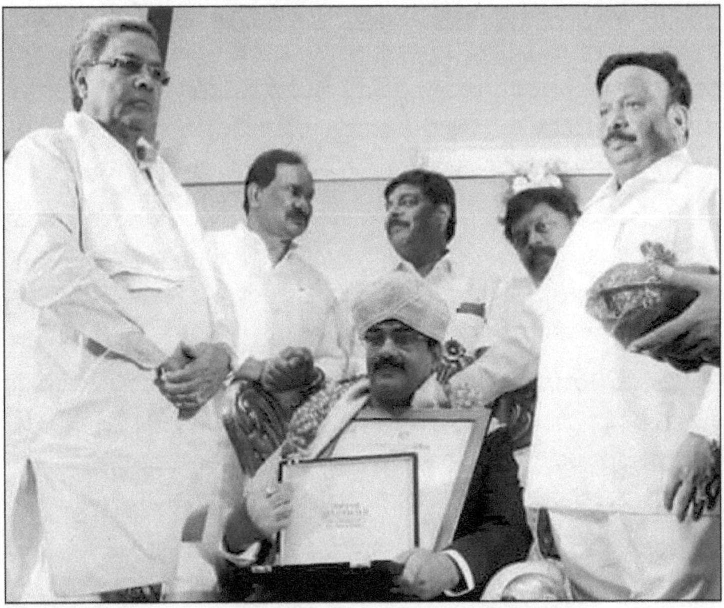

ಎಲ್ಲವನ್ನೂ ನೀವು ಇಲ್ಲೇ ಪಡೆದಿದ್ದೀರಿ
ಸ್ವಲ್ಪವಾದರೂ ಹಂಚಿ ನೆಮ್ಮದಿಯಾಗಿರಿ

ಹೊರಗೆ ದಟ್ಟ ಕತ್ತಲು. ಭರ್ರೋ ಅಂತ ಬಿಟ್ಟೂ ಬಿಡದೆ ಸುರಿಯುತ್ತಿರುವ ಮಳೆಯ ನಡುವೆ ಅದೇಕೋ ಏನೋ ಇದ್ದಕ್ಕಿದ್ದಂತೆ ಪಾಂಡು ನೆನಪಿಗೆ ಬಂದ.

ಅವನು ನನ್ನ ತಮ್ಮ. ಹಲವು ಸಲ ನಾನು, ನನ್ನಣ್ಣ ಮಹೇಂದ್ರ ಸೇರಿ ಅವನನ್ನು, ರಿಯಲ್ ಸೋಷಲಿಸ್ಟ್ ಅಂದರೆ ನೀನೇ ಕಣೋ ಅಂತ ತಮಾಷೆ ಮಾಡುತ್ತಿರುತ್ತೇವೆ. ಈಗ ನಿಜವಾಗಿಯೂ ಅವನದು ಸಮಾಜವಾದಿ ಮನಸ್ಸೇ. ಅಂದರೆ ಏನೇ ಇದ್ದರೂ ಹಂಚಿಕೊಂಡು ತಿನ್ನುವುದು, ನನ್ನದೇನಿಲ್ಲ. ಎಲ್ಲವೂ ನಿಮ್ಮದೇ ಅಂತ ಹಂಚಿ ಕೈ ತೊಳೆದುಕೊಂಡು ಬಿಡುವುದು.

ಆದರೆ ಬಾಲ್ಯದಲ್ಲಿ ಅವನ ಸಮಾಜವಾದಿ ಮನಸ್ಥಿತಿ ನಮ್ಮನ್ನು ತುಂಬ ಸಲ ಪೇಚಿಗೆ ಸಿಲುಕಿಸಿಬಿಡುತ್ತಿತ್ತು. ಚಿಕ್ಕವನಿದ್ದಾಗ ಸಾಗರದ ಸಂತ ಜೋಸೆಫರ ಕಾನ್ವೆಂಟ್ ಶಾಲೆಯಲ್ಲಿ ನಮ್ಮಣ್ಣ ಮಹೇಂದ್ರ, ನಾನು ಮತ್ತು ಪಾಂಡು ಓದುತ್ತಿದ್ದೆವು. ಎರಡನೇ ತರಗತಿಗೆ ಬಂದಾಗ ಅವನಿಗೊಂದು ವಿಶೇಷ ಖಯಾಲಿ ಆರಂಭವಾಗಿತ್ತು. ಅದೆಂದರೆ ಮಳೆಗಾಲದಲ್ಲಿ ಮಧ್ಯಾಹ್ನ ಊಟಕ್ಕೆ ಬರುವಾಗ ಅವನ ಎರಡೂ ಬಗಲುಗಳಲ್ಲಿ ಬಣ್ಣ ಬಣ್ಣದ ಕೊಡೆಗಳಿರುತ್ತಿದ್ದವು. ಅದರಲ್ಲೂ ನೀಲಿ-ಹಳದಿ ಬಣ್ಣದ ಕೊಡೆಗಳು.

ಬರು-ಬರುತ್ತಿದ್ದಂತೆಯೇ ಅವನು, ಮಹೇಂದ್ರಣ್ಣ ನಿನಗೆರಡು, ವಿಠ್ಠಣ್ಣನಿಗೆರಡು ಛತ್ರಿ ತಂದಿದ್ದೇನೆ. ನನಗೂ ಎರಡೇ ಕಣ್ರೋ ಅನ್ನುತ್ತಿದ್ದ. ಆಗೆಲ್ಲ ಮಲೆನಾಡಿನ ಮಳೆ ಎಂದರೆ ಅಯ್ಯೋ, ಅದು ಸುರಿಯುವ ರಭಸಕ್ಕೆ ಚರಂಡಿಗಳು ತುಂಬಿ, ರಸ್ತೆಯುದ್ದ ಹರಡಿ ನದಿಯೇ ಹರಿಯುತ್ತಿದೆಯೇನೋ ಅನ್ನಿಸುತ್ತಿತ್ತು.

ಮಳೆಯ ರಭಸ ಹಾಗಿರುತ್ತಿತ್ತು. ಮಳೆಯ ಹೊಡೆತಕ್ಕೆ ಚರಂಡಿ ಪಕ್ಕದಲ್ಲೇ ಊಟೆಗಳು ಒಡೆದು, ಕಾರಂಜಿಯಂತೆ ಚಿಮ್ಮಿ, ಚಿಟಗುಪ್ಪೆಗಳು ಚಿಳ್ ಪಿಳ್ ಅಂತ ನೆಗೆಯುತ್ತಿದ್ದರೆ ಅದೆಂತಹ ಮನಮೋಹಕ ದೃಶ್ಯ ಅನ್ನುತ್ತೀರಿ, ವಿಪರ್ಯಾಸವೆಂದರೆ ಇತ್ತೀಚಿನ ವರ್ಷಗಳಲ್ಲಿ ಮತ್ತೆ ಅದನ್ನು ನೋಡಲು ನನಗೆ ಸಾಧ್ಯವಾಗಿಲ್ಲ.

ಅಂದ ಹಾಗೆ, ನಮಗೋ ಆ ಮಳೆಯಿಂದ ಬಚಾವಾಗಲು ಬಣ್ಣ ಬಣ್ಣದ ಛತ್ರಿ ತೆಗೆದುಕೊಳ್ಳಬೇಕು ಎಂಬ ಆಸೆ. ಆದರೆ ಕೊಡಿಸಲು ಅಪ್ಪನ ಬಳಿ ಅಷ್ಟು ದುಡ್ಡಿರುತ್ತಿರಲಿಲ್ಲ. ಹೀಗಾಗಿ ಪ್ಲಾಸ್ಟಿಕ್ ರೈನ್ ಕೋಟು ಕೊಡಿಸುತ್ತಿದ್ದರು. ಪಾಂಡುಗೆ ಇದನ್ನು ಸಹಿಸಿಕೊಳ್ಳಲು ಆಗುತ್ತಿರಲಿಲ್ಲ. ಅಪ್ಪ ಕೊಡಿಸದಿದ್ದರೇನು ತಗೊಳ್ಳಣ. ನಾನು ತಂದಿದೀನಿ ಅಂತ, ಒಂದಲ್ಲ, ಎರಡು ಛತ್ರಿಗಳನ್ನು ಕೊಟ್ಟು ಬಿಡುತ್ತಿದ್ದ. ಅವ್ಯಾವುವೂ ಅವನವಲ್ಲ. ಆಗೆಲ್ಲ ಮಳೆಗಾಲದಲ್ಲಿ ದುಡ್ಡಿದ್ದವರ ಮಕ್ಕಳು ಶಾಲೆಗೆ ತೆಗೆದುಕೊಂಡು

ಬರುತ್ತಿದ್ದ ಛತ್ರಿಗಳು. ಕ್ಲಾಸ್ ರೂಮಿಗೆ ಎಂಟ್ರಿ ಆಗುತ್ತಿದ್ದಂತೆಯೇ ಟೂ ಬೈ ಟೂ ಗಾತ್ರದ ಮರದ ಚೌಕಟ್ಟೊಂದರಲ್ಲಿ ಅದನ್ನಿಟ್ಟು ಪಾಠ ಕೇಳಲು ವಿದ್ಯಾರ್ಥಿಗಳು ಒಳಗೆ ಹೋದರೆ, ಇವನು ಮಧ್ಯಾಹ್ನ ಬರುವಾಗ ನಿರಾಯಾಸವಾಗಿ ಅವುಗಳ ಪೈಕಿ ಹಲವನ್ನು ಎತ್ತಿಕೊಂಡು ಬಂದು ಬಿಡುತ್ತಿದ್ದ.

ಶುರುವಿನಲ್ಲಿ ನಮಗೆ ಗಲಿಬಿಲಿ. ಆದರೆ ಕ್ರಮೇಣ ಅದು ಅಭ್ಯಾಸವಾಗಿ ಹೋಯಿತು. ಅವನು ಛತ್ರಿ ತರುವುದು, ನಾವು ಅವನ ತರಗತಿಗೆ ಹೋಗಿ ವಾಪಸ್ಸು ಅದೇ ಜಾಗದಲ್ಲಿ ಇಟ್ಟು ಏನೂ ಗೊತ್ತಿಲ್ಲದಂತೆ ಬಂದು ಬಿಡುವುದು. ಒಂದೊಂದು ಸಲ ಅವನು ರಚ್ಚೆ ಹಿಡಿದು ಬಿಡುತ್ತಿದ್ದ. ಅರೇ, ದುಡ್ಡಿದ್ದರೆ ನಾವೂ ಅಂತಹ ಛತ್ರಿಯನ್ನೇ ತೆಗೆದುಕೊಳ್ಳುತ್ತಿದ್ದಿವಿ. ಆದರೆ ನಮ್ಮಪ್ಪನ ಬಳಿ ದುಡ್ಡಿಲ್ಲ. ಹೀಗಾಗಿ ಎತ್ತಿಕೊಂಡು ಬರುತ್ತೇನೆ. ತಪ್ಪೇನು ಅನ್ನುತ್ತಿದ್ದ.

ಆದರೆ ಅದು ಕಳ್ಳತನ ಪಾಂಡು. ತಪ್ಪು ಕಣೋ ಅಂತ ಮನವರಿಕೆ ಮಾಡಿಕೊಡುವುದರಲ್ಲಿ ನಮಗೆ ಸಾಕು ಬೇಕಾಗುತ್ತಿತ್ತು. ಆದರೆ ನೋಡ ನೋಡುತ್ತಿದ್ದಂತೆಯೇ ಆ ಪಾಂಡು ಬದಲಾಗಿ ಬಿಟ್ಟ. ಹೊರಗಿನಿಂದ ಹೊತ್ತುಕೊಂಡು ಬರುವುದನ್ನು ಬಿಟ್ಟು, ತನ್ನಲ್ಲಿರುವುದನ್ನೇ ಮತ್ತೊಬ್ಬರಿಗೆ ಕೊಟ್ಟು ಖುಷಿ ಪಡುವುದನ್ನು ರೂಢಿ ಮಾಡಿಕೊಂಡ.

ಹೇಗಿದ್ದವನು ಹೇಗಾದ, ಎಂತಹ ಮನಸ್ಸು ಬೆಳೆಸಿಕೊಂಡ ಅಂತ ನೆನಪಿಗೆ ಬಂದಾಗಲೆಲ್ಲ ಅಚ್ಚರಿಯಾಗುತ್ತದೆ. ಅವನು ಅಂತಲ್ಲ, ನಾವು, ನಮ್ಮ ಓರಗೆಯ ಹಲ ಮಂದಿಯನ್ನು ನೋಡಿ ಮುಖ ವಾರೆ ಮಾಡಿ ನಗುತ್ತಿದ್ದ ಜನರಿದ್ದರು. ಇವು ಉದ್ಧಾರ ಆಗುವ ಜಾಯಮಾನದವೇ ಅಲ್ಲ ಎನ್ನುತ್ತಿದ್ದರು. ಬೇರೆ ಯಾರೂ ಅಲ್ಲ. ನಮ್ಮವರು ಅಂತ ಅಂದುಕೊಂಡವರೇ ಅಂತಹ ವ್ಯಂಗ್ಯದ ಮಾತುಗಳನ್ನಾಡಿ ಬಿಡುತ್ತಿದ್ದರು. ನಮ್ಮ ವಿಷಯದಲ್ಲಿ ಅಂತಹ ಮಾತುಗಳು ಕೇಳಿ ಬಂದಾಗ ನಮ್ಮ ತಾಯಿ ಕಣ್ಣೀರು ಹಾಕಿಕೊಂಡು, ದೇವರೇ, ಈ ಮಕ್ಕಳನ್ನು ಹೇಗಾದರೂ ದಡ ದಾಟಿಸಪ್ಪ, ದಡ ದಾಟುವ ತನಕ ಸಲಹುವ ಶಕ್ತಿ ಕೊಡಪ್ಪಾ ಅಂತ ಬೇಡಿಕೊಳ್ಳುತ್ತಿದ್ದರು.

ಮುಂದೆ ಬದುಕಿಗಾಗಿ ಪರದಾಡಿದ ದಿನಗಳನ್ನು ನೆನೆದರೆ ಇವತ್ತು ಅಚ್ಚರಿಯಾಗುತ್ತದೆ. ಆದರೆ ಒಂದಂತೂ ನಿಜ. ಆ ಬಡತನದಲ್ಲಿ ಇದ್ದ ಸುಖ, ಇವತ್ತು ನಿಶ್ಚಿತವಾಗಿಯೂ ಇಲ್ಲ. ಹಲವು ಸಲ ನಾನು, ಗೆಳೆಯ ಜಿ. ಎಂ. ಕುಮಾರ್ ವಿಧಾನಸೌಧದಲ್ಲಿ ತಿರುಗುತ್ತಿರುವಾಗ ಮೂರನೇ ಅಂತಸ್ತಿನಲ್ಲಿದ್ದ ಸಿದ್ಧರಾಮಯ್ಯ ಅವರ ಕೊಠಡಿಗೆ ಹೋಗುತ್ತಿದ್ದೆವು.

ನಮ್ಮನ್ನು ನೋಡುತ್ತಲೇ, ಬರ್ರಯ್ಯ, ಒಳ್ಳೇ ಹುಳ್ಳಿ ಕಟ್ಟು (ಹುರುಳಿ ಕಟ್ಟು) ಸಾರು ಇದೆ. ಊಟ ಮಾಡಿ ಎನ್ನುತ್ತಿದ್ದರು ಸಿದ್ಧರಾಮಯ್ಯ. ನಮಗೆ ಆಗೆಲ್ಲ ಹಸಿವು ಎಂದರೆ

ಹಸಿವು. ಅವರು ಹೇಳಿದ್ದೇ ತಡ, ಸರಿ ಸಾರ್ ಎನ್ನುತ್ತಿದ್ದೆವು. ಒಂದೊಂದು ಸಲ ಹುರುಳಿ ಕಟ್ಟು ಸಾರು, ಪಲ್ಯ, ಅನ್ನವಾದರೆ, ಒಂದೊಂದು ಸಲ ಬಸ್ಸಾರು, ಮುದ್ದೆ ಜತೆಯಾಗುತ್ತಿತ್ತು. ನಾವು ಹೊಟ್ಟೆ ತುಂಬ ಊಟ ಮಾಡುತ್ತಿದ್ದೆವು. ಸಿದ್ಧರಾಮಯ್ಯ ಅದನ್ನು ನೋಡಿ ಸಂತೋಷಪಡುತ್ತಿದ್ದರು. ಸಾಕು ಎಂದರೂ ಬಿಡದೆ, ಲೇಯ್, ಆ ಹುಡುಗರಿಗೆ ಇನ್ನೂ ಸ್ವಲ್ಪ ಬಡಿಸ್ರೋ ಎಂದು ಸಹಾಯಕರಿಗೆ ಹೇಳುತ್ತಿದ್ದರು.

ಸಾರ್, ಎಲ್ಲ ನಾವೇ ಊಟ ಮಾಡಿದರೆ ನಿಮಗೆಲ್ಲ ಏನು ಸಾರ್ ಅಂತ ನಾವು ಪ್ರಶ್ನಿಸಿದರೆ, ಬದುಕಿನಲ್ಲಿ ನಾವೇನೂ ತಂದಿರಲ್ಲ. ಹೀಗಾಗಿ ಪಡೆದಿದ್ದರಲ್ಲಿ ಸ್ವಲ್ಪವಾದರೂ ಹಂಚಿ ಸು:ಖ ಪಡಬೇಕು. ಅದಕ್ಕೇ ಹೇಳಿದೆ ಎಂದು ಗಂಭೀರವಾಗಿ ಹೇಳುತ್ತಿದ್ದರು.

ಅಂದ ಹಾಗೆ ಸಿದ್ಧರಾಮಯ್ಯ ಅವರ ಖಾಯಂ ಬಾಣಸಿಗ ಪುಟ್ಟೇಗೌಡ ಅಂತಿದ್ದಾರೆ. ಪುಣ್ಯಾತ್ಮನ ಕೈಗೆ ಅದೇನು ಅಮೃತವೇ ಮೆತ್ತಿಕೊಂಡಿದೆಯೋ ಏನೋ! ಅದೆಷ್ಟು ದಿವ್ಯವಾದ ಅಡುಗೆ ಎನ್ನುತ್ತೀರಿ! ಹೀಗಾಗಿ ಸಿದ್ಧರಾಮಯ್ಯ ಅವರ ಜತೆ ಊಟ ಮಾಡುವ ಅವಕಾಶ ಸಿಕ್ಕಾಗ ನಾವು ತಪ್ಪಿಸಿಕೊಳ್ಳುತ್ತಲೇ ಇರಲಿಲ್ಲ. ಯಾಕೆಂದರೆ ಬಜೆಟ್ ವಿಷಯದ ಬಗ್ಗೆ ಏನೇ ಅನುಮಾನಗಳಿದ್ದರೂ ನಾವು ಸಿದ್ಧರಾಮಯ್ಯ ಅವರ ಬಳಿ ಓಡುತ್ತಿದ್ದಿವಿ.

ಸಹಜವಾಗಿಯೇ ಆಗೆಲ್ಲ ಪುಟ್ಟೇಗೌಡರ ಅಮೃತ ಮೆತ್ತಿದ ಕೈಯಡುಗೆ ಸಿಗುತ್ತಿತ್ತು. ಅಂದ ಹಾಗೆ ಸಿದ್ಧರಾಮಯ್ಯ, ಹರಟೆ ಕೊಚ್ಚುತ್ತಾ ಕೂರುವ ಜಾಯಮಾನದವರಲ್ಲ. ಆದರೆ ಸಾರ್, ಬಜೆಟ್ ಬಗ್ಗೆ ಇಂತಹ ವಿಷಯ ನಮಗೆ ಅರ್ಥವಾಗುತ್ತಿಲ್ಲ ಎಂದರೆ ಒಬ್ಬ ಮೇಷ್ಟ್ರ ರೀತಿಯಲ್ಲಿ: ಬಜೆಟ್ ಹೇಗಿರಬೇಕು ಎಂಬುದರಿಂದ ಹಿಡಿದು, ಬಜೆಟ್‌ನಲ್ಲಿ ವಿಂಗಡಿಸುವ ಪ್ಲಾನ್ ಅಂದರೆ ಏನು, ನಾನ್ ಪ್ಲಾನ್ ಅಂದರೆ ಏನು, ಪ್ಲಾನ್‌ಗೇ ಯಾಕೆ ಹೆಚ್ಚು ದುಡ್ಡನ್ನು ಮೀಸಲಿಡಬೇಕು? ಇಡದಿದ್ದರೆ ರಾಜ್ಯದ ಅಭಿವೃದ್ಧಿ ಹೇಗೆ ಕುಂಠಿತವಾಗುತ್ತದೆ ಅಂತ ನಮ್ಮ ಮಿದುಳಿನಲ್ಲಿ ಸೆಟ್ಲ್ ಆಗುವ ರೀತಿ ವಿವರಿಸುತ್ತಿದ್ದರು. ವಿರೋಧ ಪಕ್ಷದ ನಾಯಕರಾದಾಗಲೂ ಅಷ್ಟೇ. ನಾನು, ಶಿವರಾಜು ಸೇರಿದಂತೆ ಹಲವರು ಕುಮಾರಪಾರ್ಕ್‌ನಲ್ಲಿದ್ದ ಅವರ ಮನೆಗೆ ಹೋಗಿ ಬಿಡುತ್ತಿದ್ದೆವು.

ಅವರ ಸ್ವಭಾವವೆಂದರೆ, ಏನೇ ಇದ್ದರೂ ನೇರವಾಗಿ ಕೇಳಿಬಿಡಬೇಕು. ಸಾರ್, ಈ ವಿಷಯ ನಮಗೆ ಗೊತ್ತಾಗುತ್ತಿಲ್ಲ. ಹೇಳಿ ಎಂದು ಸ್ಪಷ್ಟವಾಗಿ ಕೇಳಿದರೆ, ಅಷ್ಟೇ ಅಸ್ಖಲಿತವಾಗಿ ವಿವರಿಸುತ್ತಾ ಹೋಗುತ್ತಿದ್ದರು. ಬಜೆಟ್ ವಿಷಯದಲ್ಲಂತೂ ಅವರ ವಿವರಣೆ ಎಷ್ಟು ಅದ್ಭುತವಾಗಿರುತ್ತಿತ್ತು ಎಂದರೆ ಸುಮ್ಮನೆ ಕೇಳುತ್ತಾ ಕೂತು ಬಿಡುತ್ತಿದ್ದೆವು.

ಆಗೆಲ್ಲ, ಸಿದ್ಧರಾಮಯ್ಯ ಅವರ ಆಪ್ತರಾದ ನಾರಾಯಣ್ ಅರ್ಧ ಗಂಟೆಗೊಮ್ಮೆ ಟೀ ತಂದುಕೊಡುತ್ತಿದ್ದರು. ಅದು ಮೂರ್ನಾಲ್ಕು ಬಾರಿ ರಿಪೀಟ್ ಆಗುವಂತೆ

ಸಿದ್ಧರಾಮಯ್ಯ ಅವರ ಆಪ್ತ ಸಹಾಯಕ ವೆಂಕಟೇಶ್ ನೋಡಿಕೊಳ್ಳುತ್ತಿದ್ದರು. ಅದೂ ಅಷ್ಟೇ ದಿವ್ಯವಾದ ಟೀ. ನಾವು ಆ ಅದ್ಭುತ ಟೀ ಕುಡಿಯುತ್ತಾ, ಸಿದ್ಧರಾಮಯ್ಯ ಅವರ ಬಳಿ ಬಜೆಟ್ ಪಾಠ ಕೇಳಿಸಿಕೊಳ್ಳುತ್ತಾ ಎಷ್ಟೋ ಹೊತ್ತು ಕುಂತಿರುತ್ತಿದ್ದೆವು.

ಬಾಲ್ಯದಲ್ಲಂತೂ ನಾನು ಹೆಚ್ಚು ಪಾಠ ಕೇಳಿಸಿಕೊಂಡವನೇ ಅಲ್ಲ. ಕಾನ್ವೆಂಟ್‌ನಲ್ಲಿ ಓದುತ್ತಿದ್ದಾಗ ಮೇರಿ ಟೀಚರ್ ಶ್ರಮದಿಂದಾಗಿ ಅಚ್ಚುಕಟ್ಟಾಗಿ ಕನ್ನಡ ಕಲಿತೆ. ಪಿಯೂಸಿಗೆ ಬಂದಾಗ ಕರಿಯಪ್ಪ ಅವರ ಪಾಠ ಕೇಳಿ ಇತಿಹಾಸದ ಬಗ್ಗೆ ಆಸಕ್ತಿ ಬೆಳೆಸಿಕೊಂಡೆ. ಐ ಕ್ಯೂ ಕಡಿಮೆ ಇದ್ದರೂ ತೊಂದರೆಯಿಲ್ಲ. ಆದರೆ ಎಂತಹ ಸಂದರ್ಭದಲ್ಲೂ ನುಗ್ಗಬೇಕು ಎಂಬ ಆತ್ಮವಿಶ್ವಾಸವನ್ನು ಇಂಗ್ಲೀಷ್ ಪ್ರಾಧ್ಯಾಪಕ ವಿ. ಗಣೇಶ್ ಅವರಿಂದ ಬೆಳೆಸಿಕೊಂಡೆ.

ಸಾಗರದ ಎಲ್. ಬಿ. ಕಾಲೇಜಿಗೆ ಬಂದಾಗ ನನಗೆ ಇಷ್ಟವಾಗುತ್ತಿದ್ದ ಲೆಕ್ಚರರ್ ಅಂದರೆ ಜಿ. ಎಸ್. ಭಟ್ಟರು. ಅವರು ನನ್ನ ಬರವಣಿಗೆಯನ್ನು ನೋಡಿ, ನೀನು ಏನನ್ನಾದರೂ ಸಾಧಿಸಬಲ್ಲೆ ಎಂದು ಧೈರ್ಯ ತುಂಬುತ್ತಿದ್ದರು. ಹೀಗೆ ಅವರೆಲ್ಲ ನನ್ನ ಬದುಕಿನ ಒಂದೊಂದು ಹಂತವನ್ನು ತಮ್ಮ ಅನುಭವ, ಪ್ರೀತಿಯ ಮೂಲಕ ದಾಟಿಸಿದರು.

ಪತ್ರಕರ್ತನಾಗಿ ಕೆಲಸ ಮಾಡುವಾಗ, ಅದರಲ್ಲೂ ಏಕೋಪಾಧ್ಯಾಯ ಶಾಲೆಯ ಮುಖ್ಯೋಪಾಧ್ಯಾಯನಂತೆ(ಪತ್ರಿಕೆಗೆ ಏಕೈಕ ಕರೆಸ್ಪಾಂಡೆಂಟು) ಆದಾಗ ಬಜೆಟ್ ಎಂಬುದು ಕಬ್ಬಿಣದ ಕಡಲೆಯಂತಾಗಿ ಬಿಡುತ್ತದೆ. ಹೀಗಾಗಿ ಅದನ್ನು ಅರ್ಥ ಮಾಡಿಕೊಳ್ಳಲೇ ಹಲವು ವರ್ಷಗಳು ಬೇಕಾಗುತ್ತವೆ. ಆದರೆ ಸಿದ್ಧರಾಮಯ್ಯ ಬಜೆಟ್ ಎಂಬ ಟಫ್ ವಿಷಯವನ್ನು ಎಷ್ಟು ಚಂದಗೆ ಅರ್ಥ ಮಾಡಿಸಿದರು ಎಂದರೆ, ನಾವೀಗ ಇಡೀ ಬಜೆಟ್ ಓದಿ, ಸುದ್ದಿ ಮಾಡಲು ಮೂರರಿಂದ ನಾಲ್ಕು ಗಂಟೆ ಮಾತ್ರ ತೆಗೆದುಕೊಳ್ಳುತ್ತೇವೆ.

ನೋ, ಡೌಟ್. ನಿಶ್ಚಿತವಾಗಿಯೂ ಆ ವಿಷಯ ನಮಗೆ ಸುಲಿದ ಬಾಳೇಹಣ್ಣಿನ ತರ ನಿರಾಳವಾಗುವಂತೆ ಮಾಡಿದವರು ಸಿದ್ಧರಾಮಯ್ಯ. ನಾವು ಪತ್ರಿಕೆಯಲ್ಲಿ ಬರೆಯುವಾಗ ಅವರು ಕೈಗೊಳ್ಳುವ ಕೆಲ ನಿರ್ಧಾರಗಳನ್ನು ಒಪ್ಪಬಹುದು. ಬಿಡಬಹುದು. ಟೀಕಿಸಬಹುದು. ಆದರೆ ಅವರಲ್ಲಿರುವ ಸಾಮಾಜಿಕ ನ್ಯಾಯದ ಕಳಕಳಿಯನ್ನು ಮಾತ್ರ ಒಪ್ಪದೇ ಇರಲು ಸಾಧ್ಯವಿಲ್ಲ. ಮುಖ್ಯಮಂತ್ರಿ ಹುದ್ದೆಗೇರಿದ ನಂತರ ಅವರದನ್ನು ಸಾಬೀತು ಮಾಡಿದರು ಕೂಡಾ.

ಹೀಗೆ ಯಾವುದೇ ವ್ಯಕ್ತಿಯಲ್ಲಿ ಒಪ್ಪಲಾಗದ ಅಂಶಗಳು ಇದ್ದಾಗ ಹೇಗೆ ಮುಲಾಜಿಲ್ಲದೆ ಹೇಳಬೇಕೋ, ಹಾಗೆಯೇ ಮೆಚ್ಚುವ ಅಂಶಗಳನ್ನೂ ಮುಕ್ತವಾಗಿ ಹೇಳಿಬಿಡಬೇಕು. ಯಾಕೆಂದರೆ ಪತ್ರಕರ್ತ ಎಂದರೆ ಕನ್ನಡಿಯೇ ಹೊರತು, ಸ್ವಯಂಭೂ ಲಿಂಗವಲ್ಲ. ಹಾಗಂತಲೇ ಇದನ್ನೆಲ್ಲ ಹೇಳಬೇಕೆನ್ನಿಸಿತು

16

ಅರೇಸ್ಕೀ, ತಿಂಡಿಗಿಂಡಿ
ಏನಿದ್ದರೂ ಸಿಎಂ ಮನೆಯಲ್ಲಿ
ಕಣಣ್ಣಾ, ನೀವೀಗ ತುಪ್ಪದ
ದೋಸೆ ಅನ್ನುತ್ತಾ ಕೂತರೆ?
ಎಂದು ತಕರಾರು ತೆಗೆದೆ.

ಮುದ್ದೆ ತಿನ್ನುವುದನ್ನು ಗೌಡರ
ಮನೆಯಲ್ಲಿ ಕಲಿತೆ ಹೊಸತನ್ನು
ಆಸ್ವಾದಿಸುವ ಮನಸ್ಸು ಉಳಿಸಿಕೊಂಡೆ

ಮೊನ್ನೆ ಪ್ರೆಸ್ ಕ್ಲಬ್ ಆವರಣದಲ್ಲಿ ಗೆಳೆಯರೆಲ್ಲ ಮಾತಿಗೆ ಕುಳಿತಿದ್ದೆವು. ಸುದ್ದಿಯ ಜಂಜಡದಿಂದ ಬಿಡುಗಡೆ ಸಿಕ್ಕ ಕೂಡಲೇ ಈ ರೀತಿ ಕುಳಿತುಕೊಳ್ಳುವುದು, ಸ್ವಲ್ಪ ಹೊತ್ತು ಕಟ್ಟೆ ಪಂಚಾಯ್ತಿ ಹೊಡೆಯುವುದು, ನಮಗೆ ಬಹಳ ಇಷ್ಟದ ಕೆಲಸ.

ಅಂದ ಹಾಗೆ ಅವತ್ತು ಮಾತಿಗೆ ಕೂತ ಗೆಳೆಯರ ಪೈಕಿ ಒಬ್ಬ ಮಹಾ ಭೋಜನ ಪ್ರಿಯ. ಹಾಗಂತಲೇ, ಅಲ್ಲಲೇ, ನಿನಗೆ ರಾಮಕೃಷ್ಣ ಪರಮಹಂಸರು ಗೊತ್ತಲ್ಲ? ಅಂತ ಮಾತು ಶುರುವಿಟ್ಟುಕೊಂಡ: ಅರೇ ಗೊತ್ತಲ್ಲ ಎಂದೆ.

ಅದಕ್ಕಾತ ಹೇಳುತ್ತಾ ಹೋದ: ರಾಮಕೃಷ್ಣ ಪರಮಹಂಸರಿಗೆ ಊಟ, ತಿಂಡಿಯ ವಿಷಯದಲ್ಲಿ ಮಹಾ ಆಸಕ್ತಿ ಇತ್ತಂತೆ. ಹೀಗಾಗಿ ದಿನವೂ ಅಡುಗೆ ಮನೆಯ ಕಡೆ ಹೋಗುವುದು, ತಿಂಡಿ ಏನು ಅಂತ ವಿಚಾರಿಸುವುದು, ಮಧ್ಯಾಹ್ನ ಹೋಗುವುದು, ಊಟ ಏನು ಅಂತ ವಿಚಾರಿಸುವುದು, ರಾತ್ರಿಯೂ ಅದೇ ಕತೆ. ಈ ಮಧ್ಯೆ, ಊಟಕ್ಕೆ, ತಿಂಡಿಗೆ ಇಂತದಿದ್ದರೆ, ಅಂತದಿದ್ದರೆ ತಿನ್ನಲು ಚೆನ್ನಾಗಿರುತ್ತದೆ ಅಂತ ಸಲಹೆ ಬೇರೆ.

ಒಂದು ದಿನವಲ್ಲ, ಎರಡು ದಿನವಲ್ಲ, ವರ್ಷಾನುಗಟ್ಟಲೆ ಕಾಲ ಇದೇ ಸ್ಥಿತಿ. ಅವರು ಅಡುಗೆ ಮನೆಯ ಬಳಿ ಬರುವುದು, ಪತ್ನಿಯನ್ನು ವಿಚಾರಿಸುವುದು ನಡೆದೇ ಇತ್ತು. ನೋಡಿ ನೋಡಿ ಸುಸ್ತಾದ ಪತ್ನಿ, ಒಂದು ದಿನ ಹೇಳಿಯೇ ಬಿಟ್ಟರಂತೆ: ರೀ ಇದೇನ್ರೀ, ಮೂರೂ ಹೊತ್ತು ಬಂದು ಅಡುಗೆ ವಿಷಯವನ್ನೇ ಮಾತನಾಡುತ್ತೀರಿ ಅಂತ.

ಅದಕ್ಕಾಗ ರಾಮಕೃಷ್ಣ ಪರಮಹಂಸರು ಹೇಳಿದರಂತೆ: ನೋಡು, ನಾನು ಈ ರೀತಿ ಪ್ರತಿ ದಿನ ಕೇಳುತ್ತಿರುವುದು ನಿನಗೆ ಬೇಸರ ತರಬಹುದು. ಆದರೆ ಈ ರೀತಿ ಕೇಳುವುದನ್ನು ನಾನು ಯಾವಾಗ ನಿಲ್ಲಿಸುತ್ತೀನೋ, ಅವತ್ತು ನನ್ನ ದೇಹಾಂತ್ಯದ ಕಾಲ ಹತ್ತಿರವಾಯಿತು ಅಂತ ತಿಳಿದುಕೊಂಡಿರು.

ಪರಮಹಂಸರು ಆಡಿದ ಮಾತನ್ನು ಕೇಳಿದ ಪತ್ನಿಯ ಕಣ್ಣಲ್ಲಿ ನೀರು. ಮುಂದೆ ಅದೇ ಆಗುತ್ತದೆ. ಪರಮಹಂಸರು ತಮ್ಮ ಅವಸಾನದ ಕಾಲ ಹತ್ತಿರವಾಗುತ್ತಿದ್ದಂತೆಯೇ ಊಟ, ತಿಂಡಿಯ ಕುರಿತು ವಿಚಾರಿಸುವುದನ್ನೇ ನಿಲ್ಲಿಸಿಬಿಡುತ್ತಾರೆ. ಪತ್ನಿಗೆ ಗಾಬರಿ.

ಹೀಗೆ ಆತ ಹೇಳುತ್ತಿದ್ದಂತೆಯೇ ನಾನು ಹೇಳಿದೆ: ಅಣ್ಣಾ. ಇಲ್ಲಿ ಪರಮಹಂಸರ ವಿಶೇಷ ಗುಣ ಯಾರಿಗೂ ಇಲ್ಲ. ಇದ್ದುದರಲ್ಲಿ ನಾನು, 'ಡೆಕ್ಕನ್ ಕ್ರಾನಿಕಲ್' ಪತ್ರಿಕೆಯ ವಿನಯ್ ಮಾಧವ್, ವಾರದಲ್ಲಿ ಏಳೂ ದಿನ ದೇವರನ್ನು ನಂಬುವುದರಿಂದ ವಾರದ ಹೆಸರಿನಲ್ಲಿ ಯಾವತ್ತೂ ಉಪವಾಸ ಮಾಡುವುದಿಲ್ಲ, ನಾನ್‌ವೆಜ್ ತಿನ್ನುವುದಕ್ಕೂ ದಿನ

ನೋಡುವುದಿಲ್ಲ. ಹಾಗೆ ಮಾಡಿ ದೇವರಿಗೆ ಟೆನ್ಷನ್ ಕೊಡುವುದು ನಮಗಿಷ್ಟವಿಲ್ಲ.

ಆದರೆ ಟೈಮಿಗೆ ಸರಿಯಾಗಿ ಒಂದಷ್ಟು ತಿಂದರೆ ಸಾಕು. ಆದರೆ ನಿನಗೀಗ ತಿಂಡಿ ಬೇಕು. ಹಾಗಂತ ನೀನು ಪರಮಹಂಸರ ಬಗ್ಗೆ ಹೇಳಿ, ನೀವೆಲ್ಲ ವೇಸ್ಟು, ನಾನೊಬ್ಬನೇ ಪರಮಹಂಸರ ತರ ಫಾಸ್ಟು ಅಂತ ಪೋಜು ಕೊಡಬೇಡ. ನಿನಗೆ ತಿಂಡಿ ತಿನ್ನುವ ಆಸೆ ಇದ್ದರೆ ಆರ್ಡರು ಮಾಡು. ಹಸಿವು ಕೂಡಾ ದೇವರಿದ್ದಂತೆ, ಆ ದೇವರನ್ನು ತೃಪ್ತಿಪಡಿಸು ಅಂತ ತಮಾಷೆ ಮಾಡಿದೆ. ಆತ ನಗುತ್ತಾ ಮಸಾಲೆ ದೋಸೆಗೆ ಆರ್ಡರು ಮಾಡಿದ.

ಸರಿ, ಹೀಗೆ ಮಾತನಾಡುತ್ತಾ ನನ್ನ ಮನಸ್ಸು ಇಪ್ಪತ್ತೈದು ವರ್ಷಗಳ ಹಿಂದಕ್ಕೆ ಓಡಿತು. ಆಗ ರವಿ ಬೆಳಗೆರೆ 'ಕರ್ಮವೀರ' ಪತ್ರಿಕೆಯ ಸಂಪಾದಕರು. ಆ ಹೊತ್ತಿಗಾಗಲೇ ನನ್ನ ಮತ್ತು ಅವರ ಮಧ್ಯೆ ಅಣ್ಣ-ತಮ್ಮಂದಿರಂತಹ ವಿಶ್ವಾಸ ಬೆಳೆದಿತ್ತು. ಅದೇ ಟೈಮಿನಲ್ಲಿ ವಿಧಾನಸಭೆಗೆ ಚುನಾವಣೆ ನಡೆದು(1994) ದೇವೇಗೌಡರು ಮುಖ್ಯಮಂತ್ರಿಯಾಗಿದ್ದರು.

ದೇವೇಗೌಡರು ಸಿಎಂ ಆದ ಮರುದಿನವೇ ರವಿ ಬೆಳಗೆರೆ ನನ್ನ ಬಳಿ ಮಾತನಾಡುತ್ತಾ, ವಿಠ್ಲ್ ಮೂರ್ತಿ. ಪತ್ರಿಕೆಗೆ ದೇವೇಗೌಡರ ಒಂದು ಸಂದರ್ಶನ ಬೇಕಲ್ಲಪ್ಪಾ ಅಂದರು. ಸರಿ ಅಣ್ಣಾ ಅಂದೆ. ಆ ದಿನ ನನಗಿನ್ನೂ ನೆನಪಿದೆ. ವಿಧಾನಸೌಧದ ಮೂರನೇ ಫ್ಲೋರಿನಲ್ಲಿರುವ ಕಛೇರಿಯಿಂದ ದೇವೇಗೌಡರು ಹೆಗಲ ಮೇಲೆ ಟವೆಲ್ ಹಾಕಿಕೊಂಡು ಹೊರಬಂದರು. ಅವರು ಹೊರಬರುವ ಹೊತ್ತಿಗೆ ಸರಿಯಾಗಿ ನಾನು ಅಲ್ಲಿಗೆ ಹೋಗಿ ಕೇಳಿದೆ: ಸಾರ್, ಕರ್ಮವೀರ ಪತ್ರಿಕೆಗೆ ಒಂದು ಇಂಟರ್‌ವ್ಯೂ ಬೇಕಿತ್ತು. ಆಗ ದೇವೇಗೌಡರು ತಮ್ಮ ಬಲಗೈಯನ್ನು ನನ್ನ ಹೆಗಲ ಮೇಲೆ ಹಾಕಿ, ಈಗ ಬೇಡ. ಬೆಳಿಗ್ಗೆ ಪದ್ಮನಾಭ ನಗರದಲ್ಲಿರುವ ಮನೆಗೇ ಬಂದು ಬಿಡಿ. ತಿಂಡಿ ತಿನ್ನುತ್ತಾ ಮಾತನಾಡೋಣ. ಏನಂತೀರಿ ಅಂದರು.

ಅವರು ಹಾಗೆ ಹೇಳಿದಾಗ ನಾನೇನು ಹೇಳುವುದು? ಸರಿ ಸಾರ್ ಎಂದೆ. ಮುಖ್ಯಮಂತ್ರಿಗಳ ಜತೆ ತಿಂಡಿ ತಿನ್ನುತ್ತಾ, ಸಂದರ್ಶನ ಮಾಡುವುದೂ ವಿಶೇಷ ಅನುಭವ. ಯಾಕೆಂದರೆ ನೀವು ತಿಂಡಿಯನ್ನು ನಿಧಾನ ತಿಂದಷ್ಟೂ ಹೆಚ್ಚು ಮಾತನಾಡಲು ಅವಕಾಶ ಸಿಗುತ್ತದೆ. ಹಾಗಂದುಕೊಂಡೇ ವಾಪಸ್ಸು ಬಂದು ಸಂದರ್ಶನಕ್ಕೆ ಅಣಿ ಮಾಡಿಕೊಳ್ಳತೊಡಗಿದೆ.

ಪ್ರಶ್ನೆಗಳನ್ನು ಸಿದ್ಧ ಮಾಡಿಕೊಳ್ಳುತ್ತಲೇ ಹಿರಿಯ ಛಾಯಾಗ್ರಾಹಕ ಡಿ.ಸಿ.ನಾಗೇಶ್ ಅವರಿಗೆ ಫೋನು ಮಾಡಿ: ಅಣ್ಣಾ, ಬೆಳಿಗ್ಗೆ ಪದ್ಮನಾಭ ನಗರದ ಮನೆಯಲ್ಲಿ ದೇವೇಗೌಡರ ಸಂದರ್ಶನವಿದೆ. ಬೇಗ ರೆಡಿ ಆಗಿ. ತಿಂಡಿ ಕೂಡಾ ಅವರ ಮನೆಯಲ್ಲೇ, ಹೀಗಾಗಿ, ನೀವು ತಿಂಡಿ, ಗಿಂಡಿ ಅಂತ ಡಿಲೇ ಮಾಡಬೇಡಿ ಎಂದೆ. ಸರಿ, ಆಯ್ತು ಕಣಪ್ಪಾ ಎಂದರು.

ಬೆಳಿಗ್ಗೆ ಬೇಗ ಎದ್ದವನೇ, ನ್ಯಾಷನಲ್ ಕಾಲೇಜು ಸರ್ಕಲ್ಲಿನಲ್ಲಿರುವ ಡಿ.ಸಿ.ನಾಗೇಶ್ ಮನೆಗೆ ಹೋದೆ. ಅಷ್ಟೊತ್ತಿಗಾಗಲೇ ಅವರು ರೆಡಿ. ಅಣ್ಣಾ, ಒಂದು ಕೆಲಸ ಮಾಡೋಣ್ವಾ, ನನ್ನ ಹೆಂಡತಿ ಹೇಗಿದ್ದರೂ ಈಗ ಕಾಯಿ ಚಟ್ನಿ, ತುಪ್ಪದ ದೋಸೆ ಮಾಡಿದ್ದಾಳೆ. ಎರಡೆರಡು ದೋಸೆ ತಿಂದು ಹೊರಟು ಬಿಡೋಣ ಎಂದರು.

ಅರೇಸ್ಕೀ, ತಿಂಡಿ ಗಿಂಡಿ ಏನಿದ್ದರೂ ಸಿಎಂ ಮನೆಯಲ್ಲಿ ಕಣಣ್ಣಾ, ನೀವೀಗ ತುಪ್ಪದ ದೋಸೆ ಅನ್ನುತ್ತಾ ಕೂತರೆ ಎಂದು ತಕರಾರು ತೆಗೆದೆ. ಸರಿ, ನಡಿಯಪ್ಪಾ ಎಂದು ಅವರು ತಮ್ಮ ಹೆಗಲಿಗೆ ಕ್ಯಾಮೆರಾ ನೇತು ಹಾಕಿಕೊಂಡವರೇ ಸ್ಕೂಟರಿನಲ್ಲಿ ನನ್ನನ್ನು ಕೂರಿಸಿಕೊಂಡು ಹೊರಟರು.

ಆಯಿತು, ಪದ್ಮನಾಭನಗರಕ್ಕೆ ಹೋಗಿ, ಮಾತಿಗೆ ಅಂತ ಕುಳಿತಾಗ ದೇವೇಗೌಡರು: ಒಂದು ಸಣ್ಣ ಇಂಟ್ರಡಕ್ಷನ್ ಇರಲಿ ಅಂತ ಎರಡು ಗಂಟೆ ಮಾತನಾಡಿ, ತಮ್ಮ ಬದುಕಿನ ಬಹುಮುಖ್ಯ ಘಟ್ಟಗಳ ಕುರಿತು ವಿವರಿಸುತ್ತಾ ಹೋದರು. ಮಾತಿನ ಮಧ್ಯೆ ಒಂದೆರಡು ಸಲ ಅಲ್ಲಿ ಕಾಣಿಸಿಕೊಂಡ ಶ್ರೀಮತಿ ಚೆನ್ನಮ್ಮ ದೇವೇಗೌಡರೂ, ತುರ್ತು ಪರಿಸ್ಥಿತಿಯ ಕಾಲದಲ್ಲಿ ದೇವೇಗೌಡರು ಆರೆಸ್ಟ್ ಆದಾಗ, ಮನೆಯ ಗತಿ ಏನಾಗಿತ್ತು ಅಂತ ಹಲ ಘಟನೆಗಳನ್ನು ವಿವರಿಸಿದರು.

ಸರಿ, ಎರಡು ಗಂಟೆ ಮಾತನಾಡಿದ ಮೇಲೆ ದೇವೇಗೌಡರು ಹೇಳಿದರು: ಒಂದು ಕೆಲಸ ಮಾಡೋಣ. ಮೊದಲು ತಿಂಡಿ ತಿಂದು ಬಿಡಿ. ಆಮೇಲೆ ಇಂಟರ್‌ವ್ಯೂ ಮಾಡಿದರಾಯಿತು. ಅಷ್ಟೊತ್ತಿಗಾಗಲೇ ಹತ್ತು ಗಂಟೆಯ ಸಮಯ. ನಮ್ಮ ಡಿ.ಸಿ.ನಾಗೇಶ್ ಕೂಡಾ ಹಸಿವಿನ ವಿಷಯ ಬಂದರೆ ಥೇಟು ರಾಮಕೃಷ್ಣ ಪರಮಹಂಸರಿದ್ದಂತೆ.

ಹೀಗಾಗಿ ತಕ್ಷಣವೇ, ಆಯಿತು ಸಾರ್ ಎಂದೆ. ಆಗ ದೇವೇಗೌಡರು ಸ್ವಲ್ಪ ಎತ್ತರದ ಧ್ವನಿಯಲ್ಲಿ ತಮ್ಮ ಮಗಳನ್ನು ಕೂಗಿ: ಶೈಲಜಾ, ತಿಂಡಿ ತಗೊಂಡು ಬಾರಮ್ಮಾ ಎಂದರು. ಸ್ವಲ್ಪ ಹೊತ್ತಿನಲ್ಲೇ ಶೈಲಜಾ ತಮ್ಮ ಬಲಗೈಯಲ್ಲಿ ಹರಿವಾಣದ ಸಮೇತ ಹಾಜರು. ಹರಿವಾಣದ ತುಂಬ ರಾಗಿ ಮುದ್ದೆ. ಅದನ್ನು ನೋಡಿದ್ದೇ ನನಗೆ ಗಾಬರಿಯಾಗಿ ಹೋಯಿತು.

ನಾನು ಮೊದಲೇ ಮಲೆನಾಡಿನ ಸಾಗರದವನು. ದೋಸೆ, ಇಡ್ಲಿ, ರೊಟ್ಟಿ, ಕಡುಬು, ಪಡ್ಡು, ಕೊನೆಗೆ ಮುದ್ದೆ ಮಾಡಿದರೆ ಅದೂ ಅಕ್ಕಿಯದೇ. ಹೀಗಾಗಿ ನನಗೆ ಅಕ್ಕಿಯಲ್ಲಿ ಮಾಡಿದ ತಿಂಡಿಗಳೇ ಹೆಚ್ಚು ಇಷ್ಟ. ಅದರಲ್ಲೂ ದೋಸೆ ಕೃಷ್ಣಪ್ಪ ಅವರ ಹೋಟೆಲ್ಲಿನ ದೋಸೆ ಎಂದರೆ ಪಂಚಪ್ರಾಣ. ನಾನು ಅಂತಲ್ಲ. ಸಾಗರಕ್ಕೆ ಹೋಗಿ ವಿಚಾರಿಸಿ. ಕನಿಷ್ಟ ನಾಲ್ಕೈದು ತಲೆಮಾರುಗಳು ಆ ದೋಸೆಯ ರುಚಿಯನ್ನು ಸವಿದಿವೆ. (ಇತ್ತೀಚೆಗೆ ಬಂದ್ ಆಗಿದೆ) ಆ ಹೋಟೆಲ್ಲು ಆರಂಭಿಸಿದ ಕೃಷ್ಣಪ್ಪ ಈಗ ಇಲ್ಲ. ಅವರನ್ನು ನೋಡಿದ ನೆನಪೂ ನನಗಿಲ್ಲ. ಯಾಕೆಂದರೆ ನಾವು ಬಾಲ್ಯದಿಂದ ಅಲ್ಲಿ ದೋಸೆ ಚಪ್ಪರಿಸಿ ತಿನ್ನಲು

ಶುರು ಮಾಡಿದಂದಿನಿಂದ ಇತ್ತೀಚಿನ ತನಕ ನೋಡಿದ್ದು ಅವರ ಮಗ ಮಂಜಣ್ಣ ಅವರನ್ನು.

ದೋಸೆ ಕೃಷ್ಣಪ್ಪ ಅವರ ಹೋಟೆಲ್ಲಿನ ವಿಶೇಷ ಎಂದರೆ, ಆ ಹೋಟೆಲ್ಲಿನಲ್ಲಿ ದೋಸೆ ಬಿಟ್ಟು ಬೇರೆ ಯಾವ ತಿಂಡಿಯೂ ಸಿಗುತ್ತಿರಲಿಲ್ಲ. ಮತ್ತು ದೋಸೆ ಹಾಕಲು ಒಂದು ತವೆಯನ್ನು ಬಿಟ್ಟರೆ, ಎರಡನೇ ತವೆಯನ್ನು ಬಳಸುತ್ತಿರಲಿಲ್ಲ. ಮೊನ್ನೆ ಮೊನ್ನೆಯವರೆಗೂ ಅಷ್ಟೇ. ನಾನು ಸಾಗರಕ್ಕೆ ಹೋದಾಗಲೆಲ್ಲ ಮಸ್ಟ್ ಅಂಡ್ ಶುಡ್ ಅಲ್ಲಿಗೆ ಹೋಗುತ್ತಿದ್ದೆ. ಬಿಸಿ, ಬಿಸಿ ದೋಸೆ, ರಣಖಾರದ ಚಟ್ನಿ, ಆ ಚಟ್ನಿ ಹೊಟ್ಟೆಗೆ ದಕ್ಕಬೇಕೆಂದರೆ ಹಾಕಿಸಿಕೊಳ್ಳಲೇಬೇಕಾದ ಬೆಣ್ಣೆ.

ಇರುವಷ್ಟು ಕಾಲವೂ ನೋ ಚೇಂಜ್. ನೀವು ಮೊದಲು ಹೋಗಿ ಕೂತು ಮನ: ಪೂರ್ತಿಯಾಗಿ ದೋಸೆ ತಿನ್ನುವವರೆಗೂ ಎರಡನೆಯ ಗಿರಾಕಿಗೆ ದೋಸೆ ಲೇದು. ಅದ್ಯಾವ ಮಂತ್ರಿಯೇ ಬರಲಿ, ಕಾಯುವುದು ಅನಿವಾರ್ಯ. ಯಾಕೆಂದರೆ ಹಸಿದು ಬಂದ ಮೊದಲನೇ ವ್ಯಕ್ತಿಗೆ ಮೊದಲನೇ ಪ್ರಿಫರೆನ್ಸು. ನೋ ಇನ್‌ಫ್ಲೂಯೆನ್ಸು.

ಹೇಳಲು ಹೋದರೆ ಸಾಗರದ ಇತಿಹಾಸದಲ್ಲಿ ದೋಸೆ ಕೃಷ್ಣಪ್ಪ ಅವರ ಹೋಟೆಲ್ಲಿನದೇ ಒಂದು ವರ್ಣರಂಜಿತ ಇತಿಹಾಸ. ನೋಡಲೇನೋ ಅದು ಪುಟ್ಟ ಹೋಟೆಲ್ಲು. ಇದ್ದುದು ನಾಲ್ಕೇ ಟೇಬಲ್ಲು. ಆದರೆ ನನ್ನ ಬದುಕಿನಲ್ಲಿ ಇನ್ ಫ್ಲೂಯೆನ್ಸ್ ನಡೆಯದ ಜಾಗ ಅಂತ ನಾನು ನೋಡಿದ್ದರೆ ಅದೊಂದೇ. ಶಕ್ತಿ ಇದ್ದರೆ ನಿಮಗೆ ಬೇಕಿದ್ದ ಜಾಗಗಳಲ್ಲಿ ನೀವು ಪ್ರಭಾವ ಬಳಸಬಹುದು. ದೋಸೆ ಕೃಷ್ಣಪ್ಪನವರ ಹೋಟೆಲ್ಲಿನಲ್ಲಿ ಬಾಲ್ಯದಿಂದಲೂ ನಾವದನ್ನು ನೋಡಿಯೇ ಇಲ್ಲ.

ಸರಿ, ತಿಂಡಿಯ ವಿಷಯದಲ್ಲಿ ನನ್ನ ಹಿನ್ನೆಲೆ ಇದು. ಹಾಗಂತಲೇ ದೇವೇಗೌಡರ ಮನೆಯಲ್ಲಿ ಷಾಟ್ ಘುಟ್ ಗಾತ್ರದ ಮುದ್ದೆಗಳನ್ನು ನೋಡಿ ಎದೆ ಧಸಕ್ಕೆಂದು ಹೋಯಿತು. ಪಾಪ, ಅವತ್ತು ಮುಖ್ಯಮಂತ್ರಿ ದೇವೇಗೌಡರು ಖುದ್ದಾಗಿ ಬಗ್ಗಿದವರೇ ಒಂದು ಮುದ್ದೆಯನ್ನೆತ್ತಿ ನನ್ನ ತಟ್ಟೆಗೆ ಹಾಕಿದರು. ನನಗೆ ಮೊದಲೇ ಅಭ್ಯಾಸವಿಲ್ಲ. ಹಿಂತಿರುಗಿ ನಾಗೇಶ್ ಮುಖ ನೋಡಿದರೆ ಭದ್ರಕಾಳಿಯಂತೆ ಉರಿಗಣ್ಣಿನಿಂದ ಅವರು ನನ್ನನ್ನೇ ನೋಡುತ್ತಿದ್ದಾರೆ. ನಾನು ರಪಕ್ಕಂತ ತಿರುಗಿಕೊಂಡವನೇ, ಮುದ್ದೆಗೆ ಕೈ ಹಾಕಿದೆ. ಮುದ್ದೆ ಮುರಿಯುವುದೂ ಒಂದು ಶೈಲಿ.

ನಾನು ಮುದ್ದೆ ಮುರಿಯುವ ರೀತಿ ನೋಡಿದ ದೇವೇಗೌಡರು, ಅಯ್ಯೋ, ಯಾಕೆ, ನಿಮಗೆ ಮುದ್ದೆ ಇಷ್ಟವಾಗುವುದಿಲ್ಲವೇ ಎಂದು ಕೇಳಿದರು. ಒಬ್ಬ ಮುಖ್ಯಮಂತ್ರಿಯ ಎದುರು ಹಾಗೇನಾದರೂ ಹೇಳಲು ಸಾಧ್ಯವೇ? ಹಾಗಂತಲೇ ನಗು ಬೀರುತ್ತಾ, ಹಾಗೇನಿಲ್ಲ ಸಾರ್, ಮುದ್ದೆ ಎಂದರೆ ನನಗೆ ಪಂಚಪ್ರಾಣ ಎಂದೆ. ತಕ್ಷಣವೇ ಪಕ್ಕದಲ್ಲಿದ್ದ ಹರಿವಾಣದಿಂದ ದೇವೇಗೌಡರು ಮತ್ತೊಂದು ಮುದ್ದೆಯನ್ನೆತ್ತಿ ನನ್ನ ತಟ್ಟೆಗೆ ಹಾಕಿಯೇ

ಬಿಟ್ಟರು. ಗೋವಿಂದಾನುಗೋವಿಂದ ಅಂದುಕೊಂಡು ತಣ್ಣಗಾಗಿ ಹೋದೆ.

ಆದರೆ ದೇವೇಗೌಡರು ಮಾತ್ರ, ಮುದ್ದೆ ಹಾಕಿದವರೇ, ನೀವು ತಿಂಡಿ ತಿನ್ನುತ್ತಿರಿ. ನಾನು ಸ್ನಾನ ಮಾಡಿ ಬಂದು ಬಿಡುತ್ತೇನೆ ಎಂದು ಹೊರಟರು. ಅವರು ಆ ಕಡೆ ಹೊರಟಿದ್ದೇ ತಡ, ಡಿ.ಸಿ.ನಾಗೇಶ್ ನನ್ನ ಹತ್ತಿರ ಬಂದವರೇ, ಯೋ, ನಾನು ಮೊದಲೇ ಹೇಳಲಿಲ್ವಾ, ನನ್ನ ಹೆಂಡತಿ ತುಪ್ಪದ ದೋಸೆ, ಕಾಯಿ ಚಟ್ನಿ ಮಾಡಿದ್ದಾಳೆ, ತಿಂದು ಹೋಗೋಣ ಅಂತ ಹಟ ಹಿಡಿದು ಕರಕಂಡು ಬಂದೆ. ನನಗೇನೋ ಮುದ್ದೆ ತಿಂದು ಸ್ವಲ್ಪ ಪ್ರಾಕ್ಟೀಸು ಇದೆ. ಆದರೆ ಬೆಳ್ಳಂ ಬೆಳಗ್ಗೆ ತಿಂಡಿಯಂತೆ ತಿನ್ನಲು ಆಗುತ್ತದೇನಪ್ಪಾ ಎಂದರು.

ನಾನು ದೂಸರಾ ಮಾತನಾಡಲಿಲ್ಲ. ನಾಗೇಶ್ ಕೂಡಾ, ಇಂಟರ್‌ವ್ಯೂ ಶುರುವಾದ ಕೂಡಲೇ ರಪ ರಪ ಅಂತ ಕ್ಯಾಮೆರಾ ಕ್ಲಿಕ್ಕಿಸಿದ್ದೇ ಹೊರಟು ಹೋದರು. ನಾನು ಮುದ್ದೆ ತಿನ್ನುವುದು ಹೇಗೆ ಅಂತ ಸ್ವಲ್ಪ ಪ್ರಾಕ್ಟೀಸು ಮಾಡಿಕೊಂಡು, ಸಂದರ್ಶನ ಮುಗಿಸಿ ಬಂದೆ.

ತಿರುಗಿ ನೋಡಿದರೆ, ಮುದ್ದೆ ಈಗ ನನಗೆ ಒಗ್ಗಿದ ಆಹಾರ. ಮನೆಯಲ್ಲಿ ಮಾಡದಿದ್ದರೂ, ಹೊರಗೆ, ವಾರಕ್ಕೆ ಎರಡು ಅಥವಾ ಮೂರು ಬಾರಿಯಾದರೂ ರಾಗಿ ಮುದ್ದೆ ತಿನ್ನುತ್ತೇನೆ. ಅದು ಆರೋಗ್ಯಕ್ಕೆ ತುಂಬ ಪ್ರಶಸ್ತವಾದ ಆಹಾರ ಎಂಬುದು ಹೇಗೆ ಮುಖ್ಯವೋ, ಮುದ್ದೆಯ ಬಗೆಗೆ ಹುಟ್ಟಿರುವ ಪ್ರೀತಿಯೂ ಅಷ್ಟೇ ಮುಖ್ಯ ಕಾರಣ. ಅಂದರೆ ಯಾವುದೇ ವಿಷಯದಲ್ಲಿ ನಾವು ಒಗ್ಗಿಕೊಳ್ಳುವ ತನಕ ಒಂದು ನಸನಸೆ ಇದ್ದೇ ಇರುತ್ತದೆ.

ಯಾವಾಗ ರಾಗಿ ಮುದ್ದೆಯನ್ನು ಶಾಸ್ತ್ರಬದ್ಧವಾಗಿ ಮುರಿಯಲು, ತಿನ್ನಲು ನನಗೆ ಅಭ್ಯಾಸವಾಗಿ ಹೋಯಿತೋ, ಅದಾದ ನಂತರ ನಾನು ಊಟ, ತಿಂಡಿಯ ವಿಷಯದಲ್ಲಿ ಮಾತ್ರವಲ್ಲ, ಬದುಕಿನ ಹಲವು ವಿಷಯಗಳಲ್ಲಿ ಒಗ್ಗಿಕೊಳ್ಳುವುದನ್ನು ಕಲಿತೆ. ಹೀಗಾಗಿ ನಾನೀಗ ಯಾವುದಕ್ಕೂ ನಸನಸೆ ಮಾಡುತ್ತಾ ಕೂರುವುದಿಲ್ಲ.

ಅದೇ ರೀತಿ ಸದಾನಂದಗೌಡರು ಸಿಎಂ ಆಗಿದ್ದ ಕಾಲದಲ್ಲಿ ನನಗೆ ಮಾಧ್ಯಮ ಅಕಾಡೆಮಿಯ ಅವಾರ್ಡು ಸಿಕ್ಕಿತ್ತು. ಅವತ್ತು ಸಮಾರಂಭದಲ್ಲಿ ಭಾಗವಹಿಸಿ, ಪ್ರಶಸ್ತಿ ಸ್ವೀಕರಿಸಿ ಬರುವ ವೇಳೆಗಾಗಲೇ ತಡವಾಗಿತ್ತು. ಅವತ್ತು ಮನೆಯಲ್ಲಿ ಯಾರೂ ಇಲ್ಲ. ಎಲ್ಲರೂ ಊರಿಗೆ ಹೋಗಿದ್ದಾರೆ. ಹಾಗಂತಲೇ ಒಬ್ಬನೇ ಹೋಗಿ ಮುದ್ದೆ ತಿಂದು ಬಂದೆ. ನಿಜ ಹೇಳಲಾ, ಪ್ರಶಸ್ತಿ ಸಿಕ್ಕಿದ್ದಕ್ಕಿಂತ ಹೆಚ್ಚಿನ ಖುಷಿ ಅವತ್ತಿನ ಮುದ್ದೆ ಊಟದಲ್ಲಿತ್ತು.

ಹೀಗೆ ಅವತ್ತು ದೇವೇಗೌಡರ ಮನೆಯಲ್ಲಿ ಮುದ್ದೆ ಮುರಿಯುವುದನ್ನು ಕಲಿತ ನೆನಪು ಹೊಸ ಹೊಸತನ್ನು ಕಲಿಯಬೇಕು ಎಂಬ ಮನಸ್ಥಿತಿಗೆ ನನ್ನನ್ನು ಹೇಗೆ ತಲುಪಿಸಿತು, ಎಂಬುದಕ್ಕಾಗಿ ಇದನ್ನೆಲ್ಲ ಹೇಳಿದೆ.

ಒಂದು ಮರಕ್ಕೆ ಸೀರೆಯನ್ನು ಜೋಕಾಲಿಯ ತರ ಕಟ್ಟಲಾಗಿದೆ. ಆ ಜೋಕಾಲಿಯಲ್ಲಿ ಒಂದು ಮಗು ಮಲಗಿದೆ. ಹಾಗೆ ಜೋಕಾಲಿಯಲ್ಲಿ ಮಲಗಿದ್ದ ಕಾರಣಕ್ಕಾಗಿ ಮಗು ಬಚಾವಾಗಿದೆ.

17

ನಾಯಕನ ಬೆನ್ನಲ್ಲಿದೆ ದಾರುಣ ಕತೆ ಹೀಗಾಗಿ 'ಇದು ಕತೆಯಲ್ಲ, ಜೀವನ!'

ಅದು ಹೈದ್ರಾಬಾದ್ ನಿಜಾಮನ ಹಿಡಿತದಿಂದ ಬಿಡುಗಡೆಯಾಗಲು ಹೈದ್ರಾಬಾದ್-ಕರ್ನಾಟಕ ಭಾಗದ ಜನ ಸಿಡಿದೆದ್ದ ಕಾಲ.

ಅಂದ ಹಾಗೆ ದೇಶಕ್ಕೆ ಸ್ವಾತಂತ್ರ್ಯ ಸಿಕ್ಕರೂ ಗುಲ್ಬರ್ಗ, ರಾಯಚೂರು(ಈಗಿನ ಕೊಪ್ಪಳವೂ ಸೇರಿ) ಬಳ್ಳಾರಿ ಸೇರಿದಂತೆ ಕನ್ನಡ ಭಾಷಿಕರೇ ಹೆಚ್ಚಾಗಿದ್ದ ಮೂರು ಜಿಲ್ಲೆಗಳು ಹೈದ್ರಾಬಾದ್ ಸಂಸ್ಥಾನದಲ್ಲಿದ್ದವು. ಜತೆಗೇ ಬೀದರ್‌ನ ಕೆಲ ಭಾಗಗಳ ಮೇಲೂ ನಿಜಾಮನ ಹಿಡಿತವಿತ್ತು.

ಒಟ್ಟಿನಲ್ಲಿ ತೆಲಂಗಾಣದ ಎಂಟು ಜಿಲ್ಲೆಗಳು, ಮರಾಠವಾಡದ ಐದು ಹಾಗೂ ಕರ್ನಾಟಕದ ಮೂರು ಜಿಲ್ಲೆಗಳು ಹೈದ್ರಾಬಾದ್ ಸಂಸ್ಥಾನದ ತೆಕ್ಕೆಯಲ್ಲಿದ್ದವು. ದೇಶಕ್ಕೆ

ಸ್ವಾತಂತ್ರ್ಯ ಬಂದರೂ, ಭಾರತದ ಒಕ್ಕೂಟದೊಳಗೆ ಸೇರಲು ನಿಜಾಮ ತಯಾರಿರಲಿಲ್ಲ. ಆತನ ಹೆಸರು–

ಮೀರ್ ಉಸ್ಮಾನ್ ಅಲೀಖಾನ್ ಬಹಾದ್ದೂರ್.

ಅಂದ ಹಾಗೆ ದೇಶದ ಐನೂರಾ ಅರವತ್ತೈದರಷ್ಟು ಸಂಸ್ಥಾನಗಳ ಪೈಕಿ ಹೈದ್ರಾಬಾದ್ ಸಂಸ್ಥಾನವೇ ಶ್ರೀಮಂತ ಸಂಸ್ಥಾನ. ಐವತ್ತು ಲಕ್ಷ ಎಕರೆಯಷ್ಟು ಜಮೀನು ನಿಜಾಮನ ಸ್ವಂತ ಆಸ್ತಿಯಾಗಿತ್ತು ಅಂದರೆ ಊಹಿಸಿ. ಅದೇ ರೀತಿ ಆತನ ವಾರ್ಷಿಕ ಆದಾಯ ಎರಡೂವರೆ ಕೋಟಿ ರೂಪಾಯಿಗಳಷ್ಟು ದೊಡ್ಡದಿತ್ತು.

1941ರ ಜನಗಣತಿಯ ಪ್ರಕಾರ ಈ ಸಂಸ್ಥಾನದ ಜನ ಸಂಖ್ಯೆ ಒಂದು ಕೋಟಿ ಅರವತ್ಮೂರು ಲಕ್ಷಕ್ಕೂ ಹೆಚ್ಚು. ಈ ಪೈಕಿ ಎಪ್ಪತ್ತು ಲಕ್ಷ ಮಂದಿ ತೆಲುಗರು, ನಲವತ್ತು ಲಕ್ಷ ಮರಾಠಿಗರು ಹಾಗೂ ಇಪ್ಪತ್ತು ಲಕ್ಷ ಕನ್ನಡ ಭಾಷಿಕರು ಇದ್ದರು.

ಅಂದ ಹಾಗೆ ಹೈದ್ರಾಬಾದ್ ಸಂಸ್ಥಾನವನ್ನು ಪ್ರಾರಂಭಿಸಿದವನು ಮೀರ್ ಕಮರುದ್ದೀನ್ ಚಿನ್ ಖಿಲಜಿಖಾನ್. ಮುಂದೆ ಪೇಶ್ವೆಗಳ ಕಾಲದಲ್ಲಿ ಮರಾಠರ ಹೊಡೆತ ತಾಳಲಾಗದೆ 1798ರಲ್ಲಿ ಲಾರ್ಡ್ ವೆಲ್ಲೆಸ್ಲಿಯ ಸಹಾಯಕ ಸೈನ್ಯ ಪದ್ಧತಿಯಡಿ ಅಂದಿನ ಹೈದ್ರಾಬಾದ್ ನಿಜಾಮ ಒಪ್ಪಂದ ಮಾಡಿಕೊಂಡ. ಈ ಒಪ್ಪಂದಕ್ಕೆ ಪ್ರತಿಯಾಗಿ ಬ್ರಿಟಿಷರ ಆರು ಬೆಟಾಲಿಯನ್ ಸೈನ್ಯ ಹೈದ್ರಾಬಾದ್ ಸಂಸ್ಥಾನದ ರಕ್ಷಣೆಗೆ ನಿಂತುಕೊಂಡಿತು. ಹೀಗಾಗಿ ಮುಂದೆ ಪೇಶ್ವೆಗಳ ವಿಷಯದಲ್ಲಿ ಸಂಸ್ಥಾನಕ್ಕೆ ತೊಂದರೆಯಾಗದಂತೆ ಬ್ರಿಟಿಷರು ನೋಡಿಕೊಂಡರು.

ಆದರೆ ಇದಕ್ಕಾಗಿ ಹೈದ್ರಾಬಾದ್ ನಿಜಾಮ ಆಗಿನ ಕಾಲದಲ್ಲೇ ಭರಿಸುತ್ತಿದ್ದ ಒಂದು ವರ್ಷದ ವೆಚ್ಚ ಇಪ್ಪತ್ನಾಲ್ಕು ಲಕ್ಷ, ಹದಿನೇಳು ಸಾವಿರ ರೂಪಾಯಿ. ಹೀಗೆ ಬ್ರಿಟಿಷರ ಆಸರೆ ಪಡೆದ ಕಾರಣಕ್ಕಾಗಿಯೇ ಹೈದ್ರಾಬಾದ್ ನಿಜಾಮರು, ಬ್ರಿಟಿಷರ ವಿರುದ್ಧ ಸಿಡಿದು ನಿಂತ ಟಿಪ್ಪು ಸುಲ್ತಾನನಿಗೆ ಬೆಂಬಲ ನೀಡಲಿಲ್ಲ. ಅರ್ಥಾತ್, ಅವರು ಬ್ರಿಟಿಷರ ಜತೆ ಗಟ್ಟಿಯಾಗಿ ನಿಂತುಬಿಟ್ಟಿದ್ದರು.

ಅಲ್ಲಿಂದ ಮುಂದೆ ಹಲ ನಿಜಾಮರು ಸಂಸ್ಥಾನದ ಸಿಂಹಾಸನವೇರಿದರು. ಆದರೆ ಮೀರ್ ಉಸ್ಮಾನ್ ಅಲಿಖಾನ್ ಅಧಿಕಾರಕ್ಕೆ ಬಂದ ಕಾಲಕ್ಕೆ ದೇಶದಲ್ಲಿ ಸ್ವಾತಂತ್ರ್ಯ ಸಂಗ್ರಾಮದ ಕೂಗು ಜೋರಾಗಿತ್ತು.

ಈ ಸಂದರ್ಭದಲ್ಲಿ ಬ್ರಿಟಿಷರಿಗೆ ನಿಷ್ಠನಾಗಿದ್ದ ನಿಜಾಮ, ತನ್ನದೇ ಒಂದು ಸೈನ್ಯ ಕಟ್ಟಿಕೊಂಡ. ಅದರ ಹೆಸರು ಇತ್ತೆಹಾದ್ ಮುಸ್ಲಿಮಿನ್. ಕಾಲ ಕ್ರಮೇಣ ಈ ಪಡೆಗೆ ರಜಾಕಾರರ ಪಡೆ ಎಂಬ ಹೆಸರು ಬಂತು. ದೇಶಕ್ಕೆ ಸ್ವಾತಂತ್ರ್ಯ ಬಂದ ಕಾಲಕ್ಕಾಗಲೇ ಈ ಪಡೆಯಲ್ಲಿ ಒಂದು ಲಕ್ಷ ಜನರಿದ್ದರು.

ದೇಶಕ್ಕೇನೋ ಸ್ವಾತಂತ್ರ್ಯ ಬಂತು. ಆದರೆ ಹೈದ್ರಾಬಾದ್-ಕರ್ನಾಟಕ ಭಾಗಕ್ಕೆ ಮಾತ್ರ ಸ್ವಾತಂತ್ರ್ಯ ಬರಲಿಲ್ಲ. ಹೀಗಾಗಿ ರಮಾನಂದ ತೀರ್ಥರು ಸೇರಿದಂತೆ ಹಲ ನಾಯಕರು ನಿಜಾಮನಿಗೆ ಸೆಡ್ಡು ಹೊಡೆದು ಹೋರಾಟಕ್ಕಿಳಿದರು. ಭಾರತದ ಒಕ್ಕೂಟದೊಳಕ್ಕೆ ಸೇರಬಯಸದ ನಿಜಾಮ, ಪಾಕಿಸ್ತಾನದ ಜನಕ ಮಹಮದಾಲಿ ಜಿನ್ನಾ ಅವರ ಜತೆ ಮಾತುಕತೆ ನಡೆಸಿ, ಪಾಕಿಸ್ತಾನಕ್ಕೆ ಸೇರುವ ಬಯಕೆ ತೋಡಿಕೊಂಡ.

ಜನಸಂಖ್ಯೆಯ ಆಧಾರದ ಮೇಲೆ ಶೇಕಡಾ ಎಂಬತ್ತಕ್ಕೂ ಹೆಚ್ಚು ಮಂದಿ ಹಿಂದೂಗಳು ಸಂಸ್ಥಾನದಲ್ಲಿದ್ದರು. ಆದರೆ ಮುಸ್ಲಿಂ ಆಳರಸ ನಿಜಾಮನಾಗಿದ್ದನಲ್ಲ, ಈ ಸಂದರ್ಭದಲ್ಲಿ ಜಿನ್ನಾ, ಆಳರಸರು ಯಾರೇ ಆಗಲಿ, ಜನಸಂಖ್ಯೆಯ ಆಧಾರದ ಮೇಲೆ ಹೈದ್ರಾಬಾದ್ ಸಂಸ್ಥಾನ ಭಾರತದ ಒಕ್ಕೂಟಕ್ಕೇ ಸೇರಬೇಕು ಎಂದಿದ್ದರೆ ಸಮಸ್ಯೆ ಇರಲಿಲ್ಲ.

ಆದರೆ ಜಿನ್ನಾ ಒಳಗಿಂದೊಳಗೇ ನಾಟಕವಾಡಿದರು. ಹೈದ್ರಾಬಾದ್ ಸಂಸ್ಥಾನವನ್ನು ಪಾಕಿಸ್ತಾನಕ್ಕೆ ಸೇರಿಸಿಕೊಳ್ಳಲು ನೋಡಿದರು. ಇದು ಒಂದು ಕಡೆಗಾದರೆ ಮತ್ತೊಂದು ಕಡೆ ನಿಜಾಮ ಯಾವ ಪರಿ ಧರ್ಮಾಂಧನಾಗಿದ್ದನೆಂದರೆ, ಆತನ ಹಿಡಿತದಲ್ಲಿದ್ದ ರಜಾಕಾರರ ಪಡೆ, ಸಂಸ್ಥಾನದಿಂದ ಬಿಡುಗಡೆ ಹೊಂದಲು ಯತ್ನಿಸಿದ ಜನರನ್ನು ಸಿಕ್ಕ ಸಿಕ್ಕಂತೆ ಬಡಿಯಿತು. ಅವರ ಮೇಲೆ ದೌರ್ಜನ್ಯ, ಅತ್ಯಾಚಾರ, ಸುಲಿಗೆ ನಡೆಸಿತು. ಅಸಂಖ್ಯಾತ ಜನರನ್ನು ಕೊಂದು ಹಾಕಿತು.

ಒಂದು ಹಂತದಲ್ಲಿ ರಜಾಕಾರರ ಪಡೆ ಯಾವ ಮಟ್ಟಕ್ಕೆ ಬೆಳೆದಿತ್ತು ಎಂದರೆ ಸ್ವತಃ ನಿಜಾಮನೂ ಅದರ ಮೇಲಿನ ಹಿಡಿತ ಕಳೆದುಕೊಳ್ಳುತ್ತಾ ಬಂದಿದ್ದ. ಸಾರಿಗೆ, ಹಣಕಾಸು ಸೇರಿದಂತೆ ಬಹುತೇಕ ವಿಷಯಗಳಲ್ಲಿ ಹಿಡಿತ ಸಾಧಿಸಿದ್ದ ರಜಾಕಾರರು, ಹೈದ್ರಾಬಾದ್ ಸಂಸ್ಥಾನದಿಂದ ಹೊರಬರಲು ಯತ್ನಿಸಿದವರ ವಿರುದ್ಧ ಸಿಕ್ಕ ಸಿಕ್ಕಂತೆ ದೌರ್ಜನ್ಯವೆಸಗಿದರು.

ಇಂತಹ ಕಾಲದಲ್ಲೇ ಬೀದರ್ ಜಿಲ್ಲೆ, ಹುಮ್ನಾಬಾದ್ ತಾಲ್ಲೂಕಿನ ವರವಟ್ಟಿ ಗ್ರಾಮದ ಮೇಲೆ ಒಂದು ದಿನ ರಜಾಕಾರರ ಅಮಾನುಷ ದಾಳಿ ನಡೆಯಿತು. ಆ ದಾಳಿ ಎಷ್ಟು ಅಮಾನುಷವಾಗಿತ್ತೆಂದರೆ ಆ ಗ್ರಾಮದ ಹಲವಾರು ಮಂದಿ, ರಜಾಕಾರರ ಅಟ್ಟಹಾಸಕ್ಕೆ ಸಜೀವ ದಹನವಾದರು.

ಈ ಪೈಕಿ ಒಂದು ಕುಟುಂಬದ ಮನೆಯೊಡತಿ ಮತ್ತು ಮಕ್ಕಳು ಇದ್ದ ಗುಡಿಸಲೂ ಧಗಧಗನೆ ಹತ್ತಿ ಉರಿಯಿತು. ರಜಾಕಾರರ ಅಟ್ಟಹಾಸಕ್ಕೆ ಬಲಿಯಾದ ಆ ಕುಟುಂಬದ ಯಜಮಾನರ ಹೆಸರು ಮಾಪಣ್ಣ!

ಕೆಲಸಕ್ಕೆಂದು ಹೊರಗೆ ಹೋಗಿದ್ದ ಪರಿಣಾಮವಾಗಿ ಮಾಪಣ್ಣ ಅವರು ರಜಾಕಾರರ ಅಟ್ಟಹಾಸಕ್ಕೆ ಸಿಲುಕದೆ ಬಚಾವಾದರು. ಆದರೆ ಬಂದು ನೋಡುತ್ತಾರೆ.

ಎಲ್ಲಿದೆ ಗುಡಿಸಲು, ಪತ್ನಿ ಹಾಗೂ ಮಕ್ಕಳ ಸಮೇತ ಬೂದಿಯಾಗಿದೆ. ಕಂಗಾಲಾದ ಮಾಪಣ್ಣ ಅತ್ತಿತ್ತ ತಿರುಗಿ ನೋಡುತ್ತಾರೆ.

ಒಂದು ಮರಕ್ಕೆ ಸೀರೆಯನ್ನು ಜೋಕಾಲಿಯ ತರ ಕಟ್ಟಲಾಗಿದೆ. ಆ ಜೋಕಾಲಿಯಲ್ಲಿ ಒಂದು ಮಗು ಮಲಗಿದೆ. ಹಾಗೆ ಜೋಕಾಲಿಯಲ್ಲಿ ಮಲಗಿದ್ದ ಕಾರಣಕ್ಕಾಗಿ ಮಗು ಬಚಾವಾಗಿದೆ. ಅದೊಂದೇ ರಜಾಕಾರರ ಧಾಳಿಯ ನಡುವೆಯೂ ಬದುಕುಳಿದ ಮಾಪಣ್ಣ ಅವರ ಮಗು.

ತಕ್ಷಣ ಮಗುವನ್ನು ಎತ್ತಿಕೊಂಡ ಮಾಪಣ್ಣ ನೆರೆಯ ಗುಲ್ಬರ್ಗಕ್ಕೆ ಹೋದರು. ಇದಾದ ಸ್ವಲ್ಪ ಕಾಲದಲ್ಲೇ ಸರ್ದಾರ್ ವಲ್ಲಭಭಾಯ್ ಪಟೇಲರು 1948ರ ಸೆಪ್ಟೆಂಬರ್ 13ರಂದು ಭಾರತೀಯ ಸೈನ್ಯವನ್ನು ಹೈದ್ರಾಬಾದ್ ಸಂಸ್ಥಾನಕ್ಕೆ ನುಗ್ಗಿಸಿದರು. ಪರಿಣಾಮ, ಬೇರೆ ದಾರಿ ಕಾಣದ ನಿಜಾಮ, ಹೈದ್ರಾಬಾದ್ ಸಂಸ್ಥಾನ ಭಾರತೀಯ ಒಕ್ಕೂಟದೊಳಕ್ಕೆ ಸೇರುವುದನ್ನು ಅಸಹಾಯಕನಾಗಿ ನೋಡಬೇಕಾಯಿತು.

ಈ ಮಧ್ಯೆ ವರವಟ್ಟಿಯಿಂದ ಗುಲ್ಬರ್ಗಕ್ಕೆ ಬಂದ ಮಾಪಣ್ಣ ಅಲ್ಲಿನ ಎಂ.ಎಸ್.ಕೆ. ಮಿಲ್‌ನಲ್ಲಿ ಕಾರ್ಮಿಕರಾಗಿ ಕೆಲಸಕ್ಕೆ ಸೇರಿದರು. ಕಷ್ಟಪಟ್ಟು ದುಡಿದು ತಮ್ಮ ಮಗುವನ್ನು ಬೆಳೆಸಿದರು. ಮುಂದೆ ಅದೇ ಮಗು ದೊಡ್ಡದಾಯಿತು. ಕಷ್ಟಪಟ್ಟು ಓದಿದ್ದರ ಫಲವಾಗಿ ಕಾರ್ಖಾನೆಯ ಕಾನೂನು ಸಲಹೆಗಾರರ ಪಟ್ಟ ಸಿಕ್ಕಿತು. ಸಂಯುಕ್ತ ಮಜದೂರ್ ಸಂಘಟನೆಯ ಮುಖಂಡತ್ವವೂ ದಕ್ಕಿತು.

ಅಷ್ಟೇ ಅಲ್ಲ, ದೊಡ್ಡದಾದ ಈ ಮಗು ಕಾರ್ಖಾನೆಯ ನೂರಾರು ಮಂದಿ ಬಡ ಕಾರ್ಮಿಕರಿಗೆ ಸ್ವಂತ ಸೂರು ಕಟ್ಟಿಕೊಟ್ಟಿತು. ಒಂದು ಕಾಲದಲ್ಲಿ ರಜಾಕಾರರ ಕ್ರೌರ್ಯಕ್ಕೆ ಸಿಲುಕಿ ಕುಟುಂಬವನ್ನೇ ಕಳೆದುಕೊಂಡ ಆ ಮಗು ಈ ರೀತಿ ನೂರಾರು ಜನರಿಗೆ ಸೂರು ನಿರ್ಮಿಸಿಕೊಟ್ಟಿದ್ದಷ್ಟೇ ಅಲ್ಲ. 1969ರಲ್ಲೇ ರಾಜಕೀಯಕ್ಕೆ ಎಂಟ್ರಿ ಕೊಟ್ಟು ಕರ್ನಾಟಕದ ಧೀಮಂತ ನಾಯಕನಾಗಿ ಬೆಳೆದು ನಿಂತಿದ್ದು ಪವಾಡವೇ ಸೈ.

ಹೀಗೆ ರಜಾಕಾರರ ಧಾಳಿಗೆ ಬಲಿಯಾಗಿ ತಂದೆಯನ್ನು ಹೊರತುಪಡಿಸಿ ಉಳಿದೆಲ್ಲರನ್ನು ಕಳೆದುಕೊಂಡರೂ ತಲೆ ಎತ್ತಿ ನಿಂತ, ಶಾಸಕರಾಗಿ, ಮಂತ್ರಿಯಾಗಿ, ಪ್ರತಿಪಕ್ಷದ ನಾಯಕರಾಗಿ, ರಾಜ್ಯ ಕಾಂಗ್ರೆಸ್‌ನ ಅಧ್ಯಕ್ಷರಾಗಿ, ರೈಲ್ವೇ ಸಚಿವರಾಗಿ, ಮುಂದೆ ರಾಷ್ಟ್ರೀಯ ಕಾಂಗ್ರೆಸ್‌ನ ಸಂಸದೀಯ ನಾಯಕರಾಗಿ, ಮತ್ತೀಗ ರಾಷ್ಟ್ರೀಯ ಕಾಂಗ್ರೆಸ್ ನಾಯಕರಾಗಿ ಬೆಳೆದ ಆ ಮಗುವಿನ ಹೆಸರೇನು ಗೊತ್ತಾ?

ಎಂ. ಮಲ್ಲಿಕಾರ್ಜುನ ಖರ್ಗೆ!

ಇವತ್ತು ಕಣ್ಣ ಮುಂದೆ ಕಾಣುವ ದೊಡ್ಡ ದೊಡ್ಡವರ ಬೆನ್ನಲ್ಲಿ ಇಂತಹ ದಾರುಣ ಕತೆಗಳೂ ಇರುತ್ತವೆ. ಹೀಗಾಗಿ 'ಇದು ಕತೆಯಲ್ಲ, ಜೀವನ' ಎಂಬ ಕಾರಣಕ್ಕಾಗಿ ನಿಮ್ಮ ಬಳಿ ಹಂಚಿಕೊಂಡೆ.

‘ಲೇಯ್’, ಆತ ಶ್ರೀಮಂತ.
ಆತನನ್ನು ಸಂತೋಷಪಡಿಸಿದೆಯೋ
ಇಲ್ಲ, ಕತೆ ಹೇಳಿದೆಯೋ’
ಮಗುವಿಗೆ ನೋಡಿದರೆ
ವಿಪರೀತ ಜ್ವರ. ಪೇಟೆಗೆ ಹೋಗಿ
ಯಾವುದೇ ಆಸ್ಪತ್ರೆಗೆ ದಾಖಲು
ಮಾಡಬೇಕೆಂದರೂ ದೊಡ್ಡ
ಪ್ರಮಾಣದ ದುಡ್ಡು ಬೇಕು.

18

ದೈವದತ್ತವಾಗಿ ಕೈ ಹಿಡಿದ ಗಂಡನ ಕೈ ಬಿಡುವುದೇ? ನಿಶ್ಚಿತವಾಗಿಯೂ ಇಲ್ಲ

ಅವರ ಕಣ್ಣಂಚಿನಲ್ಲಿ ನೀರು ಜಿನುಗುತ್ತಿತ್ತು.

ಆದರೂ ಮೊಮ್ಮಗನ ಜತೆ ಕತ್ತಿ ಆಟ ಆಡುತ್ತಿದ್ದರು. ಮಧ್ಯೆ ಮಧ್ಯೆ ಎಡಗೈಯಿಂದ ಯಾರ ಅರಿವಿಗೂ ಬಾರದಂತೆ ಮುಖ ಒರೆಸಿಕೊಳ್ಳುವ ನೆವದಲ್ಲಿ ಕಣ್ಣೀರು ಒರೆಸಿಕೊಳ್ಳುತ್ತಿದ್ದರು.

ಅದನ್ನು ನೋಡಿದ್ದೇ ತಡ, ಆ ಬಂಗಲೆಯ ಲಾನ್‌ನಲ್ಲಿ ನಿಂತಿದ್ದ ನನಗೆ ಸಂಕಟ ಶುರುವಾಯಿತು. ತಿರುಗಿ ಹೋಗಿಬಿಡೋಣ ಎಂಬ ಬಾವ. ಆದರೆ ಅದೇಕೋ ಏನೋ ಇದ್ದಕ್ಕಿದ್ದಂತೆ ಅವರು ತಿರುಗಿದರು.

ಅರೇ, ವಿಠ್ಠಲ್‌ಮೂರ್ತಿ. ಎಷ್ಟು ಹೊತ್ತಾಯಿತು ಬಂದು, ಸುಮ್ಮನೆ ಮೊಮ್ಮಗನ

ಜತೆ ಆಟ ಆಡುತ್ತಾ ಮೈ ಮರೆತುಬಿಟ್ಟೆ ನೋಡು ಎಂದು ಒಂದೇ ಉಸಿರಿನಲ್ಲಿ ಹೇಳಿದರು. ಆದರೆ ಅವರ ಮನಸ್ಸು ದುಗುಡಕ್ಕೊಳಗಾಗಿದೆ, ಸಂಕಟದಲ್ಲಿದೆ, ತ್ರಾಣ ಕಳೆದುಕೊಂಡಿದೆ ಎಂಬುದು ನನಗೆ ಸ್ಪಷ್ಟವಾಗಿ ಗೊತ್ತಾಗುತ್ತಿತ್ತು.

ನಾನು ಉಗುಳು ನುಂಗುತ್ತಾ ನಗಲು ಯತ್ನಿಸಿ, ನಮಸ್ಕಾರ ಸಾರ್ ಎಂದೆ. ಅಷ್ಟೊತ್ತಿಗಾಗಲೇ ಅವರು ಅದುವರೆಗೆ ಕತ್ತಿಯಂತೆ ಬೀಸುತ್ತಿದ್ದ ದೊಣ್ಣೆಯನ್ನು ಬದಿಗೆಸೆದು ನನ್ನ ಬಳಿ ಬಂದು ಬಿಟ್ಟಿದ್ದರು. ಅದಾಗಲೇ ಅವರು ಕರ್ನಾಟಕದ ಉಪ ಮುಖ್ಯಮಂತ್ರಿಯಾಗಿದ್ದರು. ಅವರ ಹೆಸರು...

ಎಂ.ಪಿ.ಪ್ರಕಾಶ್!

ಕರ್ನಾಟಕದ ರಾಜಕಾರಣ ಮತ್ತು ಸಾಂಸ್ಕೃತಿಕ ಜಗತ್ತನ್ನು ಬಲ್ಲ ಎಲ್ಲರಿಗೂ ಎಂ.ಪಿ.ಪ್ರಕಾಶ್ ಗೊತ್ತಿರುತ್ತಾರೆ. ಇಷ್ಟು ವರ್ಷಗಳ ಅವಧಿಯಲ್ಲಿ ನಾನು ಕಂಡ ಅತ್ಯಂತ ಸಜ್ಜನ ರಾಜಕಾರಣಿಗಳಲ್ಲಿ ಪ್ರಕಾಶ್ ನಿಸ್ಸಂದೇಹವಾಗಿ ಮುಂಚೂಣಿಯಲ್ಲಿರುವವರು.

ರಾಜಕಾರಣಿಗಳ ಜತೆ ನಿಮಗೆ ಆತ್ಮೀಯತೆ ಬೆಳೆದರೆ ಆಫ್ ದಿ ರೆಕಾರ್ಡ್ ಸ್ಟೋರಿಗಳು ಸಹಜವಾಗಿಯೇ ದಕ್ಕುತ್ತವೆ. ಆದರೆ ಎಂ.ಪಿ.ಪ್ರಕಾಶ್ ಒಂದರ್ಥದಲ್ಲಿ ಬಯಸಿದ್ದನ್ನು ಕೊಡಬಲ್ಲ ಕಾಮಧೇನುವಿನ ತರ. ರಾಜಕಾರಣದಿಂದ ಹಿಡಿದು ಸಾಹಿತ್ಯ ಲೋಕದ ತನಕ, ಚಳವಳಿಗಳಿಂದ ಹಿಡಿದು ನಾಟಕಗಳ ತನಕ ಯಾರಿಗೆ ಯಾವ ವಿಷಯದ ಬಗ್ಗೆ ಆಸಕ್ತಿಯೋ, ಅದಕ್ಕೆ ತಕ್ಕಂತೆ ಪ್ರಕಾಶ್ ತಮ್ಮ ಮನಸ್ಸನ್ನು ಒಗ್ಗಿಸಿಕೊಂಡು ಮಾತನಾಡುತ್ತಿದ್ದರು.

ತಮ್ಮ ಜತೆ ಮಾತನಾಡಲು ಬಂದವರು ಏಕೆ ಬಂದಿದ್ದಾರೆ? ಎಂಬುದು ಪ್ರಕಾಶ್ ಅವರಷ್ಟು ಚೆನ್ನಾಗಿ ಅರ್ಥ ಮಾಡಿಕೊಳ್ಳುತ್ತಿದ್ದವರು ವಿರಳ. ನಾನಂತೂ ಅವರು ಅಧಿಕಾರದಲ್ಲಿರಲಿ, ಬಿಡಲಿ. ಮೇಲಿಂದ ಮೇಲೆ ಭೇಟಿ ಮಾಡುತ್ತಲೇ ಇರುತ್ತಿದ್ದೆ. ಪ್ರತಿ ಸಲ ಹೋದಾಗಲೂ ರಾಜಕಾರಣದ ಹಲ ಮಗ್ಗಲುಗಳ ಕುರಿತು ವಿವರಿಸಿ ಅಚ್ಚರಿ ಮೂಡಿಸುತ್ತಿದ್ದರು ಪ್ರಕಾಶ್.

ಕೆಲವು ರಾಜಕಾರಣಿಗಳ ಬಳಿ ಸ್ಟೋರಿಗೆ ಅಂತ ಹೋದರೆ ಹಲಸಿನ ಹಣ್ಣನ್ನು ಕೈಯ್ಯಲ್ಲೇ ಬಗೆದು, ಮೈ ಕೈಯೆಲ್ಲಾ ಅಂಟು ಮಾಡಿಕೊಂಡು ಹಲಸಿನ ತೊಳೆ ತಿನ್ನುವ ಸ್ಥಿತಿ ಬರುತ್ತದೆ. ಆದರೆ ಪ್ರಕಾಶ್ ಅವರ ಬಳಿ ಅಂತಹ ಸಮಸ್ಯೆಯೇ ಇರುತ್ತಿರಲಿಲ್ಲ. ಎಲ್ಲವೂ ಸರಾಗ, ನೆಲದ ಸಂಪರ್ಕ ಕಳೆದುಕೊಂಡ ನೀರು, ಅಗಾಧವಾದ ಪ್ರಪಾತಕ್ಕೆ ನಿರುಮ್ಮಳ ಮನಸ್ಸಿನಿಂದ ಬೀಳುವ ಹಾಗೆ, ಒಂದೇ ಸಮನೆ ಮಾತನಾಡುತ್ತಾ ಹೋಗುತ್ತಿದ್ದರು.

ಆದರೆ ಅವತ್ತು ಪ್ರಕಾಶ್ ಮಾತನಾಡುವ ಮೂಡಿನಲ್ಲಿರಲಿಲ್ಲ ಎಂಬುದು ನನಗೆ ಗೊತ್ತಿತ್ತು. ಹೀಗಾಗಿ, ಸಾರ್, ಸುಮ್ಮನೆ ಬಂದೆ. ಆದರೆ ನೀವೇನೋ ನೋವಿನಲ್ಲಿದ್ದಿರಿ.

ಹೀಗಾಗಿ ವಾಪಸ್ಸು ಹೋಗೋಣ ಅಂದುಕೊಂಡೆ. ಅಷ್ಟರಲ್ಲಿ ನೀವು ತಿರುಗಿ ನೋಡಿಬಿಟ್ಟಿರಿ. ಬೇಸರ ಮಾಡಿಕೊಳ್ಳಬೇಡಿ. ಮತ್ತೊಮ್ಮೆ ಬರುತ್ತೇನೆ ಎಂದೆ.

ಅದಕ್ಕವರು, ಅರೇ, ಜೀವನದಲ್ಲಿ ಸುಖಕ್ಕಿಂತ ದು:ಖ ಜಾಸ್ತಿ ವಿಠ್ಠಲಮೂರ್ತಿ. ಹಾಗಂತ ನಾವು ಊಟ ಮಾಡುವುದನ್ನು ನಿಲ್ಲಿಸುತ್ತೀವಾ, ಕೆಲಸ ಮಾಡುವುದನ್ನು ನಿಲ್ಲಿಸುತ್ತೀವಾ, ಸ್ವಲ್ಪ ಹೊತ್ತಿನ ಹಿಂದೆ ಒಂದು ಕತೆ ಓದಿದೆ. ನೋವು ತಡೆಯಲಾಗಲಿಲ್ಲ. ನನ್ನ ಬಾಲ್ಯದ ಸಹಪಾಠಿಯೊಬ್ಬಳ ಬದುಕಿನಲ್ಲಿ ಅಂತಹ ಘಟನೆ ನಡೆದಿದ್ದು ನೆನೆಸಿ ಕಣ್ಣೀರಾದೆ ಅಷ್ಟೇ ಎಂದರು.

ಅರೇ, ಕತೆ ಓದಿ ಅಳುವುದಾ ಅಂತ ನಾನು ಯಕಲ ಮಕಲನಂತಾಗಿ ಹೋದೆ. ಹೀಗಾಗಿ ಅಚ್ಚರಿಯಿಂದ ಅವರ ಕಡೆ ನೋಡಿದೆ. ಒಬ್ಬ ಉಪ ಮುಖ್ಯಮಂತ್ರಿಯನ್ನೇ ಕಣ್ಣೀರು ಹಾಕುವ ಮಟ್ಟಕ್ಕೆ ಅಲುಗಾಡಿಸಿದ ಕತೆ ಅದ್ಯಾವುದಪ್ಪಾ ಎಂಬ ಕುತೂಹಲ ಕಾಡತೊಡಗಿತು. ನನ್ನ ಮನಸ್ಸನ್ನು ಅರಿತುಕೊಂಡವರಂತೆ ಪ್ರಕಾಶ್ ಎತ್ತಿದ ಮಾತಿಗೇ: ವಿಠ್ಠಲ್ ಮೂರ್ತಿ. ನೀನೂ ಆ ಕತೆ ಕೇಳಬೇಕು ಎಂದರು. ಅಷ್ಟೊತ್ತಿಗಾಗಲೇ ಕುಮಾರಕೃಪಾ ಹಿಂಭಾಗದ ಆ ಬಂಗಲೆಯ ಲಾನ್ ಮೇಲೆ ನಾವಿಬ್ಬರೂ ಎದುರಾ ಬದುರು ಖುರ್ಚಿ ಹಾಕಿಕೊಂಡು ಕುಳಿತಿದ್ದೆವು.

ಸಾರ್, ನಿಮ್ಮ ಮನಸ್ಸನ್ನೇ ಕಲಕಿದ ಕತೆ ಎಂದ ಮೇಲೆ ಕೇಳದೆ ಹೋಗಲು ಸಾಧ್ಯವಿಲ್ಲ. ಹೇಳಿ ಸಾರ್. ರಾಜಕಾರಣದ ಕತೆ ಯಾವತ್ತೂ ಇದ್ದಿದ್ದೇ ಅಂತ ನಾನು ಮೈ ಮನಸ್ಸುಗಳನ್ನು ಸಡಿಲಗೊಳಿಸಿಕೊಂಡು ಕುಳಿತೆ. ಪ್ರಕಾಶ್ ಹೇಳುತ್ತಾ ಹೋದರು.

ವಿಠ್ಠಲ್‌ಮೂರ್ತಿ. ಈ ಕತೆ ತೆಲುಗಿನದು. ಆದರೆ ಯಾಕೆ ನನ್ನ ಮನಸ್ಸನ್ನು ಅಲುಗಾಡಿಸಿತು ಎಂದರೆ, ನನ್ನ ಬಾಲ್ಯದ ಸಹಪಾಠಿಯೊಬ್ಬಳ ಬದುಕು ಹೀಗೇ ಆಗಿತ್ತು. ಹೀಗಾಗಿ ಆ ಕತೆಯ ತಿರುಳು ನನ್ನ ಮನಸ್ಸಿನ ಒರಳು ಕಲ್ಲಿನಲ್ಲಿ ಸವೆದು, ಸವೆದು ಮತ್ತಷ್ಟು ಸೂಕ್ಷ್ಮವಾಗಿರಬಹುದು.

ಅಂದ ಹಾಗೆ ಕತೆಯ ನಾಯಕ ಶ್ರೀಮಂತ. ಒಂದು ಸಲ ಬಾಣಂತನಕ್ಕೆ ಅಂತ ಆತನ ಪತ್ನಿ ತವರು ಮನೆಗೆ ಹೋಗಿರುತ್ತಾಳೆ. ಬಾಣಂತನಕ್ಕೆ ಹೋಗುವುದು ಅಂದರೆ ಗೊತ್ತಲ್ಲ. ತಿಂಗಳಾನುಗಟ್ಟಲೆ ಕಾಲ. ಹೀಗಾಗಿ ಆ ಕತೆಯ ನಾಯಕ ಚಡಪಡಿಸುತ್ತಾನೆ.

ಆತನ ಚಡಪಡಿಕೆಯನ್ನು ಮನೆಯ ಕಾವಲುಗಾರ ಗಮನಿಸುತ್ತಾನೆ. ಆತ ವಯಸ್ಸಿನಲ್ಲಿ ಈತನಿಗಿಂತ ದೊಡ್ಡವನು. ಸಹಜವಾಗಿಯೇ ಆತನಿಗೆ ಯಜಮಾನನ ಚಡಪಡಿಕೆ ಅರ್ಥವಾಗುತ್ತದೆ. ಹಾಗಂತಲೇ, ಯಜಮಾನ್ರೇ, ನೀವು ತಪ್ಪು ತಿಳಿದುಕೊಳ್ಳದಿದ್ದರೆ ಒಂದು ಮಾತು ಹೇಳಲಾ ಅಂತ ಕೇಳುತ್ತಾನೆ.

ವಯೋಸಹಜ ತಲ್ಲಣಕ್ಕೆ ಒಳಗಾಗಿರುವ ಯಜಮಾನ, ಆಯಿತು, ಅದೇನು ಹೇಳಪ್ಪಾ ಎನ್ನುತ್ತಾನೆ. ಅದಕ್ಕೀತ, ನಿಮ್ಮ ಪರಿಸ್ಥಿತಿ ನನಗೆ ಗೊತ್ತು. ನಿಮಗೀಗ ಹೆಣ್ಣಿನ

ಸಾಂಗತ್ಯ ಬೇಕು ಅಂತ ಅನ್ನಿಸುತ್ತಿದೆ. ನೀವು ಒಪ್ಪಿದರೆ ನಿಮ್ಮ ಹೆಂಡತಿಯ ಜಾಗವನ್ನು ತಾತ್ಕಾಲಿಕವಾಗಿ ತುಂಬಲು ಒಬ್ಬ ಹೆಣ್ಣು ಮಗಳಿದ್ದಾಳೆ. ಬೇಕಿದ್ದರೆ ಹೇಳಿ. ನಾನಾಕೆಗೆ ಹೇಳುತ್ತೇನೆ. ವಿಷಯ ಎಲ್ಲೂ ಬಹಿರಂಗವಾಗುವುದಿಲ್ಲ. ಆಗಲೂಬಾರದು ಎನ್ನುತ್ತಾನೆ.

ಅವನ ಮಾತಿನಿಂದ ಕುತೂಹಲಗೊಂಡ ಯಜಮಾನ, ಸರಿ, ಯಾರಾಕೆ ಎಂಬುದನ್ನು ತೋರಿಸು, ಅದಕ್ಕಿಂತ ಮುಖ್ಯವಾಗಿ ಆಕೆ ನನ್ನ ಹೆಂಡತಿಯ ಹಾಗೆ ರೂಪವತಿಯೇ ಅಂತ ಕೇಳುತ್ತಾನೆ. ಅದಕ್ಕಾತ, ಅಯ್ಯೋ, ಯಜಮಾನರೇ, ಆಕೆ ಬಡತನವನ್ನೇ ಹಾಸಿ ಹೊದ್ದವಳು ಎಂಬುದನ್ನು ಬಿಟ್ಟರೆ ಅದ್ಭುತ ಸುಂದರಿ. ಆದರೆ ಇಷ್ಟು ಅಂತ ದುಡ್ಡು ಕೊಟ್ಟು ಬನ್ನಿ. ಆಕೆಯ ಜೀವನಕ್ಕಾಗುತ್ತದೆ ಎನ್ನುತ್ತಾನೆ.

ಸರಿ, ಆತನ ಮಾತಿಗೆ ಯಜಮಾನ ಒಪ್ಪುತ್ತಾನೆ. ಎಷ್ಟೇ ಆದರೂ ಅದು ಹಳ್ಳಿ. ಹೀಗಾಗಿ ಹೆಚ್ಚು ಗದ್ದಲವಿಲ್ಲದೆ ಇಂತಹ ಸ್ಥಳಕ್ಕೆ ಬನ್ನಿ ಎಂದು ಈತ ಹೇಳುತ್ತಾನೆ. ಸರಿ, ಹೇಳಿದ ಸಮಯಕ್ಕೆ ಸರಿಯಾಗಿ ಯಜಮಾನ ಆ ಜಾಗಕ್ಕೆ ಹೋಗುತ್ತಾನೆ. ನೋಡಿದರೆ ಆಕೆ ಬರೀ ರೂಪವತಿಯಲ್ಲ. ಅನುರೂಪದ ಸೌಂದರ್ಯವನ್ನು ಬ್ರಹ್ಮ ತನ್ನ ನೆಮ್ಮದಿಯ ಘಳಿಗೆಯಲ್ಲಿ ಎರಕ ಹೊಯ್ದಿದ್ದಾನೋ ಎನ್ನುವಂತಹ ಸುರೂಪಿ. ಆಕೆಯನ್ನು ನೋಡುತ್ತಿದ್ದಂತೆಯೇ ಯಜಮಾನನ ಪಂಚೇಂದ್ರಿಯಗಳೇ ದಿಕ್ಕು ತಪ್ಪಿದಂತಾಗಿ ಚಡಪಡಿಸುತ್ತವೆ.

ಅದನ್ನು ನೋಡಿದ ಕೆಲಸಗಾರ, ನೋಡಿದಿರಾ ಯಜಮಾನರೇ, ನೀವು ಒಳಗೆ ಹೋಗಿ. ಎಷ್ಟೇ ಆದರೂ ಹಳ್ಳಿ. ಕೊಂಚ ಎಚ್ಚರ ತಪ್ಪಿದರೂ ಯಾರೋ ಬಂದು ಮನೆಯ ಬಾಗಿಲು ಬಡಿಯುತ್ತಾರೆ. ಹಾಗೆ ಬಡಿಯದಂತೆ ನಾನು ನೋಡಿಕೊಳ್ಳುತ್ತೇನೆ ಅನ್ನುತ್ತಾನೆ. ಯಸ್ ನೀನು ಹೇಳಿದ್ದು ನಿಜ ಎಂದಿದ್ದೇ ಯಜಮಾನ, ಆಕೆಯನ್ನು ಕರೆದುಕೊಂಡು ಮನೆಯ ಒಳಗೆ ಹೋಗುತ್ತಾನೆ.

ಅವತ್ತು ಆಕೆಯ ಜತೆಗಿದ್ದ ಯಜಮಾನನಿಗೆ ಅನ್ನಿಸುತ್ತದೆ. ಇಷ್ಟು ವರ್ಷಗಳಲ್ಲಿ ನನ್ನ ಹೆಂಡತಿ ಏನು ಸಂತೋಷ ನೀಡಿದ್ದಳೋ ಅದಕ್ಕಿಂತ ಹೆಚ್ಚು ಸಂತೋಷವನ್ನು ಈಕೆ ಕೊಟ್ಟಳು. ಹೀಗಾಗಿ ಅಂದುಕೊಂಡಿದ್ದಕ್ಕಿಂತ ಹೆಚ್ಚು ದುಡ್ಡು ಕೊಟ್ಟು ಆತ ಸಂತೃಪ್ತಿಯಿಂದ ಹೊರಗೆ ಬರುತ್ತಾನೆ.

ಬಂದವನೇ, ಹೊರಗೆ ಕಾದು ಕುಂತಿದ್ದ ಕೆಲಸಗಾರನಿಗೆ ಹೇಳುತ್ತಾನೆ. ನೀನು ಹೇಳಿದ್ದು ನಿಜ. ಈಕೆ ನನ್ನ ಹೆಂಡತಿಗಿಂತ ಅದ್ಭುತ ಸೌಂದರ್ಯವತಿ ಮಾತ್ರವಲ್ಲ, ನಿಪುಣೆ ಕೂಡಾ. ಯಾವುದೇ ಗಂಡಸಿಗೆ ಸಿಗುವ ಹೆಂಡತಿ ಹೀಗಿರಬೇಕು. ಈಕೆ ಮನಸ್ಸನ್ನೇ ಕಲ್ಲವಿಲಗೊಳಿಸಿದ ಹೆಣ್ಣು.

ಆತ ಹೇಳಿದ ಮಾತು ಕೇಳಿ ಕೆಲಸಗಾರ ತಣ್ಣಗೆ ನಗುತ್ತಾನೆ. ಯಜಮಾನ ಹೊರಟು ಹೋಗುತ್ತಾನೆ. ಅರ್ಧ ದಾರಿ ನಡೆದ ಮೇಲೆ ಆತನಿಗೆ ಅಚಾನಕ್ಕಾಗಿ

ನೆನಪಿಗೆ ಬರುತ್ತದೆ. ತಾನು ಬರುವ ಗಡಿಬಿಡಿಯಲ್ಲಿ ಹಾಕಿಕೊಂಡ ಚಪ್ಪಲಿಯನ್ನೇ ಮರೆತು ಬಂದು ಬಿಟ್ಟಿದ್ದೇನೆ ಅಂತ.

ತಕ್ಷಣವೇ ಆತ ಮತ್ತೆ ಆ ಮನೆಯ ಕಡೆ ಹೋಗುತ್ತಾನೆ. ಹೋಗಿ ನೋಡಿದರೆ ಕೆಲಸಗಾರ ಅಲ್ಲಿಲ್ಲ. ಅವಸರದಲ್ಲಿ ಚಪ್ಪಲಿ ಹಾಕಿಕೊಳ್ಳುವಾಗ ಮನೆಯ ಒಳಗಿಂದ ಮಾತು ಕೇಳುತ್ತದೆ. "ಲೇಯ್, ಆತ ಶ್ರೀಮಂತ. ಆತನನ್ನು ಸಂತೋಷಪಡಿಸಿದೆಯೋ ಇಲ್ಲ, ಕತೆ ಹೇಳಿದೆಯೋ, ಮಗುವಿಗೆ ನೋಡಿದರೆ ವಿಪರೀತ ಜ್ವರ. ಪೇಟೆಗೆ ಹೋಗಿ ಯಾವುದೇ ಆಸ್ಪತ್ರೆಗೆ ದಾಖಲು ಮಾಡಬೇಕೆಂದರೂ ದೊಡ್ಡ ಪ್ರಮಾಣದ ದುಡ್ಡು ಬೇಕು. ಆ ಪ್ರಮಾಣದ ದುಡ್ಡು ಕೊಡಲು ನಾನು ಶಕ್ತನಲ್ಲ. ಈಗ ಆತ ಕೊಟ್ಟ ದುಡ್ಡಿನಿಂದ ಮಗುವನ್ನು ಆಸ್ಪತ್ರೆಗೆ ಸೇರಿಸಬಹುದು. ಒಳ್ಳೆಯ ಚಿಕಿತ್ಸೆ ಕೊಡಿಸಬಹುದು. ನನಗೂ ಈಗ ನಡೆದಿರುವುದು ಇಷ್ಟವಿಲ್ಲದ ಕೆಲಸ. ಆದರೆ ಮಗು ಬದುಕಬೇಕೆಂದರೆ ದುಡ್ಡು ಬೇಕೇ ಬೇಕು. ನೀನು ಅದನ್ನೆಲ್ಲ ಮರೆತು ನಮ್ಮ ವಿಷಯವನ್ನೆಲ್ಲ ಆತನ ಬಳಿ ಹೇಳಿಬಿಟ್ಟಿಲ್ಲ ತಾನೇ?" ಅವನ ಧ್ವನಿ.

"ಅಯ್ಯೋ, ಇಲ್ಲಾರೀ, ನಾನು ಇಂತಹ ವಿಷಯಗಳಲ್ಲಿ ನಿಮ್ಮ ಕೈ ಬಿಡುವುದಾ, ದೈವದತ್ತವಾಗಿ ಕೈ ಹಿಡಿದ ನನ್ನ ಗಂಡನದು ಖಂಡಿತವಾಗಿಯೂ ಇಲ್ಲಾರಿ" ಎಂಬುದು ಆಕೆಯ ಧ್ವನಿ. ಅದನ್ನು ಕೇಳಿಸಿಕೊಂಡ ಯಜಮಾನ ಮಂಕಾಗಿ ಹೋಗುತ್ತಾನೆ.

ಇಷ್ಟು ಹೇಳಿದ ಪ್ರಕಾಶ್ ಸುಮ್ಮನೆ ಕುಂತರು. ನನಗೆ ಏನು ಮಾತನಾಡಬೇಕೋ ತೋಚಲಿಲ್ಲ. ಮತ್ತೆ ಪ್ರಕಾಶ್ ಅವರೇ ಮಾತನಾಡುತ್ತಾ ಹೋದರು: ವಿಠ್ಠಲಮೂರ್ತಿ. ಬೆಳಿಗ್ಗೆ ಈ ಕತೆ ಓದಿದಾಗಿನಿಂದ ನನ್ನ ಸಹಪಾಠಿಯದೇ ನೆನಪು. ಆಕೆ ಕೂಡಾ ಇದೇ ಸ್ಥಿತಿಯನ್ನು ಅನುಭವಿಸಿದ್ದಳು. ಒಂದು ಸಲ ಊರಿಗೆ ಹೋದಾಗ ಆಕೆಯ ಈ ದಾರುಣ ಸ್ಥಿತಿಯನ್ನು ಒಬ್ಬ ಗೆಳೆಯ ನನಗೆ ಹೇಳಿದ.

ಯಾಕೋ ನನಗೆ ಈ ಕತೆಯ ಪಾತ್ರಗಳನ್ನು ನೋಡಿ ನನ್ನ ಸಹಪಾಠಿಯ ನೆನಪು ಕಾಡತೊಡಗಿತು. ಹೇಗೋ ಇದ್ದ ಬದುಕು ಹೇಗೋ ಆಗಬಹುದು ಅಂತ ಅನ್ನಿಸಿ ಕಣ್ಣೀರು ಬಂತು ಅಷ್ಟೇ. ಅದಕ್ಕಾಗಿ ನಿನ್ನೆದುರು ಇದನ್ನೆಲ್ಲ ಹೇಳಿದೆ. ಆದರೆ ನಾನು ಹೇಳುವ ತನಕ ಇದನ್ನೆಲ್ಲೂ ಬರೆಯಬೇಡ ಎಂದರು. ನಾವು ಆಫ್ ದಿ ರೆಕಾರ್ಡ್ ಸ್ಟೋರಿಗಳನ್ನು ಒಬ್ಬರ ಹೆಸರು ಹಾಕದೆ ಬರೆಯಬಹುದು. ಆದರೆ ಇದು ತೀರಾ ಪರ್ಸನಲ್ ಮೆಮೋರಿ.

ಈ ಮೆಮೋರಿ ಚಿಪ್ಪನ್ನು ಬಿಚ್ಚಿಡುವುದು ಹೇಗೆ, ಹಾಗಂತಲೇ ಈ ಮೆಮೋರಿ ಚಿಪ್ಪು, ಕಪ್ಪೆ ಚಿಪ್ಪಿನಂತೆ ಸುರಕ್ಷಿತವಾಗಿ ಬಾಗಿಲು ಮುಚ್ಚಿಕೊಂಡು ಮನಸ್ಸಿನ ಮೂಲೆಯಲ್ಲೆಲ್ಲೋ ಮಲಗಿತ್ತು. ಅಂದ ಹಾಗೆ ಇವತ್ತು ಪ್ರಕಾಶ್ ಅವರಿಲ್ಲ. ಆದರೆ ಅವರು ಹೇಳಿದ ಈ ಕತೆ ಮಾತ್ರ ಕಾಡುತ್ತಲೇ ಇದೆ.

19

ಒಬ್ಬ ವ್ಯಕ್ತಿಯ
ಎಲ್ಲ ಅಗತ್ಯಗಳನ್ನು
ನಾವು ಪೂರೈಸಲು
ಸಾಧ್ಯವಾಗದಿರಬಹುದು.
ಆದರೆ ಕೆಲವು ಹಂತಗಳಲ್ಲಿ
ಕೆಲವರಿಗಾದರೂ ನೆಮ್ಮದಿ
ನೀಡಲು ಅವಕಾಶವಿದೆ
ಎಂದಾಗ ಅಂತಹ ನೆಮ್ಮದಿ
ನೀಡಿಬಿಡಬೇಕು.

ತಾಯಂದಿರಿಗೆ 'ಮಡಿಲು' ಎಂಬ ಕಿಟ್ ದೊರಕಿದ ಕತೆ

ಸಾರ್, ನೀವು ಆರೋಗ್ಯ ಸಚಿವರಾಗಿದ್ದಾಗ 'ಮಡಿಲು' ಎಂಬ ಫೆಂಟಾಸ್ಟಿಕ್ ಸ್ಕೀಮ್ ಒಂದನ್ನು ಜಾರಿಗೊಳಿಸಿದಿರಿ. ಅದರ ಹಿಂದಿದ್ದ ನಿಜವಾದ ಪ್ರೇರಣೆ ಏನು ಹೇಳಿ ಸಾರ್ ಅಂತ ನಾನು ಮಾಜಿ ಉಪ ಮುಖ್ಯಮಂತ್ರಿ ಆರ್.ಅಶೋಕ್ ಅವರಿಗೆ ದುಂಬಾಲು ಬಿದ್ದೆ. ಅವರು ಅರೆಕ್ಷಣ ಮೌನವಾದರು.

ಅಂದ ಹಾಗೆ ಸರ್ಕಾರಿ ಆಸ್ಪತ್ರೆಗೆ ಹೆರಿಗೆಗೆ ಅಂತ ಸೇರುವ ಹೆಣ್ಣು ಮಕ್ಕಳಿಗೆ ಹೆರಿಗೆಯಾದ ನಂತರ ಮನೆಗೆ ಮರಳುವಾಗ ಮೂರು ತಿಂಗಳಿಗಾಗುವಷ್ಟು ಮಾತ್ರೆಗಳು, ಟವೆಲ್ಲು, ಬೆಡ್ ಷೀಟು, ಪೌಡರ್ರು ಸೇರಿದಂತೆ ಇಪ್ಪತ್ತೊಂದು ವಸ್ತುಗಳಿರುವ ಕಿಟ್ ಒಂದನ್ನು ಕೊಡುವ ಕೆಲಸ ಶುರುವಾಗಿದ್ದೇ ಅಶೋಕ್ ಅವರು ಆರೋಗ್ಯ ಸಚಿವರಾಗಿದ್ದ ಕಾಲದಲ್ಲಿ.

ಮುಂದೆ ಅವರು ಸಾರಿಗೆ ಸಚಿವರಾದರು. ಉಪ ಮುಖ್ಯಮಂತ್ರಿಯಾಗಿ ಸಾರಿಗೆ ಮತ್ತು ಗೃಹ ಖಾತೆಗಳ ಸರದಾರರಾದರು. ಆದರೆ ಮಡಿಲು ಯೋಜನೆಯಡಿ ನೀಡುತ್ತಿದ್ದ ಆ ಕಿಟ್ ಹಿಂದಿನ ಕತೆ ಕಾಲಗರ್ಭದಡಿ ಹೂತು ಹೋಗಿತ್ತು. ಹೀಗಾಗಿಯೇ ಕಾಲಗರ್ಭದಡಿ ಹುದುಗಿ ಹೋಗಿದ್ದ ಆ ಕತೆಯನ್ನು ಕೇಳಲು ಅವತ್ತು ಮನಸ್ಸು ಉತ್ಸುಕವಾಗಿತ್ತು. ಹಾಗಂತಲೇ ಅವರನ್ನು ಕೆದಕಿದೆ.

ಅವರು ಒಂದು ಬಗೆಯ ಟ್ರಾನ್ಸ್‌ನಲ್ಲಿದ್ದವರಂತೆ ಹೇಳುತ್ತಾ ಹೋದರು. ವಿಠ್ಠಲಮೂರ್ತಿ, ಮಡಿಲು ಯೋಜನೆಯನ್ನು ಜಾರಿಗೆ ತರುವುದರ ಹಿಂದಿದ್ದ ಪ್ರೇರಣೆಯ ಕುರಿತು ಇದುವರೆಗೆ ನಾನು ಯಾರ ಜತೆಗೂ ಹೇಳಿಕೊಂಡಿಲ್ಲ. ಆದರೆ ನೀವು ಕೇಳಿದ್ದಕ್ಕೋ ಏನೋ ಹಳೆಯ ಘಟನೆಗಳೆಲ್ಲ ಫಿಲಂ ರೋಲ್‌ನಂತೆ ಮನಸ್ಸಿನಲ್ಲಿ ಪುನರಾವರ್ತನೆಯಾಗುತ್ತಿವೆ.

ಅವತ್ತು ಆರೋಗ್ಯ ಸಚಿವನಾಗಿದ್ದಾಗ ಒಂದು ದಿನ ರಾತ್ರಿ ನಾನು ಮೌನವಾಗಿ ಮನೆಯ ಹೊರಗೆ ನೋಡುತ್ತಾ ಕುಳಿತಿದ್ದೆ. ಅಷ್ಟರಲ್ಲಿ ನಮ್ಮ ನಾಯಕರಾಗಿದ್ದ ಅಂದಿನ ಉಪ ಮುಖ್ಯಮಂತ್ರಿ ಯಡಿಯೂರಪ್ಪ ಅವರ ಫೋನು ಬಂತು. ಎತ್ತಿದ ಮಾತಿಗೇ ಅವರು: ರೀ, ಹೆಲ್ತ್ ಮಿನಿಸ್ಟರ್ ಅಶೋಕ್, ಎಲ್ಲಿದೀರಿ.. ತಕ್ಷಣ ಬೌರಿಂಗ್ ಆಸ್ಪತ್ರೆಗೆ ಬನ್ನಿ ಎಂದರು.

ಅನಾರೋಗ್ಯದ ಕಾರಣಕ್ಕಾಗಿ ಅವರು ಆಸ್ಪತ್ರೆ ಸೇರಿರುವುದು ನನಗೆ ಗೊತ್ತಿತ್ತು. ಹಾಗಂತಲೇ, ಸಾರ್. ಈಗ ಹೇಗಿದ್ದೀರಿ, ಏನು ಸಮಾಚಾರ ಅಂತ ಕೇಳಿದೆ. ಅದಕ್ಕವರು, ಸಮಾಚಾರಾನಾ.. ಮುಂಡಾ ಮೋಚ್ತು. ಇವುಲ್ಯಾರೋ ಡಾಕ್ಟರು ನನಗೇ

ಚೀಟಿ ಬರೆದುಕೊಟ್ಟು, ಇಂತಿಂತಹ ಮೆಡಿಸನ್ನುಗಳನ್ನು ಹೊರಗಿನಿಂದ ತೆಗೆದುಕೊಂಡು ಬನ್ನಿ ಎನ್ನುತ್ತಿದ್ದಾಳೆ. ಇದ್ಯಾವ ಸೀಮೆಯ ಸರ್ಕಾರಿ ಆಸ್ಪತ್ರೆ ಅಶೋಕ್.

ಒಬ್ಬ ಉಪ ಮುಖ್ಯಮಂತ್ರಿಗೇ ಹೊರಗಿನಿಂದ ಔಷಧಿ ತನ್ನಿ ಅಂತ ಚೀಟಿ ಬರೆದುಕೊಡುತ್ತಾರೆ ಎಂದರೆ ಸಾಮಾನ್ಯ ಜನರ ಗತಿಯೇನು? ನಾವು ಸರ್ಕಾರದವರು ಇವರಿಗೆ ದಂಡಿಯಾಗಿ ಔಷಧಿ ಪೂರೈಸುತ್ತೇವೆ. ಆದರೂ ಚೀಟಿ ಬರೆದುಕೊಡುತ್ತಾರೆ ಎಂದರೆ ಅದನ್ನೇನು ಇವರು ಮಾರಿಕೊಂಡು ತಿನ್ನುತ್ತಾರಾ? ನನಗೆ ಬೇರೆ ಯಾವ ವಿಷಯವೂ ಬೇಡ. ನೀವು ತಕ್ಷಣ ಹೊರಟು ಬನ್ನಿ ಎಂದರು.

ನಾನು ಗಡಬಡಿಸಿ ಮೇಲೆದ್ದೆ. ನೇರವಾಗಿ ಬೌರಿಂಗ್ ಆಸ್ಪತ್ರೆಗೆ ಹೋದೆ. ಹೋಗಿ ನೋಡುತ್ತೇನೆ. ಯಡಿಯೂರಪ್ಪ ಫುಲ್ಲು ರೌದ್ರಾವತಾರ. ನನ್ನನ್ನು ನೋಡಿದ ಕೂಡಲೇ ಯಥಾಪ್ರಕಾರ ಅದೇ ಸಿಟ್ಟಿನ ಮಾತು. ನಾಡಿನ ಡಿಸಿಎಂಗೇ ಇವರು ಔಷಧಿಗಾಗಿ ಚೀಟಿ ಬರೆದುಕೊಡುತ್ತಾರೆ ಎಂದರೆ ಇನ್ನು ಬಡವರನ್ನು ಬಿಡುತ್ತಾರಾ, ತಕ್ಷಣ ಈ ಡಾಕ್ಟರು, ಡೈರೆಕ್ಟರು ಎಲ್ಲರನ್ನೂ ಸಸ್ಪೆಂಡ್ ಮಾಡು ಅಂತ ಒಂದೇ ಹಟ.

ಸಾರ್, ಈ ಡಾಕ್ಟರನ್ನು ಸಸ್ಪೆಂಡ್ ಮಾಡಿಬಿಡುತ್ತೇನೆ. ಆದರೆ ಕಾನೂನಿನ ಪ್ರಕಾರ ಡೈರೆಕ್ಟರ್ ಅವರಿಗೆ ಷೋಕಾಸ್ ನೋಟೀಸು ಕೊಡಲೇಬೇಕು ಅಂತ ನಾನು ಹೇಳಿದೆ. ಸರಿ. ಅಲ್ಲಿನ ವ್ಯವಸ್ಥೆಗೆ ತಕ್ಷಣ ಏನು ಸರ್ಜರಿ ಮಾಡಬೇಕೋ, ಮಾಡಿದೆ. ಆದರೆ ಟೈಮು ನೋಡುತ್ತೇನೆ. ಅಷ್ಟೊತ್ತಿಗಾಗಲೇ ನಡು ರಾತ್ರಿ ಕಳೆದು ಮೂರು ಗಂಟೆಯಾಗಿದೆ.

ಸರಿ, ಅಲ್ಲಿಂದ ಹೊರಬಂದೆ. ಇನ್ನು ನಿದ್ರೆಯ ಮಾತಂತೂ ದೂರವೇ ಉಳಿಯಿತು. ಹಾಗಂತಲೇ ಕಾರು ಹತ್ತುತ್ತಿದ್ದಂತೆಯೇ ಮಲ್ಲೇಶ್ವರಂನಲ್ಲಿರುವ ಕೆ.ಸಿ.ಜನರಲ್ ಆಸ್ಪತ್ರೆ ನೆನಪಿಗೆ ಬಂತು. ನನ್ನ ಕಾರಿನ ಡ್ರೈವರಿಗೆ, ಸೀದಾ ಕೆ.ಸಿ.ಜನರಲ್ ಆಸ್ಪತ್ರೆಗೆ ಹೋಗಪ್ಪಾ ಎಂದೆ.

ಸ್ವಲ್ಪ ಹೊತ್ತಿನಲ್ಲೇ ನಾವು ಕೆ.ಸಿ.ಜನರಲ್ ಆಸ್ಪತ್ರೆಯಲ್ಲಿದ್ದೆವು. ಡ್ರೈವರಿಗೆ ಕಾರಿನಲ್ಲೇ ಕೂರಲು ಹೇಳಿ ನಾನು ಮಾತ್ರ ಒಬ್ಬನೇ ಒಳಗೆ ಹೋದೆ. ಹೇಗಿದ್ದರೂ ಖಾದಿ ಡ್ರೆಸ್ಸು ಇರಲಿಲ್ಲ. ಪ್ಯಾಂಟು, ಮೇಲೊಂದು ಷರ್ಟು. ಹೀಗಾಗಿ ಅಲ್ಲಿದ್ದವರನ್ನು ಸುಮ್ಮನೆ ಗಮನಿಸುತ್ತಾ ಹೆರಿಗೆ ವಾರ್ಡುಗಳ ಕಡೆ ಹೋದೆ.

ಹೋದವನು ಅಲ್ಲೇ ಇದ್ದ ಬೆಂಚಿನ ಮೇಲೆ ಕುಳಿತು, ನಾನೂ ಪೇಷಂಟಿನ ಕಡೆಯವನು ಎಂಬಂತೆ ಅತ್ತಿತ್ತ ಕಣ್ಣು ಹಾಯಿಸತೊಡಗಿದೆ. ಒಂದಲ್ಲ, ಎರಡು ಗಂಟೆ. ಒಂದಕ್ಷರ ಮಾತನಾಡದೆ ಅಲ್ಲಿ ಹೆರಿಗೆಗಾಗಿ ಹೆಣ್ಣು ಮಕ್ಕಳನ್ನು ಸೇರಿಸಿದ್ದ ಬಂಧು, ಬಳಗದವರ ಮಾತು ಕೇಳುತ್ತಾ ಕುಳಿತೆ.

ನಿಜ ಹೇಳಲಾ, ಅದೊಂದು ಹೊಸ ಜಗತ್ತು. ಹೆರಿಗೆಗಾಗಿ ಅಂತ ಬಂದರೆ ಇಂತಿಂತಹ ವಾರ್ಡಿಗೆ ಸೇರಿಸಿಕೊಳ್ಳಲು ಇಷ್ಟು ದುಡ್ಡು ಕೊಡಬೇಕು. ಗಂಡು

ಮಗುವಾದರೆ ಇಷ್ಟು ದುಡ್ಡು, ಹೆಣ್ಣು ಮಗುವಾದರೆ ಇಷ್ಟು ದುಡ್ಡು. ಹೆರಿಗೆಯ ನಂತರದ ಪ್ರೊಸೆಸ್ಸಿಗೆ ಮತ್ತೆ ದುಡ್ಡು, ಹೀಗಾಗಿ ಅಲ್ಲಿ ಪೇಷಂಟುಗಳ ಜತೆ ಬಂದವರು ಹಿಡಿಶಾಪ ಹಾಕುತ್ತಿದ್ದಾರೆ. ನನಗೇಕೋ ಮೈ ಉರಿದು ಹೋಯಿತು.

ಸರ್ಕಾರಿ ಅಸ್ಪತ್ರೆಗೆ ಹೆರಿಗೆಗಾಗಿ ಅಂತ ಬರುವವರು, ಚಿಕಿತ್ಸೆಗಾಗಿ ಅಂತ ಬರುವವರು ಮರಳಿ ಹೋಗುವಾಗ, ದೇವರೇ ಇಲ್ಲಿದ್ದವರಿಗೆ ಒಳ್ಳೆಯದಾಗಲಪ್ಪ ಅಂತ ಹಾರೈಸಿ ಹೋಗುವ ಸ್ಥಿತಿ ಇರಬೇಕು. ಆದರೆ ಇಲ್ಲಿ ನೋಡಿದರೆ, ಪ್ರತಿಯೊಂದಕ್ಕೂ ದುಡ್ಡಿಗೆ ಹಿಂಸೆ ಕೊಡಲಾಗುತ್ತಿದೆ.

ಪರಿಸ್ಥಿತಿ ಹೀಗಿರುವಾಗ ಹೆರಿಗೆಗೆ ಅಂತ ಬಂದ ಹೆಣ್ಣು ಮಕ್ಕಳು ಹೋಗುವಾಗ ಅದ್ಯಾವ ಸಂತೋಷದಿಂದ ಹರಸಿ ಹೋಗುತ್ತಾರೆ, ಹರಸಿ ಹೋಗುವುದಿರಲಿ. ಬದಲಿಗೆ, ಯಾವ ದರಿದ್ರ ಸರ್ಕಾರ ಇದು, ಈ ಸರ್ಕಾರದ ಮನೆ ಯಕ್ಕುಟ್ಟಿ ಹೋಗಾ ಎಂದು ಶಪಿಸಿಹೋಗುವ ಸ್ಥಿತಿ.

ಹೀಗೇ ಬೆಳಗಿನ ಜಾವ ಐದು ಗಂಟೆಯ ತನಕ ಸುಮ್ಮನೆ ಕುಳಿತಿದ್ದವನು ಅಲ್ಲಿನ ವಾತಾವರಣವನ್ನು ಗಮನಿಸಿದ ಮೇಲೆ ಎದ್ದು ನಿಂತು, ಸಂಬಂಧಪಟ್ಟವರನ್ನು ಕೂಗಿದೆ. ಬಂದವರು ನನ್ನನ್ನು ನೋಡುತ್ತಲೇ ಬೆಚ್ಚಿ ಬಿದ್ದರು. ಅರೇ, ಹೆಲ್ತ್ ಮಿನಿಸ್ಟರು? ಸಾರ್, ನಮಗೆ ಒಂದು ಮಾತು ಹೇಳಿದ್ದರೆ ಬಾಗಿಲಲ್ಲಿ ನಿಂತು ಕಾಯುತ್ತಿದ್ದೆವಲ್ಲ ಸಾರ್? ಎಂಬ ಕಕ್ಕುಲಾತಿ ಬೇರೆ.

ಅವತ್ತು ಅಲ್ಲಿನ ಘಟನೆಗಳನ್ನು ನೋಡಿ ನನಗೆ ಎಷ್ಟು ಮೈ ಉರಿದು ಹೋಗಿತ್ತೆಂದರೆ, ತಕ್ಷಣವೇ ನನ್ನ ಕಣ್ಣ ಮುಂದೆಯೇ ಪೇಷಂಟುಗಳ ಕಡೆಯಿಂದ ದುಡ್ಡು ಇಸಗೊಂಡವರನ್ನು ಕರೆಸಿ ಸಸ್ಪೆಂಡ್ ಮಾಡಿದೆ. ಹೀಗೆ ಸಸ್ಪೆಂಡ್ ಮಾಡುವುದು, ಕ್ರಮ ಕೈಗೊಳ್ಳುವುದು ಒಂದು ಭಾಗ. ಆದರೆ ಹೆರಿಗೆಯಾದ ಹೆಣ್ಣು ಮಕ್ಕಳ ಬಾಣಂತನದ ಕತೆ ಏನು ಅಂತ ಮನಸ್ಸು ತಲ್ಲಣಗೊಳ್ಳತೊಡಗಿತ್ತು.

ಹಾಗಂತಲೇ ಮರುದಿನ ಸೀದಾ ವಿಧಾನಸೌಧಕ್ಕೆ ಬಂದವನೇ ಸಂಬಂಧಪಟ್ಟ ಅಧಿಕಾರಿಗಳ ಜತೆ ಮಾತುಕತೆ ನಡೆಸಿದೆ. ಮಡಿಲು ಅಂತ ಒಂದು ಹೊಸ ಯೋಜನೆ ಮಾಡೋಣ. ಈ ಯೋಜನೆಯಡಿ ಬಾಣಂತನಕ್ಕೆ ಅಣಿಯಾದ ಹೆಣ್ಣು ಮಕ್ಕಳಿಗೆ ಒಂದೊಂದು ಕಿಟ್ ಕೊಡೋಣ ಎಂದೆ.

ಸರಿ, ಇನ್ನೇನು ಆ ಯೋಜನೆಗೆ ಪ್ರಪೋಸಲ್ಲು ಸಿದ್ಧವಾಯಿತು. ಆದರೆ ಮೇಲಧಿಕಾರಿಯೊಬ್ಬರು ಆ ಕಡತವನ್ನೇ ಹಿಡಿದುಕೊಂಡು ಕುಳಿತುಬಿಟ್ಟರು. ಶತಾಯಗತಾಯ ಈ ಯೋಜನೆ ಜಾರಿಯಾಗುವುದು ಬೇಡ. ಇದಕ್ಕೆ ತುಂಬ ಪ್ರಮಾಣದ ಹಣ ವಿನಿಯೋಗಿಸಲು ಸಾಧ್ಯವಿಲ್ಲ ಅಂತ.

ನಾನು ತಕ್ಷಣವೇ ಒಂದು ಉಪಾಯ ಮಾಡಿದೆ. ಬಾಣಂತನದ ಸಮಯಕ್ಕೆ

ಅಗತ್ಯವಾದ ಇಪ್ಪತ್ತೊಂದು ವಸ್ತುಗಳನ್ನು ಒಂದೊಂದು ಕಿಟ್‌ನಲ್ಲಿ ಇಡಿಸಿ ಹಲವಾರು ಕಿಟ್‌ಗಳನ್ನು ನನ್ನ ಕೈಯ್ಯಾರೆ ತರಿಸಿದೆ. ನಮ್ಮ ಪಕ್ಷದ ಶ್ರೀಮತಿ ಪ್ರಮೀಳಾ ನೇಸರ್ಗಿಯವರು ಆಗ ಮಹಿಳಾ ಆಯೋಗದಲ್ಲಿದ್ದರು.

ಹೀಗಾಗಿ ಶ್ರೀಮತಿ ಪ್ರಮೀಳಾ ನೇಸರ್ಗಿಯವರನ್ನು ಕರೆಸಿ ಅವರ ಸಮ್ಮುಖದಲ್ಲೇ, ಬಾಣಂತಿಯರಿಗೆ ಕಿಟ್ ನೀಡುವ ಮಡಿಲು ಯೋಜನೆಯನ್ನು ಘೋಷಿಸಿಯೇ ಬಿಟ್ಟೆ. ಹೀಗೆ ನಾನು ಮಡಿಲು ಯೋಜನೆಯನ್ನು ಘೋಷಿಸಿದ ಮೇಲೆ ಅಧಿಕಾರಿಗೆ ಬೇರೆ ದಾರಿಯೇ ಉಳಿಯಲಿಲ್ಲ.

ಹೀಗಾಗಿ ತಣ್ಣಗೆ ಅವರು ನನ್ನ ಪ್ರಪೋಸಲ್ಲಿಗೆ ಸೈನು ಹಾಕಿ ಕೈ ತೊಳೆದುಕೊಳ್ಳಬೇಕಾಯಿತು. ನನಗೋ ಯೋಜನೆಯನ್ನು ಜಾರಿಗೆ ತಂದಿದ್ದಕ್ಕೆ ತುಂಬು ನೆಮ್ಮದಿ. ಅಂದ ಹಾಗೆ ಒಬ್ಬ ವ್ಯಕ್ತಿಯ ಎಲ್ಲ ಅಗತ್ಯಗಳನ್ನು ನಾವು ಪೂರೈಸಲು ಸಾಧ್ಯವಾಗದಿರಬಹುದು. ಆದರೆ ಕೆಲವು ಹಂತಗಳಲ್ಲಿ ಕೆಲವರಿಗಾದರೂ ನೆಮ್ಮದಿ ನೀಡಲು ಅವಕಾಶವಿದೆ ಎಂದಾಗ ಅಂತಹ ನೆಮ್ಮದಿ ನೀಡಿಬಿಡಬೇಕು ಅಂತ ವಿವರಿಸಿದರು ಅಶೋಕ್.

ಇಷ್ಟನ್ನು ಹೇಳಿದ ಅವರ ಕಣ್ಣುಗಳಲ್ಲಿ ತೃಪ್ತಿಯ ಬಾವ. ನಿಜ. ಸರ್ಕಾರ ಜಾರಿಗೆ ತರುವ ಒಂದೊಂದು ಯೋಜನೆಯ ಹಿಂದೆಯೂ ಇಂತಹ ಪ್ರೇರಣೆಗಳನ್ನು ನೀಡಿದ ವಿಸ್ಮಯಕಾರಿ ಘಟನೆಗಳಿರುತ್ತವೆ. ಅಂತಹ ಪ್ರೇರಣೆಗಳ ವಿವರ ಸಿಕ್ಕಾಗ ನಮಗೂ ಹೊಸತೇನನ್ನೋ ತಿಳಿದುಕೊಂಡ ತೃಪ್ತಿ. ಸಮಾಧಾನ.

20

ವಾಸ್ತವವಾಗಿ ಕೋಮುಗಲಭೆಯನ್ನು
ಮಾಡಿಸುವುದರ ಹಿಂದೆ ದೊಡ್ಡ
ದೊಡ್ಡ ಇಂಡಸ್ಟ್ರಿಯಲಿಸ್ಟುಗಳು
ಇರುತ್ತಾರೆ. ಇವರೆಲ್ಲ ಸೇರಿ
ಕೋಮುವಾದ ಎಂಬ
ಇಂಡಸ್ಟ್ರಿ ಬೆಳೆಯಲು ಟೈಮುಟೈಮಿಗೆ
ಬಂಡವಾಳ ಹಾಕುತ್ತಾರೆ.

ಜಗತ್ತಿನ ಅತ್ಯಂತ ದೊಡ್ಡ ಇಂಡಸ್ಟ್ರಿಯ ಹೆಸರನ್ನು ನೀವು ಕೇಳಿದ್ದೀರಾ?

ವಿಠ್ಠಲಮೂರ್ತಿ, ಜಗತ್ತಿನ ತುಂಬ ದೊಡ್ಡ ಇಂಡಸ್ಟ್ರಿ ಯಾವುದು ಅಂತ ನಿಮಗೆ ಗೊತ್ತಾ ಅಂತ ಅವರು ಕೇಳಿದರು.

ಅಷ್ಟೊತ್ತಿಗಾಗಲೇ ಸದಾಶಿವನಗರದ ಆ ಬಂಗಲೆಯಲ್ಲಿ ನೀರವ ಮೌನ. ಕತ್ತಲ ಗರ್ಭದಲ್ಲಿ ಅಡಗುವ ನೀರವ ಮೌನ ನಿಜಕ್ಕೂ ಅದ್ಭುತವಾದದ್ದು. ಅಂದ ಹಾಗೆ ಅವತ್ತು ಎದುರಿಗೆ ಧ್ವನಿ ಕೇಳುತ್ತಿದೆ. ಆದರೆ ಮಾತನಾಡುತ್ತಿರುವ ಅವರು ಕಾಣುತ್ತಿಲ್ಲ. ಥೋ! ಪವರ್ ಪ್ರಾಬ್ಲಮ್ಮು ನೋಡಿ? ಅದಕ್ಕೇ ಈ ರೀತಿಯ ಕತ್ತಲು ಅಂತ ಅವರು ಲೊಚಗುಟ್ಟಿದರು. ಆದರೆ ನನ್ನ ಮನಸ್ಸು ಜಗತ್ತಿನ ಆ ದೊಡ್ಡ ಇಂಡಸ್ಟ್ರಿ ಯಾವುದು ಎಂಬ ಕುರಿತು ಯೋಚಿಸುತ್ತಿತ್ತು.

ಹೀಗೆ ಯೋಚಿಸುತ್ತಿದ್ದಂತೆಯೇ ಅವರು ಹೇಳಿದರು: ಕೋಮುವಾದದಂತಹ ದೊಡ್ಡ ಇಂಡಸ್ಟ್ರಿಯೇ ಜಗತ್ತಿನಲ್ಲಿಲ್ಲ. ಬೇಕಿದ್ದರೆ ನಿಮಗೆ ಗೊತ್ತಿರುವ ಮಹಾನ್ ಉದ್ಯಮಿಗಳ ಹೆಸರು ಹೇಳಿ. ಅವರು ವರ್ಷಕ್ಕೆಷ್ಟು ಲಾಭ ಮಾಡುತ್ತಾರೋ, ಅದಕ್ಕಿಂತ ಹೆಚ್ಚಿನ ಲಾಭವನ್ನು ಕೋಮುವಾದ ಎಂಬ ಇಂಡಸ್ಟ್ರಿ ಮಾಡುತ್ತದೆ ಅಂತ ಅವರು ಹೇಳಿದರು. ಅವರ ಹೆಸರು–

ಎಂ.ರಾಜಶೇಖರ ಮೂರ್ತಿ.

ಅವತ್ತು ನಾನು ಕುಳಿತು ಮಾತನಾಡುವ ಹೊತ್ತಿಗಾಗಲೇ ವೀರೇಂದ್ರ ಪಾಟೀಲರ ಸರ್ಕಾರ ಕುಸಿದು ಬಿದ್ದಿತ್ತು. ನಿಮಗೆ ಮನಪೂರ್ವಕವಾಗಿ ಹೇಳುತ್ತೇನೆ. ನಾನು ನನ್ನ ಬದುಕಿನಲ್ಲಿ ನೋಡಿದ ಅತ್ಯುತ್ತಮ ಇಬ್ಬರು ಫೈನಾನ್ಸ್ ಮಿನಿಸ್ಟರುಗಳೆಂದರೆ ಒಂದು ರಾಜಶೇಖರಮೂರ್ತಿ, ಇನ್ನೊಬ್ಬರು ಸಿದ್ದರಾಮಯ್ಯ.

ವೀರೇಂದ್ರ ಪಾಟೀಲರ ಕಾಲದಲ್ಲಿ ಹಣಕಾಸು ಸಚಿವರಾಗಿದ್ದ ರಾಜಶೇಖರ ಮೂರ್ತಿ ಒಂದೇ ವರ್ಷದಲ್ಲಿ ಸುಮಾರು ಐನೂರಾ ಎಂಬತ್ತೆರಡು ಕೋಟಿ ರೂಪಾಯಿ ಗಳನ್ನು ಸಂಗ್ರಹಿಸಿ ಸರ್ಕಾರದ ಬೊಕ್ಕಸದಲ್ಲಿಟ್ಟಿದ್ದರು ಎಂದರೆ ನೀವು ನಂಬುತ್ತೀರಾ.

ಆನಂತರ ಬಂದ ಯಾವ ಫೈನಾನ್ಸ್ ಮಿನಿಸ್ಟರುಗಳೂ ಈ ಪ್ರಮಾಣದ ಹಣವನ್ನು ಸ್ಟಾಕ್ ಆಗಿ ಬೊಕ್ಕಸದಲ್ಲಿಟ್ಟುಕೊಳ್ಳಲು ಸಾಧ್ಯವಾಗಿಲ್ಲ. ಎಲ್ಲಕ್ಕಿಂತ ಮುಖ್ಯವಾಗಿ ಜಾಗತೀಕರಣ ಎಂಬುದು ಅವತ್ತಿಗಿನ್ನೂ ದೇಶದ ಒಳಗೆ ಕಾಲಿಟ್ಟಿರಲಿಲ್ಲ. ಹೀಗಾಗಿ ಪೈಸೆ ಪೈಸೆಗೂ ಅವತ್ತು ಮೌಲ್ಯವಿತ್ತು.

ಅಂತಹ ಕಾಲದಲ್ಲಿ ಮದ್ಯದ ದೊರೆಗಳನ್ನು ಬಾರಿಸಿದ ರಾಜಶೇಖರ ಮೂರ್ತಿ, ಸರ್ಕಾರದ ಬೊಕ್ಕಸ ಆ ಮಟ್ಟದಲ್ಲಿ ಶ್ರೀಮಂತವಾಗಿರುವಂತೆ ನೋಡಿಕೊಂಡಿದ್ದರು. ಇದೆಲ್ಲವನ್ನೂ ನೆನಪಿಸಿಕೊಳ್ಳುತ್ತಲೇ ನಾನು ಕೇಳಿದೆ. ಸಾರ್, ವೀರೇಂದ್ರ ಪಾಟೀಲರನ್ನು ಕೆಳಗಿಳಿಸಲು ಕೋಮುವಾದ ಎಂಬ ಇಂಡಸ್ಟ್ರಿ ದೊಡ್ಡ ಮಟ್ಟದಲ್ಲಿ ಕೆಲಸ ಮಾಡಿತ್ತಲ್ಲವಾ ಎಂದೆ.

ನೋ ಡೌಟ್, ವೀರೇಂದ್ರಪಾಟೀಲರು ಮುಖ್ಯಮಂತ್ರಿ ಪಟ್ಟದಿಂದ ಕೆಳಗಿಳಿಯಲು ಅದೇ ಮುಖ್ಯ ಕಾರಣ. ರಾಮನಗರ, ಚನ್ನಪಟ್ಟಣ, ಚಿತ್ರದುರ್ಗ, ದಾವಣಗೆರೆ ಸೇರಿದಂತೆ ಹಲವೆಡೆ ಕೋಮುಗಲಭೆ ಭುಗಿಲೇಳಲು ಇದೇ ಇಂಡಸ್ಟ್ರಿ ಕಾರಣವಾಯಿತು ಎಂದರು ರಾಜಶೇಖರಮೂರ್ತಿ.

ಕೋಮುವಾದ ಎಂದರೆ ಇಂಡಸ್ಟ್ರಿ ಎಂಬುದು ಅವತ್ತಿನ ಮಟ್ಟಿಗೆ ನನಗೆ ಹೊಸ ಪದ. ಹಾಗಂತಲೇ ಬೆಕ್ಕಸ ಬೆರಗಿನಿಂದ ಕುಳಿತಿದ್ದಾಗಲೇ ಅವರು ಹೇಳಿದರು. ಈ ಕೋಮುವಾದ ಎಂಬ ಇಂಡಸ್ಟ್ರಿಯ ಹೊಡೆತ ಕೇವಲ ಕರ್ನಾಟಕದಲ್ಲಲ್ಲ. ಜಗತ್ತಿನ

ಬಹುತೇಕ ದೇಶಗಳಲ್ಲಿ ಇದ್ದೇ ಇದೆ. ಕೋಮುವಾದ ಎಂದರೆ ನಾನು ಯಾವುದೋ ಎರಡು ಜನಾಂಗಕ್ಕೆ ಸೀಮಿತಗೊಳಿಸಿ ಹೇಳುತ್ತಿಲ್ಲ ಎಂದರು.

ಅವರಾಡುತ್ತಿದ್ದ ಮಾತು ಕೇಳಿದ ಕೂಡಲೇ ನಾನು ಮೌನವಾಗಿ ಕುಳಿತು ಕೇಳತೊಡಗಿದೆ. ವಿಠ್ಠಲಮೂರ್ತಿ, ಧರ್ಮಗಳ ಹೆಸರಿನಲ್ಲಿ, ಜಾತಿಯ ಹೆಸರಿನಲ್ಲಿ ಬಡಿದಾಟಗಳು ನಡೆಯುತ್ತವಲ್ಲ? ಈ ಬಡಿದಾಟಗಳನ್ನು ಮಾಡುವವರು ನಿಷ್ಪಾಪಿಗಳು. ಅವರಿಗೆ ಇದರ ತುದಿ, ಬಾಲ ಎರಡೂ ಗೊತ್ತಿರುವುದಿಲ್ಲ. ಆದರೆ ತಮ್ಮ ಭಾವನೆಗೆ ಘಾಸಿಯಾಯಿತು ಎಂಬ ಕಾರಣಕ್ಕಾಗಿ ಅವರು ಬಡಿದಾಟ ಶುರು ಮಾಡುತ್ತಾರೆ.

ಹೀಗೆ ಬಡಿದಾಟ ಶುರು ಮಾಡುವಂತೆ ಕೋಮುವಾದ ಎಂಬ ಇಂಡಸ್ಟ್ರಿ ನೋಡಿಕೊಳ್ಳುತ್ತದೆ. ಇದರ ಲಾಭ ಪಡೆಯುವವರು, ಇದಕ್ಕಾಗಿ ಬಂಡವಾಳ ಹೂಡುವವರು ಯಾರು ಗೊತ್ತಾ, ನೀವು ಊಹಿಸಲೂ ಸಾಧ್ಯವಾಗದ ಜನ ಇವರು. ವಾಸ್ತವವಾಗಿ ಕೋಮುಗಲಭೆಯನ್ನು ಮಾಡಿಸುವುದರ ಹಿಂದೆ ದೊಡ್ಡ ದೊಡ್ಡ ಇಂಡಸ್ಟ್ರಿಯಲಿಸ್ಟುಗಳು ಇರುತ್ತಾರೆ. ಇವರೆಲ್ಲ ಸೇರಿ ಕೋಮುವಾದ ಎಂಬ ಇಂಡಸ್ಟ್ರಿ ಬೆಳೆಯಲು ಟೈಮು ಟೈಮಿಗೆ ಬಂಡವಾಳ ಹಾಕುತ್ತಾರೆ.

ಮನುಷ್ಯನ ಭಾವನೆಗೆ ಘಾಸಿ ಮಾಡಿದರೆ ಆತ ರಕ್ತ ಚೆಲ್ಲಲು ಸಿದ್ಧನಾಗುತ್ತಾನೆ ಎಂಬುದು ಇವರಿಗೆ ಗೊತ್ತಿರುತ್ತದೆ. ಹೀಗೆ ಜನರ ಭಾವನೆಗೆ ಘಾಸಿ ಮಾಡುವ ಮೂಲಕ ಇವರು ತಮ್ಮ ಬೇಳೆ ಬೇಯಿಸಿಕೊಳ್ಳುತ್ತಾರೆ. ಪರಸ್ಪರ ಬಡಿದಾಡಿಕೊಳ್ಳುವವರಿಗೆ ನಷ್ಟ ನಿಶ್ಚಿತವಾದರೂ, ಈ ಇಂಡಸ್ಟ್ರಿಗಳ ಮಾಲೀಕರಿಗೆ ಲಾಭ ಗ್ಯಾರಂಟಿ ಎಂದರು ರಾಜಶೇಖರ ಮೂರ್ತಿ.

ಇವತ್ತು ಆಗಾಗ ನಡೆಯುತ್ತಿರುವ ಕೋಮುಗಲಭೆಗಳ ಹಿಂದೆ ಇರುವ ಕಾರಣವನ್ನು ನೀವು ಕೇಳಿರುತ್ತೀರಿ. ಒಂದು ಧರ್ಮದ ಹುಡುಗಿ ಮತ್ತೊಂದು ಧರ್ಮದ ಹುಡುಗನನ್ನು ಪ್ರೀತಿಸಿದಳು ಅಂತಲೋ, ಗೋಹತ್ಯೆ ನಡೆಯುತ್ತಿದೆ ಅಂತಲೋ, ಇನ್ಯಾವುದೋ ಕಾರಣಕ್ಕೆ ಆಗಿಂದಾಗ ಕೋಮುಗಲಭೆ ಭುಗಿಲೇಳುತ್ತಲೇ ಇರುತ್ತದೆ. ಇದು ಸರ್ಕಾರಗಳನ್ನು ಉರುಳಿಸುವಷ್ಟರ ಮಟ್ಟಿಗೆ ಪ್ರಬಲವಾಗಿರುತ್ತದೆ.

ಹೀಗಾಗಿ ಯಾವತ್ತೂ ನಾವು, ನಮ್ಮ ಭಾವನೆಗೆ ಘಾಸಿಯಾಗದಂತೆ ನೋಡಿಕೊಳ್ಳಬೇಕು. ಅದೇ ರೀತಿ ಇನ್ನೊಬ್ಬರ ಭಾವನೆಗೆ ಘಾಸಿಯಾಗಂತೆ ನಡೆದುಕೊಳ್ಳಬೇಕು. ಅಲ್ಲಿಯ ತನಕ ಈ ಸಿಸ್ಟಮ್ಮಿಗೆ ಒಳ್ಳೆಯ ಭವಿಷ್ಯವಿದೆ ಅಂತ ನನಗನ್ನಿಸುವುದಿಲ್ಲ ಎಂದರು ರಾಜಶೇಖರ ಮೂರ್ತಿ.

ಆ ಕ್ಷಣದಲ್ಲಿ ನಾನು ನನ್ನನ್ನು ಕಾಡುತ್ತಿದ್ದ ಪ್ರಶ್ನೆಯನ್ನು ಕೇಳಿದೆ. ಸಾರ್. ಬದನವಾಳು ಹಾಗೂ ಉಮ್ಮತ್ತೂರಿನಲ್ಲಿ ಲಿಂಗಾಯತರು ಹಾಗೂ ದಲಿತರ ಮಧ್ಯೆ ನಡೆದ ಸಂಘರ್ಷದಲ್ಲಿ ನಿಮ್ಮ ಪಾತ್ರವೂ ಇತ್ತಲ್ಲವೇ.

ಅದಕ್ಕವರು ದೊಡ್ಡದಾಗಿ ನಿಟ್ಟುಸಿರುಬಿಟ್ಟು ಹೇಳಿದರು. ವಿಠ್ಠಲಮೂರ್ತಿ. ನಾವು ಫೀಲ್ಡಿಗೆ ಎಂಟ್ರಿಯಾಗುವ ವೇಳೆಗೆ ಎಲ್ಲವೂ ಕೈ ಮೀರಿ ಹೋಗಿತ್ತು. ಯಾವ ಶಕ್ತಿಗಳು, ಆ ಗಲಭೆಯನ್ನು ಮಾಡಿಸಬೇಕು ಎಂದು ಬಯಸಿದ್ದವೋ, ಅವುಗಳ ಬಯಕೆ ಈಡೇರಿ ಆಗಿತ್ತು. ನನ್ನ ಹೆಸರು ನಿರಾಯಾಸವಾಗಿ ಎಂಟ್ರಿ ಪಡೆಯಿತು. ಬಿಕಾಸ್ ಆಫ್ ಮೈ ಕ್ಯಾಸ್ಟ್. ಅದಕ್ಕೇ ನಾನು ಹೇಳಿದ್ದು: ಯಾವತ್ತೂ ನೀವು ಇನ್ನೊಬ್ಬರ ಭಾವನೆಗೆ ಘಾಸಿ ಮಾಡಬೇಡಿ. ಹಾಗೆಯೇ ನಿಮ್ಮ ಭಾವನೆಗೆ ಘಾಸಿಯಾಗಲು ಬಿಡಬೇಡಿ.

ಅವರ ಈ ಮಾತುಗಳು ಮೊನ್ನೆ ನೆನಪಿಗೆ ಬರುತ್ತಿದ್ದಂತೆಯೇ ಥಟ್ಟಂತ ನನ್ನ ಕಣ್ಣ ಮುಂದೆ ನಿಂತವಳು ಗುಂಡಮ್ಮ! ಅವಳ ಹೆಸರು ಸುಮಿತ್ರಾ. ವಾವೆಯಲ್ಲಿ ನನ್ನ ತಂಗಿ. ಆದರೆ ಅವಳು ನನಗೆ ನಾಲ್ಕು ತಲೆಮಾರಿನ ಮೂಲಕ ದಕ್ಕಿದ ತಂಗಿ. ಪರಸ್ಪರ ನನ್ನ ಹಾಗೂ ಆಕೆಯ ಕುಟುಂಬದವರ ಮನಸ್ಸುಗಳ ನಡುವೆ ಘಾಸಿಯಾಗಿಲ್ಲ ಎಂಬ ಕಾರಣಕ್ಕಾಗಿ ಈ ಬಾಂಧವ್ಯ ಹಾಗೇ ಉಳಿದಿರಬೇಕು.

ನನ್ನ ತಾಯಿ ಪ್ರಭಾವತಿ ಬಾಯಿ ಅವರ ಮುತ್ತಜ್ಜನ ಹೆಸರು ರಂಗಪ್ಪ. ಅವರ ಮಗನ ಹೆಸರು ಪಿಂಟಿ ಬಸಪ್ಪ. ಸದರಿ ಬಸಪ್ಪ ಅವರಿಗೆ ತಿಮ್ಮಪ್ಪ, ಹಿರೋಜಪ್ಪ, ಕೃಷ್ಣಪ್ಪ, ರಾಮಚಂದ್ರಪ್ಪ ಅಂತ ಸಹೋದರರು. ಅಂದ ಹಾಗೆ ಪಿಂಟಿ ಬಸಪ್ಪ ಅವರಿಗೆ ಮಕ್ಕಳಾದರೂ, ಅವರ ಸಹೋದರ ತಿಮ್ಮಪ್ಪ ಅವರಿಗೆ ಮಕ್ಕಳಾಗಲಿಲ್ಲ.

ಆಗ ಚಿಂತಾಕ್ರಾಂತರಾದ ಪಿಂಟಿ ಬಸಪ್ಪ, ತಮ್ಮ ಸಹೋದರನಿಗೆ ಮಕ್ಕಳಾಗಲಿ. ಅವನ ಸಂತಾನ ಬೆಳೆಯಲಿ ಅಂತ ಹಣಗೆರೆ ಕಟ್ಟೆಯ ದರ್ಗಾದ ಮೊರೆ ಹೋದರು. ಇದು ನಡೆದಿದ್ದು ಹೆಚ್ಚು ಕಡಿಮೆ ಒಂದು ಶತಮಾನದಷ್ಟು ಹಿಂದೆ.

ಹಣಗೆರೆ ಕಟ್ಟೆ ಎಂಬುದು ಶಿವಮೊಗ್ಗದಿಂದ ಮುಂದೆ ಬರುವ ಆಯನೂರಿನಿಂದ ಇಪ್ಪತ್ತೆರಡು ಕಿಲೋಮೀಟರುಗಳಷ್ಟು ದೂರದಲ್ಲಿರುವ ಗ್ರಾಮ. ಅಲ್ಲಿ ಸೈಯ್ಯದ್ ಹಜರತ್ ಅಲಿ ದರ್ಗಾ ಇದೆ. ಈ ದರ್ಗಾಕ್ಕೆ ಹೋಗಿ ಪಿಂಟಿ ಬಸಪ್ಪ ಹರಕೆ ಮಾಡಿಕೊಂಡು ಬಂದ ನಂತರ ತಿಮ್ಮಪ್ಪ ಅವರಿಗೆ ಮಕ್ಕಳಾದವು ಎಂಬ ನಂಬಿಕೆ ಈಗಲೂ ನಮ್ಮ ಕುಟುಂಬದಲ್ಲಿದೆ. ಹೀಗಾಗಿಯೇ ತಿಮ್ಮಪ್ಪ ಅವರಿಗೆ ಹುಟ್ಟಿದ ಮೊದಲ ಮಗನಿಗೆ ಫಕೀರಪ್ಪ ಅಂತ ಹೆಸರಿಟ್ಟರು. ಈ ಫಕೀರಪ್ಪನವರ ದೊಡ್ಡ ಮಗಳು ಮಂಜುಳಾಬಾಯಿ. ಅವರ ಮಗಳೇ ಗುಂಡಮ್ಮ.

ಈ ಕಡೆಯಿಂದ ಬಂದರೆ ಪಿಂಟಿ ಬಸಪ್ಪನವರ ಮಗ, ಅಂದರೆ ನನ್ನಜ್ಜ ಡೋಯಿಜೋಡೆ ರಂಗಪ್ಪ. ಅವರ ಹಿರಿಯ ಮಗಳು ಪ್ರಭಾವತಿ ಬಾಯಿ(ನನ್ನ ತಾಯಿ) ಮತ್ತು ಆಕೆಯ ಎರಡನೇ ಮಗ ನಾನು. ಹೀಗಾಗಿ ನಮ್ಮದು ನಾಲ್ಕು ತಲೆಮಾರುಗಳ ಅಣ್ಣ-ತಂಗಿ ಬಾಂಧವ್ಯ ಕಣೇ ಗುಂಡಮ್ಮ ಅಂತ ನಾನು ಆಗಾಗ ತಮಾಷೆ ಮಾಡುವುದಿದೆ.

ತಮಾಷೆ ನಾನು ಮಾಡಬಹುದು. ಆದರೆ ಆಕೆ ಸೀರಿಯಸ್. ಮದುವೆಗೂ ಮುನ್ನ ಕೆಲ ವರ್ಷಗಳ ಕಾಲ ಸಾಗರದಲ್ಲಿ ನಮ್ಮ ಮನೆಯಲ್ಲಿದ್ದು ಓದುತ್ತಿದ್ದಳು. ಮದುವೆಯಾದ ನಂತರ ಶಿವಮೊಗ್ಗಕ್ಕೆ ಹೋದಳು. ಅಲ್ಲಿನ ಅಮೀರ್ ಅಹ್ಮದ್ ಸರ್ಕಲ್‌ನಲ್ಲಿರುವ ಮಾಂಡ್ರೆ ಮನೆತನದ ಹುಡುಗನೊಂದಿಗೆ ಆಕೆಯ ವಿವಾಹವಾಯಿತು. ಆಕೆಗೆ ಮೊದಲ ಮಗು ಹುಟ್ಟುವ ಮುನ್ನ ಮನೆಗೆ ಹತ್ತಿರದ ಜ್ಯೋತಿಷಿಗಳು, ಗಂಡು ಮಗುವಾದರೆ ಇಂತಹ ಹೆಸರಿಡು, ಹೆಣ್ಣು ಮಗುವಾದರೆ ಇಂತಹ ಹೆಸರಿಡು ಎಂದರು. ಸರಿ, ಆಕೆಗೆ ಹೆಣ್ಣು ಮಗು ಹುಟ್ಟಿತು. ಇನ್ನೇನು ಹೆಸರಿಡಬೇಕು, ಆಗ ಆಕೆಯದು ತನ್ನ ತಂದೆಯ ಬಳಿ ಒಂದೇ ವರಾತ.

ನಮ್ಮ ವಿಠ್ಠು ಅಣ್ಣ ಕೆಲಸ ಸಿಕ್ಕು ಬೆಂಗಳೂರಿಗೆ ಹೋದಾಗ ಮೊದಲು ಕೆಲಸ ಮಾಡಿದ್ದು ಅರ್ಪಿತಾ ಪತ್ರಿಕೆಯಲ್ಲಿ. ಅದರ ನೆನಪಿಗಾಗಿ ನನ್ನ ಮಗಳಿಗೆ ನಾನು 'ಅರ್ಪಿತಾ' ಎಂದೇ ಹೆಸರಿಡುತ್ತೇನೆ. ಸರಿ, ನನ್ನ ಚಿಕ್ಕಪ್ಪ ಕೂಡಾ ದುಸುರಾ ಮಾತನಾಡಲಿಲ್ಲ. ಆಯಿತು ಗುಂಡಮ್ಮ. ನಿನ್ನ, ನಿನ್ನಣ್ಣನ ಮಧ್ಯೆ ನಾನು ಬರುವುದಿಲ್ಲ. ಅರ್ಪಿತಾ ಎಂದೇ ಹೆಸರಿಡು ಎಂದು ಹೇಳಿದರು. ಫೈನಲಿ. ಅದೇ ಹೆಸರು ನಿಕ್ಕಿಯಾಯಿತು. ಆ ಹುಡುಗಿ ಇದೀಗ ಮರದಂತೆ ಬೆಳೆದು ನಿಂತಿದ್ದಾಳೆ.

ಇದೇನೇ ಗುಂಡಮ್ಮ, ಎಲ್ಲರೂ ಯಾವ್ಯಾವುದೋ ನೆನಪಿಗೆ ಹೆಸರಿಡುತ್ತಾರೆ. ಆದರೆ ನಾನು ಮೊದಲು ಕೆಲಸ ಮಾಡಿದ ಪತ್ರಿಕೆಯ ಹೆಸರನ್ನು ನಿನ್ನ ಮಗಳಿಗೆ ಇಟ್ಟಿದ್ದೀಯಲ್ಲ ಅಂತ ನಾನು ಕೇಳಿದರೆ, ಅರೇ, ಈ ಹೆಸರಿಟ್ಟರೆ ಒಳ್ಳೆಯದಾಗುತ್ತದೆ ಎಂಬುದು ನನ್ನ ನಂಬಿಕೆ ಕಣಣ್ಣ. ನನ್ನಣ್ಣ ಯಾರಿಗೂ ಅನ್ಯಾಯ ಮಾಡಿದವನಲ್ಲ. ಹೀಗಾಗಿ ಅಣ್ಣ ಕೆಲಸ ಮಾಡಿದ ಮೊದಲ ಪೇಪರಿನ ಹೆಸರು ನೆನಪಿನಲ್ಲಿರಲಿ ಅಂತ ಅವಳಿಗೆ ಈ ಹೆಸರಿಟ್ಟಿದ್ದೇನೆ ಎನ್ನುತ್ತಾಳೆ.

ನೆನಪಿಸಿಕೊಂಡಾಗ ಯಾಕೋ ಮನಸ್ಸು ಅರ್ದ್ರವಾಗುತ್ತದೆ. ನಂಬಿಕೆ ಎಂಬುದು ಎಷ್ಟು ಪ್ರಭಾವಿ ಮತ್ತು ಪ್ರಖರವಾದದ್ದು, ಇಂತಹ ನಂಬಿಕೆಗೆ ಯಾರಾದರೂ ಹೊಡೆತ ಕೊಟ್ಟರೆ ತಕ್ಷಣ ಮನಸ್ಸುಗಳು ರಿಯಾಕ್ಟ್ ಮಾಡುತ್ತವೆ. ಮತ್ತು ಇದರ ಲಾಭವನ್ನು ಇನ್ಯಾರೋ ಪಡೆಯುತ್ತಾರೆ. ಇದು ಕೇವಲ ನನ್ನ ಕುಟುಂಬದ ಪ್ರಶ್ನೆಯಲ್ಲ. ಇಡೀ ಜಗತ್ತಿನ ಪ್ರಶ್ನೆ.

ಅಂದ ಹಾಗೆ ಗುಂಡಮ್ಮನ ಕತೆಯನ್ನು ಯಾಕೆ ಹೇಳಿದೆ ಎಂದರೆ ಅದೇನೂ ಕೋಮುವಾದಕ್ಕೆ ಸಂಬಂಧಿಸಿದ ವಿಷಯವಲ್ಲ. ನಂಬಿಕೆಗೆ ಸಂಬಂಧಿಸಿದ ವಿಷಯ. ಇದುವರೆಗೆ ಅದಕ್ಕೆ ಘಾಸಿಯಾಗಿಲ್ಲ ಎಂಬ ಕಾರಣಕ್ಕಾಗಿ ನಾಲ್ಕು ತಲೆಮಾರುಗಳಿಂದ ಈ ವಿಶ್ವಾಸ ಉಳಿದುಕೊಂಡು ಬಂದಿದೆ. ಘಾಸಿಯಾದರೆ ಸಹಜವಾಗಿಯೇ ಅದು ಕಳಚಿ ಬೀಳುತ್ತದೆ.

ಹೀಗಿರುವಾಗ ಕೋಮು ಕೋಮುಗಳ ನಡುವಣ ಭಾವನೆಗೆ ಘಾಸಿ ಉಂಟು ಮಾಡಿದರೆ, ಜನ ಸಹಜವಾಗಿಯೇ ರಿಯಾಕ್ಟ್ ಮಾಡುತ್ತಾರೆ. ಜಗತ್ತಿನ ಜನಶಕ್ತಿಯ ಮುಂದೆ ಎಂತೆಂತವರೋ ಉರುಳಿ ಬಿದ್ದಿದ್ದಾರೆ. ಈ ಕೋಮುವಾದ ಎಂಬ ಇಂಡಸ್ಟ್ರಿ ಕೂಡಾ ಹೀಗೇ ನಾಶವಾದರೆ ಎಷ್ಟು ಚೆನ್ನಾಗಿರುತ್ತದೆ.

ಹಾಗನ್ನಿಸುತ್ತಿದ್ದಂತೆಯೇ ತಕ್ಷಣ ಹಣಗೆರೆ ಕಟ್ಟೆಗೆ ಹೋಗಿ ಬಂದೆ. ಇದನ್ನೆಲ್ಲ ನಿಮ್ಮೆದುರು ಹೇಳಿಕೊಂಡೆ.

ಯಾವಾಗ ನೀವು ಧ್ವನಿಯನ್ನು
ಅರ್ಥ ಮಾಡಿಕೊಳ್ಳುತ್ತೀರೋ?
ಆಗ ಯಾವುದೇ ಕ್ಷೇತ್ರವಿರಲಿ,
ಮನುಷ್ಯ ಅರ್ಥವಾಗುತ್ತಾ
ಹೋಗುತ್ತಾನೆ. ಆಗ ನಿಮ್ಮ ಜ್ಞಾನದ
ಲೆವೆಲ್ಲು ಎತ್ತರಕ್ಕೇರುತ್ತದೆ.

21

ದೊಡ್ಡವರು ನಿಮ್ಮ ಜತೆ ಮಾತನಾಡುವುದಿಲ್ಲ ಆತ್ಮದ ಜತೆ ಸಂಭಾಷಣೆ ನಡೆಸುತ್ತಾರೆ.

ಅವತ್ತು ಬೆಳ್ಳಂಬೆಳಗ್ಗೆ ಇಬ್ಬನಿ ಹನಿಯುತ್ತಿರುವಾಗ ಜೀವರಾಜ್ ಆಳ್ವ ಟಾಟಾ ಸುಮೋ ಗಾಡಿಯಲ್ಲಿ ಬಂದಿಳಿದರು.

ಅದೇಕೋ ಗೊತ್ತಿಲ್ಲ. ಸುಮಾರು ಇಪ್ಪತ್ತೈದು ವರ್ಷಗಳಿಗೂ ಹಿಂದೆ ನಡೆದ ಆ ಘಟನೆ, ಅವರಾಡಿದ ಮಾತುಗಳು ಮನಸ್ಸಿನಲ್ಲಿ ನಿತ್ಯ ಹರಿದ್ವರ್ಣದ ಕಾಡಿನೊಳಗೆ ಹೊಕ್ಕಾಗಿನ ತಂಪು ತಂಪಿನಂತಿದೆ. ಅವರು ಹಾಕಿಕೊಂಡ ಆ ಸ್ವೆಟರು, ಅದರ ಮೇಲೊಂದು ಶಾಲು. ಅವತ್ತು ಟಾಟಾ ಸುಮೋದಲ್ಲಿ ಬಂದು ಕೆಳಗಿಳಿಯುತ್ತಿದ್ದಂತೆಯೇ ಆಳ್ವ ನನ್ನನ್ನು ನೋಡಿ ಮುಗುಳ್ನಕ್ಕರು.

ಅದು ದೇವೇಗೌಡ ಹಾಗೂ ರಾಮಕೃಷ್ಣ ಹೆಗಡೆ ಅವರನ್ನು ಒಂದು ಮಾಡಲು ಜನತಾ ಪರಿವಾರ ಶ್ರಮಿಸುತ್ತಿದ್ದ ಕಾಲ. ಆಳ್ವ ಆಗ ಮುಖ್ಯ ಪಾತ್ರಧಾರಿಯಾಗಿ ಕೆಲಸ

ಮಾಡುತ್ತಿದ್ದರು. ಪೊಲಿಟಿಕಲ್ ಮ್ಯಾಥಮ್ಯಾಟಿಕ್ಸ್ ಅವರ ಉಸಿರೇ ಆಗಿತ್ತು.

ಅವರ ಪ್ರಕಾರ, ಗಣಿತದಲ್ಲಿ ಎಲ್ಲವೂ ಕರಾರುವಾಕ್ಕು. ಪೊಲಿಟಿಕಲ್ ಮ್ಯಾಥಮ್ಯಾಟಿಕ್ಸ್‌ನಲ್ಲೂ ಸೂತ್ರವಿದೆ. ಆದರೆ ಆ ಸೂತ್ರವನ್ನು ಬಳಸುವುದು ಎಂದರೆ ಚಕ್ರವ್ಯೂಹದಲ್ಲಿ ನುಗ್ಗಿದಂತೆ. ಸಕ್ಸಸ್ ಆದರೆ ಓಕೆ, ಒಂದು ವೇಳೆ ಹೊರಬರಲು ಗೊತ್ತಾಗದಿದ್ದರೆ ಫಿನಿಷ್. ನಾನು ನೋಡಿದಂತೆ ಕರ್ನಾಟಕದಲ್ಲಿ ಅರಸು, ಹೆಗಡೆ, ದೇವೇಗೌಡ ಅವರ ಲೆವೆಲ್ಲಿನಲ್ಲಿ ಪೊಲಿಟಿಕಲ್ ಮ್ಯಾಥಮ್ಯಾಟಿಕ್ಸ್ ಅನ್ನು ಅರ್ಥ ಮಾಡಿಕೊಂಡವರು ಬಹಳ ಕಡಿಮೆ ವಿಠ್ಠಲಮೂರ್ತಿ ಎನ್ನುತ್ತಿದ್ದರು ಆಳ್ವ.

ಗಣಿತದಲ್ಲಿ ಹತ್ತು ಪ್ಲಸ್ ಹತ್ತು ಎಂದರೆ ಇಪ್ಪತ್ತು, ಆದರೆ ರಾಜಕೀಯ ಗಣಿತ ಶಾಸ್ತ್ರದಲ್ಲಿ ಇಪ್ಪತ್ತು ಪ್ಲಸ್ ಇಪ್ಪತ್ತು ನಲವತ್ತು ಆಗಬೇಕೆಂದಿಲ್ಲ. ಹತ್ತಕ್ಕೂ ಇಳಿಯಬಹುದು. ಐವತ್ತಕ್ಕೂ ಏರಬಹುದು. ನನ್ನಂತವರು ಚಕ್ರವ್ಯೂಹಕ್ಕೆ ನುಗ್ಗುವ ಅಭಿಮನ್ಯುವಿನ ತರ. ಹೊರಗೆ ಬರಬೇಕೆಂದರೆ ಹೆಗಡೆ, ದೇವೇಗೌಡರಂತಹ ಅತಿರಥ-ಮಹಾರಥಿಗಳ ಶಕ್ತಿ ಜತೆಗಿರಬೇಕು ಎಂದು ಹೇಳಿ ಮುಖದಲ್ಲಿ ಒಂದು ಅಮೇಜಿಂಗ್ ನಗು ಮೂಡಿಸುತ್ತಿದ್ದರು ಆಳ್ವ.

ಅದೇನೇ ಇರಲಿ, ಅಂದ ಹಾಗೆ ಅವತ್ತು ಜೀವರಾಜ್ ಆಳ್ವ ಇದ್ದಕ್ಕಿದ್ದಂತೆ, ತಮ್ಮ ಆಪ್ತರಾದ ಮೊವಿನ್ ಮೂಲಕ ಫೋನು ಮಾಡಿಸಿ, ಮನೆಗೆ ಬರಲು ಆಹ್ವಾನ ನೀಡಿದ್ದರು. ಅದರ ಪ್ರಕಾರ ಸ್ಯಾಂಕಿ ಟ್ಯಾಂಕ್ ಬಳಿಯಿದ್ದ ಅವರ ಮನೆಗೆ ನಾನು ಹೋಗಿದ್ದೆ.

ಹೀಗೆ ಅವತ್ತು ಟಾಟಾ ಸುಮೋದಿಂದ ಇಳಿದವರೇ ಸುಂದರ ನಗೆ ನಕ್ಕ ಆಳ್ವ, ಕೂತಿರಿ. ಈಗ ಸ್ನಾನ ಮಾಡಿ ಬರುತ್ತೇನೆ ಎಂದರು. ಆಗ ಅಲ್ಲಿಯೇ ಇದ್ದ ಮೊವಿನ್, ಸಾಹೇಬರು ಸ್ನಾನಕ್ಕೆ ಹೋದರೆ ದೇವರ ಪೂಜೆ ಮುಗಿಸಿ ಹೊರಬರುವುದು ರೂಢಿ, ನಿಮಗೆ ಗೊತ್ತಲ್ಲ, ಸಾಹೇಬರ ಜತೆ ತಿಂಡಿ ತಿನ್ನುವಿರಂತೆ. ಈಗ ಏನಾದರೂ ಕುಡಿಯುತ್ತೀರಾ ಎಂದರು. ಬೇಡಣ್ಣಾ ಎಂದೆ.

ನನಗೆ ಬಾಲ್ಯದಲ್ಲಿ ಬಹಳ ಹಸಿವಿತ್ತು. ಆದರೆ ಪತ್ರಿಕೋದ್ಯಮಕ್ಕೆ ಕಾಲಿಟ್ಟು ಕೆಲ ವರ್ಷಗಳಾದ ಮೇಲೆ ಹಸಿವು ಕಡಿಮೆ. ತೀರಾ ಕಡಿಮೆ ಅಲ್ಲದಿದ್ದರೂ ಮುಂಚಿನಂತೆ ಒಂದು ಡಜನ್ನು ಇಡ್ಲಿ ತಿನ್ನುವುದು, ಬರೋಬ್ಬರಿ ಅರ್ಧ ಡಜನ್ ರೊಟ್ಟಿ ತಿಂದು ಜೀರ್ಣಿಸಿಕೊಳ್ಳುವುದು, ಲಮ್ ಸಮ್ಮಾಗಿ ಹತ್ತು ದೋಸೆ ತಿಂದು ಭಸ್ಮ ಮಾಡುವುದೆಲ್ಲ ಊಹೂಂ.

ಕೆಲಸ ಸಿಗುವ ಮುಂಚೆ ನನ್ನನ್ನು ಬೆಂಗಳೂರಿಗೆ ಕರೆತಂದ ಅಣ್ಣ. ಅಂತಾರಾಷ್ಟ್ರೀಯ ಖ್ಯಾತಿಯ ಬಾಡಿಬಿಲ್ಡರ್ ಗುರುಮೂರ್ತಿಯವರ ಜತೆ ಒಂದು ಸಲ ಎಂ.ಜಿ.ರಸ್ತೆಯ ಬೃಂದಾವನ ಹೋಟೆಲ್‌ಗೆ ಹೋಗಿದ್ದೆ. ಹೇಳಿದರೆ ನೀವು ನಗುತ್ತೀರಿ. ಬರೋಬ್ಬರಿ

ಹದಿನಾಲ್ಕು ಚಪಾತಿ ತಿಂದು ಎರಡು ಬಾರಿ ಬಾಳೆಲೆಯ ತುಂಬ ಅನ್ನ ಹಾಕಿಸಿಕೊಂಡು ಚಪ್ಪರಿಸಿದ್ದೆ.

ಅದನ್ನು ನೋಡಿದ್ದೇ ಅಣ್ಣ ಗಾಬರಿ. ಯೋ, ಏನಯ್ಯಾ, ಬಾಡಿ ಬಿಲ್ಡರ್ ನಾನೋ ನೀನೋ, ಇರುವುದೇ ನಲವತ್ತೆಂಟು ಕೆಜಿ ತೂಕ. ನೀನು ಆ ತೂಕಕ್ಕೆ ಮೀರಿದ ಊಟ ಮಾಡುತ್ತಿರುವುದನ್ನು ನೋಡಿದರೆ ಭೂತಯ್ಯನ ಮಗ ಅಯ್ಯು ಪಿಕ್ಚರು ನೆನಪಿಗೆ ಬರುತ್ತದೆ ಎಂದಿದ್ದರು. ನನಗೆ ನೆನಪಿರುವಂತೆ ಅಂತಹ ಭಯಾನಕ ಹಸಿವಿನ ಊಟವನ್ನು ಕಳೆದ ಮೂವತ್ತು ವರ್ಷಗಳಲ್ಲಿ ನಾನ್ಯಾವತ್ತೂ ಮಾಡಿಲ್ಲ.

ಈಗ ಬಿಡಿ. ರುಚಿರುಚಿಯಾಗಿತ್ತೋ ಊಟ ಸೇರುತ್ತದೆ. ಇಲ್ಲ ಅಂದರೂ ಚಿಂತೆ ಮಾಡುವ ಪೈಕಿ ನಾನಲ್ಲ. ಏನೇ ಸಿಕ್ಕರೂ ಹೊತ್ತಿಗೆ ಸರಿಯಾಗಿ ತಿನ್ನುತ್ತೇನೆ. ತಿಂದಷ್ಟೇ ಭಾಗ್ಯ ಎಂದುಕೊಳ್ಳುತ್ತೇನೆ. ಸ್ವಲ್ಪವೇ ಆದರೂ ಮನಸ್ಸಿಗೆ ಹಿತ ಕೊಡುವಂತಹ ತಿಂಡಿ, ಊಟ ಇದ್ದರೆ ಫಿನಿಷ್.

ಇದನ್ನೇಕೆ ಹೇಳಿದೆನೆಂದರೆ ನೀವು ಬರ ಬರುತ್ತಾ ಈ ಸ್ಥಿತಿಗೆ ಬರುತ್ತೀರಿ. ಕೆಲವರನ್ನು ಬಿಡಿ. ಎಪ್ಪತ್ತು ಕಳೆದರೂ ದಂಡಿಯಾಗಿ ತಿನ್ನುವ ಯೋಗಿಗಳು. ಆದರೆ ಸಾಮಾನ್ಯವಾಗಿ ಬದುಕಿನಲ್ಲಿ ಊಟ, ಮಾತು, ಕೆಲಸ ಎಲ್ಲದರಲ್ಲೂ ಒಂದು ಎತ್ತರಕ್ಕೆ ಹೋಗಬೇಕು ಎಂದು ಬಯಸುವ ಮನಸ್ಸುಗಳು ಈ ಎಲ್ಲದರ ವಿಷಯದಲ್ಲೂ ಚೂಸಿಯಾಗುತ್ತಾ ಹೋಗುತ್ತವೆ.

ಜೀವರಾಜ್ ಆಳ್ವರ ಮನೆಯಲ್ಲೋ, ತಿಂಡಿ ತಿನ್ನದವನೇ ಪಾಪಿ ಎಂಬಂತೆ ಎಲ್ಲವೂ ರುಚಿಕರ. ಸರಿ, ಅವತ್ತು ನನ್ನನ್ನು ಕೂರಿಸಿ, ಒಳಗೆ ಹೋದವರು ಮರಳಿ ಬಂದಾಗ ಹದಿನೈದು ನಿಮಿಷವಾಗಿತ್ತು. ಒಂದು ಟವೆಲ್ ಸುತ್ತಿಕೊಂಡು ಹೊರಗೆ ಬಂದವರೇ ದೇವರ ಕೋಣೆಗೆ ಹೋಗಿ ನಮಸ್ಕರಿಸಿ ಬಂದರು.

ಇದಾದ ನಂತರ ತಿಂಡಿ ತಿಂದ ಮೇಲೆ ಕಾರಿನಲ್ಲಿ ಕೂರಿಸಿಕೊಂಡ ಆಳ್ವ, ಅದೇ ಸ್ಯಾಂಕಿ ಟ್ಯಾಂಕ್ ಸುತ್ತ ಕಾರು ಓಡಿಸುವಂತೆ ಡ್ರೈವರ್‌ಗೆ ಹೇಳಿದರು. ಮನೆಯಲ್ಲಿದ್ದರೆ ಪ್ರೈವೆಸಿ ಅವರಿಗೆ ಸಾಧ್ಯವಾಗುತ್ತಿರಲಿಲ್ಲ. ಅವರ ಮನೆಯೆಂದರೆ ನಿತ್ಯ ಜಾತ್ರೆ. ಆ ಜನ ಜಾತ್ರೆಯ ಮಧ್ಯೆ ಮಾತನಾಡುವುದು ಹೇಗೆ? ಹೀಗಾಗಿ ಕಾರಿನಲ್ಲಿ ಕೂರಿಸಿಕೊಂಡು ಸುಮ್ಮನೆ ಸ್ಯಾಂಕಿ ಟ್ಯಾಂಕ್ ಸುತ್ತ ತಿರುಗುತ್ತಾ ಮಾತನಾಡತೊಡಗಿದರು.

ನೋಡಿ ವಿಠ್ಠಲಮೂರ್ತಿ, ಸ್ವಲ್ಪ ದಿನಗಳಲ್ಲಿ ದೇವೇಗೌಡ ಮತ್ತು ಹೆಗಡೆ ಒಂದಾಗುತ್ತಾರೆ. ಇದಕ್ಕೆ ಬೇಕಾದ ತಯಾರಿ ಎಲ್ಲ ಆಗಿದೆ(ಅವತ್ತಿನ ಮಟ್ಟಿಗೆ ಅದು ಎಕ್ಸ್‌ಕ್ಲೂಸೀವ್ ಸುದ್ದಿ) ಎಂದು ಮಾತಿಗೆ ಶುರುವಿಟ್ಟುಕೊಂಡರು. ಹೆಗಡೆ–ದೇವೇಗೌಡ ಒಂದಾಗುವುದೇ? ಆಜನ್ಮ ವೈರಿಗಳ ತರ ಆಡುತ್ತಾರಲ್ಲ ಸಾರ್, ಅವರಿಬ್ಬರ ಬಾಡಿ ಲಾಂಗ್ವೇಜ್ ನೋಡಿದರೆ ಪರಸ್ಪರ ಸೇರಲು ಸಾಧ್ಯವೇ ಎಂದು ಕೇಳಿದೆ.

ಯಾಕೆ ಸೇರುವುದಿಲ್ಲ. ಈಗಲೂ ಒಬ್ಬರನ್ನು ಕಂಡರೆ ಒಬ್ಬರಿಗೆ ಆಗುವುದಿಲ್ಲ ಎನ್ನುವಂತೆ ಆಡುತ್ತಾರೆ. ಹೀಗೆ ಪರಸ್ಪರ ಟೀಕಿಸಿಕೊಳ್ಳುವಾಗಲೇ, ಯಾವುದೇ ತ್ಯಾಗಕ್ಕೂ ನಾನು ಸಿದ್ಧ ಎನ್ನುತ್ತಾರೆ. ಹೀಗಾಗಿ ಇಲ್ಲಿರುವ ಧ್ವನಿಯನ್ನು ನೀವು ಗಮನಿಸಿ, ಅಂದರೆ ಈಗ ಒಗ್ಗೂಡುವುದು ಇಬ್ಬರಿಗೂ ಅನಿವಾರ್ಯವಾಗಿದೆ. ಅದೇ ರೀತಿ ಜನತಾ ದಳಕ್ಕೂ ಅನಿವಾರ್ಯವಾಗಿದೆ. ಒಕ್ಕಲಿಗ, ಲಿಂಗಾಯತರು ಸೇರದಿದ್ದರೆ ಜನತಾದಳ ಮೇಲೆದ್ದು ನಿಲ್ಲುವುದು ಕಷ್ಟ. ದೇವೇಗೌಡರು ಒಕ್ಕಲಿಗ ನಾಯಕರಾದರೆ, ಹೆಗಡೆ ಲಿಂಗಾಯತರಿಗೆ ನಾಯಕರು. ಆದ್ದರಿಂದ ಇಬ್ಬರೂ ಒಂದಾದರೆ ಉಳಿದ ಜಾತಿಯ ನಾಯಕರನ್ನು ಒಂದೆಡೆ ತೋರಿಸಿ ಲಾಭ ಮಾಡಿಕೊಳ್ಳಬಹುದು ಎಂದು ರಾಜಕೀಯ ಅಂಕಗಣಿತದ ವಿವರ ನೀಡಿದರು ಆಳ್ವ.

ನಾನಾಗ, ಘಟನೆಯ ಆಧಾರದ ಮೇಲೆ, ನಾಯಕರಾಡುವ ಪದಗಳ ಆಧಾರದ ಮೇಲೆ ಎಲ್ಲವನ್ನೂ ತೀರ್ಮಾನಿಸುತ್ತಿದ್ದೆ. ಹಾಗಂತಲೇ ಆ ಕುರಿತು ವಾದ ಮಾಡಿದೆ. ಜೀವರಾಜ್ ಆಳ್ವ ನಕ್ಕರು. ಹೀಗೆ ನಗುತ್ತಲೇ ತಮ್ಮಲ್ಲೇ ಮಾತನಾಡಿಕೊಳ್ಳುವಂತೆ ಹೇಳುತ್ತಾ ಹೋದರು.

ವಿಠ್ಠಲಮೂರ್ತಿ, ನೀವು ಚಿಕ್ಕವರು. ಒಂದು ವಿಷಯವನ್ನು ಯಾವತ್ತೂ ಅರ್ಥ ಮಾಡಿಕೊಳ್ಳಿ. ಮನುಷ್ಯ ದೊಡ್ಡವನಾಗುತ್ತಾ ಹೋದಂತೆ ನಿಮ್ಮ ಜತೆ ಮಾತನಾಡುತ್ತಿರುವುದಿಲ್ಲ. ನಿಮ್ಮ ಆತ್ಮದ ಜತೆ ಸಂಭಾಷಣೆ ನಡೆಸುತ್ತಿರುತ್ತಾನೆ. ಹೀಗಾಗಿ ನೀವು ದೊಡ್ಡವರಾಡುವ ಪದಗಳ ಆಧಾರದ ಮೇಲೆ ತೀರ್ಮಾನ ತೆಗೆದುಕೊಳ್ಳಬೇಡಿ. ಅವರಾಡುವ ಪದಗಳ ಹಿಂದಿರುವ ಧ್ವನಿಯನ್ನು ಗಮನಿಸಿ.

ಬದುಕಿನ ಯಾವುದೇ ರಂಗವಿರಬಹುದು. ಕ್ರಮೇಣ ಪದಗಳ ಶಕ್ತಿ ಕಡಿಮೆಯಾಗುತ್ತಾ, ಧ್ವನಿಯ ಶಕ್ತಿ ಹೆಚ್ಚಾಗುತ್ತಾ ಹೋಗುತ್ತದೆ. ಹೀಗಾಗಿ ನೀವು ದೊಡ್ಡವರಾಡುವ ಮಾತುಗಳನ್ನು ಪದಶಃ ಅರ್ಥ ಮಾಡಿಕೊಳ್ಳಬೇಡಿ. ಧ್ವನಿಯನ್ನು ಅರ್ಥ ಮಾಡಿಕೊಳ್ಳಿ ಎಂದರು.

ನಾನು ಸುಮ್ಮನೆ ತಲೆಯಲ್ಲಾಡಿಸಿದೆ. ಪದಗಳನ್ನು ಅರ್ಥ ಮಾಡಿಕೊಳ್ಳುವುದು ಬೇರೆ. ಆದರೆ ಅದರ ಹಿಂದಿರುವ ಧ್ವನಿಯನ್ನು ಅರ್ಥ ಮಾಡಿಕೊಳ್ಳುವುದು ಬೇರೆ. ಯಾವಾಗ ನೀವು ಧ್ವನಿಯನ್ನು ಅರ್ಥ ಮಾಡಿಕೊಳ್ಳುತ್ತೀರೋ, ಆಗ ಯಾವುದೇ ಕ್ಷೇತ್ರವಿರಲಿ, ಮನುಷ್ಯ ಅರ್ಥವಾಗುತ್ತಾ ಹೋಗುತ್ತಾನೆ. ಆಗ ನಿಮ್ಮ ಜ್ಞಾನದ ಲೆವೆಲ್ಲು ಎತ್ತರಕ್ಕೇರುತ್ತದೆ ಎಂದರು.

ಸರಿ, ಇದಾಗಿ ಎಷ್ಟೋ ವರ್ಷಗಳು ಕಳೆದವು. ಜೀವರಾಜ್ ಆಳ್ವ ತೀರಿಕೊಂಡರು. ಆದರೆ ಅವತ್ತು ಅವರಾಡಿದ ಮಾತನ್ನು ನಾನು ಇವತ್ತಿಗೂ ಅಕ್ಷರಶಃ ಹಿಂಬಾಲಿಸುತ್ತೇನೆ. ಈ ಹಿಂಬಾಲಿಕೆ ಎಂಬುದು ಬದುಕಿರುವ ತನಕ ಮುಗಿಯುವ ಕತೆಯಲ್ಲ. ಅಂದ ಹಾಗೆ

ಅದುವರೆಗೆ ಪದಗಳನ್ನು ಅರ್ಥ ಮಾಡಿಕೊಳ್ಳಲು ಯತ್ನಿಸುತ್ತಿದ್ದ ನಾನು ಅಂದಿನಿಂದ ಪದಗಳ ಹಿಂದಿರುವ ಧ್ವನಿಯನ್ನು ಅರ್ಥ ಮಾಡಿಕೊಳ್ಳುವ ಯತ್ನ ಮಾಡುತ್ತಾ ಹೋದೆ. ನೀವು ನಂಬಲಾರಿರಿ. ಅದರ ಆಧಾರದ ಮೇಲೆ ನಾನು ಕಲಿತ ಪಾಠ, ಇವತ್ತು ಪತ್ರಿಕೋದ್ಯಮದಲ್ಲಿ ಮಾತ್ರವಲ್ಲ, ಬದುಕಿನಲ್ಲೂ ನನ್ನನ್ನು ಕಾಪಾಡುತ್ತಿದೆ.

ಅಂದ ಹಾಗೆ, ಇವತ್ತು ಕರ್ನಾಟಕದ ದೊಡ್ಡ ದೊಡ್ಡ ನಾಯಕರು ಅಂತ ಯಾರಿದ್ದಾರೆ, ಅವರ ಮನೆಗಳಿಗೆ ನಾನು ನಿರಾಯಾಸವಾಗಿ ಹೋಗಿ ಮುಕ್ತವಾಗಿ ಮಾತನಾಡಿಕೊಂಡು ಬರುತ್ತೇನೆ. ಇಲ್ಲವೇ ಫೋನಿನಲ್ಲೇ ಮಾತನಾಡುತ್ತೇನೆ.

ಉದಾಹರಣೆಗೆ ಅಂತ ನಿಮಗೆ, ಕರ್ನಾಟಕದ ಉಪ ಮುಖ್ಯಮಂತ್ರಿಯಾಗಿದ್ದ ಈಶ್ವರಪ್ಪ ಅವರ ಬಗ್ಗೆಯೇ ಹೇಳುತ್ತೇನೆ. ಫೋನು ಎತ್ತುತ್ತಲೇ, ಏನಣ್ಣಾ, ಏನು ಸಮಾಚಾರ, ಅರಾಮಿದೀರಾ... ಅಂತ ಅವರು ಕೇಳಿದರು ಎಂದರೆ ಆ ಕ್ಷಣದಲ್ಲಿ ಅವರು ತುಂಬ ಒತ್ತಡದಲ್ಲಿಲ್ಲ ಅಂತರ್ಥ. ಆಗ ನಾನು ನಿರುಮ್ಮಳವಾಗಿ ಕೇಳಬೇಕು ಅಂದುಕೊಂಡಿದ್ದನ್ನೆಲ್ಲ ಕೇಳುತ್ತೇನೆ.

ಒಂದು ವೇಳೆ ಅವರು ಫೋನು ಎತ್ತುತ್ತಲೇ: ಹೇಳಿ ಸಾರ್, ಏನ್ಸಮಾಚಾರ ಎಂದರೆ ಅವರೀಗ ಕೆಲಸದ ಒತ್ತಡದಲ್ಲಿದ್ದಾರೆ ಎಂದರ್ಥ. ಹೀಗಾಗಿ ಕೇಳಬೇಕಾದ್ದನ್ನು ಒಂದೇ ಮಾತಿನಲ್ಲಿ ಕೇಳಿ ಉತ್ತರ ಪಡೆದು ಮೌನವಾಗಿಬಿಡುತ್ತೇನೆ.

ಇದು ಈಶ್ವರಪ್ಪ ಅವರು ಅಂತಲ್ಲ, ಯಾರೇ ಹಿರಿಯ ನಾಯಕರಿರಲಿ, ಅದು ಕುಮಾರಸ್ವಾಮಿ ಅವರಿರಬಹುದು, ಪರಮೇಶ್ವರ್ ಆಗಿರಬಹುದು, ಅಶೋಕ್ ಅವರಾಗಿರಬಹುದು, ಜಗದೀಶ್ ಶೆಟ್ಟರ್ ಅವರಾಗಿರಬಹುದು. ಇನ್ಯಾರೇ ಹಿರಿಯ ನಾಯಕರಾಗಿರಬಹುದು. ಅವರಾಡುವ ಮಾತುಗಳನ್ನು ನಾನು ಪದಶ: ಅರ್ಥ ಮಾಡಿಕೊಳ್ಳಲು ಹೋಗುವುದಿಲ್ಲ. ಬದಲಿಗೆ ಅವರ ಧ್ವನಿಯನ್ನು ಅರ್ಥ ಮಾಡಿಕೊಳ್ಳಲು ಯತ್ನಿಸುತ್ತೇನೆ. ಪದಗಳು ಒಂದು ಸುದ್ದಿಗೆ ದೇಹ ನೀಡಿದರೆ, ಧ್ವನಿ ಆತ್ಮವನ್ನು ದಯಪಾಲಿಸುತ್ತವೆ.

ಎಲ್ಲಿಯವರೆಗೆ ನಮಗೆ ಧ್ವನಿ ಅರ್ಥವಾಗುವುದಿಲ್ಲವೋ, ಅಲ್ಲಿಯವರೆಗೆ ದೊಡ್ಡವರು ನಮ್ಮೊಡನೆ ಮಾತನಾಡುತ್ತಿಲ್ಲ. ನಮ್ಮ ಆತ್ಮದ ಜತೆ ಸಂಭಾಷಣೆ ನಡೆಸುತ್ತಿದ್ದಾರೆ ಎಂಬುದು ಗೊತ್ತೇ ಆಗುವುದಿಲ್ಲ. ಅಂದ ಹಾಗೆ ನೀವು ಆತ್ಮ ಎಂದರೆ ಹೇಗೆ ಭಾವಿಸುತ್ತೀರೋ ನನಗೆ ಗೊತ್ತಿಲ್ಲ.

ನನ್ನ ಪ್ರಕಾರ, ಪದಕ್ಕೂ, ಧ್ವನಿಗೂ ಯಾವ ರೀತಿ ಅಂತರವಿರುತ್ತದೋ, ಹಾಗೆಯೇ ಮನಸ್ಸು ಮತ್ತು ಆತ್ಮಕ್ಕೂ ಅಂತರವಿರುತ್ತದೆ. ಗ್ರಹಿಕೆ ಉತ್ತಮವಾಗುತ್ತಾ ಹೋದಂತೆ ಈ ಅಂತರ ನಿಮಗೆ ಅರ್ಥವಾಗುತ್ತಾ ಹೋಗುತ್ತದೆ.

ಪತ್ರಿಕೋದ್ಯಮ ಅಂತಲ್ಲ, ಯಾವುದೇ ಕ್ಷೇತ್ರವಿರಲಿ, ಈ ಅಂತರ ಗೊತ್ತಾದರೆ ಅನುಮಾನವೇ ಬೇಡ. ನೀವು ಗೆಲ್ಲುವುದು ನಿಶ್ಚಿತ. ದುಡ್ಡು-ಕಾರು-ಬಂಗಲೆಯ ಮಾತು ಬಿಡಿ. ಪಕ್ಕಾ ಅಯೋಗ್ಯನಿಗೂ ಅವು ದಕ್ಕಬಹುದು. ಆದರೆ ಪದಕ್ಕೂ, ಧ್ವನಿಗೂ ಇರುವ ಅಂತರ ನಿಮಗೆ ಹೆಚ್ಚೆಚ್ಚು ಸ್ಪಷ್ಟವಾಗಬೇಕೆಂದರೆ ನಿರಂತರ ಅಭ್ಯಾಸ ಇರಲೇಬೇಕು. ಶ್ರಮ ಬೇಕೇ ಬೇಕು.

22

ಹೋಗಿ ಆ ದೇವರಂತ ರಾಜ್‌ಕುಮಾರ್ ಪಿಕ್ಚರು ನೋಡ್ತೀಯ. ಅದನ್ನು ನೋಡಿ ಬುದ್ದಿ ಕಲೀಬೇಕು ಕಣಲೇ. ಪಿಕ್ಚರು ನೋಡಿ ಮನೆಗೆ ಬಂದು ಮಲಗಿ, ಬಿಕನಾಸಿ ಥರ ತಿರುಗುವುದಲ್ಲ

ರಾಜ್‌ಕುಮಾರ್ ನನ್ನನ್ನು ಬೀಡಿಯ ಬೆಂಕಿಯಿಂದ ಪಾರು ಮಾಡಿದರು

ಒಂದು ಕೈ ರಪ್ಪಂತ ನನ್ನ ಹೆಗಲ ಮೇಲೆ ಬಿತ್ತು. ತಿರುಗಿ ನೋಡುತ್ತೇನೆ. ನನ್ನ ಜಂಘಾಬಲವೇ ಉಡುಗಿ ಹೋದಂತಾಯಿತು. ಯಾಕೆಂದರೆ. ನನ್ನಜ್ಜಿ ಗಂಗಮ್ಮ ಕೆಕ್ಕರುಗಣ್ಣಿನಿಂದ ನನ್ನನ್ನು ನೋಡುತ್ತಿದ್ದಾರೆ.

ಮೊದಲೇ ಅದು ಸಿನೆಮಾ ಟೆಂಟು. ಬೇಸಿಗೆ ರಜೆ ಬಂದಾಗಲೆಲ್ಲ ನಾನು, ನನ್ನಣ್ಣ ಮಹೇಂದ್ರ ಹಾಗೂ ತಮ್ಮ ಪಾಂಡುರಂಗ ಹೊನ್ನಾಳಿ ತಾಲ್ಲೂಕಿನ ಸಾಸ್ವೇಹಳ್ಳಿಯಲ್ಲಿದ್ದ ನಮ್ಮಜ್ಜ-ಅಜ್ಜಿಯ ಮನೆಗೆ ಹೋಗುತ್ತಿದ್ದೆವು. ಅಲ್ಲಿ ನಮ್ಮ ಮಾವ ಡೋಯಿಜೋಡೆ ರಾಮಪ್ಪ ಅವರ ಮನೆಯಲ್ಲಿ ನೆಮ್ಮದಿಯಾಗಿರುತ್ತಿದ್ದೆವು.

ಬೆಳ್ಳಂಬೆಳಗ್ಗೆ ಬೆಲ್ಲದ ಕಾಫಿ ಕುಡಿಯುವುದು, ಅರ್ಧ ಡಜನ್ ರೊಟ್ಟಿ ತಿನ್ನುವುದು, ಗುಂಡರಗೋವಿಂಗಳಂತೆ ತುಂಗಭದ್ರಾ ನದಿ, ಮಾವಿನ ಕೊಪ್ಪಲು, ಕುಳಗಟ್ಟೆ ಸರ್ಕಲ್ಲಿನ

ಗದ್ದೆ ಅಂತ ತಿರುಗುವುದು. ರಾತ್ರಿ ಆಯಿತೆಂದರೆ ಸಾಕು. ಹಳ್ಳಿಯಲ್ಲಿದ್ದ ಟೆಂಟಿಗೆ ಪಿಕ್ಚರು ನೋಡಲು ಹೋಗುವುದು.

ಆಗೆಲ್ಲ ಪಿಕ್ಚರು ನೋಡಲು ಹೋಗುವುದು ಎಂದರೆ ಭರ್ಜರಿ ತಯಾರಿ. ತಲೆಗೆ ಮಫ್ಲರು ಸುತ್ತಿಕೊಂಡು, ಮೈ ತುಂಬಾ ಹೊದ್ದುಕೊಂಡು ನಾವು ದಂಡಾಗಿ ಸಿನೆಮಾಗೆ ಹೋಗುವುದು. ದೇವು ಮಾಮ, ಅಣ್ಣಯ್ಯ ಮಾಮ, ಗಣೇಶ ಮಾಮ, ಮೋಹನ ಮಾಮ, ಮಹೇಂದ್ರ, ನಾನು ಹೀಗೆ.

ನಮ್ಮಲ್ಲೆಲ್ಲ ದೇವು ಮಾಮ ಹಾಗೂ ಅಣ್ಣಯ್ಯ ಮಾಮ ಸ್ವಲ್ಪ ದೊಡ್ಡವರು. ನಮಗೆ ಏಳೆಂಟು ವರ್ಷವೆಂದರೆ ಅವರಿಗೆ ಸ್ವಲ್ಪ ಜಾಸ್ತಿ. ಹೀಗಾಗಿ ಅವರಿಬ್ಬರು ನಮ್ಮ ಟೀಮಿನ ನಾಯಕರು. ಲೇಯ್, ಪಿಕ್ಚರು ನೋಡೋಕೇನೋ ಹೋಗ್ತೀವಿ. ಖಾಲಿ ಕೈಲಿ ಹೋಗೋಕಾಗ್ತದೇನ್ರಲೇ, ಪಿಕ್ಚರು ಶುರು ಆಗೋದು ಲೇಟು. ಈಗ ನಾವೊಂದು ಕೆಲ್ಸ ಹೇಳ್ತೀವಿ ಮಾಡಿ ಅನ್ನುತ್ತಿದ್ದರು.

ಶುರುವಿನಲ್ಲಿ ಅವರೇನು ಹೇಳುತ್ತಾರೋ ಅಂತ ಕಾಯುತ್ತಿದ್ದೆವು. ಆದರೆ ಕಾಲ ಕ್ರಮೇಣ ಅವರು ಏನು ಆರ್ಡರು ಮಾಡುತ್ತಾರೆಂದು ಮುಂಚಿತವಾಗಿಯೇ ನಮಗೆ ಗೊತ್ತಿರುತ್ತಿತ್ತು. ಆ ಸಿನೆಮಾ ಟೆಂಟಿನ ಎದುರು ಯಾರೋ ಅರೆಬರೆ ಸೇದಿ ಬಿಸಾಡಿದ ಬೀಡಿಯ ತುಂಡುಗಳು ಬಿದ್ದಿರುತ್ತಿದ್ದವು. ಇಂತಹ ಇಪ್ಪತ್ತು-ಮೂವತ್ತು ಬೀಡಿ ತುಂಡುಗಳನ್ನು ಆರಿಸಿಕೊಂಡು ಬಂದು ಅವರ ಕೈಗಿಡುತ್ತಿದ್ದೆವು. ಅವರು ಧಾರಾಳವಾಗಿ ನಮಗೂ ತಲಾ ಮೂರೋ, ನಾಲ್ಕೋ ಬೀಡಿ ಕೊಟ್ಟು ಹೋಗ್ರಲೇ ಪಿಕ್ಚರು ನೋಡ್ಕಳಿ ಎನ್ನುತ್ತಿದ್ದರು.

ಆ ಟೆಂಟಿನ ಫ್ರಂಟು ಭಾಗದಲ್ಲಿ ಕೂರಲು ಬತ್ತದ ಹೊಟ್ಟಿನ ರಾಶಿ. ಅದನ್ನು ಸಮತಲವಾಗಿ ಹರಡಿಟ್ಟಿರಲಾಗುತ್ತಿತ್ತು. ಅಲ್ಲಿ ಅದೇ ಗಾಂಧಿ ಸೀಟಿದ್ದಂತೆ. ಸ್ವಲ್ಪ ಹಿಂದೆ ಬಾಲ್ಕನಿ. ಅಂದರೆ, ಎರಡು ಕಟ್ಟಿಗೆ ತುಂಡಿನ ಮೇಲೆ ಹಲಗೆ ಇರುತ್ತಿತ್ತು. ಸ್ವಲ್ಪ ದುಡ್ಡು ಜಾಸ್ತಿ ಇದ್ದವರಿಗೆ ಬಾಲ್ಕನಿ. ನಮ್ಮಂತವರದೆಲ್ಲ ಗಾಂಧಿ ಸೀಟು.

ತುಂಬ ಸಲ ದುಡ್ಡೇ ಕೊಡದೆ ಹಾಗೇ ಟೆಂಟಿಗೆ ನುಗ್ಗಿ ಕುಳಿತು ಬಿಡುತ್ತಿದ್ದೆವು. ಆ ಟಾಕೀಸಿಗೆ ನುಗ್ಗುವ ಕಳ್ಳ ಮಾರ್ಗಗಳು ಹೇಗೂ ಗೊತ್ತಿದ್ದುದರಿಂದ ತೊಂದರೆ ಏನಿರಲಿಲ್ಲ. ತೀರಾ ಸಿಕ್ಕುಬಿದ್ದರೆ ಗೇಟ್ ಕೀಪರುಗಳು, ನಿಮಗೇನು ಕೆಲಸ ಇಲ್ಲವೇನ್ರಲೇ, ಮುಚ್ಕಂಡು ಮನೆಯಲ್ಲಿ ಮಲಗೋದು ಬಿಟ್ಟು ಈ ಪಿಕ್ಚರಿನ ಚಟ ಬೇರೆ ನನ್ಮಕ್ಕಳು ಎಂದು ಬೈಯ್ಯುತ್ತಿದ್ದರು.

ಹಳ್ಳಿಯಲ್ಲಿದ್ದ ಎಮ್ಮೆಗಳಂತೆ, ನಮ್ಮದೂ ದಪ್ಪ ಚರ್ಮವಾದ್ದರಿಂದ, ಅವರೇನೇ ಬೈದರೂ ನಾವು ತಲೆ ಕೆಡಿಸಿಕೊಳ್ಳುತ್ತಿರಲಿಲ್ಲ. ಇಂತಹ ಒಂದು ದಿನವೇ ಆ ಟೆಂಟಿನಲ್ಲಿ ಡಾ॥ ರಾಜ್‌ಕುಮಾರ್ ಅಭಿನಯದ 'ಮಯೂರ' ಪಿಕ್ಚರು ಹಾಕಿದ್ದರು. ಅದಾಗಲೇ

ಭಾರೀ ಜನಪ್ರಿಯವಾಗಿದ್ದ ಚಿತ್ರ. ಸರಿ, ನಾವೆಲ್ಲ ಮಾತನಾಡಿಕೊಂಡು ನೋಡಲು ಹೋದೆವು.

ಯಥಾ ಪ್ರಕಾರ, ಟೆಂಟಿನ ಮುಂದೆ ಬಿದ್ದಿದ್ದ ಬೀಡಿಗಳನ್ನು ಆರಿಸಿಕೊಂಡು ನಮ್ಮ ಟೀಮ್ ಲೀಡರುಗಳ ಕೈಯ್ಯಲ್ಲಿಟ್ಟು, ನಮ್ಮ ಕೋಟಾ ಪಡೆದು ಒಳಗೆ ಹೋದೆವು. ಶುರುವಾಯಿತು ಪಿಕ್ಚರು. ಬತ್ತದ ಹೊಟ್ಟಿನ ಮೇಲೆ ಕೂತು, ಬೀಡಿ ಸೇದುತ್ತಾ, ಸೇದುತ್ತಾ ಎಷ್ಟೋ ಹೊತ್ತು ಕಳೆದಿದೆ.

ಮಯೂರನಿಗೆ ತನ್ನ ಜನ್ಮ ರಹಸ್ಯ ತಿಳಿಯುವ ದೃಶ್ಯ. ರಾಜ್‌ಕುಮಾರ್ ಮೊದಲೇ ಪ್ರಚಂಡ ನಟ. ನಾವಿನ್ನೂ ಚಿಕ್ಕವರಿದ್ದುದರಿಂದ ಅವರು ಮಾಡುತ್ತಿದ್ದುದು ನಟನೆ ಎಂಬುದು ತಿಳಿಯುತ್ತಿರಲಿಲ್ಲ. ಅವರ ಅಭಿನಯ ನೋಡುತ್ತಾ, ಅವರು ಚಿತ್ರದಲ್ಲಿ ತನ್ನ ತಾಯಿಯ ಸಮಾಧಿಯ ಮುಂದೆ ಕುಳಿತು ಅಳುತ್ತಿದ್ದರೆ ನನ್ನ ಕಣ್ಣಲ್ಲೂ ನೀರು.

ಹೀಗೆ ತಾಯಿಯ ಸಮಾಧಿಯ ಮುಂದೆ ಕುಳಿತು ದು:ಖಿಸುವ ಮಯೂರ (ರಾಜ್‌ಕುಮಾರ್) ಇದ್ದಕ್ಕಿದ್ದಂತೆ ಮೇಲೆದ್ದು ನಿಂತು ಪಲ್ಲವ ರಾಜ ಶಿವಸ್ಕಂದವರ್ಮನ ವಿರುದ್ಧ ಕಿಡಿ ಕಾರುವ ದೃಶ್ಯ. ಬೀಡಿ ಸೇದುತ್ತಾ, ಅದನ್ನು ನೋಡುತ್ತಾ, ಮೈ ಮರೆತಿದ್ದೇನೆ. ಅಷ್ಟರಲ್ಲೇ ರಪ್ಪಂತ ಬಿತ್ತು ಕೈ.

ತಿರುಗಿ ನೋಡಿದರೆ ನನ್ನಜ್ಜಿ ಗಂಗಮ್ಮ. ನಾನು ಕಕ್ಕಾಬಿಕ್ಕಿ. ಪಿಕ್ಚರಿನಲ್ಲಿ ಶಿವಸ್ಕಂದವರ್ಮನ ರಾಜ ದರ್ಬಾರು ಶುರುವಾಗಬೇಕು. ಅಷ್ಟರಲ್ಲಿ ನಮ್ಮಜ್ಜಿ ನನ್ನ ಕತ್ತಿನ ಪಟ್ಟಿ ಹಿಡಿದಿದ್ದೇ ದರ ದರನೆ ಹೊರಗೆ ಎಳೆತಂದುಬಿಟ್ಟರು. ಏನಲೇ, ಮಲಗುತ್ತೇವೆ ಅಂತ ಸುಳ್ಳು ಹೇಳಿ, ಮಲಗುವ ಜಾಗದಲ್ಲಿ ದಿಂಬುಗಳನ್ನಿಟ್ಟು ಮೇಲೆ ಕಂಬಳಿ ಹೊದಿಸಿ ಇಲ್ಲಿಗೆ ಬಂದಿದ್ದೀರಾ, ಉಳಿದವರೆಲ್ಲ ಎಲ್ಲಿ ಎಂದು ಕೇಳಿದರು.

ತಿರುಗಿ ನೋಡುತ್ತೇನೆ. ದೇವು ಮಾಮನಿಂದ ಹಿಡಿದು ಅಣ್ಣಯ್ಯ ಮಾಮನ ತನಕ, ಮೋಹನ ಮಾಮನಿಂದ ಹಿಡಿದು ಮಹೇಂದ್ರನ ತನಕ ಯಾರೆಂದರೆ ಯಾರೂ ಪತ್ತೆಯಿಲ್ಲ. ಅವರೆಲ್ಲ ಮುಂಚೆಯೇ ಇವರನ್ನು ನೋಡಿ ಜಾಗ ಖಾಲಿ ಮಾಡಿದ್ದಾರೆ. ನಾನು ಬೀಡಿ ಸೇದುತ್ತಾ, ಪಿಕ್ಚರು ನೋಡುತ್ತಾ ಮೈ ಮರೆತು ಸಿಕ್ಕಿ ಬಿದ್ದಿದ್ದೇನೆ.

ನಮ್ಮಜ್ಜಿ ದೂಸರಾ ಮಾತನಾಡಲಿಲ್ಲ. ದರ ದರನೆ ಎಳೆದುಕೊಂಡು ಹೊರಟರು. ಅದಾಗಲೇ ರಾತ್ರಿಯ ಹೊತ್ತು. ದಾರಿಯಲ್ಲಿದ್ದ ಮನೆಗಳ ಕಟ್ಟೆಯ ಮೇಲೆ ಕೂತಿದ್ದವರು, ಅದ್ಯಾಕವ್ವಾ ಗಂಗವ್ವಾ, ಮೊಮ್ಮಗನನ್ನ ಆ ತರ ಎಳಕಂಡು ಬರುತ್ತಿದ್ದೀಯ? ಎಂದು ಕೇಳುತ್ತಿದ್ದರು.

ಕೇಳಿದವರಿಗೆಲ್ಲ ನನ್ನಜ್ಜಿ: ನೋಡ್ರಪ್ಪಾ, ಚೋಟುದ್ದ ಇದಾನೆ. ಬೀಡಿ ಸೇದ್ತಾ ಟೆಂಟ್ನಾಗೆ ಕುಂತಿದ್ದಾನೆ ಎನ್ನುತ್ತಿದ್ದರು. ಅದನ್ನು ಕೇಳಿದ್ದೇ ತಡ, ಹಲವರು ಎದ್ದು ಬಂದವರೇ ನನ್ನ ಕಪಾಳ ಚೆದುರಿ ಹೋಗುವಂತೆ ಬಾರಿಸುತ್ತಿದ್ದರು. ಅಯ್ಯೋ, ನಿನ್ನ

ಲೇಯ್, ಈಗಲೇ ಬೀಡಿ ಸೇದ್ತೀ ಅಂದರೆ ಮಂತ್ಯಾನಕ್ಕೆ(ಮನೆತನಕ್ಕೆ) ಒಳ್ಳೆ ಹೆಸರು ತರ್ತೀಯ ಬಿಡು ಎನ್ನುತ್ತಿದ್ದರು. ಹೀಗೆ ಒಬ್ಬರಲ್ಲ, ಇಬ್ಬರಲ್ಲ, ಹಲವರು ಹೊಡೆದು ಹೊಡೆದು ನಾನು, ಬಲವಂತವಾಗಿ ನೀರು ಕುಡಿದ ಕೋಳಿಯಂತಾಗಿ ಹೋಗಿದ್ದೆ.

ಇನ್ನೇನು ಮನೆ ಸೇರಬೇಕು. ಆಗ ನಾನು, ಅಜ್ಜಿ, ಇನ್ನು ಮೇಲೆ ಇಂತಹ ಕೆಲಸ ಮಾಡುವುದಿಲ್ಲ. ಬಿಟ್ಟು ಬಿಡಜ್ಜಿ ಎಂದು ಕೇಳಿಕೊಂಡೆ. ಅದಕ್ಕವರು, ಅಲ್ಲಲೇ, ಹೋಗಿ ಹೋಗಿ ಆ ದೇವರಂತ ರಾಜ್‌ಕುಮಾರ್ ಪಿಕ್ಚರು ನೋಡ್ತೀಯ. ಅದನ್ನು ನೋಡಿ ಬುದ್ದಿ ಕಲೀಬೇಕು ಕಣಲೇ. ಪಿಕ್ಚರು ನೋಡಿ ಮನೆಗೆ ಬಂದು ಮಲಗಿ, ಬಿಕನಾಸಿ ತರ ತಿರುಗುವುದಲ್ಲ ಎಂದರು.

ಆ ಕ್ಷಣದಲ್ಲೇ ನನಗೆ, ಅರೇ ಹೌದಲ್ಲ ಅನಿಸಿತು. ಪಿಕ್ಚರು ನೋಡುವುದು ಬರೀ ಮಜಕ್ಕಾಗಿ ಮಾತ್ರವಲ್ಲ. ಒಳ್ಳೆಯ ಬುದ್ಧಿ ಕಲಿಯಲು ಎಂಬುದನ್ನು ಆಕೆ ತನ್ನ ಹಳ್ಳಿ ಭಾಷೆಯಲ್ಲಿ ಬಹಳ ಸಮರ್ಪಕವಾಗಿ ಹೇಳಿದ್ದರು. ರಾಜ್‌ಕುಮಾರ್ ಪಿಕ್ಚರು ನೋಡುವವನು, ಬೀಡಿ ಸೇದುವುದು ಎಂದರೇನು.

ಅವತ್ತಿನಿಂದ ನನ್ನ ಬೀಡಿಯ ಹವ್ಯಾಸವೇ ನಿಂತು ಹೋಯಿತು. ಆಮೇಲೆ ಯಾವತ್ತೂ ಅದರ ಸಹವಾಸಕ್ಕೂ ಹೋಗಲಿಲ್ಲ. ಲೇ, ಹೋಗಲೇ, ಏನು ಬೀಡಿ ಕುಡಿದ ಕೂಡಲೇ ನಾಸ ಆಗಿ ಹೋಗಲ್ಲ. ತಗಂಬಾರಲೇ ಎಂದು ದೇವು ಮಾಮ, ಅಣ್ಣಯ್ಯ ಮಾಮ ಹೇಳಿದರೆ ಬೀಡಿ ತಂದು ಕೊಡುತ್ತಿದ್ದೆ. ಆದರೆ ಸೇದುವ ಗೊಡವೆಗೆ ಹೋಗುತ್ತಲೇ ಇರಲಿಲ್ಲ.

ಮುಂದೆ ದೇವು ಮಾಮನಿಂದ ಹಿಡಿದು, ಅಣ್ಣಯ್ಯ ಮಾಮನ ತನಕ ಯಾರೂ ಬೀಡಿ, ಸಿಗರೇಟಿನ ಗೊಡವೆಗೆ ಹೋಗಲಿಲ್ಲ ಎನ್ನಿ. ಬದುಕಿನ ಯಾವುದೋ ಕಾಲಘಟ್ಟದಲ್ಲಿ ಅವರೆಲ್ಲ ಅದರಿಂದ ದೂರವಾಗಿ ಬಿಟ್ಟರು. ಇವತ್ತೇಕೋ ಆ ಘಟನೆ ನೆನಪಾಯಿತು. ಹೀಗೆ ನಮ್ಮಂತವರು ರಾಜ್‌ಕುಮಾರ್ ಅವರನ್ನು ಯಾಕೆ ಆ ಪರಿ ಪ್ರೀತಿಸುತ್ತೇವೆ, ಗೌರವಿಸುತ್ತೇವೆ, ಎಂಬುದಕ್ಕೆ ಹಲ ಉದಾಹರಣೆಗಳನ್ನು ಕೊಡಬಹುದು.

ಆದರೆ ನಾನು ಮಾತ್ರ ನಿಶ್ಚಿತವಾಗಿ ಹೇಳುತ್ತೇನೆ. ನಾನು ಬೀಡಿ ಸೇದದಂತೆ ತಡೆದವರು ನನ್ನಜ್ಜಿ ಮತ್ತು ಪರೋಕ್ಷವಾಗಿ ರಾಜ್‌ಕುಮಾರ್.

ಹೀಗಾಗಿ ಮಯೂರ ಪಿಕ್ಚರಿನ ಆ ದೃಶ್ಯವನ್ನು ನಾನು ಮೇಲಿಂದ ಮೇಲೆ ನೋಡುತ್ತಲೇ ಇರುತ್ತೇನೆ. ಇವತ್ತಿಗೂ ಆ ನಟನೆಯನ್ನು ನೋಡಿ ಪುಳಕಿತಗೊಳ್ಳುತ್ತೇನೆ. ಒಳ್ಳೆಯ ನಟನೆಗಾಗಿ ಹಲವರು ನನ್ನ ಮನಸ್ಸಿನಲ್ಲಿ ಜಾಗ ಗಿಟ್ಟಿಸಿರಬಹುದು. ಆದರೆ ರಾಜ್ ಕುಮಾರ್ ಜಾಗವನ್ನು ಯಾರಾದರೂ ನನ್ನ ಮನಸ್ಸಿನಲ್ಲಿ ತುಂಬುತ್ತಾರಾ, ಹಾಗನ್ನಿಸುತ್ತಿಲ್ಲ. ನೀವೂ ಒಂದು ಸಲ ರಾಜ್‌ಕುಮಾರ್ ನಟನೆಯ ಆ ದೃಶ್ಯ ನೋಡಿ. ನಿಮಗೂ ಹಾಗನ್ನಿಸದಿದ್ದರೆ ಕೇಳಿ.

ಅಧರ್ಮದ ವಿರುದ್ಧ
ಅಧರ್ಮದ ಮಾರ್ಗ
ಹಿಡಿದರೆ ಧರ್ಮ
ಸ್ಥಾಪನೆಯಾಗುತ್ತದೆ
ಎಂದು ಕೃಷ್ಣ ನೇರವಾಗಿ
ಹೇಳಿದ್ದರೆ ಪಾಂಡವರು
ಒಪ್ಪುತ್ತಿರಲಿಲ್ಲ.

23

ಅಧರ್ಮವನ್ನು ಅಧರ್ಮದಿಂದಲೇ ಗೆಲ್ಲಿ ನಿಶ್ಚಿತವಾಗಿ ಧರ್ಮ ಸ್ಥಾಪನೆಯಾಗುತ್ತದೆ

ಮೊನ್ನೆ ಹಳೆಯ ದಾಖಲೆಗಳನ್ನು ಕೆದಕುತ್ತಾ ಕುಳಿತಿದ್ದಾಗ ಇದ್ದಕ್ಕಿದ್ದಂತೆ ಜೆ.ಹೆಚ್.ಪಟೇಲರ ನೆನಪು ಬಂತು.

ಬಹಳ ಅದ್ಭುತ ನಾಯಕ. ಅವರು ಮುಖ್ಯಮಂತ್ರಿಯಾಗಿದ್ದ ಸಂದರ್ಭದಲ್ಲಿ ನಾವು ಗೆಳೆಯರು ಮೇಲಿಂದ ಮೇಲೆ ಅವರ ಮನೆಗೆ ಹೋಗುತ್ತಿದ್ದೆವು. ಪುರುಸೊತ್ತಿದ್ದರೆ ಪಟೇಲರು ಕೂಡಾ ನಿರುಮ್ಮಳವಾಗಿ ನಮ್ಮೊಂದಿಗೆ ಮಾತಿಗೆ ಕೂರುತ್ತಿದ್ದರು.

ಆಗವರು ಇದ್ದುದು ಹೈಗ್ರೌಂಡ್ಸ್‌ನ ಕಾವೇರಿ ಬಂಗಲೆಯಲ್ಲಿ. ಆ ಬಂಗಲೆಯ ಒಳಹೊಕ್ಕು ಪಡಸಾಲೆಯನ್ನು ದಾಟಿದ ಕೂಡಲೇ ಎಡಗಡೆ ಅವರ ವಿಸಿಟರ್ಸ್ ಚೇಂಬರ್. ಹೆಚ್ಚು ಕಡಿಮೆ ಹದಿನೈದು ಬೈ ಇಪ್ಪತ್ತು ಅಡಿ ಅಳತೆಯ ರೂಮು.

ಹೀಗೇ ಒಮ್ಮೆ ಆ ರೂಮಿನಲ್ಲಿ ಮಾತನಾಡುತ್ತಾ ಕುಳಿತಿದ್ದಾಗ ಪಟೇಲರು ಇದ್ದಕ್ಕಿದ್ದಂತೆ, ಹೇಳಿದರು: ನೋಡಿ, ಎಷ್ಟೇ ದೊಡ್ಡ ವ್ಯಕ್ತಿಯಾಗಿರಲಿ. ಒಂದು ವಿಷಯ ಹೇಳುತ್ತಾರೆ ಎಂದ ಕೂಡಲೇ ತಕ್ಷಣ ಎಲ್ಲವನ್ನೂ ಒಪ್ಪಿಕೊಂಡು ಬಿಡಬೇಡಿ. ಅವರು ಸರಿಯೇ ಹೇಳಿದ್ದರೂ ನೀವೊಮ್ಮೆ ಪರೀಕ್ಷಿಸಿ ನೋಡಿ. ನಾನು ಒಂದೊಂದು ಸಲ ಒಬ್ಬನೇ ಕುಳಿತಾಗ ಗಾಂಧಿಯವರ ಅಹಿಂಸೆಯ ಮಂತ್ರದ ಕುರಿತು ಯೋಚಿಸುತ್ತೇನೆ.

ಬಹುಶ: ಗಾಂಧಿಯವರ ಮನಸ್ಸಿನಲ್ಲೂ ಒಂದೊಂದು ಸಲ ಸುಭಾಷ್‌ಚಂದ್ರ ಭೋಸರ ತರ, ಹಿಂಸೆಗೆ ಪ್ರತಿ ಹಿಂಸೆಯ ಮೂಲಕ ಸ್ವಾತಂತ್ರ್ಯ ಪಡೆಯುವ ಯೋಚನೆ ಬಂದಿರಬಹುದು. ಆದರೆ ಅದು ಕಾರ್ಯಗತವಾಗದ ಯೋಜನೆ ಅನ್ನಿಸಿ, ತಮ್ಮ ಯೋಚನೆಯಿಂದ ಹಿಂದೆ ಸರಿದು ಅಹಿಂಸೆಯ ಮಾರ್ಗಕ್ಕೆ ಅಂಟಿಕೊಂಡಿರಲೂಬಹುದು ಅನ್ನಿಸುತ್ತದೆ. ಹಾಗಂತ ಹೀಗೇ ಆಗಿದೆ ಎಂದು ನಾನು ಹೇಳಲಾರೆ. ಆದರೆ ಪ್ರತಿಯೊಂದನ್ನೂ ಪರೀಕ್ಷಿಸಿ ನೋಡುವುದು ನನ್ನ ಗುಣ. ಹೀಗಾಗಿ ಆ ಮಾತು ಹೇಳಿದೆ ಎಂದರು.

ಪಟೇಲರ ಮಾತು ಕೇಳಿ ಸುದ್ದಿಗೆ ಅಂತ ಬಂದಿದ್ದ ನಾವು ಗೆಳೆಯರು ಮೈ ಮರೆತು ಆಸಕ್ತಿಯಿಂದ ಕೇಳತೊಡಗಿದೆವು. ಚರ್ಚೆಯೆಂಬ ಮಥನವೇ ಹಾಗೆ. ಅಮೃತ ಹಾಗೂ ವಿಷ ಎರಡನ್ನೂ ಹುಟ್ಟು ಹಾಕುತ್ತದೆ. ಯಾವುದನ್ನು ದಕ್ಕಿಸಿಕೊಳ್ಳಬೇಕೋ ಅದು ನಿಮಗೆ ಸಂಬಂಧಿಸಿದ್ದು.

ಅವತ್ತು ಪಟೇಲರು ಈ ತರದ ಮಥನಕ್ಕೆ ಸಜ್ಜಾಗುತ್ತಿದ್ದಂತೆಯೇ ನನಗೆ, ಅಹಿಂಸೆಯ ಮೂಲಕ ಭಾರತಕ್ಕೆ ಸ್ವಾತಂತ್ರ್ಯ ತಂದುಕೊಟ್ಟ ಗಾಂಧಿಯ ಮನಸ್ಸಿನಲ್ಲೂ ಹಿಂಸೆಯ ಆಕಾಂಕ್ಷೆ ಇರಲು ಸಾಧ್ಯವೇ, ಅನ್ನಿಸತೊಡಗಿತು.

ಪಟೇಲರು ತಮ್ಮಲ್ಲೇ ಮಾತನಾಡಿಕೊಳ್ಳುವಂತೆ ಹೇಳುತ್ತಾ ಹೋದರು. ನಿಮಗೆ ಇದೊಂಥರಾ ಜೋಕು ಅನ್ನಿಸಬಹುದು. ಆದರೆ ಗಾಂಧಿಗೆ ದೇಶದ ಇತಿಹಾಸ, ಅದರಲ್ಲೂ ಕಳೆದ ಎರಡು, ಎರಡೂವರೆ ಸಾವಿರ ವರ್ಷಗಳ ಇತಿಹಾಸ ಚೆನ್ನಾಗಿ ಗೊತ್ತಿತ್ತು. ನಾವು ಅಧರ್ಮವನ್ನು ಧರ್ಮದಿಂದ ಎದುರಿಸಿದವರು. ಹೀಗಾಗಿ ನಮ್ಮ ಮೇಲೆ ದಂಡೆತ್ತಿ ಬಂದ ದಾಳಿಕೋರರೆಲ್ಲ ಯಶಸ್ವಿಯಾಗಿ ನಮ್ಮನ್ನು ಆಳಿದರು ಅನ್ನುವುದರ ಅರಿವಿತ್ತು.

ನಿಮಗೆ ಸಿಂಪಲ್ಲಾಗಿ ಒಂದು ಮ್ಯಾಥಮ್ಯಾಟಿಕ್ಸ್ ಹೇಳುತ್ತೇನೆ. ಅಧರ್ಮವನ್ನು ಮೈನಸ್ ಅಂತ ತಿಳಿದುಕೊಳ್ಳಿ, ಧರ್ಮವನ್ನು ಪ್ಲಸ್ ಅಂತ ತಿಳಿದುಕೊಳ್ಳಿ, ನೀವು ಪ್ಲಸ್ ಇಂಟು ಮೈನಸ್ ಮಾಡಿದರೆ ಫೈನಲಿ ಬರುವ ಫಲಿತಾಂಶ ಮೈನಸ್.

ಆದರೆ ಅದೇ ಮೈನಸ್ ಇಂಟು ಮೈನಸ್ ಮಾಡಿ. ನಿಮಗೆ ಸಿಗುವ ಉತ್ತರ ಪ್ಲಸ್. ಅದರರ್ಥ, ಅಧರ್ಮವನ್ನು ಅಧರ್ಮದಿಂದ ಎದುರಿಸಿದರೆ ಧರ್ಮ

ಸ್ಥಾಪನೆಯಾಗುತ್ತದೆ. ಅಂದ ಹಾಗೆ ನಾವು ಅಧರ್ಮವನ್ನು ಅಧರ್ಮದಿಂದ ಎದುರಿಸಿದ್ದು ಕೆಲವೇ ಸಲ. ಉದಾಹರಣೆಗೆ ಭಗವದ್ಗೀತೆ ತೆಗೆದುಕೊಳ್ಳಿ. ಇದರ ಬಗ್ಗೆ ನಮಗೆ ಏನೇ ಭಿನ್ನಾಭಿಪ್ರಾಯ ಇರಬಹುದು. ಆದರೆ ಅದನ್ನೆಲ್ಲ ಬದಿಗಿಟ್ಟು ಅದರಲ್ಲಿರುವ ಗುಣಾತ್ಮಕ ಅಂಶಗಳನ್ನು ಸ್ವೀಕರಿಸಿ. ಪಾಂಡವರಿಗೆ ಕನಿಷ್ಠ ಐದು ಗ್ರಾಮಗಳನ್ನು ಬಿಟ್ಟು ಕೊಡುವುದಿಲ್ಲ ಎಂದು ದುರ್ಯೋಧನ ಹೇಳಿದ ಕಾರಣಕ್ಕಾಗಿ ಕುರುಕ್ಷೇತ್ರದಲ್ಲಿ ಯುದ್ಧವಾಯಿತು ತಾನೇ.

ಅದು ಅಧರ್ಮದ ವಿರುದ್ಧ ನಡೆದ ಧರ್ಮಯುದ್ಧ ಅನ್ನುವವರಿರಬಹುದು. ಹಾಗನ್ನುವುದನ್ನು ಒಪ್ಪುವುದಾದರೆ ತಮಗೆ ವಿದ್ಯೆ ಕಲಿಸಿಕೊಟ್ಟ ದ್ರೋಣರನ್ನು ಕೊಲ್ಲುವ ಪಾಂಡವರದು ಅಧರ್ಮವಲ್ಲವೇ, ಭೀಷ್ಮನನ್ನು ಕೊಂದದ್ದು ಅಧರ್ಮವಲ್ಲವೇ, ಅವರ ಸಾವು ಧರ್ಮ ಅಂತ ನೀವು ಹೇಳುತ್ತೀರಾ..

ಹಾಗೆ ಕೇಳಿದ ಪಟೇಲರು ಮೌನವಾಗಿ ನಮ್ಮ ಮುಖ ನೋಡಿದರು. ಇಲ್ಲ ಸಾರ್ ಅಂತ ನಾವು ಒಟ್ಟಿಗೇ ಹೇಳಿದೆವು. ಅದನ್ನು ಕೇಳಿದ್ದೇ ಪಟೇಲರು ಒಂದು ಸಲ ನಕ್ಕರು.

ಅವರ ಮಾತು ಮುಂದುವರಿಯಿತು. ರಾಜ್ಯಕ್ಕಾಗಿ ನಾವು ನಮ್ಮವರನ್ನು ಕೊಲ್ಲುವುದು ಅಧರ್ಮ ಅಂತ ಅರ್ಜುನನಿಗೆ ಗೊತ್ತಿತ್ತು. ಧರ್ಮರಾಯನಿಗೂ ಗೊತ್ತಿತ್ತು. ಆದರೆ ಒಬ್ಬ ಕೃಷ್ಣ ಇದ್ದ ನೋಡಿ. ಆತ ಮಾತ್ರ, ಕೌರವರ ವಿರುದ್ಧ ನೀವು ಮಾಡುತ್ತಿರುವ ಯುದ್ಧ ಧರ್ಮ ಸಮ್ಮತ ಅಂತ ವಾದಿಸಿದ. ವಾದಿಸಿ ಯುದ್ಧ ಮಾಡಿಸುವುದರಲ್ಲಿ ಸಫಲನಾದ.

ಹೀಗೆ ಅಧರ್ಮದ ವಿರುದ್ಧ ಅಧರ್ಮದ ಮಾರ್ಗ ಹಿಡಿದರೆ ಧರ್ಮ ಸ್ಥಾಪನೆಯಾಗುತ್ತದೆ ಎಂದು ಕೃಷ್ಣ ನೇರವಾಗಿ ಹೇಳಿದ್ದರೆ ಪಾಂಡವರು ಒಪ್ಪುತ್ತಿರಲಿಲ್ಲ. ಹೀಗಾಗಿ ಅಧರ್ಮಕ್ಕೇ ಧರ್ಮದ ಲೇಪ ಹಚ್ಚಿ ಯುದ್ಧ ಮಾಡಲು ಒಪ್ಪಿಸಿದ.

ಅವನಿಗೆ ಗೊತ್ತಿತ್ತು. ಮೈನಸ್ ಅನ್ನು ಪ್ಲಸ್‌ನಿಂದ ಎದುರಿಸಲು ಹೋದರೆ ಫೈನಲ್ ರಿಸಲ್ಟು ಮೈನಸ್ಸೇ ಆಗುತ್ತದೆ ಅಂತ. ಹೀಗಾಗಿ ಮೈನಸ್ ಇಂಟು ಮೈನಸ್ ಸೂತ್ರವನ್ನು ಬಳಸಿ ಫೈನಲ್ ರಿಸಲ್ಟು ಪ್ಲಸ್ ಆಗುವಂತೆ ಮಾಡಿದ. ಇದರಲ್ಲಿ ಒಂದು ವಿಷಯ ನಮಗೆ ಅರ್ಥವಾಗಬೇಕು. ಧರ್ಮಕ್ಕೆ ಒಳ್ಳೆಯತನದ ವಿಷಯದಲ್ಲಿ ಎಲ್ಲೆ ಮೀರಿ ಹೋಗಲು ಹೇಗೆ ದಾರಿ ಇರುತ್ತದೋ, ಅದಕ್ಕಿಂತ ತೀವ್ರವಾಗಿ ಕೆಟ್ಟತನದ ಎಲ್ಲೆ ಮೀರಿ ಹೋಗಲು ಅಧರ್ಮಕ್ಕೆ ಸಾಧ್ಯವಿರುತ್ತದೆ. ಇದು ಕೃಷ್ಣನಿಗೆ ಗೊತ್ತಿತ್ತು.

ಇತಿಹಾಸದಲ್ಲಿ ನಾವು ಈ ಸೂತ್ರ ಬಳಸಿದ್ದು ಕಡಿಮೆ. ಎಲ್ಲೋ ಅಪರೂಪಕ್ಕೆ ಚಾಣಕ್ಯನಂತವರು ಬಂದಿರಬಹುದು. ಉಳಿದಂತೆ ಉದಾಹರಣೆಗೆ ಮಹಮ್ಮದ್ ಘೋರಿಯನ್ನೇ ತೆಗೆದುಕೊಳ್ಳಿ. ಅವನ ಮೇಲೆ ಯುದ್ಧ ಮಾಡಿ ಸೋಲಿಸಿದ ಮೇಲೆ

ಆತನನ್ನು ನಮ್ಮವರು ಯಾಕೆ ಕ್ಷಮಿಸಿ ಜೀವ ಸಹಿತ ಬಿಟ್ಟರು, ಅರ್ಥಾತ್ ಮೈನಸ್ ವಿರುದ್ಧ ಪ್ಲಸ್ ನಿಲ್ಲುವಂತೆ ಮಾಡಿದರೆ ಧರ್ಮ ಸ್ಥಾಪನೆಯಾಗುತ್ತದೆ ಎಂಬುದು ಇವರ ರಾಜ ನೀತಿಯಾಗಿತ್ತು. ಆದರೆ ಹೀಗೆ ಕ್ಷಮೆ ಪಡೆದುಕೊಂಡು ಹೋದ ಘೋರಿಯೇ ಮುಂದೆ ಶಕ್ತಿ ಸಂಚಯನ ಮಾಡಿಕೊಂಡು ಬಂದು ನಮ್ಮವರನ್ನು ಹೊಡೆದು ಹಾಕಿದ. ಅಲ್ಲಿಗೆ ಪ್ಲಸ್ ಅನ್ನು ಮೈನಸ್ ನುಂಗಿ ಹಾಕಿತು. ಭಾರತದ ಇತಿಹಾಸವೇ ಬದಲಾಗಿ ಹೋಯಿತು.

ಭಾರತದ ಇತಿಹಾಸವನ್ನು ನೋಡುತ್ತಾ ಹೋದರೆ ನಿಮಗೆ ಶ್ರೀಕೃಷ್ಣನಂತೆ ಮೈನಸ್ ಇಂಟು ಮೈನಸ್ ಪ್ಲಸ್ ಆಗುತ್ತದೆ ಎಂಬುದನ್ನು ನಮ್ಮ ರಾಜರಿಗೆ, ಜನರಿಗೆ ವಿವರಿಸಿದವರು ಕಡಿಮೆ. ಹೀಗಾಗಿ ನಾವು ಸದಾ ಕಾಲ ಮೈನಸ್ ಇಂಟು ಪ್ಲಸ್ ಸೂತ್ರದ ಮೂಲಕ ಗೆಲುವು ಸಾಧಿಸಲು ಬಯಸುತ್ತೇವೆ. ಅದರ ಬದಲು ಮೈನಸ್ ಇಂಟು ಮೈನಸ್ ಸೂತ್ರವನ್ನು ಬಳಸಿದರೆ ಇಸಿಕ್ವಲ್ಟು ಪ್ಲಸ್ ಆಗುತ್ತದೆ ಎಂದು ಯೋಚಿಸುವುದೇ ಇಲ್ಲ. ಹೀಗಾಗಿ ಜಗತ್ತಿನಲ್ಲಿ ಅತ್ಯಂತ ಧರ್ಮ ಸಂಕಟವನ್ನು ಎದುರಿಸುವುದು ಭಾರತೀಯರೇ.

ಅಂದರೆ ಭಾರತೀಯರ ಈ ಮೆಂಟ್ಯಾಲಿಟಿ ಗಾಂಧಿಗೆ ಗೊತ್ತಿತ್ತು. ಯಾಕೆಂದರೆ ದಕ್ಷಿಣ ಆಫ್ರಿಕಾದಿಂದ ಭಾರತಕ್ಕೆ ಬಂದವರು, ಬ್ರಿಟಿಷರ ವಿರುದ್ಧ ಹೋರಾಡುವ ಮೊದಲು ಇಡೀ ಭಾರತವನ್ನು ಸುತ್ತಿದರು. ಅದರ ಅಂತಃಸತ್ವವನ್ನು ಅರಿತರು, ಹೀಗಾಗಿಯೇ ಮೈನಸ್ ಇಂಟು ಮೈನಸ್ ಇಸಿಕ್ವಲ್ಟು ಪ್ಲಸ್ ಆಗುತ್ತದೆ ಎಂಬ ಸೂತ್ರದ ಗೊಡವೆಗೆ ಹೋಗದೆ, ಪ್ಲಸ್‌ನಿಂದಲೇ ಮೈನಸ್ ಅನ್ನು ಎದುರಿಸಿದರು. ಅಂದರೆ ಬ್ರಿಟಿಷರನ್ನು ಧರ್ಮದ ಮೂಲಕವೇ ಎದುರಿಸಿದರು. ಅಸಹಾಯಕರಿಗೆ ಅದು ಅನಿವಾರ್ಯ ಕೂಡಾ.

ಇದೇ ಕಾರಣಕ್ಕಾಗಿ ನಾವು ಕೋಟ್ಯಾಂತರ ಜನರಿದ್ದರೂ, ಕೆಲವೇ ಲಕ್ಷದಷ್ಟಿದ್ದ ಬ್ರಿಟಿಷರ ವಿರುದ್ಧ ಹೋರಾಡಿ ಸ್ವಾತಂತ್ರ್ಯ ಪಡೆಯಲು ನೂರಾರು ವರ್ಷ ಕಾಯಬೇಕಾಯಿತು. ಅಪಾರ ಪ್ರಮಾಣದ ಜೀವಹಾನಿಗೆ ದಾರಿ ಮಾಡಿಕೊಡ ಬೇಕಾಯಿತು. ಧರ್ಮದಿಂದ ಅಧರ್ಮವನ್ನು ಎದುರಿಸಲು ಹೋದರೆ ಫಲಿತಾಂಶ ವ್ಯತಿರಿಕ್ತವಾಗುತ್ತದೆ. ಇಲ್ಲವೇ ನಮಗೆ ಬೇಕಾದ ಫಲಿತಾಂಶ ಸಿಗಲು ವಿಪರೀತ ವಿಳಂಬವಾಗುತ್ತದೆ.

ಅಂದ ಹಾಗೆ ನಾನು ಇಲ್ಲಿ ಮನುಷ್ಯ ನಿರ್ಮಿತ ಧರ್ಮಗಳ ಕುರಿತು ಮಾತನಾಡುತ್ತಿಲ್ಲ. ಮಾನವೀಯ ಧರ್ಮದ ಕುರಿತು ಹೇಳುತ್ತಿದ್ದೇನೆ. ಹೀಗೆ ಹೇಳುವುದನ್ನೆಲ್ಲ ಹೇಳಿ ಪಟೇಲರು ನಮ್ಮ ಮುಖ ನೋಡಿದರು. ಅದುವರೆಗೆ ನಾವು ಯೋಚಿಸಿಯೇ ಇರದಿದ್ದ ವಿಷಯ ಅದು. ಗಣಿತದ ಕೆಲ ಸೂತ್ರಗಳ ಮೂಲಕ

ಪಟೇಲರು ಅವತ್ತು, ಗಾಂಧಿ ಅಹಿಂಸೆಗೆ ಅಂಟಿಕೊಳ್ಳಬೇಕಾದ ಅನಿವಾರ್ಯತೆಯ ಕುರಿತು ಮಾತನಾಡಿದ ರೀತಿ ಬೆಕ್ಕಸ ಬೆರಗಾಗುವಂತೆ ಮಾಡಿತ್ತು.

ಅಂದ ಹಾಗೆ ಅವತ್ತು ಅವರು ಹೇಳಿದ್ದನ್ನೆಲ್ಲ ಸಾರಾಸಗಟಾಗಿ ಒಪ್ಪಬೇಕೆಂದಲ್ಲ, ಆದರೆ ಯಾವುದೇ ವಿಷಯವಿರಲಿ, ಅದನ್ನು ಬೇರೆ ಬೇರೆ ನೆಲೆಗಳಲ್ಲಿ ಯೋಚಿಸಬೇಕು ಎಂಬುದನ್ನು ಪಟೇಲರು ನಮಗೆ ಬಹಳ ಮಾರ್ಮಿಕವಾಗಿ ವಿವರಿಸಿದ್ದರು.

ಹೀಗಾಗಿ ನಾವು ಮಾತೇ ಆಡದೆ ಮೂಕರಾಗಿದ್ದೆವು. ನಮ್ಮ ಮುಖ ನೋಡಿದ ಪಟೇಲರು, ಬನ್ನಿ, ತಿಂಡಿ ತಿನ್ನೋಣ. ಮಾತಿಗೆ ಅಂತ ಬಂದರೆ ಪಟೇಲ ಏನೋ ಹೇಳಿದ ಅಂತ ಬರೆಯಬೇಡಿ. ಆದರೆ ಯಾವುದೇ ವಿಷಯ ಬಂದಾಗ ಅದರ ಎಲ್ಲಾ ಮಗ್ಗಲುಗಳ ಕುರಿತು ಯೋಚಿಸಿ. ಹಾಗೆ ಯೋಚನೆ ಮಾಡದೆ ಒಪ್ಪಿಕೊಳ್ಳುವುದು ತಪ್ಪು. ಅದಕ್ಕಾಗಿ ಇದನ್ನೆಲ್ಲ ನಿಮಗೆ ಹೇಳಿದೆ ಎಂದರು.

24

ಅಯ್ಯೋ ಹುಚ್ಚಾ, ಹೂವಿಗೆ,
ಎಲೆಗೆ ನೀರು ಹಾಕಿ ಜೋಪಾನ
ಮಾಡಬೇಡ. ಬದಲಿಗೆ ಅದರ
ಬೇರಿಗೆ ನೀರು ಹಾಕಿ ತಂಪು
ಮಾಡು.ಅದು ಸಾಂತ್ವನಗೊಂಡರೆ
ತಾನೇ ಎಲೆ ಚಿಗುರುವುದು?
ಹೂವು ಅರಳುವುದು?

ಹನುಮಂತಸ್ವಾಮಿಗೆ ನಮಸ್ಕಾರ ಮಾಡಿ ಗದೆಯ ಭಾರ ಮಾತ್ರ ಹೊರಬೇಡಿ

ಮೊನ್ನೆ ಇದ್ದಕ್ಕಿದ್ದಂತೆ ಆ ದೇವಸ್ಥಾನ ನೆನಪಿಗೆ ಬಂತು. ಅದು ಪತ್ತಿಗೊಂಡ ಪ್ರಾಣದೇವರು ಹನುಮಂತಸ್ವಾಮಿ ದೇವಸ್ಥಾನ.

ಯಲಹಂಕದಿಂದ ಮುಂದೆ, ಆವಲಹಳ್ಳಿಯ ಸಮೀಪದ ಈ ಹನುಮಂತಸ್ವಾಮಿ ದೇವಸ್ಥಾನಕ್ಕೆ 2007ರಲ್ಲಿ ನಾನು, ಮೋಹನಣ್ಣ(ನಂಜನಗೂಡು ಮೋಹನ್ ಕುಮಾರ್) ಹೋಗಿದ್ದೆವು. ಅಂದ ಹಾಗೆ ಒಂದರ್ಥದಲ್ಲಿ ಮೋಹನಣ್ಣ, ನನ್ನಂತವರಿಗೆ ಕೇವಲ ಫ್ರೆಂಡ್ ಮಾತ್ರವಲ್ಲ, ಫಿಲಾಸಫರ್, ಗೈಡ್ ಕೂಡಾ.

ಅವತ್ತಿನ ದಿನಗಳಲ್ಲಿ ಆವಲಹಳ್ಳಿಯ ಹನುಮಂತಸ್ವಾಮಿ ದೇವಸ್ಥಾನದ ಅಕ್ಕ ಪಕ್ಕ ಜನ ಬಹಳ ವಿರಳ. 2007ರಲ್ಲಿ ನನಗೆ ಮಂತ್ರಾಲಯದ ಶ್ರೀ ರಾಘವೇಂದ್ರ ಅನುಗ್ರಹ ಪ್ರಶಸ್ತಿ ಸಿಕ್ಕಿತ್ತು. ಹೀಗಾಗಿ ನಾನು, ಮೋಹನಣ್ಣ ರಾತ್ರಿ ಕಾರಿನಲ್ಲಿ ಮಂತ್ರಾಲಯಕ್ಕೆ ಹೊರಟಿದ್ದೆವು. ಈ ಟೈಮಿನಲ್ಲಿ ಊಟ ಮಾಡಬೇಕಲ್ಲ, ಆಗ ಕಂಡಿದ್ದೇ ಹನುಮಂತಸ್ವಾಮಿಯ ದೇವಸ್ಥಾನ. ಅಣ್ಣ, ಹೇಗಿದ್ದರೂ ಹನುಮಂತಸ್ವಾಮಿಯ ಸನ್ನಿಧಿ. ಇಲ್ಲೇ ಒಂದು ತುತ್ತು ಊಟ ಮಾಡಿಕೊಂಡು ಹೋಗಿಬಿಡೋಣ ಎಂದರು ಮೋಹನಣ್ಣ.

ಹೀಗೆ ಪರಸ್ಪರರನ್ನು ನಾವು ಯಾವತ್ತೂ ಅಣ್ಣ ಅಂತ ಸಂಬೋಧಿಸಿಕೊಳ್ಳುವುದು ರೂಢಿ. ಸರಿ, ಹನುಮಂತಸ್ವಾಮಿ ದೇವಸ್ಥಾನದ ಹತ್ತಿರ ಇಳಿದೆವು. ಇಳಿದ ತಕ್ಷಣ ಸ್ವಾಮಿಗೊಂದು ಸಾಷ್ಟಾಂಗ ಹೊಡೆಯದೆ ಊಟ ಮಾಡುವುದು ಹೇಗೆ, ಹೀಗಾಗಿ ಇಬ್ಬರೂ ಒಳಗೆ ಹೋಗಿ ದೇವರಿಗೆ ನಮಸ್ಕರಿಸಿ ಹೊರಬಂದೆವು. ಹೊರಗೆ ಊಟ ಮಾಡಲು ಪ್ರಶಸ್ತವಾದ ಜಾಗ. ಸುತ್ತ ಮುತ್ತ ನಿರ್ಜನ ಪ್ರದೇಶವಾದ್ದರಿಂದ ತಂಗಾಳಿ ಮೈ ಮನಗಳನ್ನು ಆವರಿಸಿ ನೆಮ್ಮದಿಯ ಭಾವ ಮೂಡಿಸುತ್ತಿತ್ತು.

ಅವತ್ತು, ಊಟಕ್ಕೆ ಕೂತಾಗ ಮೋಹನಣ್ಣ ಒಂದು ಮಾತು ಕೇಳಿದರು: ಅಣ್ಣಾ, 'ಹಾಯ್ ಬೆಂಗಳೂರ್' ಪತ್ರಿಕೆ ಶುರುವಾಗಿ ಇಷ್ಟು ವರ್ಷಗಳಾದವು (1995) ನೀವು ಮತ್ತು ರವಿ ಅಣ್ಣ (ರವಿ ಬೆಳಗೆರೆ) ಯಾವತ್ತೂ ಶರಂಪರ ಜಗಳ ಮಾಡಿಕೊಂಡಿದ್ದನ್ನು ನೋಡಲಿಲ್ಲ. ಈ ವಿಶ್ವಾಸ ಒಂದೇ ಅಳತೆಯಲ್ಲಿ ಮುಂದುವರಿಯಲು ಏನು ಕಾರಣ? ಅಂದರು. ಅವರದು ಯಾವತ್ತೂ ಚಿಕಿತ್ಸಕ ದೃಷ್ಟಿ.

ನಾನು ಹೇಳಿದೆ: "ಮೋಹನಣ್ಣ, ಈಗ ಹನುಮಂತಸ್ವಾಮಿಯ ದೇವಸ್ಥಾನಕ್ಕೆ ಬಂದಿದ್ದೇವೆ. ಸ್ವಾಮಿಗೆ ನಾವು ಕ್ಲೋಜು ಅಂತ ಅಂದುಕೊಂಡು, ಅಪ್ಪಾ ಸ್ವಾಮಿ, ಗದೆ ಹೊತ್ತು ಹೊತ್ತು ಬೇಸರ ಬಂದುಬಿಟ್ಟಿರಬೇಕು. ಸ್ವಲ್ಪ ಆ ಗದೆಯನ್ನಿಲ್ಲಿ ಕೊಡು. ನಾನು ಹೊರುತ್ತೇನೆ ಅನ್ನಲು ಸಾಧ್ಯವೇ, ಅಪ್ಪಿ ತಪ್ಪಿಯೂ ಮಾಡಬಾರದು. ದೇವಸ್ಥಾನಕ್ಕೆ

ಬಂದವನ ಕೆಲಸ ನಮಸ್ಕರಿಸಿ, ಒಳ್ಳೆಯದಾಗಲಿ ಅಂದುಕೊಳ್ಳುವುದೇ ವಿನ: ಭಾರ ಹೊರುವುದಲ್ಲ. ಅಥವಾ ಗದೆಯ ಭಾರ ಪರೀಕ್ಷೆ ಮಾಡುವುದಲ್ಲ. ಯಾಕೆಂದರೆ ಯಾರು ಯಾರು ಯಾವ ರೀತಿಯ ಭಾರ ಹೊರಬೇಕೋ? ಹೊತ್ತಿರುತ್ತಾರೆ. ಅದನ್ನರ್ಥ ಮಾಡಿಕೊಂಡು ಸುಮ್ಮನೆ ಇದ್ದು ಬಿಡಬೇಕು. ನಮ್ಮ ಕೆಲಸ ನಮಗೆ, ದೇವರ ಕೆಲಸ ದೇವರಿಗೆ, ವಿಶ್ವಾಸ ಮತ್ತು ಪ್ರೀತಿಯೂ ಅಷ್ಟೇ. ದೇವರಿದ್ದಂತೆ. ಅದನ್ನು ಗೌರವಿಸಬೇಕು. ಅದರ ಭಾರ ಹೊರಬಾರದು, ಸಾಧ್ಯವಾದರೆ ಅದರ ಸೌಂದರ್ಯ ಹೆಚ್ಚಿಸಬೇಕು ಎಂದೆ. ಮೋಹನಣ್ಣ ಜೋರಾಗಿ ನಕ್ಕರು. ಹೀಗೆ ನಗುತ್ತಲೇ ಇಬ್ಬರೂ ಕಟ್ಟಿಕೊಂಡು ಹೋಗಿದ್ದ ಊಟ ಮಾಡಿ, ಮಂತ್ರಾಲಯಕ್ಕೆ ಹೊರಟೆವು.

ಈ ಘಟನೆ ನೆನಪಿಗೆ ಬರುತ್ತಿದ್ದಂತೆಯೇ 'ವಾರಪತ್ರಿಕೆ'ಯ ಸಂಪಾದಕರಾದ ಬಿ.ವಿ.ವೈಕುಂಠರಾಜು ಕಣ್ಣ ಮುಂದೆ ಬಂದರು. ಕನ್ನಡದಲ್ಲಿ ತಮ್ಮ ನಾಮಬಲದ ಮೇಲೇ ಪತ್ರಿಕೆ ನಡೆಸಿದ ಮೂರ್ನಾಲ್ಕು ಮಂದಿ ಖ್ಯಾತನಾಮರ ಪೈಕಿ ವೈಕುಂಠರಾಜು ಒಬ್ಬರು.

ನಾವು ಚಿಕ್ಕವರಿದ್ದಾಗ 'ವಾರಪತ್ರಿಕೆ' ಎಷ್ಟು ಜನಪ್ರಿಯವಾಗಿತ್ತೆಂದರೆ, ಅದರಲ್ಲಿ ಬರುವ ರಾಜಕೀಯ ಸ್ವಾರಸ್ಯ, ಚುಚ್ಚು ಮದ್ದು ಹಾಗೂ ಸಂಪಾದಕರ ಡೈರಿ ಅಂಕಣಗಳು ಎಂದರೆ ನಮಗೆ ಪ್ರಾಣ. ಒಂದು ಸಣ್ಣ ವಿಷಯ ಸಿಕ್ಕರೂ ಸಾಕು, ವೈಕುಂಠರಾಜು ಅದನ್ನು ಎಷ್ಟು ಸುಂದರವಾಗಿ ವರ್ಣಿಸಿ ಬರೆಯುತ್ತಿದ್ದರೆಂದರೆ ಓದಿದ ಮೇಲೆ, ಇಷ್ಟು ಬೇಗ ಮುಗಿಯಿತಾ ಅನ್ನಿಸುತ್ತಿತ್ತು.

ಮುಂದೆ 'ದಿ ಹಿಂದೂ' ಪತ್ರಿಕೆಗೆ ಸೇರಿಕೊಂಡ ಮುರುಳೀಧರ ಖಜಾನೆ ಅವತ್ತು ಶಿವಮೊಗ್ಗದ ಪಿ ಅಂಡ್ ಟಿ ಯಲ್ಲಿ ಕೆಲಸ ಮಾಡುತ್ತಲೇ ವಾರ ಪತ್ರಿಕೆಗೆ ಬರೆಯುತ್ತಿದ್ದರು. ಒಂದು ಸಲ ಶಿವಮೊಗ್ಗದ ಹೆಚ್.ಪಿ.ಸಿ. ಟಾಕೀಸಿನ ಮುಂದೆ ಅವರು ನಡೆದು ಹೋಗುತ್ತಿದ್ದಾಗ, ನಮ್ಮ ಕುಟುಂಬದ ಹಿರಿಯಣ್ಣ ಅರವಿಂದ್ ರಂಗಧೋಳ್ (ನಮ್ಮ ದೊಡ್ಡಪ್ಪ ರಾಣೋಜಿರಾವ್ ಅವರ ಮಗ) ನೋಡು ವಿಠ್ಠು, ನೀನು ತುಂಬ ಇಷ್ಟಪಡುವ ವಾರಪತ್ರಿಕೆಯ ಖಜಾನೆ ಇವರೇ ಎಂದು ಪರಿಚಯಿಸಿದಾಗ, ನನಗವರು, ಸ್ವರ್ಗ ಲೋಕದಿಂದಿಳಿದ ದೇವರಂತೆ ಕಂಡಿದ್ದರು.

ಅಂದ ಹಾಗೆ, ನಾನು ಕಂಡಂತೆ ಕನ್ನಡದಲ್ಲಿ ತಮ್ಮ ನಾಮಬಲದ ಮೇಲೆ ಪತ್ರಿಕೆಯನ್ನು ನಡೆಸಿ ಉತ್ತುಂಗಕ್ಕೇರಿದ ಬೆರಳೆಣಿಕೆಯಷ್ಟು ಪತ್ರಕರ್ತರಲ್ಲಿ ರವಿ ಬೆಳಗೆರೆ ಒಬ್ಬರು. ಸರಿ, ಇಂತಹವರ ಪೈಕಿ ಒಬ್ಬರಾದ ವೈಕುಂಠರಾಜು ಅವರ ಪತ್ರಿಕೆಗೆ ವರದಿಗಾರನಾಗುವ ಅವಕಾಶ ನನಗೆ ಸಿಕ್ಕಿತು. (1993–95) ಅವರ ರಾಜಕೀಯ ಸ್ವಾರಸ್ಯ, ಚುಚ್ಚುಮದ್ದು ಅಂಕಣಕ್ಕೆ ಅಗತ್ಯವಾದ ರಾಜಕೀಯ ಬೆಳವಣಿಗೆಯನ್ನು ಅವರಿಗೆ ವಿವರಿಸುವುದು, ನನ್ನ ಪಾಲಿನ ಲೇಖನವನ್ನು ಕೊಡುವುದು ಅಂತ ಮಾತಾಗಿತ್ತು.

ಹಾಗೆ ನೋಡಿದರೆ ವೈಕುಂಠರಾಜು ಸ್ವಲ್ಪ ಮುಂಗೋಪಿ. ಬೇಗನೆ ಸಿಟ್ಟು ಮಾಡಿಕೊಳ್ಳುತ್ತಿದ್ದರು. ಆದರೆ ನಾನು ಒಪ್ಪಿಕೊಂಡಿದ್ದನ್ನು ನಿಗದಿತ ಟೈಮಿಗೆ ಕೊಡುತ್ತಿದ್ದ

ದರಿಂದ, ಲೇ, ನಿನಗೆ ಏನಾದರೂ ಬೈಯ್ಯಬೇಕು ಅಂದುಕೊಳ್ತೀನಿ. ಆದರೆ ಹೇಳಿದ ಟೈಮಿಗೆ ಸರಿಯಾಗಿ ಕೆಲಸ ಮಾಡಿರುತ್ತೀ. ಬೈಯ್ಯಲೂ ಆಗುವುದಿಲ್ಲ. ಬೈಯ್ಯದಿದ್ದರೆ ನನಗೆ ಸಮಾಧಾನ ಇರುವುದಿಲ್ಲ ಎನ್ನುತ್ತಿದ್ದರು. ನಾನು ಸುಮ್ಮನೆ ನಗುತ್ತಿದ್ದೆ.

ಆಗೆಲ್ಲ ಅವರು, ಒಳ್ಳೆ ಪಾಪಿ ಕಣೋ ನೀನು. ಎಡಿಟರ್‌ಗಳತ್ರ ಬೈಸಿಕೊಳ್ಳಬೇಕು ಕಣೋ, ಗುರುವಿನ ಗುಲಾಮನಾಗುವ ತನಕ ದೊರೆಯದಣ್ಣ ಮುಕುತಿ ಅಂತ ಹಾಡು ಕೇಳಿಲ್ಲವೇನಲೇ ಅನ್ನುತ್ತಿದ್ದರು. ಮತ್ತೆ ನನ್ನ ನಗು ಪುನರಪಿ ಜನನಂ, ಪುನರಪಿ ಮರಣಂ ಎಂಬಂತೆ.

ಹೀಗಿರುತ್ತಲೇ ಒಂದು ದಿನ ಅವರು, ಪ್ರೆಸ್ ಕ್ಲಬ್ಬಿಗೆ ಇದ್ದಕ್ಕಿದ್ದಂತೆ ಫೋನು ಮಾಡಿ: "ಲೇ, ಪಾಪಿ, ನಾಳೆ ಬೆಳಿಗ್ಗೆ ಎಂಟು ಗಂಟೆಗೆ ಸಿಎಂ ದೇವೇಗೌಡರ ಇಂಟರ್‌ವ್ಯೂ ಫಿಕ್ಸಾಗಿದೆ. ಅವರಿರುವ ಅನುಗ್ರಹ ಬಂಗಲೆಗೆ ಸರಿಯಾಗಿ ಎಂಟು ಗಂಟೆಗೆ ರೆಡಿಯಾಗಿ ಬಂದು ಬಿಡು. ನಾನು ಮಾತ್ರ ಅಲ್ಲ, ನೀನೂ ಸಂದರ್ಶನ ಮಾಡುವವನು ಎಂಬುದನ್ನು ನೆನಪಿನಲ್ಲಿಟ್ಟುಕೊಂಡು ಬಾ" ಎಂದರು.

ನಾನು ದೂಸರಾ ಮಾತನಾಡಲಿಲ್ಲ. ಬದಲಿಗೆ ರಾತ್ರಿ ಬಹುಹೊತ್ತಿನ ತನಕ ಕಸರತ್ತು ಮಾಡಿ ಪ್ರಶ್ನೆಗಳನ್ನು ರೆಡಿ ಮಾಡಿಕೊಂಡೆ. ಮರುದಿನ ಬೆಳಿಗ್ಗೆ ಸ್ವಲ್ಪ ಮುಂಚಿತವಾಗಿಯೇ ದೇವೇಗೌಡರಿದ್ದ 'ಅನುಗ್ರಹ' ಬಂಗಲೆಗೆ ಹೋದೆ. ನಾನು ಹೋದ ಐದು ನಿಮಿಷಕ್ಕೇ ವೈಕುಂಠರಾಜು ಅವರೂ ಬಂದರು.

ಹೀಗೆ ಬಂದವರು ನನ್ನನ್ನು ನೋಡಿದ್ದೇ, "ಅಯ್ಯೋ ನಿನ್ನ, ನನಗಿಂತ ಮುಂಚೆ ಬಂದು ನಿನ್ನನ್ನು ಬೈಯ್ಯುವ ಅವಕಾಶವೇ ಇಲ್ಲದಂತೆ ಮಾಡಿದೆಯಲ್ಲೋ ಪಾಪಿ" ಎಂದರು. ಅದೇ ರೀತಿ, "ಇಂಟರ್‌ವ್ಯೂ ಮಾಡುವಾಗ ಮಂಗನ ತರ ಕಕಮಕ ನೋಡುತ್ತಾ ಕೂರಬೇಡ. ಪಕ್ಕದಲ್ಲಿ ಎಡಿಟರು ಇದ್ದಾರೆ. ನಾನೇಕೆ ಪ್ರಶ್ನೆ ಕೇಳುವುದು ಅಂತ, ಅದೇನು ಕೇಳಬೇಕು ಅಂತಿದ್ದೀಯೋ, ಅದು ತಪ್ಪೋ, ಸರಿಯೋ, ನೇರವಾಗಿ ಕೇಳಬೇಕು" ಎಂದರು.

ಆಯಿತು. ಇಂಟರ್‌ವ್ಯೂ ಮುಗಿಯಿತು. ಎದ್ದು ಹೋಗುವಾಗ ವೈಕುಂಠರಾಜು ಹೇಳಿದರು: ಲೇ, ಪಾಪಿ, ನೀನೂ ಇಂಟರ್‌ವ್ಯೂ ಬರಿ. ನಾನೂ ಬರೆಯುತ್ತೇನೆ. ನಾಳೆ ಮಧ್ಯಾಹ್ನವೇ ಪತ್ರಿಕೆ ಪ್ರಿಂಟಿಗೆ ಹೋಗಬೇಕು ಎಂದರು. ನಾನು ಮನೆಗೆ ಹೋದವನೇ ದೇವೇಗೌಡರ ಬಳಿ ಮಾತನಾಡಿದ್ದನ್ನೆಲ್ಲ ಪ್ರಶ್ನೆ, ಉತ್ತರಗಳ ರೂಪದಲ್ಲಿ ರೆಡಿ ಮಾಡಿದೆ.

ಮರುದಿನ ಬೆಳಿಗ್ಗೆ ಒಂಬತ್ತು ಗಂಟೆಗೇ ಹೋಗಿ ಅವರ ಮುಂದಿಟ್ಟೆ. ತಕ್ಷಣ ಅವರು ತಮ್ಮ ಹಸ್ತಾಕ್ಷರದ ಪ್ರತಿಯನ್ನು ನನ್ನ ಮುಂದಿಟ್ಟು, ಇದೂ ದೇವೇಗೌಡರ ಇಂಟರ್‌ವ್ಯೂ. ಓದಿ ನೋಡು. ನೀನು ಬರೆದಿದ್ದನ್ನು ನಾನು ಓದಿ ನೋಡುತ್ತೇನೆ ಎಂದರು. ನೋ, ಡೌಟ್, ಅವರು ಬರೆದ ಸಂದರ್ಶನವೇ ಅತ್ಯುತ್ತಮವಾಗಿತ್ತು. ಹೀಗಾಗಿ ನಾನು, ಸಾರ್,

ನೀವು ಬರೆದಿದ್ದೇ ಚೆನ್ನಾಗಿದೆ. ಅದನ್ನೇ ಪ್ರಕಟಿಸಿ ಬಿಡಿ ಎಂದೆ.

ಹಾಗೆ ಹೇಳುತ್ತಲೇ ಒಂದು ಮಾತು ಕೇಳಿದೆ: ಸಾರ್, ಒಂದು ಸಂದರ್ಶನಕ್ಕೆ ಇಬ್ಬರೂ ಹೋಗಿದ್ದೇವೆ. ಆದರೆ ಇಷ್ಟು ಚೆಂದ ಬರೆದಿದ್ದೀರಿ. ಹೇಗೆ ಸಾಧ್ಯವಾಯಿತು ಸಾರ್? ಅವರು ಒಂದು ಸಲ ಮುಖ ನೋಡಿ, ಕೂತುಕೋ ಬಂದೆ ಎಂದವರೇ ಒಳಗೆ ಹೋಗಿ ಕಾಫಿ ಮಾಡಿಕೊಂಡು ಬಂದರು.

ಬಂದವರೇ ಒಂದು ಗ್ಲಾಸನ್ನು ನನಗೆ ಕೊಟ್ಟು: ಯಾವನೇ ಎಡಿಟರು ಆಗಲಿ, ರಿಪೋರ್ಟರಿಗೆ ಕಾಫಿ ಮಾಡಿಕೊಡುವುದನ್ನು ನೋಡಿದ್ದೀಯೇನೋ ಎಂದರು. ಇಲ್ಲ ಸಾರ್ ಎಂದೆ. ಅದಕ್ಕವರು ನಗುತ್ತಾ, ನಿನಗೆ ಮಾವೋತ್ಸೆ ತುಂಗ್ ಗೊತ್ತೇನೋ? ಎಂದರು. ಗೊತ್ತು ಸಾರ್, ನಾಲ್ಕು ದೇಶಗಳ ದಾಸ್ಯಕ್ಕೆ ತುತ್ತಾಗಿದ್ದ ಚೀನಾ ದೇಶವನ್ನು ತನ್ನ ಲಾಂಗ್ ಮಾರ್ಚ್ ಮೂಲಕ ಬಿಡುಗಡೆಗೊಳಿಸಿದವನು ಎಂದು ವಿವರಿಸಿದೆ.

ಅಡ್ಡಿಯಿಲ್ಲ ಕಣೋ, ನೀನೂ ಹಿಸ್ಟರಿ ಓದಿದ್ದೀಯ. ಅಂದ ಹಾಗೆ ಈ ಮಾವೋತ್ಸೆ ತುಂಗ್ ಬಗ್ಗೆ ನಿನಗೇನು ಗೊತ್ತು ಎಂದರು. ನಾನು ಮುಖ ಸಣ್ಣಗೆ ಮಾಡಿಕೊಂಡು, ಇಲ್ಲ ಸಾರ್, ನನಗೆ ಮಾವೋತ್ಸೆ ತುಂಗ್ ಬಗ್ಗೆ ಜಾಸ್ತಿ ಗೊತ್ತಿಲ್ಲ. ನಮ್ಮ ಖ್ಯಾತ ಲೇಖಕ ಚಂದ್ರಶೇಖರ ಕಂಬಾರರು, 'ಮರೆತೇನಂದರ ಮರೀಲಿ ಹ್ಯಾಂಗ, ಮಾವೋತ್ಸೆ ತುಂಗ' ಅಂತ ಒಂದು ಸಲ ಸಾಗರದ ಪುರಭವನದ ಮುಂದೆ ಕವನ ಹಾಡಿದ್ದನ್ನು ಕೇಳಿದ್ದೇನೆ. ಅದನ್ನು ಬಿಟ್ಟರೆ ಆತನ ಬಗ್ಗೆ ನನಗೇನೂ ಗೊತ್ತಿಲ್ಲ ಎಂದೆ.

ಆಗ ವೈಕುಂಠರಾಜು ನಕ್ಕು ಹೇಳತೊಡಗಿದರು: ನೋಡು ಮಾವೋ ತ್ಸೆ ತುಂಗ್ ಒಂದು ಕಡೆ ಬರೆದುಕೊಳ್ಳುತ್ತಾನೆ. ಚಿಕ್ಕವನಿದ್ದಾಗ ಅವನಿಗಾದ ಅನುಭವ ಅದು. ಅವನ ತಾಯಿ ಒಂದು ಸುಂದರ ಕೈದೋಟವನ್ನು ಬೆಳೆಸಿರುತ್ತಾಳೆ. ಎಷ್ಟು ಚೆಂದಗೆ ಅಂದರೆ, ಯಾರೇ ಆ ದಾರಿಯಲ್ಲಿ ಹೋದರೂ ಮಂದಹಾಸ ಬೀರುವ ಅಲ್ಲಿನ ಹೂವುಗಳ ಚೆಂದವನ್ನು ಗಮನಿಸಿ ಖುಷಿಪಡುತ್ತಿರುತ್ತಾರೆ.

ಒಂದು ದಿನ ತಾಯಿ ಹೇಳುತ್ತಾಳೆ, ತುಂಗ್, ನನಗೀಗ ಆಗುತ್ತಿಲ್ಲ. ಈ ಕೈದೋಟವನ್ನು ನೀನು ನೋಡಿಕೊಳ್ಳಬೇಕು. ಸರಿ, ತಾಯಿಯ ಅಣತಿಯಂತೆ ಮಾವೋ ತ್ಸೆ ತುಂಗ್ ಪ್ರತಿ ದಿನ ಹಗಲಿರುಳೆನ್ನದೆ ಆ ಕೈದೋಟವನ್ನು ನೋಡಿಕೊಳ್ಳುತ್ತಾನೆ. ಹದಿನೈದು ದಿನ ಬಿಟ್ಟು ತಾಯಿ ನೋಡುತ್ತಾಳೆ. ತೋಟಕ್ಕೆ ತೋಟವೇ ತಣ್ಣಗೆ ಮಲಗಿದಂತೆ, ಜೀವವೇ ಇಲ್ಲದಂತೆ ಸೊರಗಿ ಹೋಗಿದೆ. ಅರೇ, ಇದೇನಿದು ತುಂಗ್. ಹೀಗಾಗಿದೆ? ಅಂತ ತಾಯಿ ಕಣ್ಣೀರಿಡುತ್ತಾಳೆ. ಆಗ ಮಾವೋ ತ್ಸೆ ತುಂಗ್ ಕೂಡಾ ಕಣ್ಣೀರಿಡುತ್ತಾನೆ. ಅಮ್ಮಾ, ಹದಿನೈದು ದಿನಗಳ ಕಾಲ ಒಂದೊಂದು ಹೂವನ್ನೂ ಮಗುವಿನಂತೆ ನೋಡಿಕೊಂಡೆ, ಎಲೆಯನ್ನೂ ಪ್ರೀತಿಸಿ ನೀರು ಹಾಕಿದೆ. ಆದರೆ ಯಾಕೋ ಏನೋ? ಹೀಗಾಗಿದೆ ಎನ್ನುತ್ತಾನೆ. ಆಗ ತಾಯಿ ಇದ್ದಕ್ಕಿದ್ದಂತೆ ನಗುತ್ತಾಳೆ: ಅಯ್ಯೋ, ಹುಚ್ಚಾ, ಹೂವಿಗೆ, ಎಲೆಗೆ ನೀರು ಹಾಕಿ ಜೋಪಾನ ಮಾಡಬೇಡ. ಬದಲಿಗೆ ಅದರ ಬೇರಿಗೆ ನೀರು ಹಾಕಿ

ತಂಪು ಮಾಡು. ಅದು ಸಾಂತ್ವನಗೊಂಡರೆ ತಾನೇ ಎಲೆ ಚಿಗುರುವುದು? ಹೂವು ಅರಳುವುದು? ಅದರ ಬಗ್ಗೆ ಏಕೆ ಚಿಂತೆ ಮಾಡುತ್ತೀಯ? ಬೇರಿನ ಕಡೆ ನೋಡು, ಅದರ ಆರೈಕೆ ಮಾಡು ಅಂತ ಹೇಳುತ್ತಾಳೆ. ಆಗ ತಾನು ಮಾಡಿದ ತಪ್ಪು ಮಾವೋ ತ್ಸೆ ತುಂಗ್‌ಗೆ ಅರ್ಥವಾಗುತ್ತದೆ.

ಅಂದ ಹಾಗೆ ಇದರ ಅರ್ಥ ಏನು ಗೊತ್ತೇನೋ ಅಂದರು ವೈಕುಂಠರಾಜು. ನಾನು ಕಮಕ್ಕಿಮಕ್ಕೆನ್ನಲಿಲ್ಲ. ಅವರೇ ಹೇಳುತ್ತಾ ಹೋದರು: ನೋಡು, ನೀನು ಮಾಡಿರುವ ಇಂಟರ್‌ವ್ಯೂ ಚೆನ್ನಾಗಿದೆ. ನಾವು ಕೇಳಿದ ಪ್ರಶ್ನೆ, ಅದಕ್ಕೆ ಅವರು ನೀಡಿದ ಉತ್ತರ, ಏನೂ ತಪ್ಪಿಲ್ಲ. ಆದರೆ ಲೇಖನದ ಆತ್ಮ ಮಾತ್ರ ತಪ್ಪಿಸಿಕೊಂಡಿದೆ. ಯಾಕೆಂದರೆ, ದೇವೇಗೌಡರ ರಾಜಕೀಯ ಬದುಕಿನ ಬಗ್ಗೆ ನಿನಗೆ ಗೊತ್ತಿರುವುದು ಕಡಿಮೆ. ನನಗೆ ಗೊತ್ತಿರುವುದು ಜಾಸ್ತಿ ಎಂದರು.

ನಿಜ ಸಾರ್, ನೀವು ಬರೆದ ಇಂಟರ್‌ವ್ಯೂ ಅನ್ನೇ ಹಾಕಿ ಎಂದು ಹೇಳಿ ಹೊರಬಂದೆ. ಮರುದಿನ ಪತ್ರಿಕೆ ಹೊರಬಂತು. ನೋಡಿದರೆ ವೈಕುಂಠರಾಜು ಅವರು ಬರೆದ ಸಂದರ್ಶನವೇ ಇಲ್ಲ. ಬದಲಿಗೆ ನಾನು ಬರೆದ ಸಂದರ್ಶನ ಪ್ರಕಟವಾಗಿದೆ. ನೋಡಿದ ತಕ್ಷಣ ನಾನವರಿಗೆ ಫೋನು ಮಾಡಿದೆ. ಸಾರ್, ನೀವು ಬರೆದ ಇಂಟರ್‌ವ್ಯೂ ಚೆನ್ನಾಗಿತ್ತು. ಅದನ್ನೇ ಹಾಕಬೇಕಿತ್ತು ಎಂದೆ.

ಅದಕ್ಕವರು: ಅಯ್ಯೋ ಪಾಪಿ, ನೀನು ಬರೆದ ಇಂಟರ್‌ವ್ಯೂ ಚೆನ್ನಾಗಿಯೇ ಇದೆ. ಆದರೆ ಯಾರದೇ ಇಂಟರ್‌ವ್ಯೂ ಮಾಡುವ ಮುನ್ನ ಅವರಾಡುವ ಮಾತಿನ ಹಿಂದೆ ಕೆಲಸ ಮಾಡಿರುವ ಅನುಭವ ಏನು ಅನ್ನುವುದನ್ನು ತಿಳಿದುಕೋ, ನೀನು ಬರೆದದ್ದಕ್ಕಿಂತ ಚೆನ್ನಾಗಿ ನಾನೇ ಬರೆದಿದ್ದೇನೆ ಅಂತ ನನಗೆ ಗೊತ್ತು. ಹಾಗಂತ ಬರೆಯುವುದನ್ನು ಇಂಪ್ರೊವೈಸ್ ಮಾಡಿಕೊಳ್ಳುವುದು ಹೇಗೆ ಅಂತ ನಿನಗೆ ಗೊತ್ತಾಗುವುದು ಯಾವಾಗ ನಮ್ಮ ಕಾಲ ಮುಗಿಯುತ್ತಾ ಬಂತು. ಬೆಳೆಯಬೇಕಾದವರು ನಿನ್ನಂತಹ ಮಕ್ಕಳು ಕಣಲೇ ಪಾಪಿ. ಅದಕ್ಕೇ ನಿನಗೆ ಮಾವೋ ತ್ಸೆ ತುಂಗ್‌ನ ಕತೆ ಹೇಳಿದ್ದು ಅಂದವರೇ ಫೋನಿಟ್ಟರು.

ನಾನು ಮೂಕನಾಗಿ ಹೋದೆ. ದೊಡ್ಡ ದೊಡ್ಡವರು ಈ ರೀತಿ ಎಳೆದುಕೊಂಡು, ಎಳೆದುಕೊಂಡು ಬಂದು ವೇದಿಕೆಯ ಮೇಲೆ ನಿಲ್ಲಿಸದಿದ್ದರೆ ನಾನು ಪತ್ರಕರ್ತನಾಗಲು ಸಾಧ್ಯವಿತ್ತಾ, ಸುಖಾ ಸುಮ್ಮನೆ ಹನುಮಂತ ಸ್ವಾಮಿಯ ದೇವಸ್ಥಾನ ಕಂಡಲ್ಲೆಲ್ಲ ಗದೆಯ ತೂಕ ಪರೀಕ್ಷೆ ಮಾಡುತ್ತಾ ಕೂತಿದ್ದರೆ ಈ ಮಟ್ಟಕ್ಕಾದರೂ ಬರಲು ಸಾಧ್ಯವಿತ್ತಾ, ನೋ ಚಾನ್ಸ್.

ಹಾಗಂತ ಕಾರಿನಲ್ಲಿ ಹೋಗುತ್ತಿದ್ದಾಗ ಮೋಹನಣ್ಣನ ಬಳಿ ಮಾತನಾಡಿಕೊಂಡೆ. ಅದಕ್ಕವರು, ಎಲ್ಲದರಲ್ಲಿಯೂ ಸೌಂದರ್ಯವನ್ನು ಹುಡುಕುವವರಿಗೆ ಎಲ್ಲೆಲ್ಲೂ ಸೌಂದರ್ಯವೇ ಕಾಣುತ್ತದೆ ವಿಠ್ಠಲಮೂರ್ತಿ ಎಂದು ಮಾರ್ಮಿಕವಾಗಿ ನಕ್ಕರು.

ಇನ್ನೇನು ಮಾಡಲಿ? ಈಕೆಯ
ಕಷ್ಟ ನೋಡಲಾಗದಿದ್ದರೆ
ಡೋಲು ಹೊಡೆಯುತ್ತಾ ದುಡ್ಡು
ಕಲೆಕ್ಷನ್ ಮಾಡಬೇಕಲ್ಲವೇ?
ಅದರಲ್ಲಿ ತಪ್ಪೇನಿದೆ? ಸಿಎಂ
ಆಗಿದ್ದವರು ರಸ್ತೆಯಲ್ಲಿ
ಡೋಲು ಹೊಡೆಯಬಾರದು
ಎಂದೇನಾದರೂ ಕಾನೂನಿದೆಯೇ?

25

ನೀನು ಡ್ಯಾನ್ಸು ಮಾಡುತ್ತಾ ಹೋಗು ನಾನು ಡೋಲು ಬಾರಿಸುತ್ತಾ ಬರುತ್ತೇನೆ

ಅದು ಜೆ.ಹೆಚ್.ಪಟೇಲರು ಮುಖ್ಯಮಂತ್ರಿಯಾಗಿದ್ದ ಸಂದರ್ಭ, ಆ ಕಾಲಕ್ಕಾಗಲೇ ಪಟೇಲರು ಮದ್ಯ ಹಾಗೂ ಮಾನಿನಿ ಕುರಿತು ಆಡಿದ ಮಾತು ರಾಜ್ಯಾದ್ಯಂತ ವ್ಯಾಪಕ ಚರ್ಚೆಗೆ ಕಾರಣವಾಗಿತ್ತು. ವಿಧಾನಮಂಡಲ ಕಲಾಪದಲ್ಲೂ ಭಾರೀ ಕೋಲಾಹಲವೇ ನಡೆದಿತ್ತು.

ಇಂತಹ ಸಂದರ್ಭದಲ್ಲೇ ವಿಧಾನಸೌಧದ ಸಮ್ಮೇಳನ ಸಭಾಂಗಣದಲ್ಲಿ ಜನತಾದಳದ ಶಾಸಕಾಂಗ ಸಭೆ ಕರೆಯಲಾಯಿತು. ಅವತ್ತಿನ ಸಭೆಯಲ್ಲಿ ದೇವೇಗೌಡ, ಬೊಮ್ಮಾಯಿ, ಸಿದ್ದರಾಮಯ್ಯ, ಪಟೇಲ್ ಸೇರಿದಂತೆ ಹಲ ಹಿರಿಯ ನಾಯಕರು ಹಾಜರಿದ್ದರು.

ಸರಿ, ಸಭೆ ಆರಂಭವಾಗಬೇಕು. ಎಲ್ಲಿಂದ ಚರ್ಚೆ ಶುರುವಾಗಬೇಕು, ಯಾರು ಆರಂಭಿಸಬೇಕು ಎಂದಾದಾಗ ಹಿರಿಯ ಮಂತ್ರಿ ವೈಜನಾಥ ಪಾಟೀಲರು ಸೇರಿದಂತೆ ಕೆಲ ನಾಯಕರು ಕೈ ಎತ್ತಿದರು. ಅದನ್ನು ನೋಡಿದ ಪಟೇಲರು: ಆಯ್ತು, ವೈಜನಾಥ ಪಾಟೀಲ್ ಹಿರಿಯರು. ಅವರೇ ಮೊದಲು ಮಾತನಾಡಲಿ ಎಂದು ಅಪ್ಪಣೆ ಕೊಡಿಸಿದರು.

ಪಟೇಲರ ಮಾತಿನಂತೆ ವೈಜನಾಥ ಪಾಟೀಲರೇ ಮೊದಲು ಮಾತನಾಡಲು ಶುರು ಮಾಡಿದರು. ಮಾತೆತ್ತುತ್ತಿದ್ದಂತೆಯೇ ಪಟೇಲರತ್ತ ಕೈ ಮಾಡಿದ ವೈಜನಾಥ ಪಾಟೀಲ್: ಮೊದಲು ಈ ಮುಖ್ಯಮಂತ್ರಿಯನ್ನು ಕಿತ್ತು ಹಾಕಿ. ಇವರು ಮದ್ಯ–ಮಾನಿನಿಯ ಕುರಿತು ಆಡಿದ ಮಾತಿನಿಂದ ರಾಜ್ಯದೆಲ್ಲೆಡೆ ಕೋಲಾಹಲವೆದ್ದಿದೆ. ಹೀಗೆ ವಿವಾದ ಸೃಷ್ಟಿಸಿಕೊಳ್ಳುವವರು ಸಿಎಂ ಆಗಿರಬೇಕಾ, ನೋ ಚಾನ್ಸ್. ಮೊದಲು ಅವರನ್ನು ಕೆಳಗಿಳಿಸಿ ಎಂದು ಬಿಟ್ಟರು.

ಹೇಳಿ, ಕೇಳಿ ವೈಜನಾಥ ಪಾಟೀಲರು ದೇವೇಗೌಡರ ಬಣದಲ್ಲಿ ಗುರುತಿಸಿ ಕೊಂಡವರು. ಸಹಜವಾಗಿಯೇ ಇನ್ನೂ ಮೂರ್ನಾಲ್ಕು ಮಂದಿ ನಾಯಕರು ಮಾತನಾಡಿ: ಮುಖ್ಯಮಂತ್ರಿಗಳ ಈ ಹೇಳಿಕೆಯಿಂದ ನಾವು ಮುಜುಗರ ಪಡುವಂತಾಗಿದೆ. ಹೀಗೆಲ್ಲ ಹೇಳಿಕೆ ನೀಡುವುದು ಸರಿಯಾ? ಎಂದು ಧ್ವನಿಗೂಡಿಸಿದರು.

ಅರೇ, ಮೊದಲು ಮಾತನಾಡಿ ಎಂದು ವೈಜನಾಥ ಪಾಟೀಲರಿಗೆ ಅವಕಾಶ ಕೊಡಿಸಿದ್ದೇ ನಾನು. ಹೀಗಿರುವಾಗ ನನ್ನ ವಿರುದ್ಧವೇ ಮಾತನಾಡಿದರೆ ಹೇಗೆ? ಎಂದು ಪಟೇಲರಿಗೆ ವಿಸ್ಮಯ. ಸಾಲದೆಂಬಂತೆ ದೇವೇಗೌಡ, ಸಿದ್ಧರಾಮಯ್ಯ, ಬೊಮ್ಮಾಯಿ ಎಲ್ಲ ಬಿಟ್ಟ ಕಣ್ಣಿನಿಂದ ಮುಂದೇನಾಗುತ್ತದೋ? ಎಂದು ನೋಡುತ್ತಿದ್ದಾರೆ.

ಪಟೇಲರು ರಪ್ಪಂತ ಮಾತು ಶುರು ಮಾಡಿಯೇ ಬಿಟ್ಟರು: ರೀ ವೈಜನಾಥ, ನಾನು ಶಾಸಕ ಆಗಬೇಕು, ಮಂತ್ರಿ ಆಗಬೇಕು, ಮುಖ್ಯಮಂತ್ರಿ ಆಗಬೇಕು ಎಂದು ನಮ್ಮಪ್ಪ–ಅವ್ವ ನನ್ನನ್ನು ಹಡೆದಿಲ್ಲ. ಹೌದು, ನಾನು ಹೇಳಿದ್ದು ನಿಜ. ಹೇಳಿದ್ದೇನೆ. ಹೇಳಿ ದಕ್ಕಿಸಿಕೊಳ್ಳುತ್ತೇನೆ. ದಕ್ಕಿಸಿಕೊಳ್ಳಲು ನಿಮಗೆ ಸಾಧ್ಯವಾಗದಿದ್ದರೆ ಒಂದು ಕೆಲಸ ಮಾಡುತ್ತೇನೆ. ನೀವೆಲ್ಲ ರೆಡಿಯಿದ್ದೀರಾ?

ಯಸ್, ನಾವೆಲ್ಲ ರೆಡಿ, ಏನು ಮಾಡಬೇಕು ಹೇಳಿ ಎಂಬ ಧ್ವನಿಗಳು ಮೊಳಗಿದವು. ನಾನೀಗ ಒಂದು ಕೆಲಸ ಮಾಡುತ್ತೇನೆ. ಈಗಲೇ ತುರ್ತು ಸಚಿವ ಸಂಪುಟ ಸಭೆ ಕರೆಯುತ್ತೇನೆ. ಮಂತ್ರಿಗಳ ಪೈಕಿ ಹಲವರು ನನ್ನ ಜತೆಗೇ ಇದ್ದಾರೆ. ಈ ಸರ್ಕಾರವನ್ನು ವಿಸರ್ಜಿಸಬೇಕು ಎಂದು ಒಂದು ನಿರ್ಣಯ ತೆಗೆದುಕೊಂಡು ರಾಜ್ಯಪಾಲರನ್ನು ಭೇಟಿ ಮಾಡುತ್ತೇನೆ.

ರಾಜ್ಯಪಾಲರನ್ನು ಭೇಟಿ ಮಾಡಿ, ಈ ಸರ್ಕಾರವನ್ನು ವಿಸರ್ಜಿಸುತ್ತೇನೆ. ಎಲ್ಲರೂ ಒಗ್ಗೂಡಿ ಚುನಾವಣೆಗೆ ಹೋಗೋಣ. ನೀವೆಲ್ಲ ನಿಮ್ಮ ಸಾಧನೆಯನ್ನು ಜನರಿಗೆ ಹೇಳಿ ಗೆದ್ದು ಬನ್ನಿ. ನೀವು ಯಸ್ ಅಂದರೆ ನಾನೀಗಲೇ ರೆಡಿ ಆಗುತ್ತೇನೆ ಎಂದ ಪಟೇಲರು, ತಾವು ಕುಳಿತಿದ್ದ ಖುರ್ಚಿಯಿಂದ ಮೇಲಕ್ಕೆದ್ದರು.

ಅವರು ಹಾಗೆ ಹೇಳಿದ್ದೇ ತಡ, ಸಭೆಯಲ್ಲಿ ಹಾಹಾಕಾರ. ಮತ್ತೆ ಚುನಾವಣೆಗೆ ಹೋಗುವುದೇ, ಮದ್ಯ-ಮಾನಿನಿಯರ ಪ್ರಸ್ತಾಪವೇನೋ ಆಯಿತು. ಅದಕ್ಕಾಗಿ ಇಷ್ಟು ದೊಡ್ಡ ಶಿಕ್ಷೆಯೇ, ಅಯ್ಯಯ್ಯೋ, ಬೇಡಪ್ಪ ಎಂದು ಸಭೆಯಲ್ಲಿದ್ದ ಬಹುತೇಕ ಶಾಸಕರು ಒಮ್ಮೆಲೇ ಕೂಗಿದರು. ಅವರ ಮಾತಿಗೆ ಧ್ವನಿಗೂಡಿಸಿದ ದೇವೇಗೌಡರೂ: ಅಯ್ಯೋ, ಪಟೇಲರೇ, ಈ ವಿಷಯವನ್ನು ಇಷ್ಟು ಸೀರಿಯಸ್ಸಾಗಿ ತೆಗೆದುಕೊಂಡರೆ ಹೇಗೆ? ಸರ್ಕಾರವನ್ನೇ ವಿಸರ್ಜಿಸಲು ಹೊರಟರೆ ಹೇಗೆ? ವೈಜನಾಥ ಪಾಟೀಲರು ಸಹಜವಾಗಿ ಹೇಳಿದ್ದಾರೆ. ಅಲ್ಲವೇನ್ರೀ? ಎಂದರು.

ಹೌದು, ಹೌದು, ಇದನ್ನೆಲ್ಲ ಸೀರಿಯಸ್ ಆಗಿ ತೆಗೆದುಕೊಳ್ಳುವ ಅಗತ್ಯವಿಲ್ಲ ಎಂದು ಶಾಸಕರು ಕೂಗಿದರು. ಅವರು ಕೂಗಿದ ಹೊಡೆತಕ್ಕೆ ಪಟೇಲರ ಮುಖದಲ್ಲಿ ನಗು ಮಿನುಗಿತು. ವೈಜನಾಥ ಪಾಟೀಲರು ಎತ್ತಿದ ವಿಷಯ ಮಣ್ಣುಪಾಲಾಗಿತ್ತು.

****

ಒಂದು ಸಲ ಬೆಂಗಳೂರಿನ ಹೈಗ್ರೌಂಡ್ಸ್‌ನಲ್ಲಿರುವ ಮುಖ್ಯಮಂತ್ರಿ ಪಟೇಲರ ನಿವಾಸದಲ್ಲೇ ಸಚಿವ ಸಂಪುಟದ ಸಭೆ.

ಈ ಸಭೆಯ ಅಜೆಂಡಾದಲ್ಲಿದ್ದ ಹಲವು ವಿಷಯಗಳ ಪೈಕಿ ನಟಿಯೊಬ್ಬರ ಅಹವಾಲಿನ ವಿಷಯವೂ ಇತ್ತು. ರಂಗಭೂಮಿಯಲ್ಲಿ ಸಾಕಷ್ಟು ಹೆಸರು ಮಾಡಿದ್ದ ಆ ಕಲಾವಿದೆಗೆ ಸೇರಿದ ಥಿಯೇಟರ್ ಬೆಂಕಿಗೆ ಆಹುತಿಯಾಗಿ ಹೋಗಿತ್ತು. ಅಪಾರ ಪ್ರಮಾಣದ ನಷ್ಟವಾಗಿತ್ತು.

ಹೀಗಾಗಿ ಆಕೆ ಸರ್ಕಾರದಿಂದ ಪರಿಹಾರದ ರೂಪದಲ್ಲಿ ನೆರವನ್ನು ಕೋರಿದ್ದರು. ಸರಿ, ಸಚಿವ ಸಂಪುಟ ಸಭೆ ಶುರುವಾಯಿತು. ಹಲ ವಿಷಯಗಳು ಚರ್ಚೆಯಾದ ಮೇಲೆ ಕಲಾವಿದೆಯ ವಿಷಯ ಬಂತು. ಪಟೇಲರು ಅದನ್ನು ನೋಡಿದ್ದೇ ತಡ, ತಮ್ಮ ಪ್ರಧಾನ ಕಾರ್ಯದರ್ಶಿ ಬಿ.ಎಸ್.ಪಾಟೀಲರನ್ನು ಹತ್ತಿರ ಕರೆದರು.

ಹೀಗೆ ಕರೆದವರು: ರೀ, ಬಿಎಸ್. ಮೊನ್ನೆ ನಡೆದ ದುರಂತದಲ್ಲಿ ಆ ಕಲಾವಿದೆಯ ಥಿಯೇಟರ್ರೇ ಸುಟ್ಟು ಹೋಗಿದೆಯಂತೆ ಕಣ್ರೀ. ಇಪ್ಪತ್ತೈದು ಲಕ್ಷ ರೂ ವೆಚ್ಚದ ಥಿಯೇಟರ್ ಅದು. ಪರಿಹಾರ ಕೋರಿದ್ದಾರೆ. ಸರ್ಕಾರದಿಂದ ಎಷ್ಟು ಪರಿಹಾರ ಕೊಡಬಹುದು ಎಂದರು.

ಅದಕ್ಕೆ ಬಿ.ಎಸ್.ಪಾಟೀಲರು: ಸರ್, ಇಂತಹ ಕೇಸುಗಳಲ್ಲಿ ಸರ್ಕಾರದ ನಿಯಮಾವಳಿಗಳ ಪ್ರಕಾರ ಒಂದು ಲಕ್ಷ ರೂ ಪರಿಹಾರ ಕೊಡಬಹುದು ಎಂದರು. ಪಾಪ, ಆವಮ್ಮನ ಒಡೆತನದ ಥಿಯೇಟರೇ ಸುಟ್ಟು ಹೋಗಿದೆ. ಇಪ್ಪತ್ತೈದು ಲಕ್ಷ ರೂಪಾಯಿ ನಷ್ಟವಾಗಿದೆ. ಹೀಗಿರುವಾಗ ಬರೀ ಒಂದು ಲಕ್ಷ ರೂಪಾಯಿ ಕೊಟ್ಟರೆ ಆಕೆ ಏನು ಮಾಡಬೇಕು ಎಂದರು ಪಟೇಲ್.

ಬಿ.ಎಸ್.ಪಾಟೀಲ್ ಏನು ಹೇಳಲು ಸಾಧ್ಯ, ಹಾಗಾಗಿಯೇ ಮೌನಿಯಾದರು. ಅದನ್ನು ನೋಡಿದ್ದೇ ತಡ, ಮುಖ್ಯಮಂತ್ರಿ ಪಟೇಲರು ಸರ್ಕಾರದ ಮುಖ್ಯ ಕಾರ್ಯದರ್ಶಿಗಳನ್ನು ಕೇಳಿದರು: ಮಿಸ್ಟರ್ ಭಟ್ಟಾಚಾರ್ಯ. ಈ ಕೇಸಿನಲ್ಲಿ ನಾವು ಗರಿಷ್ಠ ಎಷ್ಟು ಪರಿಹಾರ ನೀಡಬಹುದು ಕಣ್ರೀ..

ಭಟ್ಟಾಚಾರ್ಯ ಮೊದಲೇ ಕಟ್ಟುನಿಟ್ಟಿನ ಅಧಿಕಾರಿ. ಅವರೂ ಎತ್ತಿದ ಮಾತಿಗೇ ಬಿ.ಎಸ್.ಪಾಟೀಲರು ಆಡಿದ ಮಾತನ್ನೇ ಎತ್ತಿ ಹಿಡಿದು: ಸಾರ್, ಒಂದು ಲಕ್ಷ ರೂಪಾಯಿಗಿಂತ ಒಂದೇ ಒಂದು ಪೈಸೆ ಹೆಚ್ಚಿನ ಪರಿಹಾರ ನೀಡಲು ಸಾಧ್ಯವಿಲ್ಲ ಸಾರ್ ಎಂದು ಬಿಟ್ಟರು.

ಅವರೇ ಹೇಳಿದ ಮೇಲೆ ಪಟೇಲ್ ಏನು ಮಾಡಬೇಕು, ಹಾಗಂತಲೇ ತಮ್ಮ ನಿವಾಸ 'ಕಾವೇರಿ'ಗೆ ಬಂದು ಕುಳಿತಿದ್ದ ಕಲಾವಿದೆಯನ್ನು ಸಚಿವ ಸಂಪುಟ ಸಭೆ ನಡೆಯುತ್ತಿದ್ದ ಕಡೆ ಕರೆಸಿದರು: ನೋಡಮ್ಮಾ, ಸರ್ಕಾರದ ನಿಯಮಾವಳಿಗಳ ಪ್ರಕಾರ, ನಿಮ್ಮ ಥಿಯೇಟರ್ ಸುಟ್ಟಿದ್ದಕ್ಕೆ ಪರಿಹಾರವಾಗಿ ಒಂದು ಲಕ್ಷ ರೂಪಾಯಿ ಕೊಡಬಹುದು ಅಷ್ಟೇ ಎಂದರು.

ಅದಕ್ಕೆ ಆ ಕಲಾವಿದೆ: ಅಯ್ಯೋ, ಸಾರ್, ಇಷ್ಟು ಕಡಿಮೆ ಪರಿಹಾರ ನೀಡಿದರೆ ನಾನೇನು ಮಾಡಲು ಸಾಧ್ಯ ಸಾರ್ ಎಂದರು. ಅದಕ್ಕುತ್ತರವಾಗಿ ಪಟೇಲರು: ಸರಿ, ಒಂದು ಕೆಲಸ ಮಾಡಮ್ಮಾ, ಈ ಸರ್ಕಾರಕ್ಕೆ ಇನ್ನು ಆರು ತಿಂಗಳು ಟೈಮಿದೆ. ಹೀಗಾಗಿ ಆರು ತಿಂಗಳು ತಡೆದುಕೋ. ಅದಾದ ನಂತರ ನೀನು ಡ್ಯಾನ್ಸು ಮಾಡುತ್ತಾ ಹೋಗು, ನಾನು ಡೋಲು ಬಡಿಯುತ್ತಾ ನಿನ್ನ ಹಿಂದೆ ಬರುತ್ತೇನೆ. ಪರಿಹಾರದ ಅಮೌಂಟು ಸಂಗ್ರಹಿಸೋಣ ಎಂದುಬಿಟ್ಟರು.

ಪಟೇಲರ ಮಾತು ಕೇಳಿ ಅಲ್ಲಿದ್ದ ಎಲ್ಲರಿಗೂ ಷಾಕ್. ಇದ್ದುದರಲ್ಲೇ ಹಿರಿಯ ನಾಯಕರಾದ ಪಿ.ಜಿ.ಆರ್.ಸಿಂಧ್ಯಾ ಸುಧಾರಿಸಿಕೊಂಡು: ಸಾರ್, ನೀವು ನಮ್ಮ ಸಿಎಂ. ನೀವೇ ಹೀಗೆ ಮಾತನಾಡಿದರೆ ಹೇಗೆ ಎಂದು ಕೇಳಿದರು.

ಅದಕ್ಕೆ ಪಟೇಲರು: ಅರೇ, ಸರಿಯಾಗೇ ಹೇಳಿದ್ದೇನಲ್ಲ ಸಿಂಧ್ಯಾ, ಈ ಸರ್ಕಾರಕ್ಕಿರುವುದು ಆರು ತಿಂಗಳ ಅವಧಿ ಮಾತ್ರ. ಅದು ಮುಗಿದ ಮೇಲೆ ನಾನು ಸಿಎಂ ಪೋಸ್ಟಿನಿಂದ ಇಳಿಯಲೇಬೇಕು. ಇಳಿದ ಮೇಲೆ ಏನು ಮಾಡಲಿ, ಈಕೆಯ

ಥಿಯೇಟರ್ ಬೇರೆ ಸುಟ್ಟು ಹೋಗಿದೆ. ಸರ್ಕಾರದ ನಿಯಮಾವಳಿಯ ಪ್ರಕಾರ ಒಂದು ಲಕ್ಷಕ್ಕಿಂತ ಜಾಸ್ತಿ ಪರಿಹಾರ ಬೇರೆ ನೀಡುವಂತಿಲ್ಲ ಎಂದ ಮೇಲೆ ಇನ್ನೇನು ಮಾಡಲಿ? ಈಕೆಯ ಕಷ್ಟ ನೋಡಲಾಗದಿದ್ದರೆ ಡೋಲು ಹೊಡೆಯುತ್ತಾ ದುಡ್ಡು ಕಲೆಕ್ಷನ್ ಮಾಡಬೇಕಲ್ಲವೇ, ಅದರಲ್ಲಿ ತಪ್ಪೇನಿದೆ. ಸಿಎಂ ಆಗಿದ್ದವರು ರಸ್ತೆಯಲ್ಲಿ ಡೋಲು ಹೊಡೆಯಬಾರದು ಎಂದೇನಾದರೂ ಕಾನೂನಿದೆಯೇ ಎಂದರು.

ಪಟೇಲರ ಮಾತು ಕೇಳಿ ಮಂತ್ರಿಗಳಿಂದ ಹಿಡಿದು ಕಲಾವಿದೆಯ ತನಕ ಯಾರೂ ಸೌಂಡೆತ್ತಲಿಲ್ಲ.

26

ಯುದ್ಧರಂಗಕ್ಕೆ ಹೋಗುವ ಮುನ್ನಿನ ಅರ್ಜುನನ ಸ್ಥಿತಿ, ಆಲೋಚನೆ ಮಾಡುವ ಬಹುತೇಕ ಎಲ್ಲರಲ್ಲೂ ಇರುತ್ತದೆ. ಅರ್ಥಾತ್, ಒಂದು ಘಟನೆಯ ಮುಂದಿನ ಪರಿಣಾಮಗಳ ಬಗ್ಗೆ ಆತಂಕವಿರುತ್ತದೆ.

ಜಗತ್ತಿನಲ್ಲಿ ಮೂರು ವರ್ಗದ ಜನರಿರುತ್ತಾರೆ ಈ ಪೈಕಿ ನಿಮ್ಮ ವರ್ಗವನ್ನು ಗುರುತಿಸಿಕೊಳ್ಳಿ

ಮೇಡಂ, ನಿಮ್ಮ ಜೀವಕ್ಕೆ ಗಂಡಾಂತರವಿದೆ. ಎಚ್ಚರದಿಂದಿರಿ ಅಂತ ನಾನು ಒಂದಲ್ಲ, ಹಲವಾರು ಬಾರಿ ಹೇಳಿದ್ದೆ ಇತ್ತೆಲ್ ಮೂಲ್ತಿ (ವಿಠ್ಠಲಮೂರ್ತಿ) ಆದರೆ ಅದಕ್ಕವರು ಸದಾ ಮಂದಹಾಸದ ಉತ್ತರವನ್ನೇ ನೀಡುತ್ತಿದ್ದರು.

ಒಂದು ಬಾರಿ ಸ್ವಲ್ಪ ಗಟ್ಟಿಯಾಗಿಯೇ ಹೇಳಿದ್ದೆ. ಮೇಡಂ. ನಿಮ್ಮ ಸುತ್ತ ಯೋಚಿಸಬಲ್ಲ ಜನರಿದ್ದಾಗ ನಿಮಗೆ ಅಂದುಕೊಂಡಷ್ಟು ಬೇಗ ಗಂಡಾಂತರ ಬರುವುದಿಲ್ಲ. ಆದರೆ ಆಲೋಚನಾರಹಿತ ಮನಃಸ್ಥಿತಿಯಲ್ಲಿರುವವರು ನಿಮ್ಮನ್ನು ನಿರ್ದಾಕ್ಷಿಣ್ಯವಾಗಿ ಅಪಾಯಕ್ಕೆ ನೂಕಬಲ್ಲರು ಎಂದಿದ್ದೆ.

ಆಗಲೂ ಅವರದು ಒಂದೇ ಮಾತು. ಹೇಗೆ ಹೇಳುತ್ತೀರಿ ಖುಷ್ವಂತ್‌ಜೀ. ನನಗೆ ಸ್ವಲ್ಪ ಬಿಡಿಸಿ ಹೇಳಿ ಎಂದಿದ್ದರು. ಆದರೆ ನನಗೇಕೋ ಗಾಢವಾಗಿ ಅನ್ನಿಸತೊಡಗಿತ್ತು. ಅಮೃತಸರದ ಸ್ವರ್ಣಮಂದಿರದ ಮೇಲೆ 'ಆಪರೇಷನ್ ಬ್ಲೂಸ್ಟಾರ್' ನಡೆಸಲು, ಆ ಮೂಲಕ ಬಿಂದ್ರನ್‌ವಾಲೆಯ ಪಡೆಯನ್ನು ನಿರ್ನಾಮ ಮಾಡಲು ಇಂದಿರಾಗಾಂಧಿ ಕೈಗೊಂಡ ತೀರ್ಮಾನ ದೊಡ್ಡದೊಂದು ಗಂಡಾಂತರದ ಮುನ್ನುಡಿ ಎಂಬ ಆತಂಕ ಕಾಡುತ್ತಿತ್ತು.

ಮಿಲಿಟರಿಯವರು, ಆಪರೇಷನ್ ಬ್ಲೂಸ್ಟಾರ್ ಕಾರ್ಯಾಚರಣೆ ಮಾಡಿ ಬಿಂದ್ರನ್‌ವಾಲೆ ಮತ್ತವರ ಶಿಷ್ಯರನ್ನು ಹೊಡೆದು ಹಾಕಿದ್ದಕ್ಕೆ ನನ್ನ ವಿರೋಧವಿರಲಿಲ್ಲ. ಅದರೆ ಮಿಲಿಟರಿಯವರು ಬೂಟುಗಾಲುಗಳಲ್ಲಿ ಸ್ವರ್ಣ ಮಂದಿರಕ್ಕೆ ನುಗ್ಗಿ ಅದನ್ನು ಅಪವಿತ್ರಗೊಳಿಸಿದರು ಅನ್ನುವ ವಿಷಯದಲ್ಲಿ ನನಗೆ ಸಿಟ್ಟಿತ್ತು.

ನಾವು ಸಿಖ್ಖರು. ಸಹಜವಾಗಿ ಧರ್ಮದ ವಿಷಯದಲ್ಲಿ ಬೇಗ ರೋಷಾವಿಷ್ಠ ರಾಗುತ್ತೇವೆ. ನನಗೂ ಆ ರೋಷವಿತ್ತು. ಆದರೂ ಇಂದಿರಾಗಾಂಧಿ ಅವರ ಭದ್ರತೆಯ ವಿಷಯದಲ್ಲಿ ನನಗಿದ್ದ ಆತಂಕವನ್ನು ನಾನು ಹೇಳಿದೆ. ಆದರೆ ಅದನ್ನವರು ತಳ್ಳಿ ಹಾಕಿದರು ಎಂದು ಮಾತಿನಲ್ಲಿ ವಿಷಾದ ತುಳುಕಿಸಿದರು ಖುಷ್ವಂತ್ ಸಿಂಗ್.

ಅಷ್ಟೊತ್ತಿಗಾಗಲೇ ನಾವು ಕುಳಿತಿದ್ದ ಬೆಂಜ್ ಕಾರು ಅಶೋಕಾ ಹೋಟೆಲ್‌ನಿಂದ ಚಾಲುಕ್ಯ ಹೋಟೆಲ್ ಬಳಿ ರೈಟ್ ಟರ್ನ್ ತೆಗೆದುಕೊಂಡಿತ್ತು. ಅಲ್ಲಿಂದ ಸ್ವಲ್ಪ ಮುಂದಕ್ಕೆ ಹೋಗಿ ಎಡಕ್ಕೆ ತಿರುಗಿಕೊಂಡರೆ ಸಿಗುವುದು ಕೆ.ಆರ್.ಸರ್ಕಲ್.

ಅಲ್ಲಿಂದ ಕಾರ್ಪೋರೇಷನ್, ಅದಕ್ಕಿಂತ ಸ್ವಲ್ಪ ಮುಂದೆಯೇ ಟೌನ್ ಹಾಲ್. ಆ ಕ್ಷಣದಲ್ಲಿ ತಲುಪುವ ದೂರವನ್ನು ನೆನಪಿಸಿಕೊಂಡು ನಾನು ಆತುರಕ್ಕೆ ಬಿದ್ದವನಂತೆ,

ಸಾರ್, ಆಲೋಚನಾ ರಹಿತ ವ್ಯಕ್ತಿಗಳಿಂದ ಇಂದಿರಾಗಾಂಧಿಯವರಿಗೆ ಗಂಡಾಂತರವಿದೆ ಎಂದು ನಿಮಗೇಕೆ ಅನ್ನಿಸಿತ್ತು ಅಂದೆ.

ನೋಡಿ ಇತ್ತೆಲ್‌ಮೂಲ್ತಿ. ನಿಮಗೆ ಮಹಾಭಾರತ ಗೊತ್ತು. ಅದು ಹೇಳುವ ತತ್ವವನ್ನು ಅರ್ಥ ಮಾಡಿಕೊಳ್ಳಿ. ನಾನು ಅಂತಲ್ಲ. ದೊಡ್ಡ ದೊಡ್ಡ ಜ್ಞಾನಿಗಳು ಅದರ ಬಗ್ಗೆ ಹೇಳಿದ್ದಾರೆ. ವಸ್ತು ಸ್ಥಿತಿ ಎಂದರೆ, ಈ ಜಗತ್ತಿನಲ್ಲಿ ನಾನು ಪಡೆದಿದ್ದೆಲ್ಲ ಹೊರಗಿನಿಂದಲೇ ಪಡೆದಿದ್ದು. ಸ್ವಂತದ್ದು ಏನಿಲ್ಲ. ಪಡೆದದ್ದಕ್ಕೆ ಹೊಳಪು ನೀಡುವ ಶಕ್ತಿ ಇದ್ದುದರಿಂದ ಪತ್ರಕರ್ತನಾದೆ. ಇರಲಿ. ಅಂದ ಹಾಗೆ ಈ ಮಹಾಭಾರತದಲ್ಲಿ ನಿಜವಾಗಿಯೂ ಅಪ್ರತಿಮ ವೀರರೆಂದರೆ ಯಾರು, ಎಂದರು. ಇನ್ಯಾರು, ಅರ್ಜುನ. ಕರ್ಣ... ಎಂದು ಬಾಯಿ ತೆಗೆದೆ. ನೋ, ನೋ ಇತ್ತೆಲ್ ಮೂಲ್ತಿ. ಅರ್ಜುನ ಮತ್ತು ಕರ್ಣ ಯುದ್ದದಲ್ಲಿ ಚಾಣಾಕ್ಷರು. ಆದರೆ ಯುದ್ಧದ ವಿಷಯದಲ್ಲಿ ಅರ್ಜುನನಿಗೆ ಹಿಂಜರಿಕೆ ಇತ್ತು. ಕರ್ಣನಿಗೆ ಬಾಲ್ಯದಿಂದಲೂ ತಾನು ಸೂತಪುತ್ರ ಅನ್ನಿಸಿಕೊಂಡ ಅಪಮಾನವನ್ನು ತೀರಿಸಿಕೊಳ್ಳುವ ಹತವಿತ್ತು. ನನ್ನ ಪ್ರಕಾರ ಅವರು ಅಪ್ರತಿಮ ಬುದ್ಧಿವಂತರು.

ನಿಜ ಹೇಳಬೇಕೆಂದರೆ ಯುದ್ಧ ರಂಗಕ್ಕೆ ಹೋಗುವ ಮುನ್ನಿನ ಅರ್ಜುನನ ಸ್ಥಿತಿ, ಆಲೋಚನೆ ಮಾಡುವ ಬಹುತೇಕ ಎಲ್ಲರಲ್ಲೂ ಇರುತ್ತದೆ. ಅರ್ಥಾತ್, ಒಂದು ಘಟನೆಯ ಮುಂದಿನ ಪರಿಣಾಮಗಳ ಬಗ್ಗೆ ಆತಂಕವಿರುತ್ತದೆ. ಬಹುತೇಕರು ಈ ಕೆಟಗರಿಗೆ ಸೇರಿರುವುದಿಂದಲೇ ವ್ಯವಸ್ಥೆಯಲ್ಲಿ ಸದಾ ಗೊಂದಲ ಇರುತ್ತದೆ. ಮತ್ತು ಈ ಗೊಂದಲವನ್ನು ಅವರು ತಮ್ಮ ಸುತ್ತಲಿನವರಿಗೆ ದಾಟಿಸುತ್ತಾರೆ. ಇದೇ ರೀತಿಯ ಗೊಂದಲದ ಕಾರಣಕ್ಕಾಗಿ ಆತ ಯುದ್ಧ ನಿರರ್ಥಕ ಎಂದು ಹೇಳಿ, ಯುದ್ಧರಂಗದಿಂದ ಹಿಂದೆ ಸರಿಯಲು ಯತ್ನಿಸಿದ. ಅದರೆ ಆತನ ಗೊಂದಲವನ್ನು ಶ್ರೀಕೃಷ್ಣ ಪರಿಹರಿಸಿದ. ಯುದ್ಧಕ್ಕೆ ಅಣಿಯಾಗುವಂತೆ ಮಾಡಿದ.

ಆದರೆ ನನ್ನ ಪ್ರಕಾರ, ಕುರುಕ್ಷೇತ್ರ ಯುದ್ಧದಲ್ಲಿ ಮುಖಾಮುಖಿಯಾದ ನಿಜವಾದ ಅಪ್ರತಿಮ ವೀರರೆಂದರೆ ಭೀಮ ಹಾಗೂ ದುರ್ಯೋಧನ ಎಂದರು ಖುಷ್ವಂತ್ ಸಿಂಗ್. ನನಗೆ ಅಚ್ಚರಿಯಾಯಿತು. ನಿಜವಾದ ಯೋಧರು ಅಪ್ರತಿಮ ಬುದ್ಧಿವಂತರಾಗಿರುವುದಿಲ್ಲ ಇತ್ತೆಲ್ ಮೂಲ್ತಿ. ಹಾಗೆಯೇ ಬುದ್ಧಿವಂತರು ಅಪ್ರತಿಮ ಯೋಧರಾಗಿರುವುದಿಲ್ಲ. ಚಾಣಾಕ್ಷರಾಗಿರುತ್ತಾರೆ. ಈ ವ್ಯತ್ಯಾಸವನ್ನು ಅರ್ಥ ಮಾಡಿಕೊಳ್ಳಿ. ಹೀಗಾಗಿ ನಾನು ಅರ್ಜುನನನ್ನು ಚಾಣಾಕ್ಷ ಯೋಧ ಎನ್ನುತ್ತೇನೆ. ಒಂದು ವೇಳೆ ಶ್ರೀಕೃಷ್ಣ ಏನಾದರೂ ಅವನನ್ನು ಮಾನಸಿಕವಾಗಿ ಹೆಡೆಮುರಿ ಕಟ್ಟದೇ ಇದ್ದಿದ್ದರೆ ಅನುಮಾನವೇ ಬೇಡ. ಯುದ್ಧದಲ್ಲಿ ಪಾಂಡವರಲ್ಲ, ಕೌರವರೇ ಗೆಲ್ಲುತ್ತಿದ್ದರು. ಯಾಕೆಂದರೆ ಯುದ್ಧರಂಗದಿಂದ ಅರ್ಜುನ ಓಡಿ ಹೋಗಿದ್ದರೆ ಪಾಂಡವರ ಸೈನ್ಯದಲ್ಲಿ ಸಹಜವಾಗಿಯೇ ಸ್ಥೈರ್ಯ

ಕುಗ್ಗುತ್ತಿತ್ತು. ಹೀಗಾಗಿ ಸ್ಪಷ್ಟವಾಗಿ ಹೇಳುತ್ತೇನೆ. ಈ ಯುದ್ಧದಲ್ಲಿ ಪಾಂಡವರನ್ನು ಗೆಲ್ಲಿಸಿದವನು ಯೋಚನಾ ಶೂನ್ಯತೆಗೆ ತಲುಪಿದ್ದ ಶ್ರೀಕೃಷ್ಣ.

ಇರಲಿ, ಅಪ್ರತಿಮ ಯೋಧರು ಎಂದು ಇವರಿಬ್ಬರನ್ನೇ ನಾನು ಯಾಕೆ ಬೆರಳು ಮಾಡಿ ತೋರಿಸುತ್ತಿದ್ದೇನೆಂದರೆ, ಇಬ್ಬರಿಗೂ ಯುದ್ಧದ ಪರಿಣಾಮಗಳ ಕುರಿತು ಚಿಂತೆಯೇ ಇರಲಿಲ್ಲ. ಬದಲಿಗೆ ಎದುರಿಗೆ ಸಿಕ್ಕವರನ್ನು ಕೊಚ್ಚಿ ಬಿಸಾಡಬೇಕು ಎಂಬುದೇ ಸ್ಥಾಯೀಭಾವವಾಗಿತ್ತು.

ವಸ್ತುಸ್ಥಿತಿ ಎಂದರೆ, ಜಗತ್ತಿನಲ್ಲಿ ಮೂರು ತರದ ಜನರಿರುತ್ತಾರೆ. ಒಂದು, ಆಲೋಚನಾರಹಿತ ಸ್ಥಿತಿಯಲ್ಲಿರುವ ಜನ. ಭೀಮ, ದುರ್ಯೋಧನನಂತವರು. ಎರಡು, ಯೋಚನಾ ಸ್ಥಿತಿಯಲ್ಲಿರುವವರು. ಅಂದರೆ ಅರ್ಜುನನಂತವರು. ಮೂರನೆಯವರು, ಯೋಚನೆ ಮಾಡುವ ಸ್ಥಿತಿಯನ್ನು ಮೀರಿದವರು. ಅಂದರೆ ಶ್ರೀಕೃಷ್ಣನಂತವರು. ಈ ಮೂರು ರೀತಿಯ ಜನರ ಪೈಕಿ ನೀವು ಯಾವ ತರದವರು ಎಂಬುದನ್ನು ಕಂಡುಕೊಳ್ಳಿ. ನಿಮ್ಮ ಬದುಕಿನ ದಾರಿ ಸ್ಪಷ್ಟವಾಗುತ್ತದೆ ಎಂದರು ಖುಷ್ವಂತ್ ಸಿಂಗ್. ನಾನು ಬೆಕ್ಕಸಬೆರಗಿನಿಂದ ಕೇಳುತ್ತಲೇ ಇದ್ದೆ.

ಜಗತ್ತಿನ ಇತಿಹಾಸವನ್ನು ತೆಗೆದುನೋಡಿ. ಯಾವ್ಯಾವ ಜನಾಂಗಗಳು, ಆಲೋಚನಾ ರಹಿತ ಸ್ಥಿತಿಯಲ್ಲಿರುತ್ತವೋ, ಅಂತವರನ್ನು ದೇವರು, ಧರ್ಮ, ನೆಲ, ಹೆಣ್ಣು, ಭಾಷೆ, ಹೀಗೆ ಯಾವುದಾದರೂ ಒಂದು ವಿಷಯದಲ್ಲಿ ಭಾವನಾತ್ಮಕವಾಗಿ ಕೆರಳಿಸಿ, ಬರ್ಬರ ಸ್ಥಿತಿಗೆ ತಲುಪಿಸಿ, ಅಲ್ಲಿಂದ ಯುದ್ಧದ ಸ್ಥಿತಿಗೆ ಎಳೆದುಕೊಂಡು ಹೋಗಿಬಿಡಬಹುದು. ಈ ತರದ ಜನರನ್ನು ಮಾರ್ಕೆಟಿಂಗ್ ಪೀಪಲ್ಸ್ ಸುಲಭವಾಗಿ ಬಳಸಿಕೊಂಡು ಬಿಡುತ್ತಾರೆ. ಈ ಅಪಾಯವನ್ನು ಬಿಟ್ಟರೆ ಆಲೋಚನಾರಹಿತ ಜನ ಬದುಕನ್ನು ಧೈರ್ಯವಾಗಿ ಎದುರಿಸುತ್ತಾರೆ.

ಆದರೆ ಎರಡನೆ ವರ್ಗದ ಜನ ಇರುತ್ತಾರಲ್ಲ, ಇವರು ಹೆಚ್ಚು ಯೋಚನೆ ಮಾಡುವುದರಿಂದ, ಅವರ ಯೋಚನೆಯನ್ನು ತಪ್ಪು ಎಂದು ಮನವರಿಕೆ ಮಾಡಿಕೊಡುವವರ ಅಗತ್ಯವಿರುತ್ತದೆ. ಇಲ್ಲದಿದ್ದರೆ ಇಂತವರು ಯುದ್ಧರಂಗದಿಂದ ಪಲಾಯನ ಮಾಡಿಬಿಡುತ್ತಾರೆ. ಅದು ನೇರ ಯುದ್ಧವೇ ಆಗಬೇಕೆಂದಿಲ್ಲ. ಬದುಕಿನಿಂದಲೇ ಪಲಾಯನ ಮಾಡುತ್ತಿರುತ್ತಾರೆ.

ಮೂರನೆ ವರ್ಗದ ಜನರು, ತಮ್ಮನ್ನು ಬದುಕಿನ ನಿಕಷಕ್ಕೆ ಒಡ್ಡಿಕೊಳ್ಳದೇ ಬೇರೆ ದಾರಿಯೇ ಇಲ್ಲ ಎಂಬ ಸತ್ಯವನ್ನು ಅರಿತಿರುತ್ತಾರೆ. ಹೀಗಾಗಿ ಅವರು ಪಲಾಯನ ಮಾಡದೆ ಸನ್ನಿವೇಶಕ್ಕೆ ತಮ್ಮನ್ನು ಒಡ್ಡಿಕೊಳ್ಳಬಲ್ಲರು. ಅಂದರೆ ಯುದ್ಧ ಮಾಡಬಲ್ಲರು. ಯುದ್ಧ ಎಂದರೆ ಲಿಟರಲಿ ವಾರ್ ಎಂಬ ಅರ್ಥದಲ್ಲೇ ನೋಡಬೇಕಿಲ್ಲ. ಬದುಕು

ಕೂಡಾ ಯುದ್ಧವೇ. ಹೀಗಾಗಿ ಇದನ್ನು ಶ್ರೀಕೃಷ್ಣನಂತೆ ಎದುರಿಸುವ ಯೋಚನಾ ಶೂನ್ಯ ಮನಸ್ಥಿತಿ ನಮಗೆ ದಕ್ಕಬೇಕು.

ಇದನ್ನೇಕೆ ಹೇಳಿದೆನೆಂದರೆ, ನಾವು ಸಿಖ್ಖರು. ಆಗಿರುವ ನೋವನ್ನು, ಅವಮಾನವನ್ನು ಯಾವ ಕಾರಣಕ್ಕೂ ಮರೆಯುವುದಿಲ್ಲ. ಪರ್ಸನಲಿ, ಧರ್ಮದ ವಿಷಯ ಬಂದಾಗ ಅತ್ಯಂತ ವಿನಯದಿಂದ ಮತ್ತು ಅತ್ಯಂತ ಕಟುಕತನದಿಂದ ವರ್ತಿಸಲು ನಮಗೆ ಸಾಧ್ಯವಿದೆ. ಅದಕ್ಕೇ ನನಗೆ ಒಂದು ಆತಂಕವಿತ್ತು.

ಇದೇ ಕಾರಣಕ್ಕಾಗಿ ನಾನು ಇಂದಿರಾಗಾಂಧಿಯವರಿಗೆ ಹೇಳಿದ್ದೆ. ಮೇಡಂ. ನೀವು ಆಪರೇಷನ್ ಬ್ಲೂಸ್ಟಾರ್ ಮಾಡಿಸಿದ ವಿಷಯದಲ್ಲಿ ನನಗೆ ಅಸಮಾಧಾನವಿದೆ. ಆದರೆ ನಿಮ್ಮ ಪ್ರಾಣ ಸಾಮಾನ್ಯದ್ದಲ್ಲ. ಯಾಕೆಂದರೆ, ನೀವು ದೇಶದ ಪ್ರಧಾನಿ. ಹೀಗಾಗಿ ಮೊದಲು ನಿಮ್ಮ ಸುತ್ತ ಇರುವ ಭದ್ರತಾ ಪಡೆಯನ್ನು ಪುನರ್ರಚಿಸಿ ಎಂದಿದ್ದೆ. ನನಗೆ ಅನುಮಾನವಿತ್ತು. ಜೀವ ಕೊಡಬಲ್ಲವರು, ಜೀವ ತೆಗೆದುಕೊಳ್ಳಲೂ ಸಮರ್ಥರಿರುತ್ತಾರೆ. ಯಾಕೆಂದರೆ ಭಾವನಾತ್ಮಕವಾಗಿ ಅವರನ್ನು ಒಂದು ವಿಷಯಕ್ಕೆ ಕಟ್ಟಿ ಹಾಕಿ, ಏನು ಬೇಕಾದರೂ ಮಾಡಿಸಬಹುದು.

ಆದರೆ ಇಂದಿರಾಗಾಂಧಿಯವರ ವಾದ ಸರಣಿ ಬೇರೆಯದೇ ಇತ್ತು. ಅದಕ್ಕೆಂತಲೇ ನೋ, ನೋ, ಖುಷ್ವಂತ್‌ಜೀ. ನನ್ನ ಭದ್ರತಾ ಪಡೆಯವರು ಯಾವ ಆಮಿಷಕ್ಕೂ ಒಳಗಾಗದವರು. ಆಮಿಷಕ್ಕೆ ಒಳಗಾಗದ ಜನ ಯಾವುದೇ ತ್ಯಾಗಕ್ಕೆ ಸಿದ್ಧರಾಗಬಲ್ಲರು ಎಂದು ಹೇಳಿದ್ದರು. ನಾನು ವಿಷಾದ ವ್ಯಕ್ತಪಡಿಸಿ ಸುಮ್ಮನಾದೆ. ಮುಂದಿನದು ಇತಿಹಾಸ.

ಈ ಬಗ್ಗೆ ಮುಂದೊಂದು ದಿನ ಪ್ರಧಾನಿಯಾಗಿದ್ದ ರಾಜೀವ್ ಗಾಂಧಿಯವರಿಗೆ ಹೇಳಿದೆ. ಅದಕ್ಕವರು, ನೀವು ಹೇಳಿದ್ದು ನಿಜ. ಈ ವಿಷಯದಲ್ಲಿ ನಮ್ಮ ತಾಯಿ ಎಚ್ಚರ ವಹಿಸಬಹುದಿತ್ತು. ಆದರೆ ಅವರಿಗೆ ಶ್ರೀಕೃಷ್ಣನ ಗುಣವಿತ್ತು. ಅಂದರೆ ತಾವು ತೆಗೆದುಕೊಳ್ಳುವ ನಿರ್ಧಾರಕ್ಕೆ ಪ್ರತಿಯಾಗಿ ಪ್ರಾಣವನ್ನೇ ಕೊಡಬೇಕಾಗಿ ಬಂದರೂ ಪರವಾಗಿಲ್ಲ ಎಂಬ ಯೋಚನಾ ಶೂನ್ಯ ಸ್ಥಿತಿಗೆ ಅವರು ಬಂದಿದ್ದರು ಅನ್ನಿಸುತ್ತದೆ ಎಂದಿದ್ದರು.

ಇಂತಹ ಮನಸ್ಥಿತಿ ಇದ್ದುದರಿಂದಲೇ ಮೂರು ದಶಕಗಳ ಅವಧಿಯಲ್ಲಿ ನನಗನ್ನಿಸಿದ ಕೆಲಸ ಮಾಡಲು ಸಾಧ್ಯವಾಯಿತು. ಎಂತೆಂತಹ ಶತ್ರುಗಳನ್ನೂ ಬಡಿದು ಹಾಕಲು ಸಾಧ್ಯವಾಯಿತು. ಅಷ್ಟೇ ಏಕೆ, ದೇಶದ ಮೇಲೆ ತುರ್ತು ಸ್ಥಿತಿ ಹೇರಲು ಸಾಧ್ಯವಾಯಿತು. ಮತ್ತು ಹಾಗೆ ಹೇರಿಯೂ ಕೆಲವೇ ಕಾಲದಲ್ಲಿ ರಾಜಕೀಯವಾಗಿ ಮೇಲೆದ್ದು ನಿಲ್ಲಲು ಸಾಧ್ಯವಾಯಿತು. ಹೀಗಾಗಿ ಆಪರೇಷನ್ ಬ್ಲೂ ಸ್ಟಾರ್ ನಂತರವೂ

ತಮಗೇನೂ ಆಗುವುದಿಲ್ಲ. ಆದರೂ ಪರವಾಗಿಲ್ಲ ಎಂಬ ಸ್ಥಿತಿಗೆ ನನ್ನ ತಾಯಿ ತಲುಪಿದ್ದರು ಎಂದರು ರಾಜೀವ್ ಗಾಂಧಿ.

ಹಾಗಂತ ಅದನ್ನು ಶ್ರೀಕೃಷ್ಣನ ಮನಸ್ಥಿತಿ ಎನ್ನಲು ಸಾಧ್ಯವಿಲ್ಲ. ಬದಲಿಗೆ ಏನು ಬೇಕಾದರೂ ಮಾಡಿ ದಕ್ಕಿಸಿಕೊಳ್ಳಬಲ್ಲೆ ಎಂಬ ಹಟ ಅವರಲ್ಲಿ ಒಂದು ಬಗೆಯ ಮೈ ಮರೆವನ್ನು ತಂದಿತ್ತು. ಈ ಮೈ ಮರೆವು ಕೂಡಾ ಅತಿ ಬುದ್ಧಿವಂತಿಕೆಯ ಲಕ್ಷಣ.

ಆದರೆ ಇವತ್ತು ನನಗನ್ನಿಸುತ್ತಿದೆ ಇತ್ತೆಲ್‌ಮೂಲ್ತಿ. ಜಾಗತೀಕರಣ ಸೃಷ್ಟಿಸುವ ಕಂದರ, ಮುಂದೆ ಯಾವ ಮಟ್ಟಕ್ಕೆ ತಲುಪುತ್ತದೆ ಎಂದರೆ ದೇಶದಲ್ಲಿ ಸೃಷ್ಟಿಯಾಗುವ ಈ ಕಂದರವನ್ನು ತುಂಬಲು ಯಾರ ಕೈಲೂ ಸಾಧ್ಯವೇ ಇಲ್ಲ. ಅಂತಹ ಸಂದರ್ಭವನ್ನು ಎದುರಿಸಲು ಇಂದಿರಾಗಾಂಧಿ ಅವರಿಗಿಂತಲೂ ಬಿಗುಮನ: ಸ್ಥಿತಿಯ, ಮಾನವೀಯತೆಯನ್ನೇ ಸಾಕಾರಗೊಳಿಸಿಕೊಂಡ ನಾಯಕರು ಈ ದೇಶಕ್ಕೆ ಬೇಕಾಗುತ್ತಾರೆ ಅನ್ನಿಸುತ್ತದೆ ಎಂದರು ಖುಷ್ವಂತ್‌ಸಿಂಗ್.

ಅಷ್ಟೊತ್ತಿಗಾಗಲೇ ಕಾರು ಕಾರ್ಪೋರೇಷನ್ ಸರ್ಕಲ್ ದಾಟಿ, ತಲುಪಬೇಕಿದ್ದ ಕಾರ್ಯಕ್ರಮದ ಜಾಗಕ್ಕೆ ಬಂದಿತ್ತು. ನಾನು ಸುಮ್ಮನೆ ಅವರ ಮುಖ ನೋಡಿ ನಕ್ಕೆ. ಅವರೂ ನನ್ನ ಭುಜದ ಮೇಲೆ ಕೈ ಹಾಕಿ ಕಾರಿನಿಂದ ಕೆಳಗಿಳಿದರು.

ಅಂದ ಹಾಗೆ ಇತ್ತೀಚಿನ ಹಲವಾರು ಘಟನೆಗಳು, ಸುತ್ತಲ ವಾತಾವರಣವನ್ನೇ ಹದಗೆಡಿಸುತ್ತಿರುವ ಸಂಕಟವೋ ಏನೋ, ಖುಷ್ವಂತ್ ಸಿಂಗ್ ಅವರ ಜತೆಗಿನ ಈ ಎಲ್ಲ ನೆನಪುಗಳನ್ನು ಮನಸ್ಸೆಂಬ ಗರ್ಭಕೋಶದಿಂದ ಹೊರನೂಕಿದವು. ಅದಕ್ಕೆಂದೇ ಹೀಗೆ ಹೊರಬಿದ್ದ ಮಗುವಿಗೆ ಬೆಚ್ಚನೆಯ ಟವೆಲ್ಲು ಸುತ್ತಿ ನಿಮ್ಮೆದುರಿಗಿಟ್ಟೆ.

27

ಸೆಕ್ಯೂಲರ್ ಆಗಿರುವವರು ಎಂದರೆ ದೇವರನ್ನು ನಂಬಬಾರದು ಅಂತೇನಿಲ್ಲ. ಎಲ್ಲ ಧರ್ಮಗಳ ಜನರೂ ಒಂದೇ.ದೇವರನ್ನು ಯಾವ ಹೆಸರಿನಲ್ಲಿ ಕರೆದರೂ ಅದು ಆಳದಲ್ಲಿ ವಿಶ್ವಶಕ್ತಿ ಎಂಬ ಅರಿವಿದ್ದರೆ ಸಾಕು.

ಕರೆದಾಗ ಬರಲು ರೆಡಿ ಅನ್ನಿ ಗುರುಗಳ ದಂಡೇ ಸಿಗುತ್ತದೆ

ಸಾರ್, ನೀವು ಸೆಕ್ಯೂಲರ್ ಅಂತೆ. ದೇವರನ್ನು ನಂಬುವುದಿಲ್ಲವಂತೆ ಹೌದಾ? ಅಂತ ನಾವು ಗೆಳೆಯರು ಕುತೂಹಲದಿಂದ ಕೇಳಿದೆವು.

ಆಗ ಮುಖ್ಯಮಂತ್ರಿಯಾಗಿದ್ದ ಬಂಗಾರಪ್ಪ ನಮ್ಮ ಮುಖ ನೋಡಿ, ಹಾಗೆಂದರೆ? ಅಂತ ಕೇಳಿದರು. ಅದೇ ಸರ್, ಧರ್ಮ ನಿರಪೇಕ್ಷತೆ ಇರುವವರು ಮತ್ತು ನಾಸ್ತಿಕರು ಅನ್ನುತ್ತಾರಲ್ಲ ಹಾಗೆ ಎಂದು ನಾವು ಹೇಳಿದೆವು. ಅದಕ್ಕವರು ವಿಷಾದದ ನಗು ನಕ್ಕು ಹೇಳಿದರು.

ರೀ, ಸೆಕ್ಯೂಲರ್ ಆಗಿರುವವರು ಎಂದರೆ ದೇವರನ್ನು ನಂಬಬಾರದು ಅಂತೇನಿಲ್ಲ. ಎಲ್ಲ ಧರ್ಮಗಳ ಜನರೂ ಒಂದೇ. ದೇವರನ್ನು ಯಾವ ಹೆಸರಿನಲ್ಲಿ ಕರೆದರೂ ಅದು ಆಳದಲ್ಲಿ ವಿಶ್ವಶಕ್ತಿ ಎಂಬ ಅರಿವಿದ್ದರೆ ಸಾಕು. ನಾನು ಆ ಮನ: ಸ್ಥಿತಿಯವನು.

ಹಾಗೆಯೇ ಇವನೇ ದೇವರು. ಇವನ ರೂಪ ಹೀಗಿರುತ್ತದೆ ಅಂತ ಬದುಕಿನಲ್ಲಿ ಒಮ್ಮೆಯೂ ನೋಡದೆ ಯಾವನು ಹೇಳುತ್ತಾನೋ, ಅವನೇ ಈ ಜಗತ್ತಿನ ದಿ ಬೆಸ್ಟು ದಲ್ಲಾಳಿ. ತಕ್ಷಣವೇ ಆ ದಲ್ಲಾಳಿಯ ಅನ್ನದ ಅಗತ್ಯವನ್ನು ಮನವರಿಕೆ ಮಾಡಿಕೊಂಡು ಸುಮ್ಮನಿದ್ದು ಬಿಡಿ. ಯಾಕೆಂದರೆ ಇಂತಹ ದಲ್ಲಾಳಿಗಳು ನಿಜವಾದ ಗುರುಗಳಾಗಲು ಸಾಧ್ಯವೇ ಇಲ್ಲ.

ಅದೇ ರೀತಿ ಕೆಲವೇ ಧರ್ಮದ ದೇವರನ್ನು ನಂಬುತ್ತೇವೆ ಅನ್ನುವ ಅಥವಾ ದೇವರನ್ನು ನಂಬುವುದೇ ಇಲ್ಲ ಎನ್ನುವವರನ್ನೂ ಈ ಪಟ್ಟಿಯಿಂದ ತೆಗೆದು ಹಾಕಿ ಬಿಡಿ. ಅದರ ಬದಲು ನೀವೇ ದೇವರನ್ನು ಹುಡುಕಿ. ಯಾಕೆಂದರೆ ಅವನಿರದ ಜಾಗವೇ ಇರಲು ಸಾಧ್ಯವಿಲ್ಲ. ಹಾಗಂತ ಆತನಿಗೆ ಯಾವ ರೂಪವಿದೆ ಅಂತ ನಾನು ಹೇಳಲಾರೆ. ಯಾಕೆಂದರೆ ನಾನೂ ದೇವರನ್ನು ನೋಡಿಲ್ಲ. ಆದರೆ ದೇವರಂತೆ ಬದುಕಿನಲ್ಲಿ ಬಂದವರನ್ನು ನೋಡಿದ್ದೇನೆ. ಯಾಕೆಂದರೆ ದೇವರ ರೂಪವೇ ಒಳ್ಳೆಯತನ.

ಈ ಜಗತ್ತಿನಲ್ಲಿ ಎಲ್ಲವನ್ನೂ ತೋರಿಸಲು ಗುರು ಇರುತ್ತಾನೆ. ಹಾಗಂತ ಆ ಗುರುವನ್ನು ನೀವಾಗಿಯೇ ಹುಡುಕಿಕೊಂಡು ಹೋಗಬೇಕಿಲ್ಲ. ಅವರೇ ನಿಮ್ಮ ಜೀವನಕ್ಕೆ ಅಗತ್ಯ ಬಿದ್ದಾಗ ಎದುರಾಗುತ್ತಾರೆ.

ನಮ್ಮ ಬದುಕಿಗೆ ಅವರಾಗಿಯೇ ಬರುವ ಈ ಗುರುಗಳು ಮುಂದೊಂದು ದಿನ ಒಳ್ಳೆಯತನವೇ ದೇವರು ಎಂಬುದನ್ನು ಮನಗಾಣಿಸುತ್ತಾರೆ. ಅಂತವರು ನನಗೂ ಸಿಕ್ಕಿದ್ದಾರೆ. ಆದರೆ ಪದೇ ಪದೇ ಒಂದು ವಿಷಯವನ್ನು ಮನದಟ್ಟು ಮಾಡಿಕೊಳ್ಳಿ. ದೇವರನ್ನು ತೋರಿಸಲು ನಾವೇ ಸರಿ ಎನ್ನುವ ದಲ್ಲಾಳಿಗಳನ್ನು ಮೊದಲು ದೂರವಿಡಿ. ಯಾಕೆಂದರೆ ನಿಮಗೆ ದೇವರನ್ನು ತೋರಿಸುತ್ತೇವೆ ಎನ್ನುವವರ ಪಾಲಿಗೆ ನೀವು ದೇವರಾಗಬಹುದೇ ಹೊರತು, ಇನ್ನೇನೂ ಆಗುವುದಿಲ್ಲ. ಅವರ ಹೊಟ್ಟೆ ತುಂಬಿಸಲು ನೀವೇ ದೇವರ ರೂಪದಲ್ಲಿ ಸಜ್ಜಾಗುತ್ತೀರಿ. ಆದರೆ ನಿಜವಾದ ದೇವರನ್ನು ಅರಿತುಕೊಳ್ಳಬೇಕೆಂದರೆ ಮೊದಲು ಅವರನ್ನು ದೂರವಿಡಿ. ದೇವರ ಜತೆ ನೀವೇ ನೇರ ಸಂಪರ್ಕ ಸಾಧಿಸಲು ಯತ್ನಿಸಿ. ನಾನು ಕೂಡಾ ಅದೇ ಪ್ರಯತ್ನದಲ್ಲಿರುವವನು.

ಅವತ್ತು ಹೈಗ್ರೌಂಡ್ಸ್‌ನ ತಮ್ಮ ನಿವಾಸದಲ್ಲಿ ಬಂಗಾರಪ್ಪ ಆಡಿದ ಮಾತುಗಳನ್ನು ಕೇಳಿ ನಮಗೆ ಕುತೂಹಲವಾಯಿತು. ಸಾರ್. ನೀವು ದೇವರನ್ನು ನಂಬುವುದೇ ಇಲ್ಲ ಅಂದುಕೊಂಡಿದ್ದೆವು ಅಂತ ಹೇಳಿದೆವು.

ಅರೇ, ದೇವರೇ ಇಲ್ಲ ಅಂತ ನಿಖರವಾಗಿ ಹೇಳಲು ನಾನ್ಯಾರು ಎಂದರು ಬಂಗಾರಪ್ಪ. ನಾನು ದೇವರನ್ನು ನಂಬುತ್ತೇನೆ. ನಂಬುವುದಿಲ್ಲ ಅನ್ನುವವರು ಪ್ರಕೃತಿಯನ್ನಾದರೂ ನಂಬಬೇಕು. ಹಾಗೇನಾದರೂ ಇದ್ದರೆ ಅದು ಬೇರೆ ಮಾತು. ಅಳಿಯ ಅಲ್ಲ, ಮಗಳ ಗಂಡ ಅಂದ ಹಾಗೆ.

ಆದರೆ, ದಲ್ಲಾಳಿಗಳ ಮೂಲಕ ದೇವರನ್ನು ನೋಡಬಹುದು ಅಂತ ಯಾರಾದರೂ ನಿಖರವಾಗಿ ಹೇಳುವುದಾದರೆ ಅವರ ಅಡ್ರೆಸ್ಸು ಕೊಡಿ. ನಾನು ತುಂಬ ಜನರನ್ನು ಚೆಕ್ ಮಾಡಿದೆ. ಅವರೆಲ್ಲ ಚಾಣಾಕ್ಷತೆಯಿಂದ ದೇವರನ್ನು ನೋಡಬಹುದಾದ ಮಾರ್ಗ ಹೇಳಿದರೇ ಹೊರತು, ಅವರೂ ಅಂತಿಮ ಗುರಿಯನ್ನು ತಲುಪಿ ಬಂದವರಲ್ಲ.

ಒಬ್ಬ ಮುಖ್ಯಮಂತ್ರಿ ಆಡಿದ ಮಾತುಗಳನ್ನು ಕೇಳಿ ನಾವು ದಂಗಾದೆವು. ಅದಕ್ಕವರು ಮತ್ತೆ ನಕ್ಕು ಹೇಳಿದರು: ನೀವು ಕಷ್ಟದಲ್ಲಿದ್ದಾಗ ನಿಮ್ಮ ನೆರವಿಗೆ ಬರುತ್ತಾರಲ್ಲ, ಅವರನ್ನು ದೇವರೇ ಕಳಿಸಿರುತ್ತಾನೆ. ನೋ ಡೌಟ್. ಹಾಗಂತ ನನಗನ್ನಿಸುತ್ತದೆ. ಆದರೆ ಯಾವುದಾದರೂ ದೇವಾಲಯದಲ್ಲಿ ಇಂತಿಂತಹ ಜಾತಿಯವರೇ ಬಂದು ಪ್ರಸಾದ ತೆಗೆದುಕೊಳ್ಳಬೇಕು ಅಂತ ಹೇಳಿದರು ಅಂದುಕೊಳ್ಳಿ. ನೋ ಡೌಟ್. ಅಲ್ಲಿ ದೇವರನ್ನು ಹರಾಜಿಗಿಟ್ಟು, ಹೊಟ್ಟೆ ತುಂಬಿಸಿಕೊಳ್ಳುವ ದಲ್ಲಾಳಿಗಳ ಪಡೆ ರೆಡಿ ಆಗಿದೆ ಎಂದೇ ಅರ್ಥ. ಅಂತಹವರಿಗೆ ಕವಡೆ ಕಾಸಿನ ಬೆಲೆ ಕೊಡಬೇಡಿ. ನಿಜವಾದ ಭಿಕ್ಷುಕರು ಅವರು. ಇಂತಹವರನ್ನು ನೋಡಲು ನೀವು ಯತ್ನಿಸಬೇಡಿ. ನಿಜವಾದ ದೇವರನ್ನು ನೋಡಲು ಯತ್ನಿಸಿ.

ಅಂದ ಹಾಗೆ ಇವರು ಮಾಡುವ ಯಡವಟ್ಟಿಗಾಗಿ ದೇವರ ಮೇಲಿನ ನಂಬಿಕೆಯನ್ನು ನಾವು ಕಳೆದುಕೊಳ್ಳಬೇಕಿಲ್ಲ. ಆದರೆ ದಲ್ಲಾಳಿಯ ಅಗತ್ಯ ನಮಗಿಲ್ಲ. ನಾವೇ ನೇರವಾಗಿ ದೇವರನ್ನು ಪ್ರಾರ್ಥಿಸುವುದು ಸೂಕ್ತ ಎಂಬುದನ್ನು ಮನದಟ್ಟು ಮಾಡಿಕೊಂಡರೆ ಸಾಕು. ನಿಮ್ಮನ್ನು ಪ್ರೀತಿಸುವ ಜೀವಗಳನ್ನು ನಿಮ್ಮ ಸುತ್ತ ಇಟ್ಟಿರುವವನೇ ದೇವರು ಎಂದು ನಂಬಿದರೆ ಸಾಕು. ಬದುಕಿನಲ್ಲಿ ಯಾವುದೇ ವಿಷಯ ಇರಲಿ, ದಲ್ಲಾಳಿಗಳನ್ನು ನಂಬಿದವರು ಉದ್ಧಾರವಾಗಿದ್ದನ್ನು ನಾನು ನೋಡಿಲ್ಲ.

ಹೀಗಾಗಿ ನನ್ನನ್ನು ಪ್ರೀತಿಸುವವರೇ ದೇವರು ಕಳಿಸಿಕೊಟ್ಟ ರಕ್ಷಕರು ಎಂದು ನಂಬಿಕೊಂಡು ತೃಪ್ತಿಯಿಂದಿರುತ್ತೇನೆ ಎಂದರು ಬಂಗಾರಪ್ಪ. ಅವತ್ತು ಬಂಗಾರಪ್ಪ ಅವರ ಆ ಮಾತುಗಳನ್ನು ನೆನಪಿಸಿಕೊಂಡಾಗ ಇವತ್ತು ತಕ್ಷಣವೇ ನನಗೆ ನೆನಪಾದವಳು ಗುಂಡಮ್ಮ!

ಆಕೆಯ ನಿಜವಾದ ಹೆಸರು ಜಿ.ಹೆಚ್.ಸುಮಿತ್ರಾ. ಹೊನ್ನಾಳಿ ತಾಲ್ಲೂಕು ಕುಳಗಟ್ಟೆ ಗ್ರಾಮದ ನಮ್ಮ ಚಿಕ್ಕಪ್ಪ-ಚಿಕ್ಕಮ್ಮ, ಹಾಲೇಶ್‌ರಾವ್ ಹಾಗೂ ಮಂಜುಳಬಾಯಿ ಅವರ ಮಗಳು ಆಕೆ. ನಾನು ಬೆಂಗಳೂರಿಗೆ ಕೆಲಸಕ್ಕೆ ಅಂತ ಬಂದ ಸ್ವಲ್ಪ ದಿನಗಳಲ್ಲೇ ಬಂಗಾರಪ್ಪ ಸಿಎಂ ಆಗಿದ್ದರು. ಇವತ್ತು ವಿಧಾನಸಭಾಧ್ಯಕ್ಷರಾಗಿರುವ ಕಾಗೋಡು ತಿಮ್ಮಪ್ಪ ಅವತ್ತು ಗೃಹ ಮಂಡಳಿಯ ಅಧ್ಯಕ್ಷರಾಗಿದ್ದರು.

ಅವತ್ತು ಈ ಇಬ್ಬರು ದೀವ ಜನಾಂಗದ ಪರಮೋಚ್ಚ ನಾಯಕರ ಜೀವನ ಚರಿತ್ರೆ ಬರೆಯಬೇಕು ಅಂತ ನಾನು ಹೊರಟಾಗ ಅನಿವಾರ್ಯವಾಗಿ ಸಾಗರಕ್ಕೆ

ಹೋಗಲೇಬೇಕಿತ್ತು. ಇಲ್ಲಿ 'ಪ್ರಜಾವಾಣಿ' ಆಫೀಸಿನಲ್ಲಿ ತಿಂಗಳಾನುಗಟ್ಟಲೆ ಕಾಲ ಕುಳಿತು ಇಪ್ಪತ್ತೈದು ವರ್ಷಗಳ ಪೇಪರ್‌ಗಳನ್ನು ಓದಿದೆ. ಆದರೆ ಬಂಗಾರಪ್ಪ ಹಾಗೂ ಕಾಗೋಡು ತಿಮ್ಮಪ್ಪ ಅವರ ಸ್ವಂತ ಊರಾದ ಸೊರಬ ಹಾಗೂ ಸಾಗರದುದ್ದ ತಿರುಗದೆ ಆ ಜೀವನ ಚರಿತ್ರೆ ಪೂರ್ಣವಾಗಲು ಸಾಧ್ಯವಿರಲಿಲ್ಲ.

ಹಾಗಂತಲೇ ನಾನು ಸಾಗರಕ್ಕೆ ಹೋದೆ. ಆಗ ಗುಂಡಮ್ಮ ಸಾಗರದ ನಮ್ಮ ಮನೆಯಲ್ಲೇ ಇದ್ದು ಓದುತ್ತಿದ್ದಳು. ಆಕೆಗೆ ನಾನು ಎಂದರೆ ಜೀವ. ಆಗ ನಾನು ಊರೂರು ತಿರುಗಿ ಬಂದು ಬರೆಯಲು ಕುಳಿತರೆ ಇವಳು, ಮೇಜು, ಪೆನ್ನು ಸೇರಿದಂತೆ ಬರೆಯಲು ಅಗತ್ಯವಾದ ಎಲ್ಲವನ್ನೂ ರೆಡಿ ಮಾಡಿ ಕೊಡುತ್ತಿದ್ದಳು.

ಅಷ್ಟೇ ಅಲ್ಲ, ಬರೆಯುವುದರಿಂದ ಹಿಡಿದು ಊಟದ ತನಕ. ಚರ್ಚೆಯಿಂದ ಹಿಡಿದು ಮಲಗುವ ತನಕ ಸದಾ ಕಾಲ ನನ್ನನ್ನು ಥೇಟ್ ಒಂದು ಮಗುವಿನಂತೆ ನೋಡಿಕೊಳ್ಳುತ್ತಿದ್ದಳು. ಒಂದೊಂದು ಸಲ ಮಟ ಮಟ ಮಧ್ಯಾಹ್ನ ಸುಸ್ತಾಗಿ ನಾನು ಮಲಗಿ ಬಿಡುತ್ತಿದ್ದೆ. ಆಗೆಲ್ಲ ಹಾಕಿಕೊಂಡ ಲುಂಗಿ ಅಸ್ತವ್ಯಸ್ಥವಾಗುತ್ತಿತ್ತು. ಈ ಟೈಮಿನಲ್ಲಿ ಯಾರಾದರೂ ಮನೆಗೆ ಬಂದರೆ ಹುಡುಗಿ ನನ್ನ ಮೇಲೆ ಪ್ರೀತಿಯಿಂದ ರೇಗುತ್ತಿದ್ದಳು.

ಈ ಅಣ್ಣನಿಗೆ ಮೈ ಮೇಲೆ ಸ್ವಲ್ಪವೂ ಜ್ಞಾನ ಇರಲ್ಲಪ್ಪ, ಲುಂಗಿಯನ್ನೂ ನೆಟ್ಟಗೆ ಉಟ್ಟುಕೊಳ್ಳುವುದಿಲ್ಲ ಎಂದು ಗೊಣಗುತ್ತಾ ನನ್ನ ಮೈ ಮೇಲೊಂದು ರಗ್ಗು ಹೊದಿಸಿಯೇ ಬಾಗಿಲು ತೆರೆಯುತ್ತಿದ್ದಳು. ಬಂದವರು, ನಾನು ರಗ್ಗು ಹೊದ್ದು ಮಲಗಿದ್ದನ್ನು ನೋಡಿ, ಆರೇ, ಗುಂಡಮ್ಮ, ಇದ್ಯಾರು ಈ ಸೆಕೆಯಲ್ಲಿ ರಗ್ಗು ಹಾಕಿಕೊಂಡು ಮಲಗಿರೋದು ಎಂದು ಕೇಳುತ್ತಿದ್ದರು.

ಆಗೆಲ್ಲ ಗುಂಡಮ್ಮ, ಅಯ್ಯೋ, ಅದು ನಮ್ಮಣ್ಣ. ಅವರು ಹಾಗೇ. ಎಷ್ಟೇ ಸೆಕೆಯಿರಲಿ. ರಗ್ಗು ಹೊದ್ದು ಮಲಗುತ್ತಾರೆ ಎಂದುಬಿಡುತ್ತಿದ್ದಳು. ಬಂದವರು, ಪಾಪ ಕಣೇ ನಿಮ್ಮಣ್ಣ ಅನ್ನುತ್ತಿದ್ದರು. ಅಯ್ಯೋ, ಅದರ ಕತೆ ಹಾಳಾಗಲಿ. ಈಗ ಬಂದಿದ್ದೇಕೆ ಹೇಳಿ ಎನ್ನುತ್ತಿದ್ದಳು ಗುಂಡಮ್ಮ.

ಯಾಕೂ ಇಲ್ಲ ಕಣೇ ಸುಮ್ಮನೆ ಬೇಜಾರಾಯಿತು. ಅದಕ್ಕಾಗಿ ಬಂದೆವು ಅಂತ ಅವರೇನಾದರೂ ಹೇಳಿದರೋ, ಇವಳ ಪಿತ್ತ ಕೆರಳಿ ಬಿಡುತ್ತಿತ್ತು. ಅರೇ, ನಿಮಗೆ ಮಾಡಲು ಕೆಲಸವಿಲ್ಲ ಅಂತ ಬಂದಿರಾ, ನಿಮಗೆ ಟೈಮಾದಾಗ ಹೇಳಿ. ಮಾತನಾಡಲು ನಾನೇ ನಿಮ್ಮ ಮನೆಗೆ ಬರುತ್ತೇನೆ ಎಂದು ರಪ್ಪಂತ ಹೇಳಿಬಿಡುತ್ತಿದ್ದಳು.

ಆಗೆಲ್ಲ ನನ್ನ ಮನಸ್ಸು ತುಂಬ ಸಂಕಟದಲ್ಲಿದ್ದ ಕಾಲ. ಹೀಗಾಗಿ ಮುಖೇಶ್ ಹಾಡಿದ ಹಿಂದಿ ಹಾಡುಗಳನ್ನು ಹೆಚ್ಚಾಗಿ ಕೇಳುತ್ತಿದ್ದೆ. ಹೀಗೆ ತನ್ನ ಅಣ್ಣ ಕೇಳುವುದು ಹೆಚ್ಚಾಗಿ ಮುಖೇಶನ ಹಾಡನ್ನು ಅಂತ ಗೊತ್ತಿದ್ದ ಗುಂಡಮ್ಮ ಕೂಡಾ ಅವೇ ಹಾಡುಗಳನ್ನು ಕೇಳುತ್ತಿದ್ದಳು.

ಮೊದಲೇ ದು:ಖಭರಿತ ಹಾಡುಗಳು. ಮೊದಲೇ ನೊಂದ ನನ್ನ ಮನಸ್ಸಿಗೆ ಅವು ಹಿತ ನೀಡುತ್ತಿದ್ದವು. ಆದರೆ ಇವಳು ಚಿಕ್ಕ ಹುಡುಗಿ. ಹೀಗಾಗಿ ಅದರ ರಾಗ ಕೇಳಿಯೇ ಮಂಕು ರಾಚಿಕೊಂಡಂತಾಗಿ ಬಿಡುತ್ತಿದ್ದಳು.

ಒಂದು ದಿನ ನಮ್ಮ ತಾಯಿ ನನ್ನನ್ನು ಕರೆದು, ಲೇಯ್, ಆ ಗುಂಡಮ್ಮನ್ನ ನೋಡಿದ್ದೀಯಾ ಅಂದರು. ಅರೇ, ನೋಡಿದ್ದೀನಲ್ಲ. ಗುಂಡು ಗುಂಡಗೆ ಚೆನ್ನಾಗಿಯೇ ಇದ್ದಾಳೆ ಎಂದೆ. ಅದಕ್ಕವರು ಸೀರಿಯಸ್ಸಾಗಿ, ಈ ಎಮೋಷನಲ್ ಹಾಡುಗಳನ್ನು ಕೇಳುವುದು ಬಿಡು. ಇಲ್ಲದಿದ್ದರೆ ನನ್ನಣ್ಣ ಮಾಡುವುದೇ ಸರಿ ಎಂದುಕೊಂಡು ಆ ಹುಡುಗಿಯೂ ಅವೇ ಹಾಡುಗಳನ್ನು ಕೇಳುತ್ತಾಳೆ. ಚಾಂದ್ ಕೀ ದೀವಾರ್ ನ ತೋಡೆ, ಪ್ಯಾರ್ ಭರಾ ದಿಲ್ ತೋಡ್ ದಿಯಾ ಅಂದರೆ ನಿನಗೆ ಅರ್ಥವಾಗಬಹುದು. ಆಕೆಗೆ ಅರ್ಥವಾಗದೇ ಇರಬಹುದು. ಆದರೆ ಅದರಲ್ಲಿರುವ ದು:ಖ ಆಕೆಗೆ ಅರಿವಾಗುತ್ತದೆ ಎಂದರು. ನಾನು ಗಬಕ್ಕಂತ ಎಚ್ಚೆತ್ತುಕೊಂಡು ಬಿಟ್ಟೆ. ನಿಜಕ್ಕೂ ಹುಡುಗಿ ಮಂಕಾಗಿದ್ದಳು.

ಅವತ್ತೇ ಅವಳ ಮುಂದೆ ಮುಖೇಶ್ ಹಾಡುಗಳನ್ನು ಕೇಳುವುದನ್ನು ಬಿಟ್ಟೆ. ಬದಲಿಗೆ ಮೋಜು-ಮಸ್ತಿಯ ರಾಗಗಳನ್ನೇ ಹೆಚ್ಚಾಗಿ ಕೇಳತೊಡಗಿದೆ. ಸಹಜವಾಗಿ ಇವೇ ಹಾಡುಗಳನ್ನು ಕೇಳುತ್ತಾ ಆಕೆಯ ಮುಖವೂ ಗೆಲುವಿನಿಂದ ಚಿಮ್ಮತೊಡಗಿತು.

ಇದಾದ ಕೆಲವೇ ದಿನಗಳಲ್ಲಿ ನಮ್ಮಮ್ಮ ಹೇಳಿದರು, ನೋಡು, ಒಬ್ಬರನ್ನು ಗೆಲುವಿನತ್ತ ಕೊಂಡೊಯ್ಯಲು ನೀನು ಅನುಸರಿಸುವ ಮಾರ್ಗ ನೆಟ್ಟಗಿರಬೇಕು. ಅದನ್ನು ಬಿಟ್ಟು ನೀನು ದಲ್ಲಾಳಿಯ ತರ, ನಾನು ಕೇಳಿದ್ದೇ ಪರಮಪವಿತ್ರ ಅನ್ನುವ ತರ ಆಡಬೇಡ. ಅದನ್ನು ಇನ್ನಷ್ಟು ಕಾಲ ನಂಬಿದ್ದರೆ ಹುಡುಗಿ ಇನ್ನಷ್ಟು ಮಂಕಾಗುತ್ತಿದ್ದಳು ಎಂದು ಗದರಿದರು.

ಬಂಗಾರಪ್ಪ ಅವರಾಡಿದ ಮಾತು ಕೇಳಿದ ಕೂಡಲೇ ನನಗೆ ನೆನಪಿಗೆ ಬಂದಿದ್ದೇ ಈ ಘಟನೆ. ಹೀಗಾಗಿ ನಾನು ದೇವರನ್ನು ನಂಬುವ ವಿಷಯದಲ್ಲಿ ದಲ್ಲಾಳಿಗಳನ್ನು ತಪ್ಪಿಯೂ ನಂಬುವುದಿಲ್ಲ. ನೀವು ಒಳ್ಳೆಯ ದಾರಿಯಲ್ಲಿ ನಡೆಯಬೇಕು ಎಂದರೆ ಗುರುವೇ ನಿಮ್ಮನ್ನು ಹುಡುಕಿಕೊಂಡು ಬರುತ್ತಾನೆ. ಶಿಷ್ಯ ಗುರುವನ್ನು ಹುಡುಕಿಕೊಂಡು ಹೋಗಬೇಕಿಲ್ಲ.

ನೀವು ಹುಡುಕಿಕೊಂಡು ಹೋದರೆ ನಿಜವಾದ ಗುರು ಸಿಗುವ ಲಕ್ಷಣ ಕಡಿಮೆ. ನನ್ನ ಬದುಕಿನಲ್ಲಿ ಕನ್ನಡವನ್ನು ಅಚ್ಚುಕಟ್ಟಾಗಿ ಮನವರಿಕೆ ಮಾಡಿಕೊಟ್ಟ ಮೇರಿ ಟೀಚರ್ ಅಗಲಿ. ಕಾಲೇಜು ಲೆವೆಲ್ಲಿನಲ್ಲಿ ಪೋಲಿ ಪುಂಡನ ತರ ಮಂಗಾಟ ಮಾಡುತ್ತಿದ್ದಾಗ, ನೀನು ಮಾಡುತ್ತಿರುವುದು ಸರಿ. ಇದರ ಜತೆ ಓದಿಕೊಂಡು ಬಿಟ್ಟರೆ, ರಿಯಲಿ, ಯೂ ಆರ್ ಹೀರೋ ಅಂತ ನಂಬಿಸಿದ ಸಾಗರದ ಸರ್ಕಾರಿ ಪಿಯೂ ಕಾಲೇಜಿನ ಇಂಗ್ಲೀಷ್ ಉಪನ್ಯಾಸಕರಾದ ವಿ. ಗಣೇಶ್ ಅವರಾಗಲೀ, ನೀವು ಮನಸ್ಸು ಮಾಡಿದರೆ

ಏನನ್ನಾದರೂ ಸಾಧಿಸುತ್ತೀರಿ ಎಂದು ಬೆನ್ನು ತಟ್ಟುತ್ತಿದ್ದ ಎಲ್. ಬಿ. ಕಾಲೇಜಿನ ಕನ್ನಡ ಉಪನ್ಯಾಸಕರಾದ ಜಿ. ಎಸ್. ಭಟ್ಟರೇ ಆಗಲಿ, ಬದುಕಿನಲ್ಲಿ ನಾನು ಹುಡುಕಿಕೊಂಡು ಹೋದ ಗುರುಗಳೇನಲ್ಲ.

ಅವರು ನನ್ನ ಬದುಕಿನ ಹಾದಿಯಲ್ಲಿ ತಾವಾಗಿಯೇ ಸಿಕ್ಕವರು. ನನ್ನ ಮೇಲೆ ಅಗಾಧ ಪ್ರೀತಿ ತೋರುವ ಗುಂಡಮ್ಮ ಕೂಡಾ ನಾನು ಹುಡುಕಿಕೊಂಡು ಹೋದಾಗ ಸಿಕ್ಕವಳಲ್ಲ. ಇವರೆಲ್ಲ ಬದುಕಿನ ದಾರಿಯಲ್ಲಿ ತಾವಾಗಿಯೇ ಸಿಕ್ಕವರು. ನಿಷ್ಕಲ್ಮಶವಾಗಿ ಪ್ರೀತಿಸಿದವರು. ಅವತ್ತು ಬಂಗಾರಪ್ಪ ಅವರಾಡಿದ ಮಾತುಗಳನ್ನು ನೆನಪಿಸಿಕೊಂಡಾಗ ಇದೆಲ್ಲವನ್ನೂ ನೆನೆದು ಅಚ್ಚರಿಯಾಯಿತು.

ಅವತ್ತು ಮಾತನಾಡುವ ಸಂದರ್ಭದಲ್ಲಿ ಅವರ ಫೋಟೋ ಆಲ್ಬಂ ಒಂದನ್ನು ನೋಡುತ್ತಾ ಒಂದು ಫೋಟೋ ನೋಡಿ ನಾನು ಅಚ್ಚರಿಯಿಂದ, ಸಾರ್, ನೀವು ಎಲ್ಲರಿಗೂ ಕಾಣುವಂತೆ ಕೈ ಎತ್ತಿ ತೋರುತ್ತಿರುವುದೇಕೆ ಎಂದಿದ್ದೆ.

ಆಗ ಬಂಗಾರಪ್ಪ ನಗುತ್ತಾ ಹೇಳಿದ್ದರು, ವಾಸ್ತವವಾಗಿ ಅದು ಜನರಿಗೆ ತೋರುವ ಕೈಯ್ಯಲ್ಲ. ನೀನು ಯಾವಾಗ ಕರೆಯುತ್ತೀಯೋ, ಆಗ ಬರಲು ನಾನು ರೆಡಿ ಎಂದು ದೇವರಿಗೆ ಹೇಳುತ್ತಿರುವುದು. ಹಾಗಂತ ಒಂದು ಸಲ ಮನದಟ್ಟು ಮಾಡಿಕೊಳ್ಳಿ. ನಿಮಗೆ ಗುರುಗಳ ದಂಡೇ ಸಿಗುತ್ತದೆ ಎಂದರು.

ವಾವ್, ನೀನು ಯಾವಾಗ ಕರೆಯುತ್ತೀಯೋ, ಆಗ ಬರಲು ನಾನು ರೆಡಿ ಎನ್ನುವುದು ಎಷ್ಟು ಸುಂದರವಾದ ಮಾತು. ಈ ಮಾತಿಗೆ ಉಚ್ಚಾರವೇ ಬೇಕಿಲ್ಲ. ಸಂಜ್ಞೆಯೇ ಸಾಕಲ್ಲವೇ ಅನ್ನಿಸಿತು.

28

ಒಬ್ಬ ವ್ಯಕ್ತಿ ತನ್ನ ಕೆಲಸದಿಂದ
ನಾಡು ಕಟ್ಟುವ
ಕೆಲಸ ಮಾಡಿದಾಗ
ನಾವು ಹೊಗಳಿ
ಅಟ್ಟಕ್ಕೇರಿಸುತ್ತೇವೆ.
ತೀರಿಕೊಂಡ ಕೂಡಲೇ
ಹೆಣ ಅಂತ ನಿರ್ಲಕ್ಷಿಸುತ್ತೇವೆ.
ಹಾಗಾಗಬಾರದು.

ಸ್ಮಶಾನಕ್ಕೆ ಹೋದ ಹೆಣ ವಾಪಸ್ ಬರುವುದಿಲ್ಲವಂತೆ... ಆದರೆ ಅವರ ಹೆಣ ಸ್ಮಶಾನದಿಂದ ವಾಪಸ್ ಬಂದಿತ್ತು

ವಿಠ್ಠಲಮೂರ್ತಿ, ಸರ್ಕಾರಕ್ಕೆ ಕಟ್ಟಿದ ಹಣ, ಸ್ಮಶಾನಕ್ಕೆ ಹೋದ ಹೆಣ ವಾಪಸ್ ಬರುವುದಿಲ್ಲ ಎನ್ನುತ್ತಾರೆ. ಆದರೆ ಇದೇ ಲಾಲ್‌ಬಾಗ್ ಸಮೀಪ ಇರುವ ಸ್ಮಶಾನದಿಂದ ಒಬ್ಬ ಮಹಾನುಭಾವನ ಹೆಣ ವಾಪಸ್ ಬಂದಿತ್ತು ಅಂತ ಅವರು ಹೇಳಿದರು.

ಅವರ ಅಕ್ಕ ಪಕ್ಕ ಗುಪ್ಪಾಕಿಕೊಂಡು ಕುಳಿತಿದ್ದ ನಾವೆಲ್ಲ ಗೆಳೆಯರು ಬಾಳೆ ಹಣ್ಣಿನ ಸಿಪ್ಪೆ ಬಿಚ್ಚಿದಂತೆ, ಕಿವಿ ಬಿಚ್ಚಿಕೊಂಡು ಕುತೂಹಲದಿಂದ ಕೇಳತೊಡಗಿದೆವು. ಅಂದ ಹಾಗೆ ಈ ಕತೆಯನ್ನು ಬಿಚ್ಚಿದವರ ಹೆಸರು ವಾಟಾಳ್ ನಾಗರಾಜ್.

ಕಳೆದ ಅರ್ಧ ಶತಮಾನಕ್ಕೂ ಹೆಚ್ಚು ಕಾಲದಿಂದ ಕನ್ನಡ ನಾಡಿನ ನೆಲ, ಜಲ, ಭಾಷೆಯ ವಿಷಯದಲ್ಲಿ ನಿರಂತರವಾಗಿ ಹೋರಾಡುತ್ತಲೇ ಬಂದಿರುವ ವಾಟಾಳ್ ನಾಗರಾಜ್ ಅವರಲ್ಲಿ ಇನ್ನೂ ಹೋರಾಟದ ಕೆಚ್ಚು ಕಡಿಮೆಯಾಗಿಲ್ಲ. ಅವರ ಫಿಟ್ನೆಸ್ ನೋಡಿ ತುಂಬ ಸಲ ಸಾರ್. ನಿಮ್ಮ ವಯಸ್ಸೆಷ್ಟು ಎಂದು ಕೇಳಿದರೆ. ಒಮ್ಮೆ ಹೋರಾಟದ ಸಂದರ್ಭದಲ್ಲಿ ಪೊಲೀಸರು ನನಗೆ ಬೂಟಿನಿಂದ ಹೊಡೆದಿದ್ದರು. ವಾಸ್ತವವಾಗಿ ಅದೇ ನನ್ನ ಜನ್ಮ ದಿನ. ಇವತ್ತಿಗೂ ನಾನು ಆ ದಿನಾಂಕದಂದೇ ಜನ್ಮ ದಿನ ಆಚರಿಸಿಕೊಳ್ಳುತ್ತೇನೆ ಎಂದು ನಗುತ್ತಾರೆ. ಆದರೆ ಆ ನಗುವಿನ ಹಿಂದೆ ಹೆಮ್ಮೆ ಹಾಗೂ ವಿಷಾದ ಎರಡೂ ಇವೆ.

ಹೆಮ್ಮೆ ಏಕೆಂದರೆ, ಹೊಡೆತ ಬೀಳುತ್ತದೆ ಎಂದು ಗೊತ್ತಿದ್ದರೂ ಕನ್ನಡಕ್ಕಾಗಿ ಹೋರಾಡಿದ ಬಗ್ಗೆ. ವಿಷಾದವೇಕೆಂದರೆ ನನ್ನ ತಾಯ್ನಾಡಿನಲ್ಲೇ ಕನ್ನಡಕ್ಕಾಗಿ ಹೋರಾಡುವ ಸ್ಥಿತಿ ಬಂತಲ್ಲ ಎಂಬ ಬಗ್ಗೆ. ಇರಲಿ. ಅವರು ಹೀಗೆ ಸ್ಮಶಾನಕ್ಕೆ ಹೋದ ಹೆಣ ವಾಪಸ್ ಬಂತು ಎಂದ ಕೂಡಲೇ ನಾವೆಲ್ಲ ಒಟ್ಟಿಗೆ, ಯಾರ ಹೆಣ ಸಾರ್ ಅದು ಅಂದೆವು.

ಅದಕ್ಕವರು ಪಿ.ಕಾಳಿಂಗರಾಯರದು ಎಂದರು.

ನಾವು ಗೆಳೆಯರು ಅರೆಕ್ಷಣ ಮೂಕರಾಗಿಬಿಟ್ಟೆವು. ಆದರೆ ಅದನ್ನು ಗಮನಿಸದವರಂತೆ ಅವರು ಹೇಳುತ್ತಾ ಹೋದರು: ನಿಮಗೆ ಕಣ್ಣದಾಸನ್ ಗೊತ್ತಾ? ತಮಿಳ್ನಾಡಿನ ಮಹಾನ್ ಕಲಾವಿದ. ತಮಿಳ್ನಾಡಿನಲ್ಲಿ ಕಣ್ಣದಾಸನ್ ಹೇಗೋ, ಕರ್ನಾಟಕದಲ್ಲಿ ಪಿ. ಕಾಳಿಂಗರಾಯರು (ಪಾಂಡೇಶ್ವರ ಕಾಳಿಂಗರಾವ್) ಎಂದರೆ ಹಾಗೆ.

ಗಾಯನ ಲೋಕದಲ್ಲಿ ಎಂತೆಂತಹ ದಿಗ್ಗಜರೋ ಬಂದಿರಬಹುದು. ಆದರೆ

ಕಾಳಿಂಗರಾಯರಂತೆ ನಾಡು, ನುಡಿಯ ಪ್ರತೀಕದಂತಾದವರು ಅಪರೂಪ. ಎಲ್ಲೇ ಇರಲಿ. ಯಾರು ತಮ್ಮ ಕಾಯಕವನ್ನು ಧ್ಯಾನಸ್ಥ ಸ್ಥಿತಿಗೆ ಕೊಂಡೊಯ್ಯಲು ಸಾಧ್ಯವೋ, ಅವರದು ಅಪ್ರತಿಮ ಆತ್ಮ. ಕಾಳಿಂಗರಾಯರದು ಕೂಡಾ ಅಂತಹ ದಿವ್ಯ ಆತ್ಮ.

ಇಂತಹ ಕಾಳಿಂಗರಾಯರ ಹಾಡುಗಾರಿಕೆ ಎಂದರೆ ಆ ಕಾಲದಲ್ಲಿ ನಾವೆಲ್ಲ ಹುಚ್ಚರಾಗಿ ಮುಗಿಬೀಳುತ್ತಿದ್ದೆವು. ನಾವು ಅಂತಲ್ಲ. ಅವರ ಕಂಠ ಸಿರಿಯ ಮಾಧುರ್ಯಕ್ಕೆ ಮನಸೋಲದವರೇ ಇಲ್ಲ. ಆದರೆ ಅಂತಹ ಮಹಾನ್ ಗಾಯಕ ಬದುಕಿನ ಕೊನೆಯ ದಿನಗಳಲ್ಲಿ ಕಡುಕಷ್ಟಕ್ಕೆ ಸಿಲುಕಿದರು.

ಆಗವರ ಮನೆ ಬೆಂಗಳೂರಿನ ಸಂಪಂಗಿರಾಮನಗರದಲ್ಲಿತ್ತು. ಅವರ ರಾಗ ಮಾಧುರ್ಯದ ಎರಡು ಕವಲುಗಳಂತಿದ್ದ ಸೋಹನ್ ಕುಮಾರಿ, ಮೋಹನ್ ಕುಮಾರಿ ಕೂಡಾ ಅವರ ಜತೆಗೇ ಇದ್ದರು. ನಾನೊಮ್ಮೆ ಅವರ ಮನೆಗೆ ಹೋದವನು ಅಲ್ಲಿನ ಸ್ಥಿತಿ ಕಂಡು ಕಣ್ಣೀರಾಗಿಬಿಟ್ಟೆ. ಹಾಗಂತಲೇ ಹತ್ತಿರದಲ್ಲಿದ್ದ ವುಡ್‌ಲ್ಯಾಂಡ್ಸ್ ಹೋಟೆಲ್ಲಿನವರಿಗೆ ಹೇಳಿ ಪ್ರತಿ ದಿನ ಅವರಿಗೆ ಊಟ ತಂದುಕೊಡುವ ವ್ಯವಸ್ಥೆ ಮಾಡಿದೆ.

ಹೀಗಿರುತ್ತಲೇ ಒಂದು ಸಲ ಅವರ ಆರೋಗ್ಯ ಹದಗೆಟ್ಟಿತು. ಹಾಗಂತಲೇ ರುದ್ರಪ್ಪ ನರ್ಸಿಂಗ್ ಹೋಂಗೆ ಅವರನ್ನು ಸೇರಿಸಲಾಯಿತು. ಆ ಸಂದರ್ಭದಲ್ಲಿ ಅವರನ್ನು ನೋಡಲು ನಾಡಿನ ಖ್ಯಾತ ಲೇಖಕ ಬೀಚಿ ಆಸ್ಪತ್ರೆಗೆ ಬಂದರು. ಇಬ್ಬರೂ ಮಹಾನ್ ದಿಗ್ಗಜರು. ಒಬ್ಬರು ಸ್ವರ ಲೋಕದ ದಿಗ್ಗಜ. ಮತ್ತೊಬ್ಬರು ಅಕ್ಷರ ಲೋಕದ ದಿಗ್ಗಜ. ಬೀಚಿಯವರನ್ನು ನೋಡುತ್ತಲೇ ಸ್ವರ ಲೋಕದ ದಿಗ್ಗಜನಿಂದ ಮಾಂತ್ರಿಕ ರಾಗ ಹೊರಟಿತು.

ಅದು ನಮ್ಮ ಜಿ.ಎಸ್.ಶಿವರುದ್ರಪ್ಪ ಅವರು ಬರೆದ ಹಾಡು. 'ಎದೆ ತುಂಬಿ ಹಾಡುವೆನು ಅಂದು ನಾನು, ಮನವಿಟ್ಟು ಕೇಳಿದಿರಿ ಇಂದು ನೀವು' ಅಂತ. ಹೀಗೆ ಹಾಡುತ್ತಿರುವಾಗ, 'ಹಾಡುವುದು ಅನಿವಾರ್ಯ. ಕರ್ಮ ನನಗೆ' ಅಂತ ಅವರು ಕಣ್ಣು ಮುಚ್ಚಿಕೊಂಡರು ನೋಡಿ.

ತಡೆಯಲಾಗದೆ ಬೀಚಿ ಕಣ್ಣೀರಿಟ್ಟುಬಿಟ್ಟರು. ನಾನೂ ಒಳಗೊಳಗೇ ಬಿಕ್ಕಿದೆ. ಇವತ್ತಿಗೂ ಆ ಘಟನೆ ಕಣ್ಣೆದುರಿಗೇ ಇದೆ. ಸರಿ, ಇದಾದ ನಂತರ ನಾನು 'ಪ್ರಜಾವಾಣಿ'ಯಲ್ಲಿದ್ದ ಶ್ರೀಧರ ಆಚಾರ್ ಅವರನ್ನು ಭೇಟಿ ಮಾಡಿ ವಿಷಯ ತಿಳಿಸಿದೆ. ಅದಕ್ಕವರು: "ಗಾನ ಕೋಗಿಲೆಯ ಕಣ್ಣಂಚಿನಲ್ಲಿ ನೀರು" ಎಂಬ ಅದ್ಭುತ ಲೇಖನ ಬರೆದರು.

ಈ ಲೇಖನ ಬಂದಿದ್ದೇ ತಡ, ಕರ್ನಾಟಕದ ಮೂಲೆ ಮೂಲೆಯಿಂದ ನೆರವಿನ ಮಹಾಪೂರ ಹರಿದು ಬಂತು. ಆಗಿನ ಕಾಲದಲ್ಲಿ ಹೆಚ್ಚು ಕಡಿಮೆ ಇಪ್ಪತ್ತು ಸಾವಿರ ರೂಪಾಯಿ ಎಂದರೆ ಊಹಿಸಿ. ಅಂದ ಹಾಗೆ ನೆನಪಿಡಿ, ದುಡ್ಡು ಮಾತ್ರ ಮುಖ್ಯವಲ್ಲ,

ಆ ಸ್ಪಂದನೆ ಇದೆಯಲ್ಲ, ಅದು ತುಂಬ ಮುಖ್ಯ. ನಾಡಿನ ಆ ಸ್ಪಂದನೆ ಕಂಡು ನಮಗೆಲ್ಲ ತುಂಬು ಸಮಾಧಾನ.

ಆದರೆ ದಿನದಿಂದ ದಿನಕ್ಕೆ ಕಾಳಿಂಗರಾಯರ ಆರೋಗ್ಯ ಹದಗೆಡುತ್ತಾ ಹೋಯಿತು. ಹೀಗಿರುತ್ತಲೇ ಒಂದು ದಿನ ಮೈಸೂರಿಗೆ ಅಂತ ಹೋದವನು ವಾಪಸ್ಸು ಬರುತ್ತಿದ್ದೇನೆ. ಆಗ ರೇಡಿಯೋದಲ್ಲಿ ಒಂದು ಸುದ್ದಿ ಬಂತು. ಗಾನ ಕೋಗಿಲೆ ಪಿ. ಕಾಳಿಂಗರಾಯರು ನಿಧನರಾಗಿದ್ದಾರೆ ಅಂತ. ನಾನು ತಕ್ಷಣವೇ ಸಂಬಂಧಪಟ್ಟವರಿಗೆ ಫೋನು ಮಾಡಿದೆ.

ಹೀಗೆ ಫೋನು ಮಾಡುತ್ತೇನೆ. ಆಗಲೇ ಕಾಳಿಂಗರಾಯರ ಪಾರ್ಥಿವ ಶರೀರವನ್ನು ಇದೇ ಲಾಲ್‌ಭಾಗ್ ಸಮೀಪ ಇರುವ ಸ್ಮಶಾನಕ್ಕೆ ತೆಗೆದುಕೊಂಡು ಹೋಗಿಬಿಟ್ಟಿದ್ದಾರೆ. ಇನ್ನೇನು ಅಂತ್ಯಸಂಸ್ಕಾರಕ್ಕೆ ಎಲ್ಲವೂ ತಯಾರಾಗಿ ಬಿಟ್ಟಿದೆ ಎಂಬ ಒಗ್ಗರಣೆ ಬೇರೆ.

ಅವತ್ತು ನನಗೆ ಬಂದ ಸಿಟ್ಟು ಅಷ್ಟಿಷ್ಟಲ್ಲ. ಹಾಗಂತಲೇ ಸಿಟ್ಟಿನಿಂದ, ಏಯ್ ಏನ್ರೀ ಮಾಡುತ್ತಿದ್ದೀರಿ, ತಮಿಳ್ನಾಡಿನಲ್ಲಿ ಕಣ್ಣದಾಸನ್ ಅವರಂತಹ ಕಲಾವಿದ ತೀರಿಕೊಂಡಾಗ ಅವರ ಪಾರ್ಥಿವ ಶರೀರದ ಅಂತಿಮ ದರ್ಶನಕ್ಕೆ ಎಂದು ಲಕ್ಷಾಂತರ ಜನ ಬಂದಿದ್ದರು. ಆದರೆ ಕನ್ನಡ ನಾಡಿನ ಕೀರ್ತಿ ಕಳಶದಂತಿದ್ದ ಕಾಳಿಂಗರಾಯರ ಪಾರ್ಥಿವ ಶರೀರವನ್ನು ರಪ್ಪಂತ ತೆಗೆದುಕೊಂಡು ಹೋಗಿ ಸುಟ್ಟು ಬಿಡುತ್ತೀರಾ? ಅಂತ ಗದರಿದೆ.

ಆ ಕಡೆಯಿದ್ದವರು ತಬ್ಬಿಬ್ಬಾಗಿ, ಹಾಗಿದ್ದರೆ ಈಗ ನಾವೇನು ಮಾಡಬೇಕು, ಅಂತ ಕೇಳಿದರು. ಮಾಡುವುದೇನು, ಸ್ಮಶಾನದಿಂದ ಕಾಳಿಂಗರಾಯರ ಪಾರ್ಥಿವ ದೇಹವನ್ನು ಮನೆಗೆ ವಾಪಸ್ ತನ್ನಿ. ಮನೆ ಮುಂದೆ ಒಂದು ಶಾಮಿಯಾನ ಹಾಕಿ ಅಂತಿಮ ದರ್ಶನಕ್ಕೆ ಅವಕಾಶ ಮಾಡಿಕೊಡಿ ಎಂದು ಹೇಳಿದೆ.

ಸರಿ, ನಾನು ಬರುವಷ್ಟರಲ್ಲಿ ಅಂತಿಮ ದರ್ಶನಕ್ಕೆ ವ್ಯವಸ್ಥೆಯಾಗಿತ್ತು. ನಾಡು ಕಂಡ ಆ ಮಹಾನ್ ಗಾಯಕನ ಅಂತಿಮ ದರ್ಶನಕ್ಕೆ ಅಸಂಖ್ಯಾತ ಜನ ಬಂದರು. ಅವರ ಪಾರ್ಥಿವ ಶರೀರವನ್ನು ಭಾರೀ ಮೆರವಣಿಗೆಯಲ್ಲಿ ಕೊಂಡೊಯ್ದು ಅಂತ್ಯ ಸಂಸ್ಕಾರ ಮಾಡಿದಿವಿ. ಅಂದ ಹಾಗೆ, ಸರ್ಕಾರಕ್ಕೆ ಕಟ್ಟಿದ ಹಣ, ಸ್ಮಶಾನಕ್ಕೆ ಹೋದ ಹೆಣ ವಾಪಸ್ ಬರುವುದಿಲ್ಲ ಎನ್ನುತ್ತಾರೆ. ಆದರೆ ಆ ಮಹಾನುಭಾವ ಕಾಳಿಂಗರಾಯರ ಹೆಣ ಸ್ಮಶಾನದಿಂದ ವಾಪಸ್ ಬಂದಿತ್ತು

ಇದನ್ನೇಕೆ ಹೇಳಿದೆ ಎಂದರೆ, ಒಬ್ಬ ವ್ಯಕ್ತಿ ತನ್ನ ಕೆಲಸದಿಂದ ನಾಡು ಕಟ್ಟುವ ಕೆಲಸ ಮಾಡಿದಾಗ ನಾವು ಹೊಗಳಿ ಅಟ್ಟಕ್ಕೇರಿಸುತ್ತೇವೆ. ತೀರಿಕೊಂಡ ಕೂಡಲೇ ಹೆಣ ಅಂತ ನಿರ್ಲಕ್ಷಿಸುತ್ತೇವೆ. ಹಾಗಾಗಬಾರದು. ಹುಟ್ಟಿಗೆ ಹೇಗೆ ಒಂದು ಪ್ರೀತಿ ದಕ್ಕುತ್ತದೋ, ಸಾವಿಗೂ ಒಂದು ಮಹಾ ಗೌರವ ದಕ್ಕಬೇಕು ಎಂದು ಹೇಳಿ ವಾಟಾಳ್ ಮೌನಿಯಾದರು.

ಈಗ ಏನಾಗಬೇಕು ಅಷ್ಟು ಹೇಳಿ ಸಾಕು, ಸುಮ್ಮನೆ ಇಷ್ಟೆಲ್ಲ ಮಾತೇಕೆ? ಎಂದು ಬಿಟ್ಟರು "ಚಿ" ಅವರ ಮಾತು ಕೇಳಿದ್ದೇ ತಡ, ಪ್ರೊಫೆಸರ್ ಕೆಂಡಾಮಂಡಲವಾದರು.

29

'ಆತ ಡಂಕನ್ನೂ ಅಲ್ಲ, ಲಿಂಕನ್ನೂ ಅಲ್ಲ.. ಅವಿವೇಕಿ' ಎಂದು ಮಂತ್ರಿಗೇ ಬೈದಿದ್ದರು

ಅವತ್ತು ತುಂಬಿದ ವಿಧಾನಸಭೆಯಲ್ಲಿ ಪ್ರೊಫೆಸರ್ ನಂಜುಂಡಸ್ವಾಮಿ ಅವರು ಮಾತನಾಡುತ್ತಿದ್ದರು.

ಅದು ವೀರಪ್ಪ ಮೊಯ್ಲಿ ಮುಖ್ಯಮಂತ್ರಿಯಾಗಿದ್ದ ಕಾಲ, ಇವತ್ತು ಕಾಂಗ್ರೆಸ್ ನಾಯಕರಾಗಿರುವ ಹೆಚ್.ಎಂ.ರೇವಣ್ಣ ಆಗ ಕೃಷಿ ಸಚಿವರಾಗಿದ್ದರು. ಬಾಬಾ ಗೌಡ ಪಾಟೀಲ್ ಹಾಗೂ ಪ್ರೊಫೆಸರ್ ಎಂ.ಡಿ.ನಂಜುಂಡಸ್ವಾಮಿ ರಾಜ್ಯ ರೈತ ಸಂಘದಿಂದ ಆಯ್ಕೆಯಾಗಿ ಬಂದಿದ್ದರು.

ಅಂದ ಹಾಗೆ ವಿಧಾನಸೌಧದಲ್ಲಿ ರೈತ ಸಂಘಕ್ಕಿದ್ದ ಸದಸ್ಯ ಬಲ ಎರಡೇ ಆಗಿದ್ದರೂ ಇಡೀ ರಾಜ್ಯದ ರೈತರ ಪರವಾದ ಧ್ವನಿ ಅವರಿಬ್ಬರಿಂದ ಹೊರ ಬರುತ್ತಿತ್ತು.

ಅಂದ ಹಾಗೆ ಬಾಬಾಗೌಡ ಪಾಟೀಲ್ ಸಂಘಟನಾ ಚತುರರಾದರೆ, ಪ್ರೊಫೆಸರ್ ನಂಜುಂಡಸ್ವಾಮಿ ಅವರೋ, ಅಗಾಧ ಜ್ಞಾನ ಭಂಡಾರ.

ಅಂದಹಾಗೆ ಒಂದು ಸಂದರ್ಭದಲ್ಲಿ ರೈತರ ಹಿತಾಸಕ್ತಿಗೆ ಮಾರಕವಾಗಿದ್ದ ಡಂಕೆಲ್ ಪ್ರಸ್ತಾಪದ ಬಗ್ಗೆ ಮಾತನಾಡಲು ಪ್ರೊಫೆಸರ್ ಎದ್ದು ನಿಂತರು. ಅವರು ಮಾತಿಗೆ ನಿಂತರೆ ಪಿನ್ ಡ್ರಾಪ್ ಸೈಲೆನ್ಸ್ ಅನ್ನುತ್ತೀವಲ್ಲ, ವಿಧಾನಸಭೆಯಲ್ಲಿ ಅಂತಹ ಪಿನ್ ಡ್ರಾಪ್ ಸೈಲೆನ್ಸು ಆವರಿಸುತ್ತಿತ್ತು.

ನಂಜುಂಡಸ್ವಾಮಿ ಅವರು ನಿರರ್ಗಳವಾಗಿ ಮಾತನಾಡುತ್ತಾ ಹೋಗುತ್ತಿದ್ದರು. ಬಿತ್ತನೆ ಮಾಡುವ ಬೀಜದ ಮೇಲೂ ಬಹುರಾಷ್ಟ್ರೀಯ ಕಂಪನಿಗಳು ಹಕ್ಕು ಸ್ವಾಮ್ಯ ಪಡೆದರೆ ಈ ನೆಲದ ರೈತ ಯಾವ ದುಸ್ಥಿತಿಗೆ ಹೋಗುತ್ತಾನೆ, ಆ ರೈತನನ್ನು ಅನ್ನಕ್ಕಾಗಿ ನಂಬಿದ ಜನಸಮೂಹದ ಗತಿ ಏನಾಗುತ್ತದೆ, ಎಂಬ ಕುರಿತಂತೆ ಅವರು ಒಂದೇ ಸಮನೆ ಮಾತನಾಡುತ್ತಾ ಹೋದರು.

ನಂಜುಂಡಸ್ವಾಮಿಯವರ ಮಾತು ಅಂದರೆ ಹಾಗೆ. ಆಡುವ ಒಂದೊಂದು ಮಾತು ಕೂಡಾ ಅರ್ಜುನನ ಬಾಣದಂತೆ. ಇಟ್ಟ ಗುರಿಯ ಮೇಲೆ ಒಂದೇ ಸಮನೆ ಅವು ಎರಗುತ್ತಿದ್ದವು. ಪ್ರತಿಪಕ್ಷದವರಿರಲಿ, ಆಡಳಿತ ಪಕ್ಷದವರು ಕೂಡಾ ಅವರ ಮಾತಿನ ಗಾಂಭೀರ್ಯತೆಗೆ ತಲೆದೂಗುತ್ತಿದ್ದರು.

ಡಂಕೆಲ್ ಪ್ರಸ್ತಾವ ರೈತರಿಗೆ ಮಾರಕವಾಗಲಿದೆ ಎಂಬುದು ವೀರಪ್ಪ ಮೊಯ್ಲಿಯವರಿಗೆ ಗೊತ್ತಿತ್ತು. ಆದರೆ ಜಾಗತೀಕರಣ ಎಂಬ ಭೂತವನ್ನು ಅವರ ರಾಜಕೀಯ ಗುರುಗಳೇ ಆಗಿದ್ದ ಪಿ.ವಿ.ನರಸಿಂಹರಾಯರು ದೇಶದ ಹೊಸ್ತಿಲೊಳಕ್ಕೆ ಬಿಟ್ಟುಕೊಂಡಿದ್ದರು.

ಹೀಗಾಗಿ ಅವರು ಹೆಚ್ಚು ಮಾತನಾಡುವ ಸ್ಥಿತಿಯಲ್ಲಿರಲಿಲ್ಲ. ಇಂತಹ ಸಂದರ್ಭದಲ್ಲೇ ಬೀದಿ ಹೋರಾಟಗಳಿಂದ ಹಿಡಿದು ವಿಧಾನಸಭೆಯ ತನಕ, ಪ್ರೊಫೆಸರ್ ಅವರ ಹೋರಾಟ ನಿರಂತರವಾಗಿ ನಡೆಯುತ್ತಿತ್ತು. ಅದರ ಒಂದು ಭಾಗವಾಗಿಯೇ ಅವತ್ತು ಅವರು ವಿಧಾನಸಭೆಯಲ್ಲಿ ಮಾತನಾಡುತ್ತಿದ್ದರು.

ಜಗತ್ತಿನ ಮುಂದುವರಿದ ದೇಶಗಳು ರೈತರಿಗೆ ನೀಡುವ ಅನುಕೂಲಗಳ ಬಗ್ಗೆ, ನಮ್ಮಲ್ಲಿ ರೈತರಿಗೆ ಸರ್ಕಾರದಿಂದ ಹಿಡಿದು ಪ್ರಕೃತಿಯ ತನಕ ಎಲ್ಲೆಡೆಯಿಂದ ಬೀಳುವ ಹೊಡೆತಗಳ ಬಗ್ಗೆ ಪ್ರೊಫೆಸರ್ ಅವತ್ತು ವಿವರವಾಗಿ ಹೇಳುತ್ತಾ ಹೋದರು.

ಮಾರಕ ಡಂಕೆಲ್ ಪ್ರಸ್ತಾವದಿಂದ ರಾಜ್ಯದ, ದೇಶದ ರೈತರು ಅನಾಥರಾಗುವ, ಕಂಗಾಲಾಗುವ ಸ್ಥಿತಿ ಹೇಗೆ ಎದುರಾಗುತ್ತದೆ, ಬಿತ್ತುವ ಬೀಜಕ್ಕೂ ಪರದೇಶಿಯರನ್ನು ಅವಲಂಬಿಸಬೇಕಾದ ಸ್ಥಿತಿ ಬಂದರೆ ಏನಾಗುತ್ತದೆ ಅಂತ ಅವರು ಹೇಳುತ್ತಾ ಹೋಗುತ್ತಿದ್ದರೆ ಇಡೀ ಸದನ ಸುಮ್ಮನೆ ಅದನ್ನು ಆಲಿಸುತ್ತಿತ್ತು.

ಯಾಕೆಂದರೆ ನಂಜುಂಡಸ್ವಾಮಿ ಎಂದರೆ ಜ್ಞಾನದ ಸಾಗರವಿದ್ದಂತೆ. ಹೀಗಾಗಿ ಆ ಸಾಗರದಿಂದ ತಮಗೆಷ್ಟು ನೀರು ಬೇಕೋ, ಅಷ್ಟನ್ನು ಪಡೆಯುವ ತವಕ ಬಹುತೇಕ ಮಂತ್ರಿಗಳು, ಶಾಸಕರು, ಪತ್ರಕರ್ತರು, ಅಧಿಕಾರಿಗಳಿಗಿತ್ತು.

ಹೀಗೇ ಅವರ ಮಾತು ನಿರರ್ಗಳವಾಗಿ ಸಾಗುತ್ತಿದೆ. ಇದ್ದಕ್ಕಿದ್ದಂತೆ ಸದನದಲ್ಲಿ "ಚಿ" ಎಂಬ ಸಚಿವರೊಬ್ಬರು ಎದ್ದು ನಿಂತು ಬಿಟ್ಟರು. ಹೀಗೆ ಎದ್ದು ನಿಂತವರು, ಪ್ರೊಫೆಸರ್‌ಗೆ ಗೊತ್ತಿಲ್ಲದ ಅಥವಾ ತಮಗೆ ಗೊತ್ತಿರುವ ಯಾವುದಾದರೂ ವಿಷಯ ಪ್ರಸ್ತಾಪಿಸಿ ಚರ್ಚೆಯ ಗಾಂಭೀರ್ಯ ಹೆಚ್ಚಿಸಬೇಕಿತ್ತು.

ಆದರೆ ಮೇಲೆದ್ದು ನಿಂತ ಸಚಿವ "ಚಿ"ಎತ್ತಿದ ಮಾತಿಗೇ, ರೀ ಸ್ವಾಮಿ, ನಮಗೂ ಡಂಕನ್ ಪ್ರಪೋಸಲ್ಲೆಲ್ಲ ಗೊತ್ತು ಕಣ್ರೀ. ಈಗ ಏನಾಗಬೇಕು ಅಷ್ಟು ಹೇಳಿ ಸಾಕು, ಸುಮ್ಮನೆ ಇಷ್ಟೆಲ್ಲ ಮಾತೇಕೆ ಎಂದುಬಿಟ್ಟರು. ಅವರ ಮಾತು ಕೇಳಿದ್ದೇ ತಡ, ಪ್ರೊಫೆಸರ್ ಕೆಂಡಾಮಂಡಲವಾದರು.

ಹೀಗಾಗಿ ತಕ್ಷಣವೇ ಪ್ರತಿಕ್ರಿಯಿಸಿ, ಏ! ಅವಿವೇಕಿ. ಅದು ಡಂಕನ್ನೂ ಅಲ್ಲ, ಲಿಂಕನ್ನೂ ಅಲ್ಲ. ನಿಮ್ಮಂತಹ ಅವಿವೇಕಿಗಳು ಮಂತ್ರಿಯಾಗಿರುವುದರಿಂದಲೇ ನಮ್ಮ ರಾಜ್ಯದ ಪರಿಸ್ಥಿತಿ ಈ ಮಟ್ಟ ತಲುಪಿದೆ. ಮೊದಲು ಅದು ಡಂಕೆಲ್ ಪ್ರಸ್ತಾವ ಅಂತ ಗಮನದಲ್ಲಿಟ್ಟುಕೊಳ್ಳಿ. ಏನೇನೋ ಮಾತನಾಡಿ ಸಭೆಯ ಗಾಂಭೀರ್ಯ ಹಾಳು ಮಾಡಬೇಡಿ ಎಂದು ಕಿಡಿ ಕಾರಿಬಿಟ್ಟರು.

ಅಂದ ಹಾಗೆ ವಿಧಾನಸಭೆಯಲ್ಲಿ ಪ್ರತಿಪಕ್ಷಗಳ ಸದಸ್ಯರು ಟೀಕೆಗಿಳಿದರೆ ಅದನ್ನು ವಿರೋಧಿಸಲು ಆಡಳಿತ ಪಕ್ಷದ ಕಡೆಯಿಂದ ದೊಡ್ಡ ಸಮೂಹವೇ ಎದ್ದು ನಿಲ್ಲುತ್ತದೆ. ಅವತ್ತು ನಂಜುಂಡಸ್ವಾಮಿಯವರು ತಮ್ಮನ್ನು ಟೀಕಿಸಿದ್ದರಿಂದ ಹೀಗೇ ಆಗುತ್ತದೆ. ಆಡಳಿತ ಪಕ್ಷದವರೆಲ್ಲ ಮೇಲೆದ್ದು ನಿಂತು ತಮ್ಮನ್ನು ಬೆಂಬಲಿಸುತ್ತಾರೆ ಎಂದು "ಚಿ" ಭಾವಿಸಿದ್ದರು.

ಆದರೆ ಪ್ರೊಫೆಸರ್ ಈ ರೀತಿ ಕೆಂಡಾಮಂಡಲಗೊಂಡು ಟೀಕೆ ಮಾಡಿದ್ದರಿಂದ ಕಕ್ಕಾಬಿಕ್ಕಿಯಾದ "ಚಿ" ಪಕ್ಕಕ್ಕೆ ತಿರುಗಿ ನೋಡುತ್ತಾರೆ. ಕೃಷಿ ಸಚಿವ ಹೆಚ್.ಎಂ.ರೇವಣ್ಣ, ತಮ್ಮ ಎಡಗೈಯನ್ನು ಹಣೆಯ ಮೇಲಿಟ್ಟುಕೊಂಡು ಮುಖ ಬಗ್ಗಿಸಿ ಮುಸು ಮುಸು ನಗುತ್ತಿದ್ದಾರೆ.

ಹೀಗಾಗಿ ಸಚಿವ "ಚಿ" ಎಡಗಡೆ ತಿರುಗಿ ನೋಡಿದರು. ಆಡಳಿತ ಪಕ್ಷದ ಯಾವೊಬ್ಬ ಸದಸ್ಯರೂ ಮೇಲೆದ್ದು ನಿಂತು ನಂಜುಂಡಸ್ವಾಮಿಯವರ ಟೀಕೆಗೆ ಪ್ರತಿ ಟೀಕೆ ಮಾಡುತ್ತಿಲ್ಲ. ಗಾಬರಿಗೊಂಡ ಸಚಿವರು ಬಲಗಡೆ ನೋಡಿದರು. ಅಲ್ಲೂ ಅದೇ ಕತೆ.

ಹಿಂದೆ ನೋಡಿದರೆ, ಅವರೇನೂ ನಡೆದೇ ಇಲ್ಲವೇನೋ ಎಂಬಂತೆ ಮೌನವಾಗಿದ್ದಾರೆ. ಇದನ್ನು ನೋಡಿದ ಸಚಿವ "ಚ"ಗೆ ಅವಮಾನವಾದಂತಾಯಿತು. ಹಾಗಾಗಿ ಅವರು, ಪ್ರೊಫೆಸರ್ ಟೀಕೆಗೆ ಪ್ರತಿ ಟೀಕೆ ಮಾಡುವ ಉಸಾಬರಿಗೂ ಹೋಗದೆ ಗಪ್ಪಂತ ಕೂತು ಬಿಟ್ಟರು.

ಇದ್ದಕ್ಕಿದ್ದಂತೆ ಶುರುವಾಯಿತಲ್ಲ ಸದನದಲ್ಲಿ ನಗುವಿನ ವರ್ಷಧಾರೆ. ಅದು ಸುರಿದ ರೀತಿಗೆ ನಂಜುಂಡಸ್ವಾಮಿಯಂತಹ ನಂಜುಂಡಸ್ವಾಮಿಯವರ ಮುಖದಲ್ಲೂ ಅತ್ತಿ ಮರದಲ್ಲಿ ಹೂವು ಬಿಟ್ಟಂತೆ ನಗು ಅರಳಿ ಮಾಯವಾಯಿತು.

30

ಒಬ್ಬರ ಮುಗ್ಧತನಕ್ಕಾಗಿ
ನಿಜಲಿಂಗಪ್ಪ
ಅಷ್ಟು ದೊಡ್ಡ ಬೆಲೆ
ತೆರಬೇಕಾಯಿತು.
ಆ ಮೂಲಕ ಹೆಚ್ಚಬಹುದಾಗಿದ್ದ
ಕಾಂಗ್ರೆಸ್ ಮತ್ತು
ಕರ್ನಾಟಕದ ಶಕ್ತಿ ಕುಗ್ಗಿತು.

ರಾಷ್ಟ್ರಪತಿ ಹುದ್ದೆ ನಿಜಲಿಂಗಪ್ಪ ಅವರಿಗೆ ತಪ್ಪಿದ್ದು ಹೇಗೆ?

ಪತ್ರಿಕೋದ್ಯಮ ಎಂಬ ಸಮುದ್ರದಲ್ಲಿ ಒಂದೊಂದು ಸಲ ಅದೇನೇ ಬಲೆ ಬೀಸಿದರೂ ಮೀನು ಸಿಗುವುದಿಲ್ಲ. ಅಂತಹ ಸಂದರ್ಭಗಳಲ್ಲೆಲ್ಲ ಪತ್ರಕರ್ತರು ಆಫ್ ದಿ ರೆಕಾರ್ಡ್ ಸುದ್ದಿಗಳಿಗಾಗಿ ಲೀಡರುಗಳ ಮನೆಗೆ ದಂಡಿಯಾತ್ರೆ ನಡೆಸುವುದು ಮಾಮೂಲು.

ಹೀಗೇ ಒಂದು ಸಲ ಸುದ್ದಿಗಳ್ಯಾವುದೂ ಹುಟ್ಟದೆ ನಾನು ಸದಾಶಿವನಗರದಲ್ಲಿರುವ ಒಬ್ಬ ಹಿರಿಯ ನಾಯಕರ ಮನೆಗೆ ಫೋನು ಮಾಡಿದೆ. ಸುಮಾರು ಅರ್ಧ ಶತಮಾನಕ್ಕಿಂತಲೂ ಹೆಚ್ಚು ಕಾಲ ರಾಜಕಾರಣದಲ್ಲಿದ್ದ ಅವರು ಸಾಮಾನ್ಯವಾಗಿ ಯಾರೊಂದಿಗೂ ಮನಬಿಚ್ಚಿ ಮಾತನಾಡುತ್ತಿರಲಿಲ್ಲ.

ಆದರೆ ಅದು ಹೇಗೋ ಏನೋ? ದಶಕಕ್ಕೂ ಹೆಚ್ಚು ಕಾಲದಿಂದ ನೋಡಿ ನೋಡಿ ಅವರಿಗೆ ನನ್ನ ಮೇಲೆ ನಂಬಿಕೆ ಬಂದಿತ್ತು. ಹೀಗಾಗಿ ಮನೆಯಲ್ಲಿ ನಿರುಮ್ಮಳವಾಗಿರಲು

ಸಾಧ್ಯವಾದಾಗ ಅವರು ಮಾತನಾಡುತ್ತಿದ್ದರು. ಅವತ್ತು ಸಹಾ ಫೋನು ಮಾಡಿದಾಗ ದಿಲ್ಲಿಯಿಂದ ಅದೇ ತಾನೇ ಸದಾಶಿವನಗರದ ಬಂಗಲೆಗೆ ಬಂದಿದ್ದರು.

ಕೇಳಿದರೆ, ಮಧ್ಯಾಹ್ನ ಊಟಕ್ಕೇ ಬಂದು ಬಿಡಿ. ಆನ್ ದಿ ರೆಕಾರ್ಡ್ ಅಂತ ಏನೂ ಇಲ್ಲ. ಆಫ್ ದಿ ರೆಕಾರ್ಡ್ (ನಾನು ಹೇಳಿದೆ ಅಂತ ಯಾರಿಗೂ ತಿಳಿಸಬಾರದು ಎಂಬ ಷರತ್ತಿನೊಂದಿಗೆ ನಡೆಯುವ ಚರ್ಚೆಗೆ ಪತ್ರಿಕೋದ್ಯಮದಲ್ಲಿ ಆಫ್ ದಿ ರೆಕಾರ್ಡ್ ಅನ್ನುತ್ತಾರೆ) ನ್ಯೂಸ್ ಮಾತ್ರ ಹೇಳುತ್ತೇನೆ ಎಂದರು.

ಸಾಮಾನ್ಯವಾಗಿ ಅವರು ಮಾಧ್ಯಮಗಳ ಮುಂದೆ ಆನ್ ದಿ ರೆಕಾರ್ಡ್ ಅಂತ ಮಾತಾಡುತ್ತಿದ್ದುದೂ ಬಹಳ ಕಡಿಮೆ. ಸರಿ, ನಾನು ಮಧ್ಯಾಹ್ನ ಸದಾಶಿವನಗರದಲ್ಲಿರುವ ಅವರ ಮನೆಗೆ ಹೋದೆ. ಊಟ ಮಾಡುತ್ತಾ ಅವರು ಹಲ ವಿಷಯಗಳನ್ನು ಹೇಳಿದರು. ರಾಜ್ಯ ಕಂಡ ಅತ್ಯುತ್ತಮ ಹಣಕಾಸು ಸಚಿವರಾಗಿದ್ದ ಅವರು ಒಂದು ಕಾಲದಲ್ಲಿ ಮಂತ್ರಿಯಾಗಿದ್ದಾಗ ಸರ್ಕಾರದ ಬೊಕ್ಕಸ ತುಂಬಿ ತುಳುಕುವಂತೆ ಮಾಡಿದ್ದರು. ಅವರ ಹೊಡೆತಕ್ಕೆ ರಾಜ್ಯದ ದೊಡ್ಡ ದೊಡ್ಡ ಮದ್ಯದ ದೊರೆಗಳೇ ಹೆದರಿ, ವ್ಯವಹಾರಕ್ಕಾಗಿ ಬೇರೆ ರಾಜ್ಯಗಳಿಗೆ ತೆರಳುವ ಯೋಚನೆ ಮಾಡಿದ್ದರು.

ಅಷ್ಟು ಟಫ್ ಆದ ಮನುಷ್ಯ. ಅವರ ಜತೆ ಹಲ ವಿಷಯಗಳನ್ನು ಚರ್ಚಿಸಿದ ಮೇಲೆ, ಇದ್ದಕ್ಕಿದ್ದಂತೆ ಅವರು ರಾಜಕೀಯದ ಕುರಿತಾದ ವಿಷಯಗಳ ಬಗ್ಗೆ ಮಾತನಾಡುವ ಮೂಡಿಗೆ ಬಂದರು. ಮೊದಲೇ ನನಗೆ ರಾಜಕೀಯದ ವಿಷಯ ಎಂದರೆ ಜೀವ. ಹೀಗಾಗಿ ಅವರು ಹೇಳಲು ಆರಂಭಿಸಿದೊಡನೆ ಸುಮ್ಮನೆ ಕಿವಿ ಅಗಲಿಸಿ ಕೇಳತೊಡಗಿದೆ.

"ವಿಠ್ಠಲಮೂರ್ತಿ. ಜೀವನದಲ್ಲಿ ನಾವು ಎಷ್ಟು ದಿನ ಇರುತ್ತೇವೋ ಗೊತ್ತಿಲ್ಲ. ಆದರೆ ಇತಿಹಾಸದ ಪುಟ ಸೇರಿದ ಎಷ್ಟೋ ಸಂಗತಿಗಳು ಯಾರಿಗೂ ಗೊತ್ತಿಲ್ಲದಂತೆ ಮರೆಯಾಗಿ ಹೋಗುತ್ತವೆ. ಹಾಗಾಗದಿರಲಿ ಅಂತ ನಿಮಗೆ ದಿಲ್ಲಿ ಮಟ್ಟದಲ್ಲಿ ನಡೆದ ಒಂದು ಘಟನೆಯನ್ನು ಹೇಳುತ್ತೇನೆ.

ಕರ್ನಾಟಕದಲ್ಲಿ ಒಬ್ಬರು ಪ್ರಧಾನಿಯಾದರು. ಆದರೆ ಅದಕ್ಕೂ ಮುನ್ನ, ಇನ್ನೊಬ್ಬ ನಾಯಕರಿಗೆ ರಾಷ್ಟ್ರಪತಿಯಾಗುವ ಅವಕಾಶ ಇತ್ತು. ಹಾಗೇನಾದರೂ ಅವರು ರಾಷ್ಟ್ರಪತಿಯಾಗಿದ್ದರೆ ಇತಿಹಾಸದ ಪುಟಗಳಲ್ಲಿ ಕರ್ನಾಟಕದ ಹೆಸರು ಇನ್ನೂ ಮೇಲ್ಮಟ್ಟಕ್ಕೆ ಏರಿ ಬಿಡುತ್ತಿತ್ತು. ಯಾಕೆಂದರೆ ಅವರೇನೂ ಸಣ್ಣ ರಾಜಕಾರಣಿಯಾಗಿರಲಿಲ್ಲ. ರಾಜ್ಯ ಕಂಡ ಅಪ್ರತಿಮ ನಾಯಕರ ಪೈಕಿ ಒಬ್ಬರಾಗಿದ್ದರು. ಅವರ ಹೆಸರು ಎಸ್.ನಿಜಲಿಂಗಪ್ಪ.

ಆದರೆ ಅಂತಹ ಉನ್ನತ ಜಾಗಕ್ಕೇರುವ ಅವಕಾಶ ಅವರಿಗೆ ಸಣ್ಣ ಕಾರಣಕ್ಕಾಗಿ ತಪ್ಪಿ ಹೋಯಿತು. ನನಗೆ ನೆನಪಿರುವಂತೆ ಅದು 1967ನೇ ಇಸವಿ. ಆ ಸಂದರ್ಭದಲ್ಲಿ ಕಾಮರಾಜ್ ಅವರು ರಾಷ್ಟ್ರೀಯ ಕಾಂಗ್ರೆಸ್‌ನ ಅಧ್ಯಕ್ಷ ಸ್ಥಾನದಿಂದ ಕೆಳಗಿಳಿದು ನಮ್ಮ ನಿಜಲಿಂಗಪ್ಪ ಅವರು ಅಧ್ಯಕ್ಷರಾದರು.

ಇಂದಿರಾಗಾಂಧಿ ಆಗಿನ್ನೂ ಪ್ರಧಾನಿಯಾದ ಹೊಸತು. ಪಕ್ಷ ಹಾಗೂ ಸರ್ಕಾರದ ಮೇಲೆ ತಮ್ಮ ಹಿಡಿತ ಇರಬೇಕು ಎಂಬ ಬಯಕೆ ಅವರಿಗಿತ್ತು. ಆದರೆ ನಿಜಲಿಂಗಪ್ಪ ಹಾಗೂ ಮೊರಾರ್ಜಿ ದೇಸಾಯಿ ಲೀಡರ್‌ಷಿಪ್ಪಿನ ಟೀಮು, ಪಕ್ಷದ ವರ್ಕಿಂಗ್ ಕಮಿಟಿ ರೂಪಿಸಿದ ಪಾಲಿಸಿಯ ಪ್ರಕಾರ ಸರ್ಕಾರ ಕೆಲಸ ಮಾಡಬೇಕು ಎಂದು ಬಯಸಿತ್ತು.

ಆದರೆ ಇಂದಿರಾಗಾಂಧಿ ಇದಕ್ಕೆ ತಯಾರಿರಲಿಲ್ಲ. ಹೀಗಾಗಿ ಇಂದಿರಾಗಾಂಧಿ ವರ್ಸಸ್ ಅವರ ವಿರೋಧಿಗಳ(ಸಿಂಡಿಕೇಟ್) ನಡುವೆ ಕದನ ಆರಂಭವಾಯಿತು. ಸಹಜವಾಗಿಯೇ ಇಂದಿರಾಗಾಂಧಿ ಚತುರ ನಾಯಕಿ. ಎಷ್ಟೇ ಆದರೂ ನೆಹರೂ ಅವರ ಮಗಳು. ಹೀಗಾಗಿ ಹಲ ಮಂದಿ ಪ್ರಬಲ ನಾಯಕರು ಅವರ ಜತೆಗಿದ್ದರು.

ಹೀಗಾಗಿ ಉಭಯ ಬಣಗಳ ಮಧ್ಯೆ ಸಂಘರ್ಷ ಆರಂಭವಾಯಿತು. 69ರಲ್ಲಿ ಕಾಂಗ್ರೆಸ್ ಒಡಕಿಗೆ ಮೂಲವಾಯಿತು. ಇದಕ್ಕೂ ಮುನ್ನ ತಮ್ಮ ವಿರುದ್ಧದ ಸಿಂಡಿಕೇಟ್‌ನಲ್ಲಿದ್ದ ನಾಯಕರನ್ನು ಸೆಳೆಯಲು ಇಂದಿರಾಗಾಂಧಿ ಹಟ ತೊಟ್ಟು ಕೆಲಸ ಮಾಡಿದರು. ಅದರಲ್ಲೂ ನಿಜಲಿಂಗಪ್ಪ ತಮ್ಮ ಜತೆ ಬಂದರೆ ಆನೆಬಲ ಬಂದಂತೆ ಎಂದು ಆಕೆ ಭಾವಿಸಿದ್ದರು.

ಸರಿಯಾಗಿ ಅದೇ ಕಾಲಕ್ಕೆ ರಾಷ್ಟ್ರಪತಿ ಚುನಾವಣೆ ಬೇರೆ ಬಂದಿತ್ತು. ಹೀಗಾಗಿ ಒಂದು ದಿನ ರಾತ್ರಿ ಇಂದಿರಾಗಾಂಧಿ ದೂರವಾಣಿಯ ಮೂಲಕ ನಿಜಲಿಂಗಪ್ಪ ಅವರನ್ನು ಸಂಪರ್ಕಿಸಿದರು. ನಿಜಲಿಂಗಪ್ಪಾಜೀ, ನೀವೊಬ್ಬರು ನಮ್ಮ ಕಡೆ ಬಂದು ಬಿಡಿ. ರಾಷ್ಟ್ರಪತಿ ಹುದ್ದೆಗೆ ನೀವು ಆಯ್ಕೆಯಾಗುವಂತೆ ಮಾಡುತ್ತೇನೆ. ನಮ್ಮಲ್ಲಿ ಹಲವರು ವಿ.ವಿ.ಗಿರಿ ಅವರನ್ನು ಆ ಜಾಗಕ್ಕೆ ತರಲು ಒಲವು ತೋರಿಸಿದ್ದಾರೆ. ಆದರೆ ನನಗೆ ನೀವು ರಾಷ್ಟ್ರಪತಿಯಾಗಬೇಕು ಎಂಬ ಆಸೆ. ನಿಮ್ಮ ಅಭಿಪ್ರಾಯವೇನು ತಿಳಿಸಿ. ಇವತ್ತಲ್ಲ, ಬೇಕಿದ್ದರೆ ಯೋಚನೆ ಮಾಡಿ, ನಾಳೆ ತಿಳಿಸಿ ಎಂದು ಫೋನಿಟ್ಟರು.

ನಿಜಲಿಂಗಪ್ಪ ಅವರಿಗೆ ಧರ್ಮಸಂಕಟ ಶುರುವಾಯಿತು. ಸಿಂಡಿಕೇಟ್ ಜತೆ ಇರಲೋ, ಇಂದಿರಾಗಾಂಧಿ ಹೇಳಿದಂತೆ ಆ ಕಡೆ ಹೋಗಿ ರಾಷ್ಟ್ರಪತಿಯಾಗಲೋ, ಹೋಗಿ ರಾಷ್ಟ್ರಪತಿಯಾದರೆ ಸರ್ಕಾರ, ಪಕ್ಷದ ಮಾತು ಕೇಳಬೇಕು ಎಂಬ ಸಿಂಡಿಕೇಟ್‌ನ ಉದ್ದೇಶ ಏನಿದೆ? ಅದನ್ನು ಜಾರಿ ಮಾಡಲು ಸಾಧ್ಯವಾಗಬಹುದು ಎಂದು ಅವರು ಯೋಚಿಸತೊಡಗಿದರು.

ಮರುದಿನ ಬೆಳಿಗ್ಗೆ ಅವರು ತಮ್ಮ ನಿರ್ಧಾರವನ್ನು ಇಂದಿರಾಗಾಂಧಿ ಅವರಿಗೆ ತಿಳಿಸಬೇಕಿತ್ತು. ಆ ಸಂದರ್ಭದಲ್ಲಿ ಅವರು ಯಾರ ಬಳಿಯೂ ಈ ವಿಷಯ ಹೇಳದೆ ಸುಮ್ಮನೆ ಆತ್ಮಾವಲೋಕನ ಮಾಡಿಕೊಂಡಿದ್ದರೆ ಸಾಕಿತ್ತು. ಆದರೆ ಅಷ್ಟೊತ್ತಿಗೆ ಸರಿಯಾಗಿ ಅವರ ಆಪ್ತರೊಬ್ಬರು ಮನೆಗೆ ಬಂದರು. ಆಗ ಸುಮ್ಮನಿರಬೇಕಾದ ನಿಜಲಿಂಗಪ್ಪ ತಮ್ಮ ಧರ್ಮಸಂಕಟವನ್ನು ತೋಡಿಕೊಂಡರು. ಇಂದಿರಾಗಾಂಧಿ ಹೀಗೆ ರಾಷ್ಟ್ರಪತಿಯಾಗಲು

ಹೇಳುತ್ತಿದ್ದಾರೆ. ಏನು ಮಾಡುವುದಯ್ಯ ಅಂತ ವಿವರಿಸಿದರು. ಹೀಗೆ ವಿವರಿಸಿದವರು ಆನಂತರ ಮಲಗಲು ಹೋದರು.

ಆದರೆ ಅವರು ಯಾರ ಬಳಿ ಈ ವಿಷಯವನ್ನು ಹೇಳಿದರೋ, ಆತ ಮುಗ್ಧ. ಹಾಗಂತಲೇ ಮೊರಾರ್ಜಿ ದೇಸಾಯಿ ಅವರಿಗೆ ಫೋನಾಯಿಸಿ: ನೋಡಿದ್ರೇನ್ರೀ.. ಸಾಹೇಬರಿಗೆ ದೇಶದ ರಾಷ್ಟ್ರಪತಿಯಾಗುವ ಲಕ್ಕು ಸಿಕ್ಕಿದೆ. ಇಂದಿರಾಗಾಂಧಿಯೇ ಫೋನು ಮಾಡಿದ್ದರು. ಇನ್ನೇನು ಪ್ರಮಾಣ ವಚನವಷ್ಟೇ ಬಾಕಿ ಎಂದಿದ್ದಾರೆ.

ಅವರ ಮಾತು ಕೇಳಿ ಮೊರಾರ್ಜಿ ಅವರಿಗೆ ಗಾಬರಿಯಾಗಿದೆ. ಹೀಗಾಗಿಯೇ ವಿಷಯ ತಿಳಿದಿದ್ದೇ ತಡ, ರಾತ್ರೋ ರಾತ್ರಿ ಹಲ ಮಂದಿ ಪತ್ರಿಕೆಯವರನ್ನು ಕರೆಸಿಕೊಂಡಿದ್ದಾರೆ. ಈ ಇಂದಿರಾಗಾಂಧಿ ನಮ್ಮ ಸಿಂಡಿಕೇಟ್ ಒಡೆದು ಹಾಕಲು ನೋಡಿದರು. ಇದೇ ಕಾರಣಕ್ಕಾಗಿ ನಿಜಲಿಂಗಪ್ಪ ಅವರಿಗೆ ರಾಷ್ಟ್ರಪತಿ ಹುದ್ದೆಯ ಆಮಿಷ ಒಡ್ಡಿದರು. ಆದರೆ ನಮ್ಮ ನಿಜಲಿಂಗಪ್ಪ ಇದಕ್ಕೆಲ್ಲ ಬಗ್ಗುತ್ತಾರಾ, ಹಾಗಂತಲೇ ಫೋನು ಮಾಡಿದ ಇಂದಿರಾಗಾಂಧಿ ಅವರಿಗೆ ಚೆನ್ನಾಗಿ ಬೈದು ಫೋನಿಟ್ಟು ಬಿಟ್ಟರು ಎಂದು ವಿವರಿಸಿದ್ದಾರೆ.

ನಿಜಲಿಂಗಪ್ಪ ಮರುದಿನ ಬೆಳಿಗ್ಗೆ ಎದ್ದು ನೋಡುತ್ತಾರೆ. ಪ್ರಮುಖ ಪತ್ರಿಕೆಗಳಲ್ಲೆಲ್ಲ ಸುದ್ದಿ ರಾರಾಜಿಸುತ್ತಿದೆ. ರಾಷ್ಟ್ರಪತಿ ಹುದ್ದೆಯ ಆಮಿಷ ಒಡ್ಡಿದ ಇಂದಿರಾಗೆ ನಿಜಲಿಂಗಪ್ಪ ತರಾಟೆ ಎಂಬ ಹಣೆಪಟ್ಟಿ ಹೊತ್ತ ಸುದ್ದಿ. ಇದನ್ನು ನೋಡುತ್ತಲೇ ನಿಜಲಿಂಗಪ್ಪ ಅವರಿಗೆ ದಿಗ್ಭ್ರಮೆ. ಇಂದಿರಾ ಹಾಗೂ ನನ್ನ ಮಧ್ಯೆ ಮಾತ್ರ ನಡೆದ ಸಂಭಾಷಣೆಯ ವಿವರ ಪತ್ರಿಕೆಗಳಿಗೆ ಹೇಗೆ ತಿಳಿಯಿತು ಅಂತ.

ಆ ಕಡೆ ಸುದ್ದಿ ನೋಡಿದ ಇಂದಿರಾ ಕೂಡಾ ಕೆರಳಿ ಕೆಂಡವಾದರು. ಹೀಗಾಗಿ ಅವರು ಮರಳಿ ಸಂಧಾನದ ಯತ್ನವನ್ನೇ ನಡೆಸಲಿಲ್ಲ. ಬದಲಿಗೆ ವಿ.ವಿ.ಗಿರಿ ಅವರನ್ನು ರಾಷ್ಟ್ರಪತಿ ಹುದ್ದೆಯ ಚುನಾವಣೆಗೆ ನಿಲ್ಲಿಸಿ ಗೆಲ್ಲಿಸಿದರು. ನೋಡ ನೋಡುತ್ತಿದ್ದಂತೆಯೇ 1969ರ ಆಗಸ್ಟ್ 24ರಂದು ವಿ.ವಿ.ಗಿರಿ ದೇಶದ ರಾಷ್ಟ್ರಪತಿಯಾದರು. ಹೀಗೆ ಅವತ್ತು ಕಾಂಗ್ರೆಸ್ ಪಕ್ಷವೇ ಹೋಳಾಗಿ ಹೋಯಿತು.

ನನಗೆ ಗೊತ್ತಿರುವ ಪ್ರಕಾರ, ನಿಜಲಿಂಗಪ್ಪ ಅವರಿಗೆ ರಾಷ್ಟ್ರಪತಿಯಾಗುವ ಮನಸ್ಸಿತ್ತು. ಒಂದು ವೇಳೆ ಅವರು ಆ ಹುದ್ದೆಗೇರಿದ್ದರೆ ಕಾಂಗ್ರೆಸ್ ಪಕ್ಷ ದೊಡ್ಡ ಮಟ್ಟದಲ್ಲಿ ಒಡೆಯುತ್ತಿರಲಿಲ್ಲ. ಆದರೆ ಒಬ್ಬರ ಮುಗ್ಧತನಕ್ಕಾಗಿ ನಿಜಲಿಂಗಪ್ಪ ಅಷ್ಟು ದೊಡ್ಡ ಬೆಲೆ ತೆರಬೇಕಾಯಿತು. ಆ ಮೂಲಕ ಹೆಚ್ಚಬಹುದಾಗಿದ್ದ ಕಾಂಗ್ರೆಸ್ ಮತ್ತು ಕರ್ನಾಟಕದ ಶಕ್ತಿ ಕುಗ್ಗಿತು.

ಅವರು ನೆನಪಿನ ಮೊಗಸಾಲೆಯಿಂದ ಆ ಘಟನೆಯನ್ನು ಹೆಕ್ಕಿ ಹೇಳುತ್ತಿದ್ದರೆ ಮನಸ್ಸಿನ ತುಂಬ ವಿಷಾದದ ಭಾವ. ಹಾಗಂತಲೇ ಸ್ವಲ್ಪ ಹೊತ್ತು ಕುಳಿತಿದ್ದು ತಣ್ಣಗೆ ಮೇಲೆದ್ದು ಬಂದೆ.

ಹೀಗೆ ಯೋಚಿಸುತ್ತಾ,
ಯೋಚಿಸುತ್ತಾ ಮೂರನೆಯ ದಿನ
ರಾತ್ರಿ ಮಲಗಿದ್ದೇನೆ.
ಅರೆಮರೆ ನಿದ್ರೆ.
ಆ ಅರೆಮರೆ ನಿದ್ರೆಯಲ್ಲೂ ರಪ್ಪಂತ
ಒಂದು ಸಾಲು ಲೈಟಿನಂತೆ
ಫಕ್ಕಂತ ಬೆಳಗಿತು.

31

'ನೀನೇ ಸಾಕಿದಾ ಗಿಣಿ' ಎಂಬ ಅದ್ಭುತ ಗೀತೆ ಹುಟ್ಟಿದ ಕತೆ

'ಅವತ್ತು ನಾನು ಅವಾಕ್ಕಾಗಿ ನಿಂತುಬಿಟ್ಟೆ ವಿಠ್ಠಲಮೂರ್ತಿ. ನಾಡು ಮೆಚ್ಚಿದ ವ್ಯಕ್ತಿಯೊಬ್ಬರು ಅಷ್ಟೊಂದು ದಯನೀಯ ಸ್ಥಿತಿಯಲ್ಲಿದ್ದುದನ್ನು ನನ್ನ ಮನಸ್ಸು ಸಹಿಸಿಕೊಳ್ಳಲಿಲ್ಲ. ಯಾಕೆಂದರೆ ಅವತ್ತು ನಾನು ನೋಡಿದಾಗ ಆ ಜೀವ ಇಟ್ಟಿಗೆಯ ಮೇಲೆ ತಲೆ ಇಟ್ಟು ಮಲಗಿತ್ತು. ಒಂದೇ ಸಮನೆ ಕಣ್ಣೀರು ಸುರಿಸುತ್ತಿತ್ತು. ನಾನೂ ಜೋರಾಗಿ ಅತ್ತೆ' ಎಂದವರು ಹೇಳಿದರು.

ಅಷ್ಟೊತ್ತಿಗಾಗಲೇ ವಾತಾವರಣವನ್ನು ಕತ್ತಲ ಜತೆ ಸಂಕಟವೂ ರಮ್ಮೋ ಅಂತ ಯಮವೇಗದಲ್ಲಿ ಆವರಿಸಿಕೊಳ್ಳುತ್ತಿತ್ತು. ನಾನು ಕುಳಿತಲ್ಲೇ ಚಡಪಡಿಸಿ ಸರಿಯಾಗಿ ಕುಳಿತೆ. ಅವರು ನಿರ್ಲಿಪ್ತರೆಂಬಂತೆ ಹೇಳುತ್ತಾ ಹೋದರು. ಅವರ ಹೆಸರು –

ವಿಜಯ ನಾರಸಿಂಹ.

ಕನ್ನಡ ಚಿತ್ರರಂಗದಲ್ಲಿ ಅಜರಾಮರವಾಗಿ ಉಳಿದ 'ಮಾನಸ ಸರೋವರ' ಚಿತ್ರದ 'ನೀನೇ ಸಾಕಿದಾ ಗಿಣಿ, ನಿನ್ನಾ ಮುದ್ದಿನಾ ಗಿಣಿ. ಹದ್ದಾಗಿ ಕುಕ್ಕಿತಲ್ಲೋ', ನಿನ್ನ ಹದ್ದಾಗಿ ಕುಕ್ಕಿತಲ್ಲೋ, ಎಂಬ ಹಾಡನ್ನು ನಿಮ್ಮಲ್ಲಿ ಬಹುತೇಕರು ಕೇಳಿರುತ್ತೀರಿ. ಕಣ್ಣೀರಾಗಿರುತ್ತೀರಿ. ನನ್ನ ಪ್ರಕಾರ ಬದುಕಿನಲ್ಲಿ ಯಾವುದೇ ವ್ಯಕ್ತಿ, ತನ್ನ ಪ್ರೇಮಿಯಿಂದ ಘಾಸಿಗೊಳಗಾದರೆ ಈ ಹಾಡು ಅವರನ್ನು ಇಂಚಿಂಚಾಗಿ ಕಾಡುತ್ತಾ ಹೋಗುತ್ತದೆ.

ಅರವತ್ತರ ದಶಕದಿಂದ ಎಂಬತ್ತರ ದಶಕದವರೆಗೆ ಕನ್ನಡ ಚಿತ್ರರಂಗವನ್ನು ತಮ್ಮ ಅಪೂರ್ವ ಗೀತರಚನೆಯ ಮೂಲಕ(ನಾಲ್ಕು ಸಾವಿರಕ್ಕೂ ಹೆಚ್ಚು ಗೀತೆಗಳು) ಶ್ರೀಮಂತಗೊಳಿಸಿದವರು ವಿಜಯ ನಾರಸಿಂಹ. ಈ ಗೀತೆಯನ್ನು ಬರೆದವರೂ ಅವರೇ. ಎರಡು ದಶಕಗಳ ಹಿಂದೆ(1999) ಬೆಂಗಳೂರಿನ ವಿದ್ಯಾಪೀಠ ಸರ್ಕಲ್ ಹತ್ತಿರದ ಮನೆಯಲ್ಲಿ ನಾನವವರನ್ನು ಭೇಟಿ ಮಾಡಿದ್ದೆ.

ಆಗ ಕನ್ನಡ ಚಿತ್ರರಂಗದ ಖ್ಯಾತ ತಾರೆಯೊಬ್ಬರ ಜೀವನ ಚರಿತ್ರೆಯ ಕುರಿತು ನಾನು 'ಹಾಯ್ ಬೆಂಗಳೂರ್' ಪತ್ರಿಕೆಯಲ್ಲಿ ಸೀರಿಯಲ್ ಬರೆಯುತ್ತಿದ್ದೆ. ಯಾವುದೇ ಬರಹಗಾರ ಬದುಕಿನಲ್ಲಿ ಒಬ್ಬರದಾದರೂ ಜೀವನ ಚರಿತ್ರೆಯನ್ನು ಬರೆಯಬೇಕು. ಯಾಕೆಂದರೆ, ಒಬ್ಬ ವ್ಯಕ್ತಿ ಸಂದರ್ಭಕ್ಕನುಸಾರವಾಗಿ ತೆಗೆದುಕೊಳ್ಳುವ ನಿರ್ಣಯ, ಇಡುವ ಹೆಜ್ಜೆ, ಆಡುವ ಮಾತು, ಆ ಮಾತಿಗೆ ಪೂರಕವಾಗಿಯೋ, ಮಾರಕವಾಗಿಯೋ ನಡೆದುಕೊಳ್ಳುವ ರೀತಿ. ಹೀಗೆ ಎಲ್ಲವೂ ಹೂವಿನ ಪಕಳೆಗಳಂತೆ ಕೈಗೆ ದಕ್ಕುತ್ತಾ ಒಂದು ಸುಂದರ ಗುಲಾಬಿ ಸೃಷ್ಟಿಯಾಗುತ್ತದೆ. ಅದರ ಜತೆಗೆ ಮುಳ್ಳುಗಳೂ ಇರುತ್ತವೆ. ಅದನ್ನು ಗ್ರಹಿಸುವುದು ನನಗಿಷ್ಟ.

ಹೀಗೆ ಕನ್ನಡ ಚಿತ್ರರಂಗದ ಖ್ಯಾತ ಕಲಾವಿದೆಯೊಬ್ಬರ ಬದುಕಿನ ಬಗ್ಗೆ ಬರೆಯಲು ಹೊರಟಾಗ ನನಗೆ ಸಿಕ್ಕವರಾದರೂ ಎಂತೆಂತಹ ಅತಿರಥ ಮಹಾರಥರು, ವಿಜಯ ನಾರಸಿಂಹ ಅವರಿಂದ ಹಿಡಿದು ಕೆ.ಎಸ್.ಎಲ್.ಸ್ವಾಮಿ (ರವಿ) ಅವರಂತಹ ಹಿರಿಯರು. ಸಂಗೀತ ನಿರ್ದೇಶಕ ವಿಜಯಭಾಸ್ಕರ್ ಅವರಿಂದ ಹಿಡಿದು ಒಂದು ಕಾಲಕ್ಕೆ ಖ್ಯಾತ ರಾಜಕಾರಣಿಯಾಗಿದ್ದ ರಘುಪತಿ ಅವರ ತನಕ ಹಲವರು.

ಹೀಗೆ ಒಬ್ಬೊಬ್ಬರನ್ನೇ ಮಾತನಾಡಿಸುತ್ತಾ, ಒಂದು ಬದುಕು ಎಂಬ ಗಿಡವನ್ನು ಅಲುಗಾಡಿಸುವ ಪ್ರಯತ್ನ ಮಾಡಿದೆ ನೋಡಿ. ಅದು ನೀಡಿದ ಅದ್ಭುತ ಅನುಭವ ಇವತ್ತಿಗೂ ಹಾಗೇ ಹಸಿ ಹಸಿಯಾಗಿ ನೆನಪಿನಲ್ಲುಳಿದಿದೆ.

ಇರಲಿ, ನಾನು ವಿಜಯನಾರಸಿಂಹ ಅವರ ಬಗ್ಗೆ ಹೇಳುತ್ತಿದ್ದೆ. ಅಂದ ಹಾಗೆ ಕನ್ನಡ ಚಿತ್ರರಂಗದ ಈ ಖ್ಯಾತ ತಾರೆಯನ್ನು ಅಪಾರವಾಗಿ ಪ್ರೀತಿಸುತ್ತಿದ್ದ, ತಮ್ಮ ಬದುಕೆಂಬ ಮನೆಗೆ ರೆಡ್ ಕಾರ್ಪೆಟ್ ಹಾಕಿ ಸ್ವಾಗತಿಸಿದ್ದ ಅಪೂರ್ವ ನಿರ್ದೇಶಕ ಪುಟ್ಟಣ್ಣ ಕಣಗಾಲ್ ಆನಂತರದ ದಿನಗಳಲ್ಲಿ ಆಕೆಯಿಂದ ದೂರವಾಗಬೇಕಾಯಿತು.

ಕನ್ನಡ ಚಿತ್ರರಂಗಕ್ಕೆ ನಾಗರಹಾವು, ಎಡಕಲ್ಲು ಗುಡ್ಡದ ಮೇಲೆ, ಶರಪಂಜರ, ಮಾನಸ ಸರೋವರ. ಹೀಗೆ ಹೇಳುತ್ತಾ ಹೋದರೆ ತಮ್ಮ ಅಮೋಘ ಚಿತ್ರಗಳ ಮೂಲಕ ನಾಡಿನ ಮನಸ್ಸುಗಳು ಜಿನುಗುವಂತೆ, ತಲ್ಲಣಿಸುವಂತೆ, ಚಿಂತಿಸುವಂತೆ ಮಾಡಿದವರು ಪುಟ್ಟಣ್ಣ ಕಣಗಾಲ್.

ಅಂತಹ ಬದುಕಿನಲ್ಲೇ ಬಿರುಗಾಳಿ ಎದ್ದಿತ್ತು. ಈ ಬಿರುಗಾಳಿಯ ಹಿಂದಿನ ಕಾರಣಗಳ ವಿವರಕ್ಕೆ ಹೋಗುವುದು ನನಗಿಷ್ಟವಿಲ್ಲ. ಆದರೆ ಮಾನಸ ಸರೋವರ ಚಿತ್ರದ ನೀನೇ ಸಾಕಿದಾ ಗಿಣಿ ಎಂಬ ಹಾಡು ನನ್ನ ಮನಸ್ಸನ್ನು ಇನ್ನಿಲ್ಲದಂತೆ ಕಾಡಿತ್ತು. ಹೀಗಾಗಿ ಆ ಹಾಡು ಬರೆದ ವಿಜಯ ನಾರಸಿಂಹ ಅವರ ಜತೆ ಮಾತನಾಡದೆ ಆ ಜೀವನಚರಿತ್ರೆಗೆ ಒಂದು ಅಪೂರ್ವ ಒಳನೋಟ ದಕ್ಕುತ್ತಿರಲಿಲ್ಲ.

ಹಾಗಂತಲೇ ಅವರ ಮನೆಗೆ ಹೋದೆ. ವಿಜಯ ನಾರಸಿಂಹ ತುಂಬ ಸಂಕೋಚದ ಮನಃಸ್ಥಿತಿಯ ಹಿರಿಯ. ಪುಟ್ಟಣ್ಣ ಕಣಗಾಲ್ ಹಾಗೂ ಅವರ ಪ್ರೀತಿಯ ಬದುಕಿನ ಬಗ್ಗೆ ನಾನು ಕೇಳಿದಾಗ ಶುರುವಿನಲ್ಲಿ ಅವರು ಮಾತನಾಡಲೇ ಇಲ್ಲ. ಹೀಗಾಗಿ ನನ್ನ ಮೆಚ್ಚಿನ ಹಾಡನ್ನೇ ಮುಂದಿಟ್ಟುಕೊಂಡು ಕೇಳಿದೆ.

ಸಾರ್. ಎಂತಹ ಮನಸ್ಸುಗಳೂ ಆರ್ದ್ರವಾಗುವಂತೆ ಮಾಡುವ ನೀನೇ ಸಾಕಿದಾ ಗಿಣಿ ಹಾಡನ್ನು ಬರೆಯಲು ನಿಮಗೆ ಹೇಗೆ ಸಾಧ್ಯವಾಯಿತು, ಯಾವ ಘಟನೆ ನಿಮಗೆ ಅದನ್ನು ಬರೆಯಲು ಪ್ರೇರೇಪಿಸಿತು ಅಂತ ಕೇಳಿದೆ. ಆಗ ಬಿಗಿಯಾಗಿ ಅವುಚಿಕೊಂಡು ಕುಳಿತಿದ್ದ ಅವರ ಮನಸ್ಸು ಸಡಿಲವಾಗತೊಡಗಿತು. ವಿಠ್ಠಲಮೂರ್ತಿ. ಹೇಳಿದರೆ ಅದೊಂದು ದೊಡ್ಡ ಕತೆ ಎಂದರು.

ನಾನು ಮೌನವಾಗಿ ಕೇಳುತ್ತಾ ಹೋದೆ. ಒಂದು ದಿನ ಎಂದಿನಂತೆ ಮನೆಯಲ್ಲಿದ್ದೆ. ಅವತ್ತೇಕೋ ಮನಸ್ಸಿನಲ್ಲಿ ವಿನಾಕಾರಣದ ತಲ್ಲಣ. ಬೇಕಿದ್ದರೆ ನೀವು ನೋಡಿ. ಕೆಲವು ಸಲ ನಿಮ್ಮ ಬದುಕಿನಲ್ಲಿ ಯಾವುದೇ ಸಂಕಟಗಳಿಲ್ಲದಿದ್ದರೂ ವಿನಾಕಾರಣ ತಲ್ಲಣಗೊಳ್ಳುತ್ತೀರಿ. ಹೀಗೆ ವಿನಾಕಾರಣ ತಲ್ಲಣಗೊಳ್ಳುವುದು, ಮನಸ್ಸು ನೋವಿನ ಹುತ್ತಕ್ಕೆ ನುಗ್ಗುವುದು ಏಕೆ ಅಂತ ಹಲವು ಬಾರಿ ಅನ್ನಿಸುತ್ತದೆ.

ಅವತ್ತೂ ಹಾಗೇ ಆಯಿತು. ನೋಡಲು ಹೋದರೆ ಅದು ಸಾಧಾರಣ ದಿನ. ಯಾವ ಲಟ್ಟಂ ಪಟ್ಟ ವಿಶೇಷವೂ ಇರದ, ನೀರವ ಮೌನದ ದಿನ. ಹೀಗಾಗಿ ಸುಮ್ಮನೆ ಮುದುಡಿಕೊಂಡು ಮಲಗಿದ್ದೆ. ಆಗ ಬಂತು ಒಂದು ದೂರವಾಣಿ ಕರೆ. ಅದು ಪುಟ್ಟಣ್ಣ ಕಣಗಾಲ್ ಅವರದು.

ಅವರಿಗೆ ನಾನೆಂದರೆ ವಿಶೇಷ ಪ್ರೀತಿ. ತಮ್ಮ ಚಿತ್ರಗಳ ಬಹುತೇಕ ಗೀತೆಗಳನ್ನು ಅವರು ನನ್ನ ಕೈಲಿ ಬರೆಸಿದ್ದರು. ಸಂದರ್ಭಕ್ಕೆ ಅನುಗುಣವಾದ ಗೀತೆಗಳನ್ನು ಎಷ್ಟು ಚೆಂದಗೆ ಬರೆಯುತ್ತೀರಿ! ಅಂತ ಆಗಾಗ ತಾರೀಫು ಮಾಡುತ್ತಿದ್ದರು. ಸರಿ. ಅವರಿಂದ

ಫೋನು ಬಂತು: ಜಯನಗರದಲ್ಲಿದ್ದೇನೆ. ನಿಮ್ಮನ್ನು ನೋಡಬೇಕು. ಮಾತನಾಡಬೇಕು ಅನ್ನಿಸಿದೆ ಬನ್ನಿ ಎಂದರು.

ಸರಿ, ನಾನು ಸೀದಾ ಜಯನಗರದಲ್ಲಿ ಅವರು ಉಳಿದುಕೊಂಡಿದ್ದ ಕಡೆ ಹೋದೆ. ಹೋಗಿ ನೋಡುತ್ತೇನೆ. ಅಲ್ಲಿನ ದೃಶ್ಯ ನೋಡಿ ಅವಾಕ್ಕಾಗಿ ಬಿಟ್ಟೆ. ಕನ್ನಡ ಚಿತ್ರರಂಗವನ್ನು ತಮ್ಮ ಅಪೂರ್ವ ಚಿತ್ರಗಳ ಮೂಲಕ ಶ್ರೀಮಂತಗೊಳಿಸಿದ ನಿರ್ದೇಶಕ ಪುಟ್ಟಣ್ಣ ಕಣಗಾಲ್ ಇಟ್ಟಿಗೆಯ ಮೇಲೆ ತಲೆ ಇಟ್ಟು ಮಲಗಿದ್ದಾರೆ. ಅವರ ಕಣ್ಣುಗಳಿಂದ ಒಂದೇ ಸಮನೆ ನೀರು ಸುರಿಯುತ್ತಿದೆ.

ಅವರ ದಯನೀಯ ಸ್ಥಿತಿಯನ್ನು ನೋಡಿ ನನಗೂ ಜೋರಾಗಿ ಅಳು ಬಂತು. ಹೀಗಾಗಿ ನಾನೂ ಅಳುತ್ತಲೇ: ಅರೇ ಇದೇನಾಯಿತು, ಯಾಕೆ ಇಟ್ಟಿಗೆಯ ಮೇಲೆ ತಲೆ ಇಟ್ಟು ಮಲಗಿದ್ದೀರಿ, ಯಾಕೆ ಕಣ್ಣೀರು ಹಾಕುತ್ತಿದ್ದೀರಿ ಎಂದೆ.

ಅದಕ್ಕವರು, ನಾನು ನಂಬಿದ ಪ್ರೀತಿ ನನ್ನನ್ನು ತೊರೆದು ಹೋಯಿತು. ನಿಮಗೆ ಅದು ಗೊತ್ತು. ಇವತ್ತಿನ ನನ್ನ ಸ್ಥಿತಿಯನ್ನು ನೀವು ಕಣ್ಣಾರೆ ನೋಡುತ್ತಿದ್ದೀರಿ. ಇದರ ಬಗ್ಗೆಯೇ ಒಂದು ಹಾಡು ಬರೆಯಿರಿ. ನನ್ನ ಮುಂದಿನ ಚಿತ್ರಕ್ಕೆ ಅದು ಸೆಂಟರ್ ಪಾಯಿಂಟ್ ತರ ಆಗಬೇಕು. ಬದುಕಿನಲ್ಲಿ ಪ್ರೀತಿಯನ್ನು ಕಳೆದುಕೊಂಡ ಯಾರಿಗೂ ನನ್ನ ಸ್ಥಿತಿ ಬರಬಾರದು ವಿಜಯ ಎಂದರು.

ಸ್ವಲ್ಪ ಹೊತ್ತು ಸುಮ್ಮನೆ ಕುಳಿತು ಮೇಲೆದ್ದು ಮನೆಗೆ ಬಂದೆ. ಅವತ್ತು ಪುಟ್ಟಣ್ಣ ಕಣಗಾಲ್ ಅನುಭವಿಸುತ್ತಿದ್ದ ನೋವನ್ನು ಕಂಡು, ಮನಸ್ಸೆಂಬ ಆಕಾಶದಲ್ಲಿ ಧಾರಾಕಾರ ಅಳುವಿನ ಮಳೆ. ಆ ಷಾಕ್‌ನಿಂದ ನನಗೇ ಸುಧಾರಿಸಿಕೊಳ್ಳಲು ಕಷ್ಟವಾಯಿತು. ನಿಜ ಹೇಳುತ್ತೇನೆ. ಎರಡು ದಿನ ಒಂದಕ್ಷರ ಬರೆಯಲು ಸಾಧ್ಯವಾಗಲಿಲ್ಲ. ಆದರೆ ಆ ವಿಷಯದ ಮಧ್ಯೆ ಮನಸ್ಸೆಂಬ ಕಡೆಗೋಲು ರವುಂಡಾಗಿ ಸುತ್ತುತ್ತಲೇ ಇತ್ತು. ಇಟ್ಟಿಗೆಯ ಮೇಲೆ ಒಬ್ಬ ವ್ಯಕ್ತಿ ತಲೆ ಇಟ್ಟುಕೊಂಡು ಅಳುತ್ತಿದ್ದಾರೆ ಎಂದರೆ ಏನರ್ಥ? ಯಾವ ಪ್ರೀತಿ ತನಗೆ ಮೆತ್ತನೆಯ ದಿಂಬಾಗಿ ಆಸರೆಯಾಗಬೇಕಿತ್ತೋ? ಅದು ಇನ್ನಿಲ್ಲ. ಹೀಗಾಗಿ ಉಳಿದಿದ್ದು ಒರಟಾದ ಇಟ್ಟಿಗೆ ಮಾತ್ರ. ಹೀಗಾಗಿ ಈ ಅರ್ಥ ಬರುವ ಹಾಡೆಂಬ ಬೆಣ್ಣೆಯನ್ನು ಹೊರತೆಗೆಯಲು ಯತ್ನಿಸುತ್ತಿತ್ತು.

ಹೀಗೆ ಯೋಚಿಸುತ್ತಾ, ಯೋಚಿಸುತ್ತಾ ಮೂರನೆಯ ದಿನ ರಾತ್ರಿ ಮಲಗಿದ್ದೇನೆ. ಅರೆ ಮರೆ ನಿದ್ರೆ. ಆ ಅರೆ ಮರೆ ನಿದ್ರೆಯಲ್ಲೂ ರಪ್ಪಂತ ಒಂದು ಸಾಲು ಲೈಟಿನಂತೆ ಫಕ್ಕಂತ ಬೆಳಗಿತು. ನೀನೇ ಸಾಕಿದಾ ಗಿಣಿ. ನಿನ್ನಾ ಮುದ್ದಿನಾ ಗಿಣಿ. ಹದ್ದಾಗಿ ಕುಕ್ಕಿತಲ್ಲೋ, ನಿನ್ನ ಹದ್ದಾಗಿ ಕುಕ್ಕಿತಲ್ಲೋ ಅಂತ.

ತಡೆಯಲಾಗದೆ ಮೇಲೆದ್ದು ಕುಳಿತೆ. ನೀವು ಬರಹಗಾರರಾಗಿದ್ದರೆ ಒಂದು ವಿಷಯ ಮನದಟ್ಟಾಗಿರುತ್ತದೆ. ಅದೇಂದರೆ, ಒಂದು ಸಲ ನೀವೇನು ಬರೆಯಬೇಕು ಅಂತ

ಮನಸ್ಸು ಬಂದು ಕೈಗೆ ಅಂಟಿಕೊಂಡು ಕಾಡುತ್ತದೋ, ಆ ಕಾಡುವಿಕೆಯನ್ನು ನೀವು ಸಹಿಸಿಕೊಳ್ಳಲು ಸಾಧ್ಯವೇ ಇಲ್ಲ.

ಹಾಗಂತಲೇ ಎದ್ದು ಕುಳಿತವನೇ ಬರೆಯಲು ಕುಳಿತೆ. ಮೊದಲ ಈ ಸಾಲುಗಳನ್ನು ನಾನು ಬರೆದೆ. ಆನಂತರದ ಸಾಲುಗಳು ತನ್ನಿಂತಾನೇ ಮೂಡುತ್ತಾ ಹೋದವು. ಹೀಗೆ ಬರೆದಿದ್ದನ್ನು ಮತ್ತೆ, ಮತ್ತೆ ಓದಿ ಆನಂತರ ಪುಟ್ಟಣ್ಣ ಕಣಗಾಲ್ ಅವರಿಗೆ ಅದನ್ನೊಯ್ದು ಕೊಟ್ಟೆ. ಓದಿದ ಅವರು ಮತ್ತೊಮ್ಮೆ ತಡೆಯಲಾಗದೆ ಕಣ್ಣೀರಿಟ್ಟರು. ನನ್ನ ನೋವೇ ಈ ಹಾಡಿನ ಆತ್ಮವಾಗಿದೆ ಎಂದು ಹೇಳಿ ತಬ್ಬಿಕೊಂಡರು.

ಮುಂದೆ ಮಾನಸ ಸರೋವರ ಚಿತ್ರದಲ್ಲಿ ಆ ಹಾಡಿಗೆ ನಾಯಕ ನಟ ಶ್ರೀನಾಥ್ ಎಷ್ಟು ಅದ್ಭುತವಾಗಿ ನಟಿಸಿದರು ಎಂದರೆ, ಪ್ರೀತಿ ಕಳೆದುಕೊಂಡ ಯಾವುದೇ ಜೀವಗಳು ಈ ಹಾಡು ನೋಡಿದರೆ ಶ್ರೀನಾಥ್ ಮತ್ತು ಪುಟ್ಟಣ್ಣ ಕಣಗಾಲ್ ಅವರನ್ನು ಮರೆಯಲಾರವು.

ಇವೆಲ್ಲ ನಡೆದು ವರ್ಷಗಳೇ ಕಳೆದು ಹೋದವು. ಇಷ್ಟು ಕಾಲ ಸವೆದು ಹೋಗಿದ್ದರೂ ಇವತ್ತಿಗೂ ನಾನವರ ಬದುಕಿನ ಬಗ್ಗೆ ಯಾವುದೇ ಒಂದು ನಿರ್ಣಯಕ್ಕೆ ಬರಲಾರೆ ವಿಠ್ಠಲಮೂರ್ತಿ. ಯಾಕೆಂದರೆ ಬದುಕು ಎಂಬ ನದಿ ಹೀಗೇ ಹರಿಯಬೇಕಿತ್ತು ಅಂತ ಇವತ್ತು ನಮಗನ್ನಿಸಬಹುದು. ಆದರೆ ಅದಕ್ಕೆ ದೇವರೇ ಒಂದು ಪಾತ್ರವನ್ನು ಸೃಷ್ಟಿಸಿರುತ್ತಾನೆ. ಆ ಪಾತ್ರದಲ್ಲೇ ಅದು ಸಾಗಿ ಸಮುದ್ರ ಸೇರುತ್ತದೆ. ಇಲ್ಲವೇ ಹರಿಯುವಿಕೆಯನ್ನು ನಿಲ್ಲಿಸುತ್ತದೆ.

ಆದರೆ ಒಂದು ಮಾತು ನಿಜ. ಆ ಹಾಡನ್ನು ಬರೆದು ತುಂಬ ಕಾಲದ ನಂತರವೂ ನನ್ನನ್ನದು ಕಾಡುತ್ತಲೇ ಇತ್ತು. ಒಬ್ಬ ವ್ಯಕ್ತಿ ತನ್ನ ಪ್ರೀತಿ ಸೋತಾಗ ಅದನ್ನು ಮರೆತು ಮೇಲೆದ್ದು ನಿಲ್ಲಲು ಸಾಧ್ಯವಾಗಬೇಕು ಅನ್ನಿಸುತ್ತಿತ್ತು. ಆದರೆ ಅದನ್ನು ಅನ್ನಿಸಿಕೆ ಎಂದೇ ಪರಿಗಣಿಸಿ ಎಂದರು ವಿಜಯನಾರಸಿಂಹ. ನಾನು ಮೂಕನಾಗಿ ಅವರನ್ನೇ ದಿಟ್ಟಿಸಿದೆ.

ಅವರ ಕಣ್ಣುಗಳು ತೇವವಾಗಿದ್ದವು.

ಜೀವನದಲ್ಲಿ ಜಿದ್ದಿಗೆ ಬಿದ್ದು
ಮೇಲಕ್ಕೆ ಬಂದವರು, ಅದಕ್ಕಾಗಿ
ಹಸಿವು-ನಿದ್ರೆ ಕಳೆದುಕೊಂಡವರು
ತಮ್ಮ ಅನುಭವದ
ಮಾತುಗಳನ್ನಾಡಿದಾಗ ಅದಕ್ಕೆ
ಒಂದು ವಿಶಿಷ್ಟ ಶಕ್ತಿ
ಲಭ್ಯವಾಗಿ ಬಿಡುತ್ತದೆ.

32

ದೇವೇಗೌಡರು ತಿನ್ನಿಸಿದ ಹಣ್ಣಿಗೆ ಬೆಲೆ ಕಟ್ಟಲು ಸಾಧ್ಯವಿಲ್ಲ

ಪತ್ರಿಕೋದ್ಯಮ ನನ್ನನ್ನು ಅತಿರಥ ಮಹಾರಥರ ಮುಂದೆ ಕರೆದುಕೊಂಡು ಹೋಗಿ ನಿಲ್ಲಿಸಿದೆ. ಆನ್ ದಿ ರೆಕಾರ್ಡು, ಆಫ್ ದಿ ರೆಕಾರ್ಡು ಅಂತ ಗಂಟೆಗಟ್ಟಲೆ ಮಾತನಾಡಲು ಅವಕಾಶ ಕಲ್ಪಿಸಿದೆ. ಕುತೂಹಲಕಾರಿ ವಿಷಯ ಅಂದರೆ ನಾವು ನಿರ್ದಿಷ್ಟ ಉದ್ದೇಶಕ್ಕೆ ಅಂತ ಈ ದೈತ್ಯ ಮರಗಳನ್ನು ಹೋಗಿ ಅವುಚಿಕೊಳ್ಳುತ್ತೇವೆ. ಅವು ಚಕ್ಕಂತ ಯಾವುದೋ ಒಂದು ಅಮೂಲ್ಯ ಹಣ್ಣನ್ನು ತಿನ್ನುವ ಅವಕಾಶ ಕಲ್ಪಿಸಿಬಿಡುತ್ತವೆ.

ಅಂದ ಹಾಗೆ ಅದು 'ಹಾಯ್ ಬೆಂಗಳೂರ್' ಪತ್ರಿಕೆಯ ಸಂಪಾದಕರಾದ ರವಿ ಬೆಳಗೆರೆ ಅವರು 'ಸಿಎಂ ಐ ಲವ್ ಯೂ' ಎಂಬ ಚಿತ್ರ ತೆಗೆಯುತ್ತಿದ್ದ ಕಾಲ. ಈ ಟೈಟಲ್ಲಿಗೂ ಸಿಎಂ ಪಟ್ಟದಲ್ಲಿ ಕುಂತಿದ್ದ ಕುಮಾರಸ್ವಾಮಿ ಅವರ ಜೀವನಕ್ಕೂ ಹೋಲಿಕೆಯಿದೆ ಎಂಬ ಭಾವನೆ ದಟ್ಟವಾಗಿದ್ದ ಸಂದರ್ಭ.

ಈ ಚಿತ್ರದ ವಿರುದ್ಧ ದೇವೇಗೌಡರಿಗೆ ಆಪ್ತರಾಗಿದ್ದ ರಾಜಕಾರಣಿಯೊಬ್ಬರು ತಡೆಯಾಜ್ಞೆ ತಂದರು. ಅಲ್ಲಿಗೆ ಚಿತ್ರ ತೆರೆಯ ಹಿಂದೇ ಉಳಿದುಕೊಂಡಿತು. ಹೇಳಿದರೆ ಅದೊಂದು ದೊಡ್ಡ ಕತೆ. ಈ ಮಧ್ಯೆ ಸಹಜವಾಗಿಯೇ ಒಂದು ದಿನ ರವಿ ಬೆಳಗೆರೆಯವರ ಫೋನು ಬಂತು. ವಿಠ್ಲ್ ಮೂರ್ತಿ. ಪತ್ರಿಕೆಗೆ ದೇವೇಗೌಡರ ಒಂದು ಇಂಟರ್‌ವ್ಯೂ ಬೇಕಲ್ಲಪ್ಪಾ ಅಂತ ಅವರು ನೇರವಾಗಿಯೇ ವಿಷಯ ಪ್ರಸ್ತಾಪಿಸಿದರು.

ವಿಷಯದ ಗಂಭೀರತೆಯ ಅರಿವಿದ್ದ ನಾನು, "ಅಣ್ಣಾ, ಈ ಟೈಮಿನಲ್ಲಿ ದೇವೇಗೌಡರ ಇಂಟರ್‌ವ್ಯೂ ಮಾಡಲು ಸಾಧ್ಯವಾ, ಬೇಡ ಕಣಣ್ಣ. ಸುಮ್ಮನೆ ಹತ್ತಿರ ಹೋದರೂ ರೇಗಿ ಬಿಟ್ಟಾರು" ಎಂದೆ. ಅದಕ್ಕವರು: ಅಯ್ಯೋ, ಚಿತ್ರದ ವಿಷಯವೇ ಬೇರೆ. ಪೇಪರ್ ವಿಷಯವೇ ಬೇರೆ. ನಿನ್ನ ಪಾಡಿಗೆ ನೀನು ಇಂಟರ್‌ವ್ಯೂ ಮಾಡಿಕೊಡು. ಇವತ್ತಿನ ಸ್ಥಿತಿಯಲ್ಲಿ ನೀನೇ ಅದನ್ನು ಮಾಡಲು ಸಾಧ್ಯ ಎಂದರು.

ನಾನು ಸಂದಿಗ್ಧಕ್ಕೆ ಬಿದ್ದೆ. ನಾವು ಏನನ್ನೂ ಅರಿಯದಿದ್ದಾಗ ಇಂತಹ ವಿಷಯದಲ್ಲಿ ಕುರುಡಾ ಮಿರಿಡಿ ನುಗ್ಗಿ ಬಿಡಬಹುದು. ಆದರೆ ಎಲ್ಲ ಗೊತ್ತಿದ್ದ ಮೇಲೂ ಆ ರೀತಿ ನುಗ್ಗುವುದು ಕಷ್ಟದ ಕೆಲಸ. ಹೀಗಾಗಿ ನೇರವಾಗಿ ದೇವೇಗೌಡರ ಜತೆ ಮಾತನಾಡಿ ಅನ್ನಿಸಿಕೊಳ್ಳುವುದೇಕೆ ಅಂತ ನಾನು ಅವರ ಆಪ್ತರಾದ ವೈ.ಎಸ್.ವಿ.ದತ್ತ ಅವರನ್ನು ಸಂಪರ್ಕಿಸಿದೆ. ಅವರನ್ನು ಮುಂಚಿನಿಂದ ದತ್ತಣ್ಣಾ ಅಂತ ಕರೆದೇ ನನಗೆ ಅಭ್ಯಾಸ.

ಗಣಿತದಲ್ಲಿ ಎಂತಹ ಪ್ರಚಂಡ ಮೇಷ್ಟ್ರು ಎಂದರೆ ಮುಂಚೆ ಅವರೇ ಒಂದು ಟ್ಯುಟೋರಿಯಲ್ ನಡೆಸುತ್ತಿದ್ದರು ಅಂತ ನೆನಪು. ಅವರ ಪಾಠ ಕೇಳಿದ ಅನೇಕರು ಇವತ್ತು ಕರ್ನಾಟಕದ ಪ್ರಮುಖ ಮಾಧ್ಯಮಗಳಲ್ಲಿ ನೆಲೆಯಾಗಿದ್ದಾರೆ. ದತ್ತಣ್ಣ ಅವರ ಬಳಿ ಗಣಿತ ಕಲಿತರೆ ನೋಡಿ ಜೀವನದ ಲೆಕ್ಕಾಚಾರ ಸರಿಯಾಗಿರುತ್ತದೆ. ಹೀಗಾಗಿ ಕಲಿತವರೆಲ್ಲ ಸೆಟ್ಲ್ ಆಗಿ ಬಿಟ್ಟಿದ್ದಾರೆ ಅಂತ ನಾವು ಹಲ ಗೆಳೆಯರು ಆಗಾಗ ಮಾತನಾಡಿಕೊಳ್ಳುತ್ತೇವೆ.

ಸರಿ, ದೇವೇಗೌಡರಿಗೆ ಆಪ್ತರಾಗಿರುವ ದತ್ತಣ್ಣ ಅವರಿಗೆ ಫೋನು ಮಾಡಿ ವಿಷಯ ತಿಳಿಸಿದೆ. ದತ್ತಣ್ಣ, ಹೇಗಾದರೂ ಮಾಡಿ ದೇವೇಗೌಡರದೊಂದು ಇಂಟರ್‌ವ್ಯೂ ಕೊಡಿಸಿ ಎಂದೆ. ಅದಕ್ಕವರು ಎತ್ತಿದ ಮಾತಿಗೇ: ನೀನೇನು ಬೇಕಾದರೂ ಕೇಳಪ್ಪ, ಆದರೆ ದೊಡ್ಡ ಗೌಡರ ಇಂಟರ್‌ವ್ಯೂ ಕೊಡಿಸು ಅಂತ ಮಾತ್ರ ನನಗೆ ಹೇಳಬೇಡ. ಈ ವಿಷಯದಲ್ಲಿ ನಾನು ಹೋಗಿ ಅವರ ಮುಂದೆ ನಿಲ್ಲುವುದು ಕಷ್ಟ ಎಂದು ಸಾಫ್ ಸೀದಾ ಅಂಕಗಣಿತದ ಶೈಲಿಯಲ್ಲೇ ನನ್ನ ಕೋರಿಕೆಯನ್ನು ಮೈನಸ್ ಮಾಡಿಬಿಟ್ಟರು.

ಈಗೇನು ಮಾಡುವುದು, ಅಂದುಕೊಂಡು ಅವತ್ತು ಮುಖ್ಯಮಂತ್ರಿಗಳಾಗಿದ್ದ ದೇವೇಗೌಡರ ಮಗ, ಕುಮಾರಸ್ವಾಮಿಯವರಿಗೇ ಫೋನು ಮಾಡಿದೆ. ಏನು ಬ್ರದರ್, ಏನು ವಿಶೇಷ. ಅಪರೂಪಕ್ಕೆ ಫೋನು ಮಾಡಿದ್ದೀರಿ ಅಂದರು ಕುಮಾರಸ್ವಾಮಿ. ನಾನು

ಅವರ ಬಳಿಯೂ ನೇರವಾಗಿ ವಿಷಯ ಪ್ರಸ್ತಾಪಿಸಿದೆ.

ಅದಕ್ಕವರು: ಹ್ಹ, ಹ್ಹ, ಹ್ಹ, ಇನ್ನೇನು ಬ್ರದರ್ ಸಮಾಚಾರ ಎಂದರು. ನಾನು ಯಥಾ ಪ್ರಕಾರ, ಅದೇ ಕುಮಾರಣ್ಣ, ನನಗೆ ದೊಡ್ಡವರ ಇಂಟರ್‌ವ್ಯೂ ಬೇಕಾಗಿತ್ತು. ಹೇಗಾದರೂ ಮಾಡಿ ಕೊಡಿಸಿ ಎಂದೆ. ಆಗಲೂ ಅವರದು ಅದೇ ಕ್ಯಾಸೆಟ್ಟು: ಹ್ಹ, ಹ್ಹ, ಹ್ಹ ಮತ್ತೇನಾದರೂ ಇದೆಯಾ ಬ್ರದರ್ ಸಮಾಚಾರ.

ಅಲ್ಲಿಗೆ ನನಗೆ ವಿಷಯ ಫೈಸಲ್ಲಾಗಿ ಹೋಯಿತು. ಇವರೂ ಇಂಟರ್‌ವ್ಯೂ ಕೊಡಿಸುವುದಿಲ್ಲ. ಸರಿ, ಇನ್ನೇನು ಮಾರ್ಗವಿದೆಯಪ್ಪ? ಅಂತ ಯೋಚಿಸತೊಡಗಿದೆ. ಅಷ್ಟರಲ್ಲೇ ವಿಧಾನಸೌಧದಲ್ಲಿರುವ ಜೆಡಿಎಸ್ ಕಛೇರಿಯ ಮುಂದೆ ಕುಮಾರಸ್ವಾಮಿ ಅವರ ಅಣ್ಣ, ಹೆಚ್.ಡಿ.ರೇವಣ್ಣ ಸಿಕ್ಕರು. ಅವರಿಗೆ ವಿಷಯ ಹೇಳಿದೆ. ಅವರು ಹಿಂದೆ ಮುಂದೆ ನೋಡಲಿಲ್ಲ.

ಅರೇ, ಮಧ್ಯಾಹ್ನ ಮೂರು ಗಂಟೆಗೆ ಪದ್ಮನಾಭ ನಗರದ ಪೆಟ್ರೋಲ್ ಬಂಕ್ ಹಿಂದಿರುವ ಮನೆಗೆ ಬಂದು ಬಿಡಣ್ಣ, ಇಂಟರ್‌ವ್ಯೂ ಮಾಡ್ತೀರಂತೆ. ಅದೇನು ಮಹಾ, ನಮ್ಮ ಬ್ರದರ್‌ಗೆ ಇಲ್ಲ ಅನ್ನಕ್ಕಾಗತ್ತಾ ಎಂದರು. ಸರಿ, ನಾನು ಮಧ್ಯಾಹ್ನ ಮೂರು ಗಂಟೆಗೆ ಮನೆಗೆ ಹೋದೆ.

ಅಲ್ಲಿದ್ದ ಆಪ್ತ ಸಹಾಯಕರು, ಸಾಹೇಬ್ರನ್ನ ಭೇಟಿ ಮಾಡಬೇಕಾ ಎಂದರು. ನಾನು, ನಿಲ್ಲಿ, ಈಗಲೇ ಹೇಳಬೇಡಿ. ರೇವಣ್ಣ ಸಾಹೇಬರು ಬರುತ್ತಾರಂತೆ. ಬಂದ ನಂತರ ಭೇಟಿ ಮಾಡುತ್ತೇನೆ ಎಂದೆ. ಮೊದಲನೆಯದಾಗಿ, ನಾನು ಟೈಮು ಫಿಕ್ಸು ಮಾಡಿಕೊಂಡಿಲ್ಲ. ಹಾಗೇನಾದರೂ ಟೈಮು ಫಿಕ್ಸು ಮಾಡಿಕೊಳ್ಳಲು ಹೋದರೆ ದೇವೇಗೌಡರು ಒಂದೇ ಮಾತಿಗೆ, ಆಗುವುದಿಲ್ಲ ಎಂದು ಹೇಳುವುದು ನಿಕ್ಕಿಯಾಗಿತ್ತು. ಹೀಗಿರುವಾಗ ಮನೆ ಬಾಗಿಲಿಗೇ ಬಂದು, ಈಗ ಇಂಟರ್‌ವ್ಯೂ ಕತೆ ಹೇಳಿದರೆ ಅವರು ಒಪ್ಪುತ್ತಾರಾ, ನೋ ಚಾನ್ಸ್.

ಹಾಗೆಂದೇ ನಾನು ದೇವೇಗೌಡರನ್ನು ಭೇಟಿ ಮಾಡುವ ಗೋಜಿಗೇ ಹೋಗದೆ, ರೇವಣ್ಣ ಅವರು ಬರುವುದನ್ನೇ ಕಾಯುತ್ತಾ ಕುಳಿತೆ. ಕರೆಕ್ಟು ಟೈಮಿಗೆ ಹೇಳಿದಂತೆ ಮೂರು ಗಂಟೆಗೆ ಅವರು ಬಂದೇ ಬಿಟ್ಟರು. ನನ್ನನ್ನು ನೋಡಿದವರೇ, ಅರೇ ಇದೇನಣ್ಣ, ಇಲ್ಲೇ ಕುಂತಿದ್ದೀರಿ ನಡೀರಿ ಒಳಿಕ್ಕೆ ಎಂದರು.

ನಾನು ಮಾರಮ್ಮನ ಹಬ್ಬದಲ್ಲಿ ಕೊರಳಿಗೆ ಹೂವಿನ ಹಾರ ಹಾಕಿಕೊಂಡ ಕುರಿಯಂತೆ ರೇವಣ್ಣ ಅವರ ಜತೆ ಒಳಗೆ ಹೋದೆ. ಒಳಗೆ ಹೋಗುತ್ತಿದ್ದ ಹಾಗೆ ಇದ್ದಕ್ಕಿದ್ದಂತೆಯೇ, ಮನೆಯ ಬಲ ಭಾಗದಲ್ಲಿದ್ದ ಕೋಣೆಯೊಂದರ ಬಾಗಿಲು ತೆರೆದರು ರೇವಣ್ಣ.

ರಪಕ್ಕಂತ ಮೊದಲು ತಮ್ಮ ತಲೆಯನ್ನು ಒಳಗೆ ಹಾಕಿ: ನೋಡಿ, ಇವರು ಇಂಟರ್‌ವ್ಯೂಗೆ ಅಂತ ಬಂದಿದ್ದಾರೆ. ನಮಗೆ ತೀರಾ ಬೇಕಾದವರು. ಇವರಿಗೆ ಇಂಟರ್‌ವ್ಯೂ ಕೊಡಿ. ಆಗಲ್ಲ, ಮಾಡಲ್ಲ ಅಂತ ಹೇಳಬೇಡಿ ಅಷ್ಟೇ ಅಂತ ನೇರವಾಗಿಯೇ ದೇವೇಗೌಡರಿಗೆ ಹೇಳಿದರು.

ಅಷ್ಟು ಹೇಳಿದ ರೇವಣ್ಣ, ನನ್ನ ಭುಜ ಹಿಡಿದು ಒಳಗೆ ಹೋಗುವಂತೆ ಸೂಚಿಸಿ, ಮನೆಯೊಳಗೆ ನಡೆದು ಬಿಟ್ಟರು. ಇಲ್ಲಿ ಒಳಗೆ ನೋಡಿದರೆ ದೇವೇಗೌಡರು ಟಿವಿ ನೋಡುತ್ತಿದ್ದಾರೆ. ಒಂದು ಸಲ ಮುಖವೆತ್ತಿ ನೋಡಿದವರು: ಓ ನೀವಾ, ಅಯ್ಯೋ ರಾಮ, ಬನ್ನಿ. ಬನ್ನಿ ಎಂದರು.

ನಾನು ಹಿಂಜರಿಯುತ್ತಲೇ ಹೋಗಿ ಅವರ ಬಲಭಾಗದಲ್ಲಿದ್ದ ಖುರ್ಚಿಯ ಮೇಲೆ ಕುಂತೆ. ಏನು ಇಂಟರ್‌ವ್ಯೂ ಬೇಕ್ರೀ ಅಂದರು, ನಾನು ಸಂದರ್ಶನಗಳಿಗೆ ಹೋಗುವಾಗ ಪ್ರಶ್ನೆಗಳನ್ನು ಮುಂಚಿತವಾಗಿಯೇ ರೆಡಿ ಮಾಡಿಕೊಂಡು ಅಭ್ಯಾಸ. ಕೇಳುತ್ತಿದ್ದಂತೆಯೇ ದೇವೇಗೌಡರೂ ಮೈ ಮರೆತರು. ತಮ್ಮ ಮನಸ್ಸಿನಲ್ಲಿದ್ದುದನ್ನೂ ಮರೆತರು, ನಿರುಮ್ಮಳವಾಗಿ ಉತ್ತರಿಸತೊಡಗಿದರು.

ಹೀಗೆ ಉತ್ತರಿಸುತ್ತಿದ್ದ ಸಂದರ್ಭದಲ್ಲೇ ಕೆಲಸದವರನ್ನು ಕರೆದು, ಒಳಗೆ ಸ್ವೀಟು, ಖಾರ ಇದೆ ತಂದುಕೊಡ್ರಪ್ಪಾ ಅಂತ ನಾಲ್ಕು ಸಲ ಹೇಳಿದರು. ಅವರೂ ಮಧ್ಯೆ ಮಧ್ಯೆ ಅಂತ ನಾಲ್ಕು ಸಲ ತಂದಿಟ್ಟರು. ನಾಲ್ಕು ನಾಲ್ಕು ಪ್ರಶ್ನೆಗೆ ದೇವೇಗೌಡರು ಒಂದು ಸೋನ್ ಪಾಪಡಿ ತಿನ್ನಿಸುವುದು, ಚೌಚೌ ತಿನ್ನಿಸುವುದು, ಜತೆಗೆ ಉತ್ತರಿಸುವುದು ನಡೆಯುತ್ತಾ ಹೋಯಿತು.

ಹೆಚ್ಚು ಕಡಿಮೆ ಇಪ್ಪತ್ತು ಪ್ರಶ್ನೆಗಳು. ಅಷ್ಟರಲ್ಲೇ ನಾನು ನಾಲ್ಕು ಸೋನ್ ಪಾಪಡಿ, ಕಾಲು ಕೆಜಿ ಚೌಚೌ ತಿಂದು ಅರೆ ಬೆಂದ ಬದನೇಕಾಯಿಯಂತಾಗಿ ಹೋಗಿದ್ದೆ, ಅವರು ಒಂದು ಸಲ ನನ್ನ ಮುಖ ನೋಡಿದವರೇ, ಯಾಕ್ರೀ, ಸುಸ್ತಾದಂತೆ ಕಾಣುತ್ತಿದ್ದೀರಿ ಎಂದರು. ಈ ತರ ಸೋನ್ ಪಾಪಡಿ, ಚೌಚೌ ತಿನ್ನುತ್ತಾ ಕೂತರೆ ಇನ್ನೇನಾಗಬೇಕು ನನ್ನ ಗತಿ.

ಆದರೆ ಹಾಗಂತ ಹೇಳಲು ಸಾಧ್ಯವೇ, ಪ್ರೀತಿಯಿಂದ ಅವರು ಡಬ್ಬದಿಂದ ತೆಗೆದು ತೆಗೆದು ತಿನ್ನಿಸುತ್ತಿದ್ದಾರೆ. ಕೊನೆಗೊಮ್ಮೆ ನಾನೇ, ಸಾಕು ಬಿಡಿ ಸಾರ್. ಹೊಟ್ಟೆ ತುಂಬಿ ಹೋಯಿತು ಎಂದೆ. ಇಂಟರ್‌ವ್ಯೂನಲ್ಲಿ ಏನು ಕೇಳಬೇಕೋ, ಅದನ್ನೆಲ್ಲ ಕೇಳಿಯೂ ಆಗಿತ್ತು. ಹೀಗಾಗಿ ಹೊರಡಲು ಅಣಿಯಾದೆ.

ಆಗವರು, ಅಯ್ಯೋ ರಾಮ, ಅದೇನ್ರೀ ಅರ್ಜೆಂಟು, ಕೂತ್ಕಳ್ರೀ. ಇನ್ನೂ ಸ್ವಲ್ಪ ಸ್ವೀಟು ತಗಳ್ರೀ. ಏನೇ ತಿಂದರೂ ಅರಗುವ ವಯಸ್ಸು ನಿಮ್ಮದು. ಒಂದು

ವಿಷಯ ಯಾವತ್ತೂ ನೆನಪಿನಲ್ಲಿಡಿ. ಏನೇ ಆದರೂ ಮನುಷ್ಯ ಹಸಿವು, ನಿದ್ರೆ ಕಳೆದುಕೊಳ್ಳಕೂಡದು. ನೀವೂ ಅಷ್ಟೇ. ಕಷ್ಟ ಬರಬಹುದು, ಸುಖ ಬರಬಹುದು, ಆದರೆ ಅದನ್ನು ಮಾತ್ರ ಕಳಕೊಳ್ಳಬೇಡಿ ಎಂದರು. ಸಂದರ್ಶನಕ್ಕೂ ಈ ಮಾತಿಗೂ ಅರ್ಥಾತ್ ಸಂಬಂಧವಿರಲಿಲ್ಲ. ಆದರೆ ಜೀವನ ಇದ್ದಕ್ಕಿದ್ದಂತೆ ಮರ ಹತ್ತಿಸಿ, ಯಾವುದೋ ಅಮೂಲ್ಯ ಹಣ್ಣು ತಿನ್ನಿಸಿಬಿಡುತ್ತದಲ್ಲ, ಅನ್ನಿಸಿ ವಿಸ್ಮಯವಾಯಿತು.

ಪರಮ ಸೋಮಾರಿಯೊಬ್ಬ ಕಾಯಕವೇ ಕೈಲಾಸ ಅಂತೇನಾದರೂ ಹೇಳಲು ಬಂದರೆ, ಆಯ್ತಾಯ್ತು ಕಂಡಿದೀನಿ ನಡಿಯಪ್ಪೋ ಅಂದುಬಿಡುತ್ತೇವೆ. ಆದರೆ ಜೀವನದಲ್ಲಿ ಜಿದ್ದಿಗೆ ಬಿದ್ದು ಮೇಲಕ್ಕೆ ಬಂದವರು, ಅದಕ್ಕಾಗಿ ಹಸಿವು, ನಿದ್ರೆ ಕಳೆದುಕೊಂಡವರು ತಮ್ಮ ಅನುಭವದ ಮಾತುಗಳನ್ನಾಡಿದಾಗ ಅದಕ್ಕೆ ಒಂದು ವಿಶಿಷ್ಟ ಶಕ್ತಿ ಲಭ್ಯವಾಗಿ ಬಿಡುತ್ತದೆ. ಒಂದು ಮಾತನ್ನು ಬೇರೆ ಬೇರೆ ಹಿನ್ನೆಲೆಯ ವ್ಯಕ್ತಿಗಳು ಆಡಿದಾಗ ನಿಮಗೆ ಆಗುವ ಅನುಭವವೇ ಬೇರೆ.

ಅದೇನೇ ಇರಲಿ, ಈ ಘಟನೆ ನಡೆದು ಹಲವು ವರ್ಷಗಳೇ ಕಳೆದು ಹೋದವು. ಆದರೆ ಅವತ್ತು ದೇವೇಗೌಡರಾಡಿದ ಮಾತು ಇವತ್ತಿಗೂ ಪದೇ ಪದೇ ನೆನಪಿಗೆ ಬರುತ್ತದೆ. ಹೀಗಾಗಿ ದಂಡಿಯಾಗಿ ಕೆಲಸ ಮಾಡುತ್ತೇನೆ. ಅದರ ಫಲವಾಗಿ ಹಸಿವು ಹಾಗೂ ನಿದ್ರೆ ಎಂಬುದು ಇವತ್ತಿಗೂ ನನ್ನ ಜತೆ ಗೆಳೆತನ ಉಳಿಸಿಕೊಂಡಿವೆ.

33

ಜೀವನದಲ್ಲಿ ನಮಗೆ
ಒಳ್ಳೆಯದನ್ನು
ಒಳ್ಳೆಯವರಷ್ಟೇ ಅಲ್ಲ.
ಸಾಮಾನ್ಯರು, ಖ್ಯಾತರು,
ಕುಖ್ಯಾತರು ಎಲ್ಲರೂ
ಕಲಿಸುತ್ತಲೇ ಇರುತ್ತಾರೆ.

ನಿಮ್ಮ ಸುತ್ತ ಕೋಟೆ ಕಟ್ಟಿಕೊಳ್ಳಬೇಡಿ ತಪ್ಪು ಎಂಬ ಬೀಜಕ್ಕೆ ನೀರೆರೆಯಬೇಡಿ

ಅವತ್ತು ಬೆಳ್ಳಂಬೆಳಗ್ಗೆ ಇದ್ದಕ್ಕಿದ್ದಂತೆ ನೆನಪಾಯಿತು.

ಮರೀ, ಬದುಕಿನಲ್ಲಿ ಎಂದೂ ನಿನ್ನ ಸುತ್ತ ಕೋಟೆ ಕಟ್ಟಿಕೊಳ್ಳಬೇಡ. ಮಾಡಿದ ತಪ್ಪನ್ನು ಒಪ್ಪಿಕೊಳ್ಳದೆ ತಪ್ಪಿನ ಬೀಜಕ್ಕೆ ನೀರೆರೆಯಬೇಡ. ಯೌವನದಲ್ಲಿ ಇದನ್ನು ಪಾಲಿಸಿದ್ದರೆ ನಾನು ಈ ಹಂತಕ್ಕೆ ಬರುತ್ತಿರಲಿಲ್ಲ. ಬಂದೆ. ಈಗ ವಾಪಸ್ಸು ಹೋಗುವ ಮಾರ್ಗ ಗೊತ್ತಿಲ್ಲ ಅಂತ ಅವರು ಹೇಳಿದ್ದರು.

ಮೂವತ್ತು ವರ್ಷಗಳಷ್ಟು ಹಿಂದೆ ಮೈಸೂರಿನ ಕೆ.ಆರ್.ಆಸ್ಪತ್ರೆಯ ಹಾಸಿಗೆಯ ಮೇಲೆ ಪೂರ್ವಾಭಿಮುಖವಾಗಿ ಕುಳಿತು ಅವರಿದನ್ನು ಹೇಳುತ್ತಿದ್ದರೆ ನಾನು ಬೆಕ್ಕಸ ಬೆರಗಿನಿಂದ ಅವರನ್ನೇ ನೋಡುತ್ತಿದ್ದೆ.

ಆ ಹೊತ್ತಿಗಾಗಲೇ ಅವರ ಹೆಸರು ಕರ್ನಾಟಕದಾದ್ಯಂತ ಚಿರಪರಿಚಿತವಾಗಿತ್ತು.

ಅಂತಹ ದೈತ್ಯ ದೇಹಿಯನ್ನು, ಹತ್ತು ಜನ ಬಂದರೂ ಅಳುಕದೆ ಮುನ್ನುಗ್ಗಿ ಹೋರಾಡಬಲ್ಲ ಅವರ ಹೆಸರು ಅದಾಗಲೇ ನನ್ನ ಕಿವಿಯ ಮೇಲೂ ಬಿದ್ದಿತ್ತು.

ಅಂತವರು ಈ ರೀತಿ ಮಾತನಾಡುತ್ತಿದ್ದಾರೆ ಎಂದರೆ, ನಾನು ಪಕ್ಕ ತಿರುಗಿ ನೋಡಿದೆ. ಇವತ್ತು ಕೋಲಾರ ಜಿಲ್ಲೆಯಲ್ಲಿರುವ ಶಿವಾರೆಡ್ಡಿ ತಣ್ಣಗೆ ನನ್ನನ್ನೇ ನೋಡಿ ಮಾತನಾಡಬೇಡ ಎಂಬಂತೆ ಕಣ್ಣು ಮಿಟುಕಿಸಿದರು.

ಸರಿ ಎಂಬಂತೆ ನಾನು ಮೌನವಾಗಿ ಅವರು ಹೇಳಿದ್ದಕ್ಕೆ ತಲೆ ಅಲ್ಲಾಡಿಸಿದೆ. ಅವತ್ತು ಆ ಮಾತಿನ ಅರ್ಥ ಸ್ಪಷ್ಟವಾಗಿರಲಿಲ್ಲ. ಆದರೆ ಬರ ಬರುತ್ತಾ ಪತ್ರಿಕೋದ್ಯಮಕ್ಕೆ ಕಾಲಿಟ್ಟು ಇಷ್ಟು ವರ್ಷಗಳಲ್ಲಿ ಅದು ನನಗೆ ಮನದಟ್ಟಾಗಿದೆ. ಒಳ್ಳೆಯ ಮಾತನ್ನು ಯಾರೇ ಹೇಳಲಿ. ತಕ್ಷಣ ಅದನ್ನು ಒಪ್ಪಿಕೊಳ್ಳುವುದು. ತಪ್ಪಾದರೆ ಯಾವುದೇ ಸಂಕೋಚವಿಲ್ಲದೆ ಅದನ್ನು ಒಪ್ಪಿಕೊಳ್ಳುವುದು ಅಭ್ಯಾಸವಾಗಿ ಹೋಗಿದೆ.

ಅಂದ ಹಾಗೆ ಮೈಸೂರಿನ ಕೆ.ಆರ್.ಆಸ್ಪತ್ರೆಯಲ್ಲಿ ಕುಳಿತು ನನಗೆ ಈ ಮಾತು ಹೇಳಿದವರ ಹೆಸರು–

ಎಂ.ಪಿ.ಜಯರಾಜ್!

ಕರ್ನಾಟಕದ ಭೂಗತ ಜಗತನ್ನು ಬಲ್ಲವರಿಗೆ ಅದು ಚಿರಪರಿಚಿತ ಹೆಸರು. ಕೊತ್ವಾಲ್ ರಾಮಚಂದ್ರನ ನಂತರ ಲಿಟರಲಿ ಭೂಗತ ಜಗತ್ತನ್ನು ಆಳಿದ ಜಯರಾಜ್‌ಗೆ ಎದುರಾಳಿಗಳನ್ನು ದಿಗ್ಭ್ರಮೆಗೀಡು ಮಾಡುವಷ್ಟು ಅಸಾಮಾನ್ಯ ಗುಂಡಿಗೆಯಿತ್ತು.

ಇದಕ್ಕೆ ಪೂರಕವಾಗಿ ಹಲ ಮಂದಿ ರಾಜಕಾರಣಿಗಳ ಸಂಪರ್ಕವೂ ಬೆಳೆದು ಭೂಗತ ಜಗತ್ತಿನಲ್ಲಿ ತಮ್ಮದೇ ಸಾಮ್ರಾಜ್ಯ ಸ್ಥಾಪಿಸಿಕೊಂಡಿದ್ದರು ಜಯರಾಜ್. ನಾನು ನೋಡುವ ಕಾಲಕ್ಕಾಗಲೇ ಅವರು 'ಗರೀಬಿ ಹಟಾವೋ' ಅಂತ ಒಂದು ಪತ್ರಿಕೆಯನ್ನು ಮಾಡಿದ್ದರು. ಬೆಂಗಳೂರಿನ ಗಾಂಧಿನಗರದಲ್ಲಿ ಅದರ ಕಛೇರಿಯಿತ್ತು.

ಆ ಪತ್ರಿಕೆಯಲ್ಲಿ ಅವರು ಪೊಲೀಸರಿಂದ ಹಿಡಿದು ರಾಜಕಾರಣಿಗಳ ತನಕ ಎಲ್ಲರ ಬಗ್ಗೆ ಸಿಕ್ಕ ಸಿಕ್ಕಂತೆ ಟೀಕಿಸಿ ಬರೆಯುತ್ತಿದ್ದರು. ಆಗ ಆ ಪತ್ರಿಕೆಯ ಸಂಪಾದಕೀಯ ವಿಭಾಗವನ್ನು ನೋಡಿಕೊಳ್ಳುತ್ತಿದ್ದವರು ಹಿರಿಯ ಪತ್ರಕರ್ತರಾದ ಸಚಿವ ಶ್ರೀಧರ್.

ನಾನು ಜರ್ನಲಿಂ ಡಿಪ್ಲೊಮಾ ಮಾಡಬೇಕು ಎಂದು ಯೋಚಿಸಿದಾಗ ತಮ್ಮ ಗೆಳತಿಯ ಬಳಿ ಮೈಸೂರಿನ ಅಂಚೆ ಮತ್ತು ತೆರಪಿನ ಶಿಕ್ಷಣ ಸಂಸ್ಥೆಯ ವಿವರ ಕೊಡಿಸಿದವರು, ಅಪ್ಲಿಕೇಷನ್ ಹಾಕಿಸಿದವರು ಸಾಗರದ ಖ್ಯಾತ ವಕೀಲರಾದ ಶ್ರೀ ಟಿ.ಬಿ.ಮಂಜುನಾಥ ಶೆಟ್ಟಿ ಅವರ ಪತ್ನಿ ಶ್ರೀಮತಿ ಸರೋಜಾ ಶೆಟ್ಟಿ.

ಮಂಜುನಾಥ ಶೆಟ್ಟಿಯವರ ಸಹೋದರ ಶ್ರೀ ನಾಗಭೂಷಣ ಶೆಟ್ಟಿ ನನ್ನ ತಂದೆಗೆ ಪರಮಾಪ್ತರು. ಈಗ ಬೆಂಗಳೂರಿನ ಖ್ಯಾತ ವಕೀಲರ ಪೈಕಿ ಅವರೂ

ಒಬ್ಬರು. ನಾಗಭೂಷಣ ಶೆಟ್ಟಿ ಅವರು ನಮ್ಮ ತಂದೆ ಎದುರಿಸುತ್ತಿದ್ದ ಕಾನೂನು ಸಮಸ್ಯೆಯೊಂದನ್ನು ಎಷ್ಟು ಚಾಣಾಕ್ಷತೆಯಿಂದ ಬಗೆಹರಿಸಿದ್ದರೆಂದರೆ ಆ ಬಲೆಯಿಂದ ನಮ್ಮಣ್ಣನವರು ಬಿಡಿಸಿದ್ದನ್ನು ಇವತ್ತಿಗೂ ನೆನೆಯುತ್ತಲೇ ಇರುತ್ತೇನೆ.

ಆದರೆ ಅದು ನಾನು ಬೆಂಗಳೂರಿಗೆ ಬಂದ ಶುರುವಿನಲ್ಲಿ ನಡೆದಿದ್ದು. ಹೇಳಲು ಹೋದರೆ ಅದೊಂದು ದೊಡ್ಡ ಕತೆ. ಮತ್ತೊಂದು ಸಲ ಅದನ್ನು ಹೇಳುತ್ತೇನೆ. ಅಂದ ಹಾಗೆ ಮಂಜುನಾಥ ಶೆಟ್ಟಿಯವರ ಇಡೀ ಕುಟುಂಬಕ್ಕೆ ನಮ್ಮ ಮೇಲೆ ಒಂದು ಅಕ್ಕರಾಸ್ಥೆಯಿತ್ತು. ಈ ಮಕ್ಕಳು ದಡ ಸೇರಲಿ ಎಂಬ ಆಸೆಯಿತ್ತು. ಹೀಗಾಗಿ ಅವರ ಗೆಳತಿಯ ಬಳಿ ಮಾತನಾಡಿ ನನಗೆ ಮೈಸೂರಿನಲ್ಲಿ ಜರ್ನಲಿಸಂ ಡಿಪ್ಲೊಮಾ ಮಾಡುವ ಕುರಿತು ವಿವರ ಕೊಡಿಸಿದ್ದರು ಶ್ರೀಮತಿ ಸರೋಜಾ ಶೆಟ್ಟಿ.

ಸರಿ, ಅರ್ಜಿ ಹಾಕಿದೆ. ಸ್ವಲ್ಪ ದಿನಗಳಲ್ಲೇ ಅಲ್ಲಿಂದ ಒಂದು ಲೆಟರ್ರು ಬಂತು. ಇಂತಹ ದಿನದಿಂದ ಹತ್ತು ದಿನಗಳ ಕಾಲ ಕಾಂಟ್ಯಾಕ್ಟ್ ಕ್ಲಾಸು ಶುರುವಾಗಲಿದೆ. ಬನ್ನಿ ಅಂತ. ಸರಿ, ನಾನು ಹೋದೆ. ನೋಡಿದರೆ ಯಾರೆಂದರೆ ಯಾರೂ ಪರಿಚಯವಿಲ್ಲ.

ಅಲ್ಲಿ ಹೋದ ನಂತರ ನನಗೆ ಮೊಟ್ಟಮೊದಲು ಪರಿಚಯವಾದವರು ಕರುಣಾ ಸಾಗರ ಕುಲಕರ್ಣಿ ಅಂತ. ನಾನೇನೋ ಅವತ್ತು ಲಂಡ್ ಬಂಡ್ ಝುಂಡಾ ಫಕೀರ್ ತರ ಮೈಸೂರಿಗೆ ಹೋಗಿದ್ದೆ. ಆದರೆ ಕರುಣಾಸಾಗರ ಕುಲಕರ್ಣಿ ಮುನ್ನೆಚ್ಚರಿಕೆಯಿಂದ ನೂರು ಜೋಳದ ರೊಟ್ಟಿ, ಹೆಚ್ಚು ಕಡಿಮೆ ಅಷ್ಟೇ ಪ್ರಮಾಣದ ಹೋಳಿಗೆ ಕಟ್ಟಿಕೊಂಡು ಬಂದಿದ್ದರು.

ಇಬ್ಬರೂ ಸೇರಿ ಮೈಸೂರಿನ ಅಂಚೆ ಮತ್ತು ತೆರಪಿನ ಶಿಕ್ಷಣ ಸಂಸ್ಥೆಯಲ್ಲಿ ಒಂದು ರೂಮು ಪಡೆದೆವು. ಈಗ ನೋಡಿದರೆ ಮೈಸೂರಿನ ತುಂಬ ಭರ್ತಿ ಹೋಟೆಲುಗಳು. ಆದರೆ ಆಗ ನಾವು ಓದುತ್ತಿದ್ದ ಜಾಗದಿಂದ ಕಿಲೋಮೀಟರುಗಳಷ್ಟು ದೂರ ನಡೆದುಕೊಂಡು ಹೋದರೂ ಹೋಟೆಲುಗಳು ಸಿಗುತ್ತಿರಲಿಲ್ಲ.

ಬೆಳಿಗ್ಗೆಯ ತಿಂಡಿ, ಮಧ್ಯಾಹ್ನದ ಊಟವೇನೋ ವಿಶ್ವವಿದ್ಯಾನಿಲಯದ ಆವರಣದಲ್ಲಿದ್ದ ಕ್ಯಾಂಟೀನಿನಲ್ಲಿ ಸಿಗುತ್ತಿತ್ತು. ಆದರೆ ಬಹುತೇಕ ಸಲ ಕರುಣಾಸಾಗರ ಕುಲಕರ್ಣಿ ತಂದಿದ್ದ ಜೋಳದ ರೊಟ್ಟಿ, ಚಟ್ನಿ ಪುಡಿ ಜತೆಯಾಗಿರುತ್ತಿದ್ದುದರಿಂದ ರಾತ್ರಿ ಹೊತ್ತು ಹೊರಗೆ ಊಟಕ್ಕಾಗಿ ಅಲೆದಾಡುವುದು ತಪ್ಪುತ್ತಿತ್ತು.

ಇವತ್ತಿಗೂ ನನ್ನ ಜೀವದ ಗೆಳೆಯನಾಗಿರುವ ಟಿ.ವಿ.ರಾಮಚಂದ್ರ, ಕನ್ನಡ ಮಾಧ್ಯಮ ಲೋಕದಲ್ಲಿ ತಮ್ಮದೇ ಛಾಪು ಮೂಡಿಸಿದ ಕೆ.ಎಂ.ವೀರೇಶ್, ಹಿರಿಯ ಪತ್ರಕರ್ತರಾದ ಸದಾಶಿವ ಶೆಣೈ ಎಲ್ಲರೂ ನನಗೆ ಅಲ್ಲಿ ಕ್ಲಾಸ್‌ಮೇಟುಗಳು. ಅಲ್ಲೇ ಪರಿಚಿತರಾಗಿ ಆತ್ಮೀಯರಾದವರು. ಇದೇ ರೀತಿ ನನಗೆ ಪರಿಚಯವಾದ ಕಲರ್‌ಫುಲ್ ವ್ಯಕ್ತಿಗಳಲ್ಲಿ ಕೋಲಾರದ ಶಿವಾರೆಡ್ಡಿ ಕೂಡಾ ಒಬ್ಬರು. ಅಷ್ಟೊತ್ತಿಗಾಗಲೇ ಅವರು

ಭೂಗತ ಜಗತ್ತಿನ ಡಾನ್ ಅನ್ನಿಸಿಕೊಂಡಿದ್ದ ಜಯರಾಜ್ ನಡೆಸುತ್ತಿದ್ದ ಗರೀಬಿ ಹಟಾವೋ ಪತ್ರಿಕೆಗೆ ಬರೆಯುತ್ತಿದ್ದರು. ಕೆ.ಎಂ.ವೀರೇಶ್ ಕೂಡಾ ಸುಧಾ ಸೇರಿದಂತೆ ಹಲವು ಮ್ಯಾಗಜಿನ್‌ಗಳಿಗೆ ಬರೆಯುತ್ತಿದ್ದರು.

ಅದನ್ನು ನೋಡಿ ನಾನು ಶಿವಾರೆಡ್ಡಿ ಹಾಗೂ ಕೆ.ಎಂ.ವೀರೇಶ್ ಅವರಿಗೆ ದುಂಬಾಲು ಬೀಳುತ್ತಿದ್ದೆ. ನಾನೂ ಬೆಂಗಳೂರಿಗೆ ಬರುತ್ತೇನೆ. ನನಗೊಂದು ಕೆಲಸ ಕೊಡಿಸಿ ಅಂತ. ಇಬ್ಬರೂ ಇಲ್ಲವೆನ್ನಲಿಲ್ಲ. ಕೆ.ಎಂ.ವೀರೇಶ್ ಮಾತ್ರ, ಬೆಂಗಳೂರಿಗೆ ಬಂದಾಗ ನನಗೆ ಫೋನು ಮಾಡು. ಸುಬ್ರಮಣ್ಯ ನಗರದಲ್ಲಿ ನಮ್ಮ ಮನೆ ಇರೋದು ಅಂತ ಫೋನ್ ನಂಬರು ಕೊಟ್ಟಿದ್ದರು. ಮುಂದೆ 'ಅಭಿಮಾನಿ' ವಾರಪತ್ರಿಕೆಯ ಲಿಂಕು ಕೊಡಿಸಿದ್ದು ಅವರೇ.

ಅಂದ ಹಾಗೆ ಮೈಸೂರಿನಲ್ಲಿ ಜರ್ನಲಿಸಂ ಕಾಂಟಾಕ್ಟ್ ಕ್ಲಾಸು ಮುಗಿಯುತ್ತಿದ್ದಂತೆಯೇ ಶಿವಾರೆಡ್ಡಿ ಒಂದು ಸಲ ಬಂದವರು, ನನ್ನ ಜತೆ ಹೊರಗೆ ಬರುತ್ತೀಯಾ ಎಂದರು. ಸರಿ ನಾನು ಹೊರಟೇ ಬಿಟ್ಟೆ. ಸ್ವಲ್ಪ ಹೊತ್ತಿನಲ್ಲೇ ಶಿವಾರೆಡ್ಡಿ ಮೈಸೂರಿನ ಕೆ.ಆರ್.ಆಸ್ಪತ್ರೆಗೆ ಕರೆದುಕೊಂಡು ಹೋದರು. ಅರೇ, ಆಸ್ಪತ್ರೆಗೇಕೆ ಕರೆದುಕೊಂಡು ಬಂದಿರಿ ಶಿವಾರೆಡ್ಡಿ ಅಂದೆ. ಸುಮ್ಮನೆ ಒಳಗೆ ಬಾ ಎಂದರು.

ಆಸ್ಪತ್ರೆಯ ಒಳ ಹೊಕ್ಕು ನಿರ್ದಿಷ್ಟ ವಾರ್ಡ್ ಮುಂದೆ ನಿಂತಾಗ ಹೊರಗಿದ್ದ, ಮುಖವೆಲ್ಲ ಕಚ್ಚು ಕಚ್ಚಾಗಿದ್ದ ಇಬ್ಬರು ವ್ಯಕ್ತಿಗಳು ದುರುಗುಟ್ಟಿ ನೋಡುತ್ತಾ, ಶಿವಾರೆಡ್ಡಿ ಒಳಗೆ ಹೋಗಲಿ. ನೀವಿಲ್ಲೇ ನಿಂತುಕೊಳ್ಳಿ ಎಂದರು.

ಆಯಿತು, ಶಿವಾರೆಡ್ಡಿ ಒಬ್ಬರೇ ಒಳಗೆ ಹೋದರು. ಒಂದೇ ನಿಮಿಷ. ಒಳಗಿನಿಂದ ಕೂಗು ಬಂತು. ಲೇ ಯಾರ್ರೋ ಅದು, ಆ ಹುಡುಗನ್ನ ಒಳಗೆ ಬಿಡ್ರೋ ಎಂಬ ಧ್ವನಿ ಕೇಳಿ ಬಂತು. ಅದನ್ನು ಕೇಳಿದ ತಕ್ಷಣವೇ ಬಾಗಿಲ ಬಳಿ ಇದ್ದವರು ಅನುಮಾನದ ಕಣ್ಣುಗಳಿಂದಲೇ ಸರಿ, ಒಳಗೆ ಹೋಗಿ ಎಂದರು.

ನಾನು ಒಳಗೆ ಹೋದೆ. ಒಳಗೆ ಮಂಚದ ಮೇಲೆ ಒಬ್ಬರು ಕೂತಿದ್ದಾರೆ. ಈ ವ್ಯಕ್ತಿಯನ್ನು ನಾನೆಲ್ಲೋ ನೋಡಿದ್ದೇನೆ ಎಂಬ ಭಾವ. ಆಗ ಅವರ ಮಂಚದ ಪಕ್ಕವೇ ನಿಂತಿದ್ದ ಶಿವಾರೆಡ್ಡಿ, ಏಯ್ ವಿಠ್ಠಲಮೂರ್ತಿ. ಇವರು ಯಾರು ಗೊತ್ತಾ, ಗರೀಬಿ ಹಟಾವೋ ಪತ್ರಿಕೆಯ ಜಯರಾಜ್ ಸಾಹೇಬರು ಎಂದರು.

ನಾನು ಬೆಚ್ಚಿ ಬಿದ್ದೆ. ಅದುವರೆಗೂ ಅವತ್ತಿನ ಬಹುತೇಕ ಪತ್ರಿಕೆಗಳಲ್ಲಿ ಕಾಣುತ್ತಿದ್ದ ಭೂಗತ ಜಗತ್ತಿನ ನಂಬರ್ ಒನ್ ಹೆಸರು ಅದು. ಜೈಲಿನಲ್ಲಿದ್ದ ತಮ್ಮನ್ನು ಕೊಲ್ಲಲು ಎದುರಾಳಿಗಳು ಬಂದಾಗ ಒಬ್ಬನ ಕೈಲಿದ್ದ ಲಾಂಗ್ ಅನ್ನೇ ತಮ್ಮ ಕೈಯ್ಯಿಂದ ಎರಡು ತುಂಡು ಮಾಡಿ, ಲಾಂಗು ಬೀಸಿದ ರೌಡಿಯನ್ನೇ ಜೈಲಿನ ಕಾಂಪೌಂಡಿನಿಂದ ಹೊರಗೆಸೆದ ದೈತ್ಯ.

ಅಂತಹ ದೈತ್ಯ ದೇಹಿ ಜಯರಾಜ್ ಅವತ್ತು ಮಂಚದ ಮೇಲೆ ಪೂರ್ವಾಭಿಮುಖವಾಗಿ ಕುಳಿತಿದ್ದರು. ನನಗೆ ಆಗೆಲ್ಲ ಗೊತ್ತಿರಲಿಲ್ಲ. ಅಪರಾಧ ಮಾಡಿದ ಹಲವರು ಜೈಲಿಗೆ ಹೋದ ಮೇಲೆ ಟ್ರೀಟ್‌ಮೆಂಟ್ ನೆಪದಲ್ಲಿ ಯಾವುದಾದರೂ ಆಸ್ಪತ್ರೆ ಸೇರಿ ತಮ್ಮದೇ ಸೇಫ್ಟಿ ಮಾಡಿಕೊಂಡು ಬಿಡುತ್ತಾರೆ ಅಂತ.

ಆದರೆ ಅವತ್ತು ಅವರನ್ನು ನೋಡಿ ನನಗೆ ಮಾತೇ ಹೊರಡಲಿಲ್ಲ. ಸುಮ್ಮನೆ ನಮಸ್ಕಾರ ಮಾಡಿ ನಿಂತುಬಿಟ್ಟೆ. ಆಗ ಶಿವಾರೆಡ್ಡಿಯೇ ಹೇಳಿದರು. ಸಾರ್. ಒಳ್ಳೆಯ ಹುಡುಗ. ನಮ್ಮ ಪತ್ರಿಕೆಯಲ್ಲಿ ಕೆಲಸ ಮಾಡಬೇಕು ಅಂತ ಬಯಸುತ್ತಿದ್ದಾನೆ. ಒಂದು ಕೆಲಸ ಕೊಡಿ.

ಇದನ್ನು ಕೇಳಿ ವಿಷಾದದ ನಗು ನಕ್ಕ ಜಯರಾಜ್ ತಮ್ಮ ಬಳಿ ಕರೆದು, ಹೆಗಲ ಮೇಲೆ ಕೈ ಹಾಕಿ ಹೇಳಿದರು. ನಿನಗೆ ನಮ್ಮ ಪೇಪರು ಸೂಟ್ ಅಲ್ಲ ಮರಿ. ಇವತ್ತಲ್ಲ, ನಾಳೆ ನಿನಗೆ ಕೆಲಸ ಸಿಗುತ್ತದೆ. ನಮ್ಮ ಪೇಪರಿನಲ್ಲಿ ಕೆಲಸ ಮಾಡುವ ಸಲುವಾಗಿ ನೀನು ಬೆಂಗಳೂರಿನ ತನಕ ಬರಬೇಡ. ಬಂದರೂ ನಮ್ಮ ಪತ್ರಿಕೆಯಲ್ಲಿ ಕೆಲಸ ಮಾಡಬೇಡ. ಬೇರೆ ಯಾವುದಾದರೂ ಪತ್ರಿಕೆಗೆ ಹೋಗು ಎಂದರು. ಏಕಕಾಲಕ್ಕೆ ನನ್ನ ಹಾಗೂ ಶಿವಾರೆಡ್ಡಿಯ ಮುಖ ಪೆಚ್ಚಾಯಿತು.

ಅದೇ ವಿಷಾದದ ಧ್ವನಿಯಲ್ಲಿ ಜಯರಾಜ್ ಮುಂದುವರಿಸುತ್ತಾ: ಜೀವನದಲ್ಲಿ ನಿನ್ನ ಸುತ್ತ ಯಾವತ್ತೂ ಕೋಟೆ ಕಟ್ಟಿಕೋಬೇಡ ಮರಿ. ಮಾಡಿದ ತಪ್ಪನ್ನು ಒಪ್ಪಿಕೊಳ್ಳದೆ ಅದೇ ಸರಿ ಎಂದು ತಪ್ಪಿನ ಬೀಜಕ್ಕೆ ನೀರೆರೆಯಬೇಡ ಎಂದರು.

ಹೀಗೆ ಹೇಳಿದವರೇ ಶಿವಾರೆಡ್ಡಿಯ ಕಡೆ ತಿರುಗಿ, ನೀವಿನ್ನು ಹೊರಡಿ ಎಂದರು. ಇಬ್ಬರೂ ತುಂಬ ಹೊತ್ತು ಮಾತನಾಡದೆ ಮೌನವಾಗಿ ನಡೆದುಕೊಂಡು ಬಂದೆವು. ಮುಂದೆ ಬದುಕಿನಲ್ಲಿ ಕೆಲಸಕ್ಕಾಗಿ ಬೆಂಗಳೂರಿನ ಬೀದಿ ಬೀದಿ ಅಲೆದೆ. ಆದರೆ ತಪ್ಪಿಯೂ ಗರೀಬಿ ಹಟಾವೋ ಪತ್ರಿಕೆಯ ಕಛೇರಿಗೆ ಹೋಗಲಿಲ್ಲ.

ಹೋಗಿದ್ದರೆ ಏನಾಗುತ್ತಿತ್ತು ಗೊತ್ತಿಲ್ಲ. ಭೂಗತ ಜಗತ್ತಿನ ಪಾತಕಿಯಾಗದಿದ್ದರೂ ಆ ಲೋಕಕ್ಕೆ ಒಂದು ಎಂಟ್ರಿಯಂತೂ ಪಡೆದಿರುತ್ತಿದ್ದೆ. ಆದರೆ ಬದುಕಿನಲ್ಲಿ ಅಂತಹ ಸನ್ನಿವೇಶವೇ ಉದ್ಭವಿಸಲಿಲ್ಲ. ಯಾಕೆಂದರೆ ಮುಂದೆ ಕೆಲವೇ ಕಾಲದಲ್ಲಿ ಇದೇ ಲಾಲ್‌ಭಾಗ್ ಬಳಿ ಜಯರಾಜ್ ಹತ್ಯೆಯಾಗಿತ್ತು. ನಾನು ಕೂಡಾ ಅದಾಗಲೇ ಪೊಲಿಟಿಕಲ್ ರಿಪೋರ್ಟಿಂಗ್ ಅಂತ ವಿಧಾನಸೌಧಕ್ಕೆ ಎಂಟ್ರಿಯಾಗಿದ್ದೆ.

ಇಷ್ಟಾದರೂ, ಕರ್ನಾಟಕದ ಭೂಗತ ಜಗತ್ತು ಕಂಡ ಡಾನ್ ಜಯರಾಜ್ ಮಾತು ಪದೇ ಪದೇ ನೆನಪಿಗೆ ಬರುತ್ತಲೇ ಇರುತ್ತದೆ. ಹಾಗೆಯೇ ಜೀವನದಲ್ಲಿ ನಮಗೆ ಒಳ್ಳೆಯದನ್ನು ಒಳ್ಳೆಯವರಷ್ಟೇ ಅಲ್ಲ. ಸಾಮಾನ್ಯರು, ಖ್ಯಾತರು, ಕುಖ್ಯಾತರು ಎಲ್ಲರೂ ಕಲಿಸುತ್ತಲೇ ಇರುತ್ತಾರೆ. ಆದರೆ ಅದನ್ನು ನಾವು ಹೇಗೆ ರಿಸೀವ್ ಮಾಡಿಕೊಳ್ಳುತ್ತೇವೆ ಎಂಬುದಷ್ಟೇ ಮುಖ್ಯ ಅನ್ನಿಸುತ್ತದೆ.

ನಾವೆಲ್ಲಿ ಹೋಗುತ್ತೇವೋ?
ಅಲ್ಲಿನ ಭಾಷೆಯನ್ನು ಹರಕು
ಮುರುಕಾಗಿ ಮಾತನಾಡಿದರೂ
ಜನ ಸಂತೋಷಪಡುತ್ತಾರೆ.
ಅವರ ಮನಸ್ಸಿಗೆ ಅದೇನೋ
ಖುಷಿ ಸಿಗುತ್ತದೆ.

34

ಕೆಂಪೇಗೌಡರು ತಮಿಳ್ನಾಡು ಮೂಲದವರು ಹೀಗಾಗಿ ನಾವೆಲ್ಲ ಸಹೋದರರು

ವಾವ್! ನಿಮ್ಮ ಬಾಡಿ ವೇಯ್ಟು ಏಳು ಕೆಜಿ ಕಡಿಮೆಯಿದೆ ಅಂತ ಡಾಕ್ಟರು ಹೇಳಿದಾಗ ನಾನು ಬಲಗೈಯಿಂದ ಮುಖ ಒರೆಸಿಕೊಂಡು, ನಿಜಾನಾ ಡಾಕ್ಟ್ರೇ. ಆದರೆ ಈ ವೇಯ್ಟು ನನ್ನ ಹೈಟಿಗೆ ಜಾಸ್ತಿ ಅಲ್ವಾ ಎಂದೆ.

ಅದಕ್ಕವರು ತಲೆ ಮೇಲೆತ್ತಿ ನನ್ನನ್ನು ನೋಡಿ ಹೇಳಿದರು. ನಾನು ನಿಮ್ಮ ಹೈಟಿಗೆ ನಿಮ್ಮ ಬಾಡಿ ವೇಯ್ಟು ಕಡಿಮೆ ಅಂತ ಹೇಳಿಲ್ಲ. ಬದಲಿಗೆ ಒಂದು ಕ್ವಿಂಟಾಲು ಆಗಲು ಇನ್ನೂ ಏಳು ಕೆಜಿ ಕಡಿಮೆ ಇದೆ ಎಂದೆ ಅಂದರು. ಅಂದರೆ ತೊಂಬತ್ಮೂರು ಕೆಜಿ.

ನಾನು ಸ್ವಲ್ಪ ಹೊತ್ತು ಮಾತೇ ಆಡಲಿಲ್ಲ. ಅವರೇ ಹೇಳತೊಡಗಿದರು. ಯಾಕೆ ನಿಮ್ಮ ತೂಕ ಈ ರೀತಿ ಜಾಸ್ತಿಯಾಗಿದೆ ಎಂದರೆ ಮನಸ್ಸನ್ನು ನೀವು ಹೆಚ್ಚೆಚ್ಚಾಗಿ ಎಂಗೇಜ್ ಮಾಡಿಕೊಳ್ಳುತ್ತೀರಿ. ಏಳೇಳು ಪೇಪರುಗಳಿಗೆ ರಿಪೋರ್ಟಿಂಗು ಬೇರೆ.

ಹೀಗಾಗಿ ಮನಸ್ಸು ಎಂಗೇಜ್ ಆಗುವುದು ಸಹಜ. ಆದರೆ ಅದರ ಜತೆಗೆ ದೇಹವೂ ಎಂಗೇಜ್ ಆಗಿರುವಂತೆ ನೋಡಿಕೊಳ್ಳಿ.

ಕನಿಷ್ಠ ದಿನಕ್ಕೊಂದು ಗಂಟೆ ವಾಕಿಂಗು, ವ್ಯಾಯಾಮ, ಒಳ್ಳೆಯ ಆಹಾರ ಅಂತ. ಅದನ್ನು ಬಿಟ್ಟು ಯಥಾ ಪ್ರಕಾರ, ಮೊಬೈಲು, ಕಂಪ್ಯೂಟರು ಎಂದು ಹೀಗೇ ಆಡುತ್ತಿದ್ದರೆ ಮುಂದಿನ ಸಲ ನನ್ನನ್ನು ನೋಡಲು ಬರುವಾಗ ಭರ್ತಿ ಒಂದು ಕ್ವಿಂಟಾಲ್ ಆಗಿರುತ್ತೀರಿ. ಹಾಗಾಗಬಾರದು ಎಂದರು.

ನಾನು ಸರಿ ಸಾರ್ ಎಂದು ಹೇಳಿ ತಕ್ಷಣ ಅಲ್ಲಿಂದ ಹೊರಬಿದ್ದೆ. ಹಾಗೇ ಯೋಚಿಸುತ್ತಾ ಬರುವಾಗ 'ಮೈಸೂರು ಮಿತ್ರ' ಪತ್ರಿಕೆಯ ಗೆಳೆಯ ಮಹದೇವ್ ನೆನಪಾದರು. ಸುಮಾರು ಎರಡು ದಶಕಗಳ ಹಿಂದೆ ನಾವಿಬ್ಬರೂ ಮದ್ರಾಸಿನಲ್ಲಿ ಪರಿಚಿತರಾಗಿ, ಗೆಳೆಯರಾಗಿದ್ದೆವು.

ಆ ಹೊತ್ತಿಗಾಗಲೇ ಕುಖ್ಯಾತ ಕಾಡುಗಳ್ಳ ವೀರಪ್ಪನ್, ಕನ್ನಡದ ವರನಟ ಡಾ॥ರಾಜ್ ಕುಮಾರ್ ಅವರನ್ನು ಅಪಹರಿಸಿದ್ದ. ಹೀಗೆ ಅಪಹರಿಸಿದ ನಂತರ ರಾಜ್ ಅವರನ್ನು ಬಿಡುಗಡೆ ಮಾಡಿಸಲು 'ನಕ್ಕೀರನ್' ಪತ್ರಿಕೆಯ ಗೋಪಾಲ್ ಅವರು, ಸರ್ಕಾರ ಹಾಗೂ ವೀರಪ್ಪನ್ ನಡುವೆ ಸಂಧಾನಕಾರರಾಗಿ ಕೆಲಸ ಮಾಡುತ್ತಿದ್ದರು.

ಅಂತಹ ದಿನಗಳಲ್ಲೇ ಒಂದು ದಿನ ಫೋನು ಮಾಡಿದ ಮೈಸೂರಿನ 'ಆಂದೋಲನ' ಪತ್ರಿಕೆಯ ಸಂಪಾದಕರಾದ ರಾಜಶೇಖರ ಕೋಟಿ ಅವರು, ವರದಿಗಾರಿಕೆಗೆ ಅಂತ ಮದ್ರಾಸಿಗೆ ವಿನೋದ್‌ಕುಮಾರ್ ನಾಯ್ಕ್ ಒಬ್ಬರೇ ಹೋಗಿದ್ದಾರೆ. ನೀವು ಹದಿನೈದು ದಿನಗಳ ಮಟ್ಟಿಗೆ ಅಂತ ಮದ್ರಾಸ್‌ನಲ್ಲಿದ್ದು ರಿಪೋರ್ಟಿಂಗು ಮಾಡಿದರೆ ವಿನೋದ್ ವಾಪಸ್ಸು ಬರಲು, ರಿಲೀಫ್ ಆಗಲು ಅನುಕೂಲವಾಗುತ್ತದೆ ಎಂದಿದ್ದರು. ಸರಿ, ನಾನು ಮದ್ರಾಸಿಗೆ ಹೊರಟೆ. ಅಲ್ಲಿನ ಮೈಲಾಪುರದ ಹೋಟೇಲ್‌ನಲ್ಲಿ ಟೆಂಟು ಹೊಡೆದು ದಿನನಿತ್ಯ ವರದಿ ಮಾಡತೊಡಗಿದೆ.

ಈ ಟೈಮಿನಲ್ಲೇ ವರದಿಗಾರಿಕೆಗೆ ಅಂತ ಮೈಸೂರು ಮಿತ್ರ ಪತ್ರಿಕೆಯ ವತಿಯಿಂದ ಬಂದವರು ಮಹದೇವ್. ಅಂದ ಹಾಗೆ ಮದ್ರಾಸಿನಲ್ಲಿ ಅಂತಲ್ಲ. ತಮಿಳ್ನಾಡಿನ ಯಾವ ಭಾಗಕ್ಕೇ ಹೋಗಿ. ನಿಮಗೆ ತಮಿಳು ಬರದಿದ್ದರೆ ಕಷ್ಟವೇ.

ಆಗೆಲ್ಲ ಕನ್ನಡ ಪೇಪರುಗಳಲ್ಲಿ ರಾಜ್ ಅಪಹರಣದ ಸುದ್ದಿ ಹೇಗೆ ಬರುತ್ತಿತ್ತೋ, ಹಾಗೆಯೇ ತಮಿಳು ಪತ್ರಿಕೆಗಳಲ್ಲೂ ಭರ್ಜರಿ ಸುದ್ದಿ. ಹೀಗಾಗಿ ಫೀಡ್‌ಬ್ಯಾಕ್ ಸಲುವಾಗಿಯಾದರೂ ನಾವು ಅವನ್ನು ಓದಲೇಬೇಕಿತ್ತು. ಆದರೆ ಹೇಗೆ, ನಮ್ಮ ಪತ್ರಿಕಾ ಗೆಳೆಯ ಪಾಂಡಿಯನ್ ಅವರೇನೋ ಆಗ ಮದ್ರಾಸ್‌ಗೆ ಬಂದಿದ್ದರು. ಆದರೆ ಅವರು ತಮ್ಮ ಕೆಲಸ ಮಾಡಬೇಕಲ್ಲ.

ಇಂತಹ ಟೈಮಿನಲ್ಲೇ ತಮಿಳು ಪತ್ರಿಕೆಯೊಂದರ ಫೋಟೋಗ್ರಾಫರ್ ನಮಗೆ ವರವಾಗಿ ಸಿಕ್ಕರು. ಕುರುಚಲು ಗಡ್ಡ ಬಿಟ್ಟು, ಹೆಗಲಿಗೊಂದು ಕ್ಯಾಮೆರಾ ನೇತು ಹಾಕಿಕೊಂಡು ಒಂದೇ ಸಮನೆ ಮದ್ರಾಸು ಸುತ್ತುತ್ತಿದ್ದ ಆ ಫೋಟೋಗ್ರಾಫರ್ (ಹೆಸರು ಮರೆತು ಹೋಗಿದೆ) ವಿಶ್ವಮಾನವನ ತರ ಇದ್ದರು.

ಅವರು ನಮಗೆ ದಿನಬೆಳಿಗ್ಗೆ ಬಂದು ತಮಿಳು ಪತ್ರಿಕೆಗಳನ್ನು ಓದಿ ಹೇಳುವುದು. ಅದರಲ್ಲೂ ಮುಖ್ಯವಾಗಿ ವೀರಪ್ಪನ್ ಕುರಿತಾಗಿ ಬಂದಿರುವ ಸುದ್ದಿಗಳನ್ನು, ಸ್ಟೋರಿಗಳನ್ನು ಹಿಂದಿಯಲ್ಲಿ ಹೇಳುವುದು, ಅದನ್ನು ಹೊರತುಪಡಿಸಿದರೆ ಸ್ವಲ್ಪ ಹೊತ್ತು ಪಟ್ಟಂಗು ಹೊಡೆಯುವುದು ಮಾಡುತ್ತಿದ್ದರು.

ನಮಗೋ ಆ ಫೀಡ್‌ಬ್ಯಾಕು ಸಿಗುತ್ತಿದ್ದುದರಿಂದ, ದಿನನಿತ್ಯ ಸಿಗುವ ಸುದ್ದಿಗಳ ಜತೆ ಸ್ಟೋರಿಗಳನ್ನು ಮಾಡಲೂ ಅನುಕೂಲವಾಗುತ್ತಿತ್ತು. ಹೀಗೆ ಮೂರ್ನಾಲ್ಕು ದಿನ ಕಳೆದಿರಬೇಕು. ಮದ್ರಾಸಿನ ಸೆಕೆಯೋ, ರಪ್ಪ ರಪ್ಪ ಅಂತ ಕಪಾಳಕ್ಕೇ ಬಾರಿಸುತ್ತಿತ್ತು. ಹೀಗಾಗಿ ದಿನದ ಕೆಲಸ ಮುಗಿಸಿ ರಾತ್ರಿ ಮೈಲಾಪುರದ ಹೋಟೆಲ್‌ನಲ್ಲಿದ್ದ ರಾಕೆಟ್ ಸದ್ದಿನ ಫ್ಯಾನಿನ ಕೆಳಗೆ ದಬ್ಬಾಕಿಕೊಳ್ಳುವ ವೇಳೆಗೆ ನಮಗೆ ಸುಸ್ತೋ ಸುಸ್ತು.

ಆಗ ಒಂದು ಸಲ ಮಹದೇವ್ ಹೊಸ ಪ್ಲಾನು ಹೇಳಿದರು. ಹಾಗೆ ನೋಡಿದರೆ ಅವರ ಬರವಣಿಗೆ ಚೆಂದ. ಅದೇ ರೀತಿ ಕನ್ನಡವನ್ನು ತೇಲಿಸಿ ಮಾತನಾಡುವ ಒಂದು ವಿಶಿಷ್ಟ ಮ್ಯಾನರಿಸಂ ಅವರಿಗೆ ಸಿದ್ಧಿಸಿತ್ತು. ಹೀಗೆ ಮಾತನಾಡುತ್ತಾ ಅವರು, ಅನ್ನಾ (ಅಣ್ಣಾ) ಇನ್ನು ಮೇಲೆ ಒಂದು ಕೆಲಸ ಮಾದಾನಾ ಕನನ್ನಾ, ಹೆಲ್ತ್ ಇಂಪ್ರೂವ್‌ಮೆಂತ್ ಪ್ರೋಗ್ರಾಮ್ ಶುರು ಮಾದೋನ (ಮಾಡೋಣ) ಇಲ್ಲದಿದ್ದರೆ ನಮ್ಮ ಕತೆ ಅಸ್ತೇ (ಅಷ್ಟೇ) ಎಂದರು.

ಹೆಲ್ತ್ ಇಂಪ್ರೂವ್‌ಮೆಂಟ್ ಪ್ರೋಗ್ರಾಮಾ, ಏನಣ್ಣಾ ಅದು ಅಂತ ನಾನು ಕೇಳಿದೆ. ಅದಕ್ಕವರು. ದಿನ ಬೆಳಿಗ್ಗೆ ಬೇಗ ಎದ್ದು ಒಂದು ರೌಂಡು ವಾಕಿಂಗು ಮಾಡೋಣ. ನಂತರ ಹೋಟೆಲಿಗೆ ಬಂದು ಸ್ನಾನ ಮಾಡಿ ಪಕ್ಕದಲ್ಲಿರುವ ಹೋಟೇಲಿಗೆ ಹೋಗೋಣ. ಇಡ್ಲಿಯೋ, ಪೊಂಗಲ್ಲೋ ತಿಂದು ಜ್ಯೂಸು ಕುಡಿದು ಬಿಡೋಣ. ಹೇಗಿದ್ದರೂ ಎಣ್ಣೆ ಪದಾರ್ಥಗಳು ಇರುವುದಿಲ್ಲ. ಸಂಜೆಯ ತನಕ ಕೆಲಸ ಮಾಡಿ ಬೀಚಿಗೆ ಹೋಗಿ ಬರೋಣ. ಇದೇ ಹೆಲ್ತ್ ಇಂಪ್ರೂವ್ಮೆಂಟ್ ಪ್ರೋಗ್ರಾಮ್ ಎಂದು ವಿವರಿಸಿದರು.

ಸರಿ, ನಮ್ಮ ಹೆಲ್ತ್ ಇಂಪ್ರೂವ್ಮೆಂಟ್ ಪ್ರೋಗ್ರಾಮು ಶುರುವಾಯಿತು. ಜತೆಗೇ ದಿನನಿತ್ಯದ ಊಟ, ತಿರುಗಾಟದ ಸಲುವಾಗಿಯಾದರೂ ತಮಿಳು ಕಲಿಯುವ ಅನಿವಾರ್ಯತೆ ಶುರುವಾಯಿತು. ಇಲ್ಲಿಂದೆ ಮೈಲಾಪುರಕ್ ಬಸ್ ಇರ್ಕರಾ ಎಂದು

ಕೇಳುವುದು, ಹೋಟೆಲ್ಲಿಗೆ ಹೋಗಿ ಇಡ್ಲಿ ಇರ್ಕರಾ, ಪೊಂಗಲ್ ಇರ್ಕರಾ ಎನ್ನುವುದು. ಹೀಗೆ.

ನಾವಾಡುತ್ತಿದ್ದ ತಮಿಳು ಭಾಷೆಯನ್ನು ಕೇಳಿದ ಕೂಡಲೇ ಬಸ್ ಕಂಡಕ್ಟರ್‌ನಿಂದ ಹಿಡಿದು, ಹೋಟೆಲ್ ಸಪ್ಲೈಯರ್ ತನಕ ಎಲ್ಲರ ಮುಖದ ಮೇಲೆ ಮಂದಹಾಸ ಕಾಣುತ್ತಿತ್ತು. ಹೀಗಾಗಿ ಯಾವುದೇ ವ್ಯಂಗ್ಯದ ಸೆಳಕಿಲ್ಲದೆ ಹಲವರು ನೆರವಿಗೆ ಬರುತ್ತಿದ್ದರು.

ಒಂದು ಸಲ ನಮ್ಮ ಫೋಟೋಗ್ರಾಫರ್ ಸ್ನೇಹಿತರಿಗೆ ಅದನ್ನು ಹೇಳಿದಾಗ, ಭಾಷೆ ಯಾವುದಾದರೇನು ಅಣ್ಣೈ, ನಾವೆಲ್ಲ ಸಹೋದರರಲ್ವಾ? ನನಗೂ ಬೇರೆ ರಾಜ್ಯಗಳಿಗೆ ಹೋದಾಗ ಇದರ ಅನುಭವವಾಗಿದೆ. ಆದರೆ ನಾವೆಲ್ಲಿ ಹೋಗುತ್ತೇವೋ, ಅಲ್ಲಿನ ಭಾಷೆಯನ್ನು ಹರಕು ಮುರುಕಾಗಿ ಮಾತನಾಡಿದರೂ ಜನ ಸಂತೋಷಪಡುತ್ತಾರೆ. ಅವರ ಮನಸ್ಸಿಗೆ ಅದೇನೋ ಖುಷಿ ಸಿಗುತ್ತದೆ. ಕಷ್ಟಪಟ್ಟಾದರೂ ಇವರು ಮಾತನಾಡುತ್ತಾರಲ್ಲ ಅಂತ. ನಾವು ಮನುಷ್ಯನಿಗೆ ಹೇಗೆ ಗೌರವ ಕೊಡುತ್ತೇವೋ, ಹಾಗೇ ಭಾಷೆಗೂ ತುಂಬ ಗೌರವ ಕೊಡಬೇಕು. ಆಗ ಜನ ನಮ್ಮನ್ನು ಪ್ರೀತಿಯಿಂದ ಸ್ವೀಕರಿಸುತ್ತಾರೆ. ಬೇಕಿದ್ದರೆ ನನ್ನ ಜತೆ ಬನ್ನಿ. ನೀವು ಮಾತನಾಡಿದರೆ ದಾರಿಯಲ್ಲಿದ್ದವರೆಲ್ಲ ನಿಮಗೆ ದಾರಿ ಹೇಳುತ್ತಾರೆ. ಹೇಳುವುದು ಮಾತ್ರವಲ್ಲ, ಹಲವರು ತಾವೇ ಮುಂದೆ ನಿಂತು ರಿಕ್ಷಾ ಹತ್ತಿಸುವುದೋ, ಬಸ್ಸಿನ ಕಂಡಕ್ಟರ್‌ಗೆ ಹೇಳುವುದೋ ಮಾಡುತ್ತಾರೆ ಎಂದರು.

ಹೀಗೆ ಹೇಳಿದ್ದಷ್ಟೇ ಅಲ್ಲ. ಲಿಟರಲಿ ಒಂದು ಸಲ ನಮ್ಮ ಜತೆ ಬಂದು, ಬೀಚಿಗೆ ಹೋಗಬೇಕು. ದಾರಿ ಯಾವುದು ಎಂದು ಕೇಳಿ ನೋಡಿ ಎಂದರು. ಸರಿ, ನಾನು ಮಹದೇವು ಹೊರಗೆ ಬಂದು ಬಸ್ ಸ್ಟಾಪಿನ ಬಳಿ ನಿಂತು ಒಬ್ಬರನ್ನು ಕೇಳಿದೆವು. ಅಣ್ಣೈ, ಇಲ್ಲಿಂದೆ ಬೀಚ್‌ಕ್ ಬಸ್ ಇರ್ಕರಾ..

ನಮ್ಮ ಬಾಯಿಂದ ಹೊರಬಿದ್ದ ತಮಿಳು ಕೇಳಿದ ಕೂಡಲೇ ನಾಲ್ಕೈದು ಜನ ಮುಂದೆ ಬಂದವರೇ, ನಾವಿದ್ದೇವೆ. ಇರಿ ಎಂದರು. ಹೇಳಿದ್ದಷ್ಟೇ ಅಲ್ಲ. ಬೀಚಿಗೆ ಹೋಗುವ ಬಸ್ಸು ಬಂದ ಕೂಡಲೇ, ನಮಗೆ ಬಸ್ಸು ಹತ್ತಲು ಹೇಳಿ ಕಂಡಕ್ಟರ್‌ಗೆ ತಮಿಳಿನಲ್ಲಿ ಗಂಭೀರವಾಗಿ, ಇವರು ನಮ್ಮವರು. ಬೀಚಿಗೆ ಹೋಗಬೇಕು. ಸರಿಯಾದ ಕಡೆ ಇಳಿಸಿ ಅಂತ ತಮಿಳಿನಲ್ಲಿ ಹೇಳಿದರು.

ಇದು ಒಂದೆರಡು ಕಡೆ ಅಂತಲ್ಲ. ಎಲ್ಲ ಕಡೆಗೂ ಅಷ್ಟೇ. ಹೀಗಿರುತ್ತಲೇ ಒಂದು ದಿನ ಬೆಳಿಗ್ಗೆ ಬಂದು ಪೇಪರು ಓದಿ ಹೇಳಿದ ಆ ಫೋಟೋಗ್ರಾಫರು, ಅಣ್ಣೈ, ಜನರ ಮಧ್ಯೆ ಬೆಂಕಿ ಹಚ್ಚುವವರು ಈ ರಾಜಕೀಯದವರೇ. ಹಾಗೆ ಬೆಂಕಿ ಹಚ್ಚುವವರು ಯಾವುದೇ ಕ್ಷೇತ್ರದಲ್ಲಿರಲಿ. ಅವರು ಮಾಡುವುದು ರಾಜಕೀಯವೇ ಎಂದರು.

ನಾನು ಸುಮ್ಮನೆ ಕೇಳುತ್ತಾ ಕುಳಿತೆ. ಈಗ ಕಾವೇರಿ ವಿವಾದದಿಂದ ಹಿಡಿದು ಯಾವುದೇ ವಿವಾದವನ್ನು ತೆಗೆದುಕೊಳ್ಳಿ. ಎರಡು ರಾಜ್ಯಗಳ ಜನರ ನಡುವೆ ಸೌಹಾರ್ದ ಹಾಳಾಗುವಂತೆ ಕೆಲವರು ಮಾಡುತ್ತಾರೆ. ಆದರೆ ಇರುವುದನ್ನು ನಾವು ಹಂಚಿಕೊಂಡು ಉಣ್ಣಬೇಕು ಅಣ್ಣೈ. ಒಬ್ಬ ತಾಯಿಗೆ ಇಬ್ಬರು ಮಕ್ಕಳಿದ್ದಾರೆ ಎಂದುಕೊಳ್ಳಿ. ತನ್ನ ಬಳಿ ಇರುವುದನ್ನು ಸಮಾನವಾಗಿ ಇಬ್ಬರಿಗೂ ಹಂಚುವುದಿಲ್ಲವೇ ಹಾಗೆ ಅಂತ ಅವರು ಹೇಳಿದರು.

ಇವೆಲ್ಲ ನಾವು ಕೇಳಿದ ಮಾತುಗಳೇ. ಆದರೆ ಆತ ಇದ್ದಕ್ಕಿದ್ದಂತೆ ಮಾತಿಗೊಂದು ತಿರುವು ಕೊಟ್ಟರು. ಬೆಂಗಳೂರು ಕಟ್ಟಿದ ಕೆಂಪೇಗೌಡರು ಯಾರು, ಮೂಲತ: ತಮಿಳ್ನಾಡಿನವರಲ್ಲವೇ? ತಮಿಳ್ನಾಡಿನ ರಾಜಕಾರಣದಲ್ಲಿ ಪದೇ ಪದೇ ಮೇಲೇಳುವ ಅಮ್ಮಾ ಜಯಲಲಿತಾ, ಚಿತ್ರರಸಿಕರ ಪಾಲಿಗೆ ಆರಾಧ್ಯ ದೈವವಾಗಿರುವ ರಜನೀಕಾಂತ್ ಕರ್ನಾಟಕದವರಲ್ಲವೇ ಎಂದರು.

ಆಗ ನಮಗೆ ಕೆಂಪೇಗೌಡರ ಕುರಿತು ಅಷ್ಟಾಗಿ ಗೊತ್ತಿರಲಿಲ್ಲ. ಜಯಲಲಿತಾ, ರಜನೀಕಾಂತ್ ಬಗ್ಗೆ ಗೊತ್ತಿತ್ತು. ಹಾಗಂತಲೇ, ಕೆಂಪೇಗೌಡರು ತಮಿಳ್ನಾಡು ಮೂಲದವರಾ ಅಂತ ಕೇಳಿದೆವು.

ಅದಕ್ಕವರು ನಕ್ಕು ಹೇಳುತ್ತಾ ಹೋದರು. ಹೌದು. ಕೆಂಪೇಗೌಡರ ವಂಶಸ್ಥ ರಣಭೈರೇಗೌಡರು ಅಂತ. ಅವರು ತಮಿಳ್ನಾಡಿನ ಈಸ್ಟ್ ಕಾಂಜೀವರಂನವರು. ಅಲ್ಲಿಯ ಯಣಮಂಜಿ ಪುತ್ತೂರಿನವರು. ಅವರ ಮಗಳ ಹೆಸರು ದೊಡ್ಡಮ್ಮ ಅಂತ. ಒಬ್ಬ ಪಾಳೇಗಾರ ಆಕೆಯ ಮೇಲೆ ಕಣ್ಣು ಹಾಕಿದ ಅಂತ ರಣಭೈರೇಗೌಡರು ಕೋಪಗೊಂಡರು. ಅವರಿಗಾಗಿ ಪಾಳೇಗಾರನ ವಿರುದ್ಧ ಹೋರಾಡಲು ಜನರೂ ಅಣಿಯಾದರು.

ಆದರೆ ತಮ್ಮ ಸಲುವಾಗಿ ಇಷ್ಟು ಜನ ಅನಗತ್ಯವಾಗಿ ಯಾಕೆ ಬಡಿದಾಡಬೇಕು? ಪ್ರಾಣವನ್ನು ಪಣವಾಗಿಡಬೇಕು? ಅಂತ ಯೋಚಿಸಿದ ರಣಭೈರೇಗೌಡರು ತಮ್ಮ ಕುಟುಂಬ ಸಮೇತ ಊರು ಬಿಟ್ಟು ಹೊರಟರು. ಹೀಗೆ ಹೊರಟವರು ಕರ್ನಾಟಕದ ದೇವನಲ್ಲಿ (ದೇವನಹಳ್ಳಿ) ಸಮೀಪ ಇರುವ ಅವತಿ ಎಂಬಲ್ಲಿ ನೆಲೆಸಿದರು.

ಅವರ ಮಗನ ಹೆಸರು ಜಯಗೌಡ. ಆತ ಯಲಹಂಕಕ್ಕೆ ಬಂದು ನೆಲೆಸಿ ರಾಜ್ಯ ಕಟ್ಟಿದ. ಬಹುಶ: ಅವರ ಮೂರನೇ ತಲೆಮಾರಿನವರೇ ಬೆಂಗಳೂರು ಕಟ್ಟಿದ ನಾಡಪ್ರಭು ಕೆಂಪೇಗೌಡರು ಎಂಬುದು ನನಗಿರುವ ಮಾಹಿತಿ. ಇದರಲ್ಲಿ ಸ್ವಲ್ಪ ಪ್ರಾಕ್ಟಿಕಲ್ ಎರರ್ಸ್ ಇರಬಹುದಾದರೂ, ಒಟ್ಟಾರೆಯಾಗಿ ಬೆಂಗಳೂರು ಕಟ್ಟಿದ ಕೆಂಪೇಗೌಡರು ಮೂಲತ: ತಮಿಳ್ನಾಡಿನವರು ಎಂದರು.

ನಾವು ಬೆಕ್ಕಸ ಬೆರಗಾದೆವು. ಮುಂದೆ ಎಷ್ಟೋ ವರ್ಷಗಳ ನಂತರ ನನಗೆ ಸದಾನಂದಗೌಡರು ಸಿಎಂ ಆಗಿದ್ದ ಕಾಲದಲ್ಲಿ ಕೆಂಪೇಗೌಡ ಪ್ರಶಸ್ತಿ ಸಿಕ್ಕಿತು. ಪ್ರಶಸ್ತಿ ಪ್ರದಾನ ಸಮಾರಂಭಕ್ಕೆ ಅಂತ ಹೋದಾಗ ಅಲ್ಲೊಂದು ಪುಸ್ತಕ ಕೊಟ್ಟರು. ಓದಿ ನೋಡಿದರೆ ಡಿಟ್ಟೋ ಅದೇ ವಿವರ. ತಕ್ಷಣವೇ ನನಗೆ ಆ ಫೋಟೋಗ್ರಾಫರು ನೆನಪಿಗೆ ಬಂದರು.

ಸರಿ, ಮುಂದೆ ಪತ್ರಿಕೋದ್ಯಮದ ಕೆಲಸಗಳ ನಡುವೆ ಇವೆಲ್ಲ ಮರೆತೂ ಹೋಯಿತು. ಆದರೆ ಯಾವಾಗ ಮೊನ್ನೆ ಆರೋಗ್ಯ ಸರಿ ಇಲ್ಲವೆಂದು ಡಾಕ್ಟರ್ ಬಳಿ ಹೋದೆನೋ, ಆಗವರು ನನ್ನ ಬಾಡಿ ವೇಯ್ಟಿನ ಬಗ್ಗೆ ಸ್ವಲ್ಪ ಕಿರಿ ಕಿರಿ ಮಾಡಿದರೋ, ಆಗ ಇದ್ದಕ್ಕಿದ್ದಂತೆ ಮದ್ರಾಸಿನಲ್ಲಿ (ಈಗ ಚೆನ್ನೈ) ಮಹದೇವ್ ಜತೆ ಕಳೆದ ದಿನಗಳು, ಮಾಡುತ್ತಿದ್ದ ಹೆಲ್ತ್ ಇಂಪ್ರೂವ್‌ಮೆಂಟ್ ಪ್ರೋಗ್ರಾಮು ನೆನಪಿಗೆ ಬಂತು.

ಮಗಾ, ಬದುಕಿಗಾಗಿ
ಕಷ್ಟಪಟ್ಟು ಏನು
ಬೇಕಾದರೂ ಮಾಡು.
ಆದರೆ ತಪ್ಪಿ ಕೂಡಾ
ಕಳ್ಳತನ ಮಾಡಬೇಡ.
ಜೂಜಾಡಬೇಡ.
ಮೋಸ ಮಾಡಬೇಡ.

35

ಬದುಕಿನಲ್ಲಿ ಅಮ್ಮನಂತಹ ವಿಶ್ವಸುಂದರಿ ಇರಲು ಸಾಧ್ಯವೇ?

ಅಮ್ಮನನ್ನು ನಾವು ಯಾಕೆ ಆ ಪರಿ ಪ್ರೀತಿಸುತ್ತೇವೆ.

ಆಕೆ ನಮ್ಮನ್ನು ನಿಷ್ಕಲ್ಮಶ ಪ್ರೀತಿಯಿಂದ ನೋಡಿಕೊಂಡಿರುತ್ತಾಳೆ ಎಂದೇ, ಬದುಕಿನ ಮೊಟ್ಟ ಮೊದಲ ಗುರು ಎಂದೇ, ಜೀವ ಹೋದರೂ ಪರವಾಗಿಲ್ಲ. ನನ್ನ ಮಗು ಸುಖವಾಗಿರಬೇಕು ಎಂದು ಬಯಸಿರುತ್ತಾಳೆ ಎಂದೇ, ಒಂಬತ್ತು ತಿಂಗಳು ಹೊಟ್ಟೆಯಲ್ಲಿಟ್ಟುಕೊಂಡು ಜೋಪಾನ ಮಾಡಿಕೊಂಡಿರುತ್ತಾಳೆ ಎಂದೇ, ಯಾಕೆ?

ಈ ಪ್ರಶ್ನೆಯನ್ನೇ ಪಾತ್ರೆಯನ್ನಾಗಿ ಮಾಡಿಕೊಂಡು ನೀರು ಸುರಿದು ನೋಡಿ. ಈ ಎಲ್ಲ ಪ್ರಶ್ನೆಗಳಿಗೂ ಒಗ್ಗಿಕೊಳ್ಳುವ ಪಾತ್ರೆಯಾಗಿ ಬಿಡುತ್ತಾಳೆ ತಾಯಿ. ಬದುಕಿನಲ್ಲಿ ಅಂತಹ ಪಾತ್ರೆಯನ್ನು ನೀವು ಯಾವ ಅಂಗಡಿಯಲ್ಲಿ ಹುಡುಕಿದರೂ ಸಿಗುವುದಿಲ್ಲ. ಎಷ್ಟು ಕೋಟಿ ಸುರಿದರೂ ದಕ್ಕುವುದಿಲ್ಲ.

ಇತ್ತೀಚೆಗೆ ಗೆಳೆಯ ವಿನಾಯಕ ಜೋಷಿ ಅವರ ತಾಯಿ ತೀರಿಕೊಂಡರು ಎಂಬ ವಿಷಯ ಗೊತ್ತಾಗುತ್ತಿದ್ದಂತೆಯೇ ಅಗೋಚರ ಶಕ್ತಿಯೊಂದು ಕೈ ಕಟ್ಟಿ ಹಾಕಿದಂತಾಯಿತು. ಜಪ್ಪಯ್ಯ ಅಂದರೂ ಬರೆಯಲು ಸಾಧ್ಯವಾಗುತ್ತಿಲ್ಲ. ಯಾಕೆ ತಾಯಿ ಅಂದ ಕೂಡಲೇ ಹೃದಯ ಈ ಪರಿ ತಲ್ಲಣಿಸುತ್ತದೆ, ಕನವರಿಸುತ್ತದೆ, ಕಂಗಾಲಾಗುತ್ತದೆ, ಬೆಚ್ಚಿ ಬೀಳುತ್ತದೆ.

ನನ್ನ ತಾಯಿ ಪ್ರಭಾವತಿ ಬಾಯಿ ಅವರಿಗೆ ನಾವು ಮೂವರು ಮಕ್ಕಳು. ದೊಡ್ಡವನು ಮಹೇಂದ್ರನಾಥ್, ನಂತರ ನಾನು, ಚಿಕ್ಕವನು ಪಾಂಡುರಂಗ. ಸಾಗರದ ಅಶೋಕಾ ರಸ್ತೆಗೆ ಬಿ.ಹೆಚ್.ರಸ್ತೆಯಿಂದ ಎಂಟ್ರಿ ಕೊಟ್ಟರೆ ಮೊದಲು ಸಿಗುತ್ತಿದ್ದುದೇ ನಮ್ಮ ಮನೆ.

ಆಗ ನಾವು ಗುಡಿಗಾರ್ ದೇವಪ್ಪ ಅವರ ಮನೆಯಲ್ಲಿ ಬಾಡಿಗೆಗಿದ್ದೆವು. ಬೆಳಿಗ್ಗೆ ಐದು ಗಂಟೆಗೆ ಮುನ್ಸಿಪಾಲಿಟಿ ನಲ್ಲಿಯಲ್ಲಿ ನೀರು ಬರುತ್ತಿತ್ತು. ಅಷ್ಟೊತ್ತಿಗೆ ಎದ್ದು ನಾನು, ಅಣ್ಣ ಮಹೇಂದ್ರನಾಥ್ ಸೇರಿ ಮಿನಿಮಮ್ ಇಪ್ಪತ್ತು ಕೊಡಪಾನದಷ್ಟು ನೀರು ಹಿಡಿದುಕೊಂಡು ಬಂದು ಹಂಡೆಗೆ, ಪಾತ್ರೆಗೆ ಅಂತ ತಂದು ಹಾಕಬೇಕಿತ್ತು.

ಇದು ಮುಗಿಯುತ್ತಿದ್ದಂತೆಯೇ ನಮ್ಮ ತಂದೆ ತಾರಾನಾಥ್ ಸರ್ಕಲ್ ಲಾಡ್ಜ್ ಪಕ್ಕದಲ್ಲಿದ್ದ ಸಾಗರ್ ಹೋಟೆಲ್‌ಗೆ ಕರೆದುಕೊಂಡು ಹೋಗುತ್ತಿದ್ದರು. ಅಲ್ಲಿ ಟೀ ಕುಡಿದ ನಂತರ ವಾಪಸ್ಸು ಮನೆಗೆ. ಆನಂತರ ಮನೆಯ ಕಸ ಗುಡಿಸಿ, ನೆಲ ಒರೆಸುವುದು ನಮ್ಮಣ್ಣನ ಡ್ಯೂಟಿ. ಎಂಟು ಗಂಟೆಯಷ್ಟೊತ್ತಿಗೆ ತಿಂಡಿಯ ಜತೆ ಅಡುಗೆಯನ್ನೂ ಮಾಡುತ್ತಿದ್ದ ಅಮ್ಮನಿಗೆ ಮಸಾಲೆ ಅರೆದು ಕೊಡುವುದು ನನ್ನ ಕೆಲಸ.

ಹೀಗಾಗಿ ಮಸಾಲೆ ಅರೆದು, ಅರೆದು ಚಂದಗೆ ಅಭ್ಯಾಸವಾಗಿ ಹೋಗಿತ್ತು. ಅಡುಗೆಗೆ ಬೇಕಾದ ಮಸಾಲೆಯಿಂದ ಹಿಡಿದು ದೋಸೆ ಹಿಟ್ಟು ಅರೆಯುವ ತನಕ ಶಂಭೋ ಶಂಕರಾ ಅಂತ ಒಂದೇ ಸಮನೆ ಕೆಲಸ ಮಾಡುತ್ತಿದ್ದೆ. ಅದಾದ ನಂತರ ನೋಡುತ್ತಿದ್ದುದು ಶಾಲೆಯ ದಿಕ್ಕು.

ಚಿಕ್ಕವರಿದ್ದಾಗ ನಮ್ಮ ಖರ್ಚಿಗೆ ಅಂತ ಬೇಕಾದಷ್ಟು ದುಡ್ಡು ಸಿಗುತ್ತಿರಲಿಲ್ಲ. ಅಪ್ಪ ವಾರಕ್ಕೆ ಹತ್ತು ಪೈಸೆ ಕೊಟ್ಟರೆ, ಆನಂದಪುರದ ಸಂತೆಗೆ ಬಟ್ಟೆ ಮಾರಲು ಹೋಗುತ್ತಿದ್ದ ಅಜ್ಜಿ ತುಳಸೀಬಾಯಿ, ಮರುದಿನ ನಮಗೆ ಐದು ಪೈಸೆ ಕೊಡುತ್ತಿದ್ದರು. ಅಂದರೆ ನಮ್ಮ ವಾರದ ಆದಾಯ ಹದಿನೈದು ಪೈಸೆ. ಆದರೆ ಖರ್ಚು ಐವತ್ತು ಪೈಸೆಯಷ್ಟಿತ್ತು.

ಈ ಖರ್ಚನ್ನು ಸರಿದೂಗಿಸಬೇಕಲ್ಲ, ಹಾಗಂತ ಒಂದು ದಿವಸ ನಾನು, ನಮ್ಮತ್ತೆಯ ಮಗ ಸೇರಿ ಒಂದು ಪ್ಲಾನು ಕಂಡು ಹಿಡಿದುಬಿಟ್ಟೆವು. ಸಾಗರದ ಅಶೋಕಾ ರಸ್ತೆ ಎಂದರೆ ಮೊದಲೇ ಸೋನಗಾರರು ಹೆಚ್ಚಿದ್ದ ಕೇರಿ. ಸೋನಗಾರರು ಎಂದರೆ ಬಂಗಾರದ ಕೆಲಸ ಮಾಡುವವರು.

ಹೀಗಾಗಿ ರಸ್ತೆಯ ಅಕ್ಕ ಪಕ್ಕದಲ್ಲಿದ್ದ ಚರಂಡಿಗೆ ನಿರ್ದಿಷ್ಟ ಭಾಗದಲ್ಲಿ ಮಣ್ಣು ಸುರಿದು, ಹರಿಯುವ ನೀರನ್ನು ತಡೆಗಟ್ಟಿ ಅದನ್ನೆಲ್ಲ ಉಗ್ಗಿ, ಉಳಿಯುವ ಮಣ್ಣನ್ನು ಬಾಣಲೆಯಲ್ಲಿ ಹಾಕಿಕೊಂಡು ರವುಂಡಾಗಿ ಸುತ್ತಿಸಿದರೆ ಸಣ್ಣ ಸಣ್ಣ ಬಂಗಾರದ ಪೀಸುಗಳು ಸಿಗುತ್ತಿದ್ದವು.

ಒಂದು ದಿನ ಮುಲಾಜೇ ನೋಡದೆ ಈ ಕೆಲಸಕ್ಕಿಳಿದೆವು. ಹೀಗೆ ಸಿಗುವ ಬಂಗಾರವನ್ನು ಕರಿ ಮೇಣದಲ್ಲಿ ಅಂಟಿಸಿಕೊಳ್ಳಬಹುದಿತ್ತು. ಹೀಗೆ ಕರಿ ಮೇಣದಲ್ಲಿ ಅಂಟಿಸಿಕೊಂಡರೆ ಬಂಗಾರದ ತುಣುಕುಗಳು ಎದ್ದು ಕಾಣುತ್ತಿದ್ದವು. ಹೀಗೆ ಮೇಣದಲ್ಲಿ ಅಂಟಿಸಿಕೊಂಡು ರಾಮಚಂದ್ರ ಅವರ ಅಂಗಡಿಗೋ, ಸೀತಾರಾಮಣ್ಣನ ಅಂಗಡಿಗೋ ಹೋದರೆ ಕನಿಷ್ಟ ಒಂದೂವರೆಯಿಂದ ಎರಡು ರೂಪಾಯಿಗಳಷ್ಟು ದುಡ್ಡು ಸಿಗುತ್ತಿತ್ತು. ಅವತ್ತಿನ ದಿನಗಳಿಗೆ ಅದು ಬಂಪರ್ ಲಾಟರಿ.

ಅಲ್ಲಿಗೆ ಖರ್ಚಿಗೆ ಒಂದು ದಾರಿ ಸಿಕ್ಕಂತಾಯಿತು. ಹೀಗೇ ಹಲವು ವಾರ ಮುಂದುವರಿಯಿತು ನಮ್ಮ ಚರಂಡಿ ಆದಾಯ. ಒಂದು ದಿನ ನೋಡಿದವರೊಬ್ಬರು ಸೀದಾ ಹೋಗಿ ಮನೆಗೆ ಹೇಳಿದ್ದಾರೆ. ಆದರೆ ನಮ್ಮಮ್ಮ, ಅವನು ಕಳ್ಳತನ ಮಾಡಿದ್ದರೆ ಹೇಳಿ. ಕೊಬ್ಬರಿ ತುರಿದು ಹಾಕಿದಂತೆ ತುರಿದು ಹಾಕಿಬಿಡುತ್ತೇನೆ. ಆದರೆ ಆತ ಮಾಡುತ್ತಿರುವುದು ಕಳ್ಳತನವಲ್ಲ ಬಿಡಿ ಎಂದು ಬಿಟ್ಟರು.

ಅವರೆದುರು ಹಾಗೆ ಹೇಳಿದವರು, ಮರು ದಿನ ನನ್ನನ್ನು ಹತ್ತಿರ ಕರೆದು: ಯಾಕೋ ಮಗಾ, ನಿನಗೆ ಸಿಗುತ್ತಿರುವ ದುಡ್ಡು ಸಾಕಾಗುತ್ತಿಲ್ಲವಾ, ಪರವಾಗಿಲ್ಲ ಬಿಡು. ಚರಂಡಿ ತೊಳೆಯುತ್ತಾ ಯಾಕೆ ಓದುವುದನ್ನು ಮರೆಯುತ್ತೀಯಾ, ಬಳೆ ಮಾರಿದ ದುಡ್ಡು ನನ್ನ ಬಳಿಯೇ ಇರುತ್ತಲ್ಲ, ಅದರಲ್ಲಿ ನಿನಗೆ ನಾಲ್ಕಾಣೆಯೋ, ಎಂಟಾಣೆಯೋ ಬೇಕಿದ್ದರೆ ತಗೋ ಎಂದರು.

ಅವತ್ತಿಗೆ ನಾನು ಚರಂಡಿ ಆದಾಯದ ಮೂಲವನ್ನು ಬಿಟ್ಟು ಬಿಟ್ಟೆ. ನಾವು ಕಷ್ಟದಲ್ಲಿದ್ದೇವೆ ಎಂಬ ಕಾರಣಕ್ಕಾಗಿ ಆಕೆ ಆ ದಿನಗಳಲ್ಲಿ ಬಳೆ ಮಾರಿ ಸಂಪಾದಿಸುತ್ತಿದ್ದಳು. ಹೀಗಾಗಿ ತನಗೆ ಬರುತ್ತಿದ್ದ ಸಣ್ಣ ಪುಟ್ಟ ಲಾಭದ ಹಣವನ್ನು ಸಂಸಾರ ನಡೆಸುವ ಸಲುವಾಗಿ ಟ್ರಂಕಿನಲ್ಲಿ ಜೋಡಿಸಿಡುತ್ತಿದ್ದಳು. ಅರೇ, ದುಡ್ಡು ಆಕೆಯೇ ಇಟ್ಟುಕೊಂಡಿರುತ್ತಾಳಲ್ಲ ಅಂದುಕೊಂಡು ಒಂದು ದಿನ ಮೆಲ್ಲಗೆ ಕಳ್ಳತನ ಶುರುವಿಟ್ಟುಕೊಂಡೆ.

ಆಕೆ ಟ್ರಂಕಿನಲ್ಲಿದ್ದ ಒಂದು ಸಣ್ಣ ಕೈ ಚೀಲದಲ್ಲಿ ನಾಣ್ಯಗಳನ್ನು ಜೋಡಿಸಿಡುತ್ತಿದ್ದಳು. ಆಗೆಲ್ಲ ಲಾಭವೆಂದರೆ ನಾಣ್ಯಗಳ ಮೊತ್ತದಲ್ಲಿಯೇ ಇರುತ್ತಿತ್ತು. ಹೀಗಾಗಿ ಒಂದು ದಿನ ಆಕೆ ಮನೆಯಲ್ಲಿಲ್ಲದ ದಿನ ಹೇರ್‌ಪಿನ್ನು ತೆಗೆದುಕೊಂಡು, ಟ್ರಂಕಿಗೆ ತಗಲಿಸಿದ್ದ ಬೀಗದೊಳಗೆ ಹಾಕಿ ತಿರುಗಿಸಿದೆ ನೋಡಿ. ಫಟಕ್ಕಂತ ಬೀಗ ಬಿಚ್ಚಿಕೊಂಡಿತು.

ಸರಿ, ಅದನ್ನು ತೆಗೆದವನೇ, ಕೈ ಚೀಲದಲ್ಲಿದ್ದ ನಾಣ್ಯಗಳ ಪೈಕಿ ಒಂದು ರೂಪಾಯಿಯ ನಾಣ್ಯ ತೆಗೆದುಕೊಂಡೆ. ಇದೂ ಸ್ವಲ್ಪ ಕಾಲ ಮುಂದುವರಿಯಿತು. ಆದರೆ ಒಂದು ದಿನ ಆಕೆ ಒಬ್ಬಳೇ ಕುಳಿತು, ಅರೇ, ನೂರು ರೂಪಾಯಿ ಆಗಲಿ ಅಂತ ಹಣ ಹಾಕುತ್ತಲೇ ಇದ್ದೇನೆ. ಆದರೆ ಏನು ಮಾಡಿದರೂ ನೂರು ರೂಪಾಯಿ ಆಗುತ್ತಿಲ್ಲ. ದುಡ್ಡೇನಾಗುತ್ತಿದೆಯಪ್ಪಾ ದೇವರೇ, ಅಂತ ಗೊಣಗಿಕೊಳ್ಳುತ್ತಿದ್ದಳು.

ಅವತ್ತು ಆಕೆ ಗೊಣಗಿಕೊಳ್ಳುತ್ತಿದ್ದುದನ್ನು ನೋಡಿ ಜೀವ ಜಲ್ಲೆಂದು ಹೋಯಿತು. ಅಯ್ಯೋ, ಅಷ್ಟು ಕಷ್ಟ ಪಟ್ಟು ಆಕೆ ದುಡಿಯುತ್ತಿರುವುದೇ ನಮ್ಮ ಹೊಟ್ಟೆ ತುಂಬಿಸಲು. ಅಂತಹ ದುಡ್ಡನ್ನೇ ಕದಿಯುವ ಹೀನ ಕೆಲಸ ಮಾಡುತ್ತಿದ್ದೇನಲ್ಲ ಎಂದುಕೊಂಡು ಗಳ ಗಳನೆ ಅತ್ತು ಬಿಟ್ಟೆ.

ನನ್ನ ಕಣ್ಣೀರು ನೋಡಿದ ಅಮ್ಮ, ಯಾಕೋ ಮಗಾ ಅಳುತ್ತಿದ್ದೀಯ ಅಂದಳು. ನಾನು ನಿಜ ಹೇಳಿಬಿಟ್ಟೆ. ಅಮ್ಮಾ, ನಿನ್ನ ಟ್ರಂಕಿನ ಬೀಗಕ್ಕೆ ಹೇರ್‌ಪಿನ್ ಹಾಕಿ ತಿರುವಿದರೆ ತೆರೆದುಕೊಳ್ಳುತ್ತದೆ. ಹೀಗೆ ಮಾಡಿ ಮಾಡಿಯೇ ಇಪ್ಪತ್ತರಿಂದ ಇಪ್ಪತ್ತೈದು ರೂಪಾಯಿಗಳಷ್ಟು ಹಣವನ್ನು ಕದ್ದು ಖರ್ಚು ಮಾಡಿದ್ದೇನೆ. ತಪ್ಪಾಯಿತಮ್ಮ ಅಂತ ಬಿಕ್ಕಿದೆ.

ಅಯ್ಯೋ, ಅದಕ್ಕೇಕೆ ಅಳುತ್ತೀಯ, ಸದ್ಯ ನೀನು ಕದ್ದಿರುವುದು ನಿಮ್ಮಮ್ಮ ದುಡಿದ ದುಡ್ಡನ್ನಲ್ಲವಾ. ನನ್ನ ಮಗ ಬೇರೆ ಯಾರದೋ ದುಡ್ಡು ಕದಿಯುತ್ತಿದ್ದಾನೆ ಅಂತ ಗೊತ್ತಾಗಿದ್ದರೆ ನಾನು ಮುಖ ಎತ್ತಿಕೊಂಡು ತಿರುಗುವುದೂ ಕಷ್ಟವಾಗುತ್ತಿತ್ತು. ಹೋಗಲಿ ಬಿಡು ಎಂದಳು. ಅಲ್ಲಿಗೆ ನನ್ನ ಕಳ್ಳತನದ ವೃತ್ತಿಯೂ ದೂರವಾಯಿತು.

ಯಾವಾಗ ಅಮ್ಮ ಹಾಗೆ ಹೇಳಿದಳೋ ಅದಾದ ನಂತರ ನಾನೂ ಆಕೆಯ ಜತೆ ಸೇರಿ ಬಳೆ ತೊಡಿಸುವ ಕೆಲಸ ಶುರು ಮಾಡಿದೆ. ಆಗೆಲ್ಲ ಬಳೆಯಲ್ಲಿ ಹಲವು ವೆರೈಟಿಗಳು. ಆಗಷ್ಟೇ ಸನಾದಿ ಅಪ್ಪಣ್ಣ ಪಿಕ್ಚರು ಬಂದಿತ್ತು. ಅದರ ಹೆಸರಿನಲ್ಲಿ ಒಂದು ಬಳೆ. ಇನ್ನೇನೋ ಹೆಸರಿನಲ್ಲಿ ಮತ್ತೊಂದು ಬಳೆ.

ನಾನು ವಯಸ್ಸಿನಲ್ಲಿ ಸಣ್ಣವನಾದ್ದರಿಂದ ಹೆಣ್ಣು ಮಕ್ಕಳು ಕೂಡಾ ಯಾವುದೇ ಸಂಕೋಚವಿಲ್ಲದೆ ಕೈ ನೀಡಿ ಬಳೆ ತೊಡಿಸಿಕೊಳ್ಳುತ್ತಿದ್ದರು. ಅಂದ ಹಾಗೆ ಯಾರಿಗಾದರೂ ಬಳೆ ತೊಡಿಸಬಹುದು. ಆದರೆ ದೀವರ ಹೆಣ್ಣು ಮಕ್ಕಳಿಗೆ ಬಳೆ ತೊಡಿಸುವಷ್ಟರಲ್ಲಿ ಬೆವರು ಇಳಿದು ಹೋಗುತ್ತಿತ್ತು. ಮೊದಲೇ ಶ್ರಮಜೀವಿಗಳು. ಹಾಲು ಮಾರುವುದರಿಂದ ಹಿಡಿದು ಅಬ್ಬಲಿಗೆ, ಸುರಿಗೆ ಹೂವು ಅಂತ ಮಾರುವ ತನಕ ಹಲ ಕೆಲಸ ಮಾಡುತ್ತಿದ್ದ ಈ ಹೆಣ್ಣು ಮಕ್ಕಳು ಐದಾರು ಕಿಲೋಮೀಟರುಗಳಷ್ಟು ದೂರದಿಂದ ನಡೆದುಕೊಂಡು ಬರುತ್ತಿದ್ದರು.

ವಿಪರೀತ ಕಷ್ಟಪಟ್ಟು ಕೆಲಸ ಮಾಡುತ್ತಿದ್ದ ಜನರಾದ್ದರಿಂದಲೋ ಏನೋ, ಅವರ ಕೈಗಳು ಒಳ್ಳೆ ಹತೋಡಾ ಇದ್ದಂತಿರುತ್ತಿದ್ದವು. ಹೀಗಾಗಿ ಅವರ ಕೈಗಳಿಗೆ ಬಳೆ ತೊಡಿಸಲು ಹೋದರೆ ಹತ್ತರಲ್ಲಿ ನಾಲ್ಕೈದು ಬಳೆಗಳು ಒಡೆದು ಶಿವನ ಪಾದ ಸೇರಿಬಿಡುತ್ತಿದ್ದವು. ಹೀಗಾಗಿ ಅವರಿಗೆ ಬಳೆ ತೊಡಿಸುವುದು ಒಂದು ರೀತಿಯ ಕಲೆಯೇ ಆಗಿತ್ತು. ಮೊದಲು ಕೈಗೆ ವ್ಯಾಸಲೀನ್ ಹಚ್ಚಿ, ಆನಂತರ ಹಳದಿ ಬಣ್ಣದ ಮೇಲೆ, ಕೆಂಪು ಚುಕ್ಕೆಗಳನ್ನು ಹೊಂದಿರುವ ಬಳೆಗಳನ್ನು ಅವರ ಕೈಗೆ ತೊಡಿಸುವ ಕೆಲಸ ಮಾಡುತ್ತಿದ್ದೆವು. ವ್ಯಾಸಲೀನ್ ಮೂಲಕ ಅವರ ಹೆಬ್ಬೆರಳನ್ನು ಮೃದುಗೊಳಿಸದಿದ್ದರೆ ಬಳೆಗಳನ್ನು ಕೂರಿಸಲು ಸಾಧ್ಯವೇ ಆಗುತ್ತಿರಲಿಲ್ಲ.

ಹೀಗೆ ಬಳೆ ತೊಡಿಸುವ ಕೆಲಸ ಮಾಡುತ್ತಿದ್ದ ಸಂದರ್ಭದಲ್ಲಿ ಅಮ್ಮ ಹೇಳುತ್ತಿದ್ದುದು ಒಂದೇ ಮಾತು. ಮಗಾ, ಬದುಕಿಗಾಗಿ ಕಷ್ಟಪಟ್ಟು ಏನು ಬೇಕಾದರೂ ಮಾಡು. ಆದರೆ ತಪ್ಪಿ ಕೂಡಾ ಕಳ್ಳತನ ಮಾಡಬೇಡ. ಜೂಜಾಡಬೇಡ. ಮೋಸ ಮಾಡಬೇಡ. ನೀನು ಚರಂಡಿಯಲ್ಲಿ ಬಂಗಾರ ಹುಡುಕಿ ಮಾರಿದರೂ ನಾನು ಮಾತನಾಡುವುದಿಲ್ಲ. ಆದರೆ ಕಳ್ಳತನ ಮಾಡಿ ಬಂದೆ ಎಂದರೆ ಅದನ್ನು ತಡೆದುಕೊಳ್ಳುವ ಶಕ್ತಿ ನನಗಿಲ್ಲ.

ಹೀಗೆ ಅಮ್ಮ ಹೇಳಿದ ಮಾತುಗಳ ಪ್ರಭಾವ ಹೇಗಿತ್ತು ಎಂದರೆ, ದುಡ್ಡು ಬೇಕು ಎಂದರೆ ಕಷ್ಟ ಪಟ್ಟು ದುಡಿಯಬೇಕೇ ವಿನ: ಅಡ್ಡ ಮಾರ್ಗ ಹಿಡಿಯಬಾರದು ಅನ್ನುವ ಅಂಶ ತಲೆಯಲ್ಲಿ ಸ್ಥಿರವಾಗಿ ಹೋಯಿತು. ಹೀಗಾಗಿಯೇ ಬೆಂಗಳೂರಿಗೆ ಬಂದ ನಂತರದ ಇಷ್ಟು ವರ್ಷಗಳ ಪತ್ರಿಕೋದ್ಯಮದಲ್ಲಿ ಹದಿನೇಳು ಮಂದಿ ಮುಖ್ಯಮಂತ್ರಿಗಳನ್ನು, ನೂರಾರು ಮಂದಿ ಮಂತ್ರಿಗಳನ್ನು ನೋಡಿದರೂ, ಒಟ್ಟಿಗೇ ಊಟ ಮಾಡಿ ಗಂಟೆಗಟ್ಟಲೆ ಮಾತುಕತೆ ನಡೆಸುವ ಅವಕಾಶ ಒದಗಿ ಬಂದರೂ, ಹಣಕ್ಕಾಗಿ ಪರ್ಯಾಯ ಮಾರ್ಗ ಹಿಡಿಯುವ ಅವಶ್ಯಕತೆ ಕಂಡು ಬರಲೇ ಇಲ್ಲ.

ದುಡ್ಡು ಬೇಕಾ, ಒಂದಲ್ಲ, ಹತ್ತು ಪೇಪರುಗಳಿಗೆ ಕೆಲಸ ಮಾಡಿದ್ದೇನೆ. ಈಗಲೂ ಹಲ ಪೇಪರುಗಳಿಗೆ ನಾನು ವರದಿಗಾರ. ಈ ಪೈಕಿ ಒಂದೊಂದು ಪೇಪರುಗಳಲ್ಲಿ ನನಗೆ ಒಂದೊಂದು ಡೆಸಿಗ್ನೇಷನ್ನು. ಅಸಿಸ್ಟೆಂಟ್ ಎಡಿಟರ್ ಹುದ್ದೆಯಿಂದ ಹಿಡಿದು ವಿಶೇಷ ಪ್ರತಿನಿಧಿ ಎಂಬಲ್ಲಿಯ ತನಕ. ಆದರೆ ವಾಸ್ತವಿಕವಾಗಿ ತಿರುಗಿ ನೋಡಿದರೆ ಯಾವ ಪತ್ರಿಕೆಯ ಮಾಲೀಕರ ಜತೆಗೂ ನನಗೆ ಸಂಪಾದಕ, ವರದಿಗಾರ ಅನ್ನುವಂತಹ ಸಂಬಂಧವೇ ಇಲ್ಲ.

ಈ ರೀತಿ ವಸುಧೈವ ಕುಟುಂಬಕಂ ಅನ್ನುವ ಪಾಠ ಕಲಿಸಿದವಳು ನನ್ನ ತಾಯಿ. ಬದುಕಿನಲ್ಲಿ ಇಷ್ಟೆಲ್ಲವನ್ನೂ ಗಳಿಸಲು ಕಾರಣವಾದವಳು ನನ್ನ ತಾಯಿ. ಹೀಗಾಗಿ ನನ್ನ ಕರುಳುಬಳ್ಳಿಯ ಎಲ್ಲ ಗಳಿಕೆಯ ಮೂಲವೇ ನನ್ನ ತಾಯಿ. ನನಗನ್ನಿಸುವ ಪ್ರಕಾರ, ಮನುಷ್ಯ ತನ್ನ ಬದುಕಿನಲ್ಲಿ ನೋಡುವ ನಿಜವಾದ ವಿಶ್ವಸುಂದರಿ ಅಮ್ಮನೇ.

ಆದ್ದರಿಂದಲೇ ಅಮ್ಮ ಅಂದ ಕೂಡಲೇ ನನ್ನ ಜೀವ ಕರಗುತ್ತದೆ. ವಿನಾಯಕ ಜೋಷಿ ಅವರೇನೂ ತೀರಾ ದೂರದವರೇನಲ್ಲ. ಆದರೆ ನಾವು ಸಹೋದರರಂತಾಗಲು ಹಲ ವರ್ಷಗಳೇ ಬೇಕಾದವು. ಇವತ್ತಿನ ಅವರ ಚಡಪಡಿಕೆಯನ್ನು ಸಹಿಸಿಕೊಳ್ಳಲು ನನ್ನ ಕೈಲೇ ಸಾಧ್ಯವಾಗುತ್ತಿಲ್ಲ. ಅಂದ ಮೇಲೆ ಅವರಿನ್ನೆಷ್ಟು ಬಳಲಿರಬೇಕು ಹೇಳಲು ನನ್ನಲ್ಲಿ ಪದಗಳೇ ಇಲ್ಲ. ಅಮ್ಮ ಅಂದರೆ ಹಾಗೆ.

ಅಂದ ಹಾಗೆ ಸಂತರ ಮನಃಸ್ಥಿತಿಯಿರುವವರಿಗೆ ಶಬ್ದದೊಳಗಣ ನಿಶ್ಯಬ್ಧದಂತೆ ಎಂಬ ಪದವನ್ನು ಬಳಸುವ ರೂಢಿಯಿದೆ. ಆದರೆ ಅಮ್ಮ ಎಂದರೆ ನನಗೆ ನಿಶ್ಯಬ್ಧದೊಳಗಣ ಶಬ್ಧದಂತೆ. ಬೇಕಿದ್ದರೆ ನೀರವ ವಾತಾವರಣದಲ್ಲಿ, ಸದ್ದೇ ಇಲ್ಲದ ವಾತಾವರಣದಲ್ಲಿ ನಿಮ್ಮ ಕಿವಿಯನ್ನು ಅಗಲಿಸಿ. ಕ್ರಮೇಣ ನಿಮಗೆ ಅರಿವಾಗದಂತೆ ಒಂದು ರೀತಿಯ ಧ್ವನಿ ಬಂದು ನಿಮ್ಮನ್ನಾವರಿಸುತ್ತದೆ. ಅದು ಪ್ರಕೃತಿಯ ಸದ್ದು. ಮೌನದಲ್ಲಿ ಮಾತ್ರ ಆಲಿಸಲು ಸಾಧ್ಯವಾಗುವ ಸದ್ದು.

ಅದಕ್ಕೆ ಸೂಟಬಲ್ ಆಗುವ ಶಕ್ತಿ ಅಂತಿದ್ದರೆ ಅದು ಅಮ್ಮ ಮಾತ್ರ. ಯಾಕೆಂದರೆ ನಿಶ್ಯಬ್ಧದಲ್ಲೂ ಪ್ರೀತಿಯ ಸದ್ದು ಮಾಡುವ ಶಕ್ತಿ ಇರುವುದು ಅಮ್ಮನಿಗೆ ಮಾತ್ರ. ಅಂದ ಹಾಗೆ ಇವತ್ತು ಯಾಕೋ ಏನೋ, ತುಂಬ ಭಾವುಕವಾಗಿ ಮಾತನಾಡಿಬಿಟ್ಟೆ. ದಣಿವಾಗಿದ್ದರೆ ಕ್ಷಮಿಸಿ.

ರೀರೂಲ್ಸು ಎಂದರೆ
ಮನುಷ್ಯ ಬಯಸಿದಾಗ
ಕೆಲಸ ಮಾಡುವ
ಟೂಲ್ಸು ಅಲ್ಲಾರೀ,
ರೂಲ್ಸಿಗೂ ಕಣ್ಣು, ಕಿವಿ
ಇರಬೇಕು

36

ಪತ್ರಿಕೋದ್ಯಮಕ್ಕೆ ಒಬ್ಬರೇ ಸಾಚ

ತನ್ನ ಮಗುವಿನ ಜೀವಕ್ಕೆ ಸ್ವಲ್ಪ ಕಿರಿಕಿರಿಯಾಗುತ್ತಿದೆ ಅನ್ನಿಸಿದರೆ ಎಂತಹ ಮೃದು ಸ್ವಭಾವದ ಹೆಣ್ಣು ಮಗಳಾದರೂ ಸೆರಗು ಸೊಂಟಕ್ಕೆ ಕಟ್ಟಿಕೊಂಡು ಅದರ ರಕ್ಷಣೆಗೆ ನಿಂತು ಬಿಡುತ್ತಾಳೆ. ಯುದ್ಧವೇ ಬೇಕಾದರೂ ಆಗಲಿ. ತನ್ನ ಮಗುವಿನ ರಕ್ಷಣೆಗಾಗಿ ಮುನ್ನುಗ್ಗುತ್ತಾಳೆ.

ಹಕ್ಕಿಯೂ ಅಷ್ಟೇ. ಸ್ವಭಾವತ: ಎಷ್ಟೇ ಸೌಮ್ಯವಾದರೂ ತನ್ನ ಮರಿಗೆ ತೊಂದರೆಯಾಗುತ್ತಿದೆ ಎನ್ನಿಸಿದರೆ ಉಗ್ರ ಕೋಪಿಯಾಗಿ ಕಾಳಗಕ್ಕೆ ನಿಲ್ಲುತ್ತವೆ. ಎದುರಾಳಿ ತನಗಿಂತ ಎಷ್ಟೇ ಬಲಶಾಲಿಯಾಗಿರಲಿ, ಅದು ಲೆಕ್ಕಿಸುವುದಿಲ್ಲ.

ಮೂರು ದಶಕಗಳ ಹಿಂದೆ (1989) ರಾಜಧಾನಿಯ ಪತ್ರಿಕೋದ್ಯಮಕ್ಕೆ ಕಾಲಿಟ್ಟ ನನ್ನನ್ನು ಅಕ್ಷರಶ: ಹೀಗೇ ಸಲಹಿ ಕಾಪಾಡಿದವರು, ರೆಕ್ಕೆ ಬರುವ ತನಕ ಕಾದವರು,

ರೆಕ್ಕೆ ಪುಕ್ಕ ಬಂದ ಮೇಲೆ, ಇನ್ನು ನಿನ್ನ ಪಾಡಿಗೆ ಅರಾಮವಾಗಿ ಹಾರಾಡಿಕೊಂಡಿರು ಎಂದು ಮೇಲಕ್ಕೆ ಹಾರಿಬಿಟ್ಟವರು ಪತ್ರಕರ್ತ ಸಾ.ಚ.

ಅವರನ್ನು ಬಲ್ಲವರು ಸಾಹುಕಾರ್ ಚಂದ್ರಶೇಖರರಾವ್ ಎನ್ನುತ್ತಾರೆ. ಆದರೆ ಅವರು ಮಾತ್ರ ತಮಾಷೆಯಾಗಿ, ಇಡೀ ಪತ್ರಿಕೋದ್ಯಮದಲ್ಲಿ ನಾನೊಬ್ಬನೇ ಸಾ. ಚ ಎಂದು ಹೇಳಿಕೊಳ್ಳುತ್ತಾರೆ. ಮೂಲತ: ಚಿಕ್ಕಮಗಳೂರು ಜಿಲ್ಲೆಯವರು. ಮೂವತ್ತು ವರ್ಷಗಳ ಮುನ್ನ ನಾನು ಬೆಂಗಳೂರಿಗೆ ಬಂದಾಗ ಕೆಲಸಕ್ಕಾಗಿ ಅಕ್ಷರಶ: ಬೀದಿ ಬೀದಿ ಅಲೆದಾಡಿದ್ದೆ. ಎನ್. ಆರ್. ಕಾಲೋನಿಯಿಂದ ಮಲ್ಲೇಶ್ವರ, ರಾಜಾಜಿನಗರದಿಂದ ಯಶವಂತಪುರದ ತನಕ ಸಿಕ್ಕ ಸಿಕ್ಕ ಕಡೆ ಕೆಲಸಕ್ಕಾಗಿ ಕಾಲ್ನಡಿಗೆಯಲ್ಲಿ ಅಲೆದಾಡುತ್ತಿದ್ದೆ. ನನ್ನ ಒಂದೇ ಆಸೆ. ನಾನು ಪತ್ರಕರ್ತನಾಗಬೇಕು ಎಂಬುದು.

ಆದರೆ ಬೆಂಗಳೂರಿನಂತಹ ದೊಡ್ಡ ಊರಿನಲ್ಲಿ ನನಗೆ ಪತ್ರಿಕೆಯಲ್ಲಿ ಕೆಲಸ ಕೊಡುವವರು ಯಾರು? ಹೀಗಾಗಿಯೇ ಕಂಡ ಕಂಡಲ್ಲಿ ಕೆಲಸ ಹುಡುಕಿಕೊಂಡು ಹೋಗುತ್ತಿದ್ದೆ. ಆದರೆ ಮೂರು ತಿಂಗಳಾದರೂ ನನಗೆ ಕೆಲಸ ಸಿಗುವ ಲಕ್ಷಣಗಳು ಕಾಣಲಿಲ್ಲ. ನಿರಾಸೆ ಏನೋ ಕಾಡುತ್ತಿತ್ತು. ಆದರೆ ನನ್ನೂರು ಸಾಗರಕ್ಕೆ ಬರಿಗೈಲಿ ಮರಳಿ ಹೋಗಬಾರದು ಎಂಬ ಹಟಕ್ಕೆ ಬಿದ್ದಿದ್ದೆ. ಈ ಮಧ್ಯೆ ಬೇಸರವಾದಾಗ ನಮ್ಮ ಕುಟುಂಬದ ಆತ್ಮೀಯ ಮಿತ್ರರಾಗಿದ್ದ ಪ್ರಕಾಶ್ ಹಾಗೂ ನಂದಕುಮಾರ್ ಅವರನ್ನು ನೋಡಿ ಬರಲು ಆಗಾಗ ಅವರ ಮನೆಗೆ ಹೋಗುತ್ತಿದ್ದೆ. ಆಗ ಅವರ ಮನೆ ಚಾಮರಾಜಪೇಟೆಯಲ್ಲಿತ್ತು. ಹೀಗೇ ಹೋಗುತ್ತಾ ಹೋಗುತ್ತಾ ಒಂದು ದಿನ ನಂದಕುಮಾರ್ ಕೇಳಿದರು. ಅಲ್ಲ, ಒಂದು ಕೆಲಸ ಸಿಗುವ ತನಕ ನೀನೇಕೆ ನಮ್ಮ ಸುಧೀಂದ್ರ-ರಾಮಮೂರ್ತಿ ಹತ್ತಿರ ಕೆಲಸ ಮಾಡಬಾರದು.

ಅವರು ಕೇಳಿದ್ದೇ ತಡ. ಒಂದೇ ಏಟಿಗೆ ನಾನು ಒಪ್ಪಿಕೊಂಡು ಬಿಟ್ಟೆ. ಸುಧೀಂದ್ರ-ರಾಮಮೂರ್ತಿ ಜೋಡಿ ಎಂದರೆ ಆಗ ಚಲನಚಿತ್ರ ಪ್ರಚಾರಕರ ಪೈಕಿ ಅಗ್ರಗಣ್ಯ ಜೋಡಿ ಎಂದೇ ಹೆಸರಾಗಿತ್ತು. ಅವರ ಮಾತಿನಂತೆ ಮರುದಿನವೇ ನಾನು ಸುಧೀಂದ್ರ-ರಾಮಮೂರ್ತಿ ಅವರ ಬಳಿ ಕೆಲಸಕ್ಕೆ ಸೇರಿದೆ.

ಆಗ ನನಗೆ ತಿಂಗಳಿಗೆ ಇನ್ನೂರು ರೂಪಾಯಿ ಸಂಬಳ. ಒಂದೆರಡು ತಿಂಗಳು ಕಳೆದಿರಬೇಕು. ಅಷ್ಟರಲ್ಲೇ ರಾಮಮೂರ್ತಿ ನನ್ನನ್ನು ಕರೆದು ಹೇಳಿದರು: "ನೋಡ್ರೀ, ನಿಮಗೆ ಇಂತಹ ಪತ್ರಿಕೋದ್ಯಮ ಸೆಟ್ ಆಗುವುದಿಲ್ಲ. ನನ್ನ ಪರಿಚಯದ ಜರ್ನಲಿಸ್ಟ್ ಒಬ್ಬರಿದ್ದಾರೆ. ಸಾ. ಚ. ಅಂತ ಅವರ ಹೆಸರು. ಅವರು ಮನಸ್ಸು ಮಾಡಿದರೆ ನಿಮಗೆ ಎಲ್ಲಾದರೂ ಕೆಲಸ ಸಿಗುತ್ತದೆ" ಎಂದರು.

ಮರುದಿನವೇ ನನ್ನನ್ನವರು ಗಾಂಧಿ ನಗರದ ಕಾನಿಷ್ಕ ಹೋಟೆಲ್‌ಗೆ ಕರೆದರು. ನಾನು ನನ್ನ ಬಳಿ ಇದ್ದ ಸರ್ಟಿಫಿಕೇಟು, ಬರವಣಿಗೆಯ ವಿವರಗಳಿದ್ದ ಕಡತ ಎಲ್ಲವನ್ನೂ

ತೆಗೆದುಕೊಂಡು ಹೋದೆ. ಹೇಳಿದ ಸಮಯಕ್ಕೆ ನಿಖರವಾಗಿ ರಾಮಮೂರ್ತಿ ಅಲ್ಲಿಗೆ ಬಂದಿದ್ದರು. ನಾನು ಹೋದ ಸ್ವಲ್ಪ ಹೊತ್ತಿಗೇ ಸಾ. ಚ. ಅಲ್ಲಿಗೆ ಬಂದರು.

ಅವರನ್ನು ನೋಡಿದ್ದೇ ರಾಮಮೂರ್ತಿ ಹೇಳಿದರು: ಸಾ. ಚ. ಇವರು ನಿಮ್ಮ ಊರಿನ ಕಡೆಯವರು. ಯಾವುದಾದರೂ ಪತ್ರಿಕೆಯಲ್ಲಿ ಕೆಲಸ ಇದ್ದರೆ ಕೊಡಿಸಿ. ಉಪಕಾರವಾಗುತ್ತೆ ಎಂದರು. ಆಗ ನನ್ನನ್ನು ನೋಡಿದ ಸಾ. ಚ: ಏನ್ರೀ ಬರೆಯಲು ಬರುತ್ತದಾ? ಎಂದು ಕೇಳಿದರು. ಅವರದು ಒಂಥರಾ ರಫ್ ಅಂಡ್ ಟಫ್ ಮಾತು. ನಾನು ತುಂಬ ವಿಧೇಯತೆಯಿಂದ: ಜರ್ನಲಿಸಂ ಡಿಪ್ಲೋಮಾ ಓದಿದ್ದೇನೆ ಸಾರ್ ಎಂದೆ.

ಅದಕ್ಕವರು, "ರೀ ನಾನು ನಿಮ್ಮ ಸರ್ಟಿಫಿಕೇಟ್ ಕೇಳಿದೆನಾ? ಅದನ್ನೆಲ್ಲ ಜೇನು ತುಪ್ಪ ಹಾಕಿಕೊಂಡು ನೆಕ್ರೀ. ನಾನು ಕೇಳಿದ್ದು ಒಂದೇ ಪ್ರಶ್ನೆ. ನಿಮಗೆ ಬರೆಯಲು ಬರುತ್ತಾ?" ಎಂದು ಗದರಿಕೊಂಡರು. ಆಗ ನಾನು ಇನ್ನಷ್ಟು ವಿಧೇಯನಾಗಿ "ಹೂಂ ಸಾರ್, ನಾನು ಬರೆದ ಲೇಖನಗಳು ಈ ಕಡತದಲ್ಲಿವೆ. ನೋಡಿ ಸಾರ್" ಎಂದೆ.

ಅದನ್ನು ಕೈಗೆತ್ತಿಕೊಂಡ ಸಾ. ಚ ಒಂದು ಸಲ ಪೂರ್ತಿಯಾಗಿ ತಿರುಗಿಸಿ ನೋಡಿದರು. ಲೇಖನಗಳನ್ನು ಓದಿದ ಮೇಲೆ ಅವರ ಮುಖದಲ್ಲಿ ಸಮಾಧಾನದ ಭಾವ. ನನಗೋ ಜೀವ ಬಂದಂತಹ ಅನುಭವ. ಆದರೆ ನನ್ನ ಲೇಖನ ಓದಿದವರೇ ಅವರು ಅತ್ತಿತ್ತ ನೋಡತೊಡಗಿದರು. ನನಗೆ ಮರಳಿ ಆತಂಕ ಶುರುವಾಯಿತು. ಮುಂದಿನ ವಾರ ಬಾ, ಮುಂದಿನ ತಿಂಗಳು ಬಾ ಅಂತ ಎಲ್ಲಿ ಹೇಳುತ್ತಾರೋ? ಎಂಬ ಧಾವಂತ ಕಾಡತೊಡಗಿತು.

ಆದರೆ ಸಾ. ಚ ಅವರ ಕಣ್ಣು ಒಂದು ಕಡೆ ನೆಟ್ಟಿತು. ಆ ಕಡೆ ನೋಡಿದೆ. ಒಂದು ಸಿಗರೇಟು ಪ್ಯಾಕು. ತಕ್ಷಣವೇ ಅವರು ಹೇಳಿದರು: ಆ ಸಿಗರೇಟು ಪ್ಯಾಕು ತಗಂಡು ಬರ್ರೀ. ನಾನು ಅವರು ಹೇಳಿದಂತೆಯೇ ಆ ಸಿಗರೇಟು ಪ್ಯಾಕನ್ನು ಎತ್ತಿಕೊಂಡು ಬಂದೆ. ಗೋಲ್ಡ್ ಫ್ಲೇಕ್ ಸಿಗರೇಟಿನ ಪ್ಯಾಕು ಅದು. ಅದನ್ನು ತಂದಿದ್ದೇ ತಡ, ಇಸಕೊಂಡು ಅದರೊಳಗಿದ್ದ ಮೆದು ರಟ್ಟಿನ ಬಾಗವನ್ನು ಎಳೆದು ಅದರ ಮೇಲೇ ಪೆನ್ನಿನಿಂದ ಬರೆದರು. "ಮಾನ್ಯ ಸಣ್ಣಪ್ಪನವರಿಗೆ, ನಮ್ಮ ಹುಡುಗನನ್ನು ಕೆಲಸಕ್ಕೆ ಕಳಿಸುತ್ತಿದ್ದೇನೆ. ಸೇರಿಸಿಕೊಳ್ಳುವುದು"

ಹೀಗೆ ಬರೆದವರೇ ಅದನ್ನು ನನಗೆ ಕೊಟ್ಟು: "ಶ್ರೀ ರಾಂಪುರದ ಬಿಡಿಎ ಕಾಂಪ್ಲೆಕ್ಸ್ ನಲ್ಲಿ ಅರ್ಪಿತಾ ಎಂಬ ಪತ್ರಿಕೆ ಇದೆ. ಅದರ ಓನರು ಸಣ್ಣಪ್ಪ ಅಂತ. ಹೋಗಿ ಅವರನ್ನು ನೋಡಿ" ಎಂದರು. ನಾನು ಅವರಿಗೆ ಧನ್ಯವಾದ ಹೇಳಿ ತಕ್ಷಣವೇ ಶ್ರೀರಾಂಪುರಕ್ಕೆ ಹೋದೆ. ಬಿಡಿಎ ಕಾಂಪ್ಲೆಕ್ಸ್ ನಲ್ಲಿದ್ದ ಅರ್ಪಿತಾ ಪತ್ರಿಕೆಯ ಕಛೇರಿಗೆ ಹೋಗಿ ಸಣ್ಣಪ್ಪನವರನ್ನು ಭೇಟಿ ಮಾಡಿ ಸಾ. ಚ ಕೊಟ್ಟ ಶಿಫಾರಸು ಪತ್ರ ಕೊಟ್ಟೆ.

ಆ ಸಿಗರೇಟು ಪ್ಯಾಕಿನ ಮೇಲೆ ಬರೆದಿದ್ದನ್ನು ಓದಿದ್ದೇ ತಡ, ಸಣ್ಣಪ್ಪ ತಕ್ಷಣವೇ ಕೆಲಸ ಕೊಟ್ಟರು. ನಿನಗೆ ಮುಂದಿನ ತಿಂಗಳಿಂದ 550ರೂ. ಸಂಬಳ ಕಣಯ್ಯ ಅಂದರು. ನನಗೆ ಸ್ವರ್ಗದ ಬಾಗಿಲೇ ತೆರೆದಂತಾಯಿತು. ಅವತ್ತಿನ ಕಾಲಕ್ಕೆ ಅಷ್ಟು ಸಂಬಳ ಎಂದರೆ ಕಡಿಮೆಯೇ, ಹೀಗಾಗಿ ತಕ್ಷಣ ಹೂಂ ಅಂದೆ. ಅವರು ನಾಡಿದ್ದು ಸೋಮವಾರ ಬೆಳಿಗ್ಗೆ ವಿಧಾನಸೌಧದ ಮೂರನೇ ಅಂತಸ್ತಿನಲ್ಲಿರುವ ಪ್ರೆಸ್ ರೂಂ. (ನಂಬರ್ 333)ಗೆ ಬಂದು ಬಿಡಪ್ಪ. ಸಾ. ಚ ಜತೆ ಮಾತನಾಡಿ ಏನೇ ಇದ್ದರೂ ಸೆಟ್ಲ್ ಮಾಡಿಬಿಡೋಣ ಎಂದರು.

ಸೋಮವಾರ ಬೆಳಿಗ್ಗೆ ಹೇಳಿದ ಸಮಯಕ್ಕೆ ಸರಿಯಾಗಿ ವಿಧಾನಸೌಧದ ಪ್ರೆಸ್ ರೂಮಿಗೆ ಹೋದೆ. ಸಣ್ಣಪ್ಪ ಅವರಿಗಂತ ಮುಂಚೆಯೇ ಅಲ್ಲಿಗೆ ಬಂದಿದ್ದ ಸಾ. ಚ ಅವರಿಗೆ ಹಿಂದಿನ ದಿನ ನಡೆದಿದ್ದನ್ನೆಲ್ಲ ಹೇಳಿದೆ. ಸಂಬಳ 550 ರೂ ಫಿಕ್ಸ್ ಮಾಡಿದ್ದಾರೆ ಅಂತ ವಿವರಿಸಿ ಧನ್ಯವಾದ ಹೇಳಿದೆ. ಅದಾದ ಸ್ವಲ್ಪ ಹೊತ್ತಿನಲ್ಲೇ ಸಣ್ಣಪ್ಪ ತಮ್ಮ ಬಲಗೈಯಲ್ಲಿ ಒಂದು ಸೂಟ್‌ಕೇಸು ಹಿಡಿದುಕೊಂಡು ಅಲ್ಲಿಗೆ ಬಂದರು. ಅವರ ಜತೆ ಮಾತಿಗೆ ಕೂತ ಸಾ. ಚ ಎತ್ತಿದ ಮಾತಿಗೇ: ಸಂಬಳ ಏನೋ ಕರೆಕ್ಟಾಗಿದೆ ಸಣ್ಣಪ್ಪನವರೇ. ಆದರೆ ಹುಡುಗ ರಿಪೋರ್ಟಿಂಗ್ ಅಂತ ತಿರುಗಬೇಕಲ್ಲ? ಅದಕ್ಕಾಗಿ ದಿನಕ್ಕೆ ಬ್ಯಾಟಾ ಅಂತ ಹತ್ತು ರೂಪಾಯಿ ಕೊಡಿ ಎಂದರು.

ಅಲ್ಲಿಗೆ ತಿಂಗಳ ಸಂಬಳ 550 ರೂ. ಜತೆಗೆ ಬ್ಯಾಟಾ ರೂಪದಲ್ಲಿ 300 ರೂಪಾಯಿ. ಅಂದರೆ ಟೋಟಲ್ಲು 850 ರೂಪಾಯಿ. ಸಣ್ಣಪ್ಪ ದೂಸರಾ ಮಾತನಾಡದೆ ಒಪ್ಪಿದರು. ನನಗೆ ಖುಷಿಯೋ ಖುಷಿ. ಅವತ್ತೇ ನಾನು ಕೆಲಸಕ್ಕೆ ಜಾಯಿನ್ ಆದೆ. ಅದು 1989ರ ಡಿಸೆಂಬರ್ 11ನೇ ತಾರೀಖು.

ಅಂದಿನಿಂದಲೇ ನಾನು ರಾಜಕೀಯ ವರದಿಗಾರ. ಸೇರಿದ ಸ್ವಲ್ಪ ದಿನಗಳಲ್ಲೇ ವೀರೇಂದ್ರ ಪಾಟೀಲ್ ನೇತೃತ್ವದ ಸಚಿವ ಸಂಪುಟದ ಸಭೆ ನಡೆಯಿತು. ಸಂಪುಟ ಸಭೆಯ ನಂತರ ಅದರ ವಿವರ ನೀಡುವುದಕ್ಕೆ ಕ್ಯಾಬಿನೆಟ್ ಬ್ರೀಫಿಂಗ್ ಅಂತ ಹೆಸರು. ಅದು ವಿಧಾನಸೌಧದ ಮೂರನೇ ಅಂತಸ್ತಿನ ಸಮಿತಿ ಕೊಠಡಿಯಲ್ಲಿ ನಡೆಯುತ್ತಿತ್ತು. ಆ ಬ್ರೀಫಿಂಗ್‌ಗೆ ನಾನೂ ಹೋಗಿ ಕುಳಿತೆ.

ಹೋಗಿ ಕುಳಿತಿದ್ದೇ ತಡ, ಅಧಿಕಾರಿಯೊಬ್ಬರು ಬಂದವರೇ, ರೀ, ನಿಮ್ಮ ಅಕ್ರಿಡಿಯೇಷನ್ ಕಾರ್ಡ್ (ಮಾನ್ಯತಾ ಪತ್ರ)ಕೊಡಿ ಎಂದರು. ಎಲ್ಲಿತ್ತು ಮಾನ್ಯತಾ ಪತ್ರ, ಸಾ.ಚ ಅವರು ಗೋಲ್ಡ್ ಫ್ಲೇಕ್ ಸಿಗರೇಟು ಪ್ಯಾಕಿನ ಮೇಲೆ ಬರೆದುಕೊಟ್ಟ ಶಿಫಾರಸು ಪತ್ರವೇ ನನಗಿದ್ದ ಏಕೈಕ ಮಾನ್ಯತಾ ಪತ್ರ. ಯಾವಾಗ ನನ್ನ ಬಳಿ ಮಾನ್ಯತಾ ಪತ್ರ ಇಲ್ಲ ಎಂಬುದು ಗೊತ್ತಾಯಿತೋ, ಆ ಅಧಿಕಾರಿ ಮುಲಾಜಿಲ್ಲದೆ ನನ್ನನ್ನು ಅಲ್ಲಿಂದ ಎಬ್ಬಿಸಿ

ಕಳಿಸಿದರು. ಮತ್ಯಾವತ್ತೂ ಇಲ್ಲಿಗೆ ಮಾನ್ಯತಾ ಪತ್ರ ಇಲ್ಲದೆ ಬರಬಾರದು ಎಂದು ಗದರಿಕೊಂಡರು.

ನಾನು ನಿರಾಸೆಯಿಂದ ಹೊರಗೆ ಬಂದೆ. ಇದಾಗಿ ಒಂದು ವಾರ ಕಳೆದಿರಬೇಕು. ಮತ್ತೆ ಸಚಿವ ಸಂಪುಟ ಸಭೆ. ಅದು ಮುಗಿದ ಕೂಡಲೇ ಕ್ಯಾಬಿನೆಟ್ ಬ್ರೀಫಿಂಗ್. ಅವತ್ತು ನಾನು ಪ್ರೆಸ್ ರೂಂ ನಲ್ಲೇ ಕುಳಿತಿದ್ದೆ. ಅವತ್ತು ಅಲ್ಲಿಗೆ ಬಂದಿದ್ದ ಸಾ. ಚ ಅವರು: ಏನ್ರೀ, ಕ್ಯಾಬಿನೆಟ್ ಬ್ರೀಫಿಂಗ್‌ಗೆ ಬರಲ್ಲವಾ ಎಂದರು. ಅದಕ್ಕೆ ನಾನು, ಇಲ್ಲ ಸಾರ್, ನನ್ನ ಹತ್ತಿರ ಮಾನ್ಯತಾ ಪತ್ರ ಇಲ್ಲ. ಹೀಗಾಗಿ ನಾನಲ್ಲಿಗೆ ಬಂದರೆ ನನ್ನನ್ನು ಅಲ್ಲಿನ ಅಧಿಕಾರಿಗಳು ಎಬ್ಬಿಸಿ ಕಳಿಸಿಬಿಡುತ್ತಾರೆ ಎಂದೆ. ಸಾ. ಚ ಅವರಿಗೆ ಏಕ್ ದಂ ಸಿಟ್ಟು ಬಂತು. ಯಾರ್ರೀ ಆ ಅಧಿಕಾರಿ ನಿಮ್ಮನ್ನು ತಡೆದವರು ಬರ್ರೀ ಎಂದರು. ನಾನು ಅವರನ್ನು ಹಿಂಬಾಲಿಸಿದೆ.

ಅಷ್ಟೊತ್ತಿಗಾಗಲೇ ಸಮಿತಿ ಕೊಠಡಿಯಲ್ಲಿ ಹಲ ಪತ್ರಿಕೆಗಳ ವರದಿಗಾರರು ಕುಳಿತಿದ್ದರು. ನಾನು ಸಾ. ಚ ಅವರ ಪಕ್ಕ ಮಳೆಗೆ ನೆಂದು ಗಾಬರಿಗೊಂಡ ಗುಬ್ಬಿಯಂತೆ ಕುಳಿತಿದ್ದೆ. ಯಥಾ ಪ್ರಕಾರ ಆ ಅಧಿಕಾರಿ ನನ್ನ ಬಳಿ ಬಂದು: "ರೀ ಅವತ್ತೇ ಹೇಳಲಿಲ್ಲವಾ? ಮಾನ್ಯತಾ ಪತ್ರ ಇಲ್ಲದವರು ಇಲ್ಲಿಗೆ ಬರಬಾರದು ಅಂತ. ಇದು ಲಾಸ್ಟ್ ವಾರ್ನಿಂಗ್. ಮೇಲೇಳ್ರೀ" ಎಂದರು.

ಆಗ ಪಕ್ಕದಲ್ಲೇ ಕೂತಿದ್ದ ಸಾ. ಚ ಮೇಲೆದ್ದು ನಿಂತವರೇ: ಏಯ್! ತೇರೆ ಹಿಟ್ ಮೇಲ್ ಅವರೇ ಕಾಳ್. ನಿಮ್ಮ ಮಾನ್ಯತಾ ಪತ್ರ ಯಾವನಿಗೆ ಬೇಕ್ರೀ, ಆ ಹುಡುಗ ಬರೆಯುತ್ತಾನೆ. ಹಾಗಂತಲೇ ಇಲ್ಲಿಗೆ ಬಂದಿದ್ದಾನೆ. ಅಷ್ಟು ಸಾಕು. ಮಾನ್ಯತಾ ಪತ್ರ ಪಡೆದವರ ಪೈಕಿ ಎಷ್ಟು ಮಂದಿ ಬರೆಯುತ್ತಾರೆ, ಕೆಲವರು ಒಂದಕ್ಷರ ಬರೆಯದೆ ಕೇವಲ ಮುಖ್ಯಮಂತ್ರಿಗಳಿಗೆ ಮುಖ ತೋರಿಸಿ ಷೋ ಕೊಡಲು ಬರುತ್ತಾರೆ. ಅವರನ್ನು ಯಾವತ್ತಾದರೂ ಎಬ್ಬಿಸಿ ಕಳಿಸಿದ್ದೀರಾ, ಇಲ್ಲವಲ್ಲ. ಇಲ್ಲಿ ಕೂತಿರುವವರನ್ನೇ ಚೆಕ್ ಮಾಡಿ. ಎಷ್ಟು ಜನರಿಗೆ ಅಕ್ರಿಡಿಯೇಷನ್ ಕಾರ್ಡ್ ಇಲ್ಲವೋ? ಅಷ್ಟೂ ಜನರನ್ನು ಹೊರಗೆ ಕಳಿಸಿ.

ನೀವು ಆ ಕೆಲಸ ಮಾಡದೆ ನಿಮಗೆ ಬೇಕಾದವರು ಅಂತ ಅವರಿಗೆ ಕೂರಲು ಬಿಟ್ಟು ಈ ಹುಡುಗನನ್ನು ಯಾಕೆ ಹೊರಗೆ ಕಳಿಸುತ್ತೀರಿ. ಆ ಹುಡುಗ ಇಲ್ಲಿ ಇರುತ್ತಾನೆ. ವರದಿ ಮಾಡುತ್ತಾನೆ. ನೀವೇನಾದರೂ ದೂಸರಾ ಮಾತನಾಡಿದರೆ ಸಿಎಂ ಅವರಿಗೇ ಹೇಳುತ್ತೇನೆ. ಆಗಿದ್ದಾಗಿ ಬಿಡಲಿ ಎಂದು ಗುಟುರು ಹಾಕಿದರು.

ಅವರ ಗುಟುರಿಗೆ ಸುಸ್ತಾದ ಆ ಅಧಿಕಾರಿ: ಇದೆಲ್ಲ ರೂಲ್ಸು ಸಾ. ಚ. ನೀವೇ ಈ ರೀತಿ ಮಾಡಿದರೆ ನಾನೇನು ಮಾಡಬೇಕು ಹೇಳಿ ಎಂದು ಅಸಹಾಯಕರಾದರು.

ಅದಕ್ಕೆ ಸಾ. ಚ. ಒಂದು ಮಾತು ಹೇಳಿದರು: ರೀ ರೂಲ್ಸು ಎಂದರೆ ಮನುಷ್ಯ ಬಯಸಿದಾಗ ಕೆಲಸ ಮಾಡುವ ಟೂಲ್ಸು ಅಲ್ಲಾರೀ, ರೂಲ್ಸಿಗೂ ಕಣ್ಣು, ಕಿವಿ ಇರಬೇಕು. ಆ ಹುಡುಗ ಬರೆಯುತ್ತಾನೆ ಎಂದರೆ ನಿಮ್ಮ ರೂಲ್ಸು ಅವನಿಗೆ ಪ್ರೋತ್ಸಾಹ ಕೊಡಬೇಕು. ಕುಗ್ಗಿಸಬಾರದು.

ಅಂದಿನಿಂದ ಆ ಅಧಿಕಾರಿ ನನ್ನ ತಂಟೆಗೇ ಬರಲಿಲ್ಲ. ನಾನು ನಿರಾಯಾಸವಾಗಿ ವರದಿಗಾರಿಕೆ ಮಾಡಲು ಸಾಧ್ಯವಾಯಿತು. ಮುಂದೆಯೂ ಹಲ ಸಂದರ್ಭಗಳಲ್ಲಿ ಸಾ. ಚ ನನ್ನನ್ನು ಹೀಗೇ ಕಾಪಾಡಿದರು. ಒಬ್ಬ ತಾಯಿ ತನ್ನ ಮಗುವನ್ನು ಕಾಪಾಡಿದಂತೆ, ಮಳೆ ಬಂದಾಗ ಒಂದು ಹಕ್ಕಿ ತನ್ನ ಮರಿ ನೆನೆಯದಂತೆ ರೆಕ್ಕೆಯ ಆಸರೆ ಕೊಡುವ ಹಾಗೆ ಬೆಂಬಲ ನೀಡಿದರು. ಜೀವನದಲ್ಲಿ ನಾವು ಕೆಲ ಋಣಗಳನ್ನು ತೀರಿಸಲು ಸಾಧ್ಯವಿಲ್ಲ. ಸಾ. ಚ. ಅವರ ಋಣವೂ ಹಾಗೇ. ಅದನ್ನು ತೀರಿಸಲು ಸಾಧ್ಯವಿಲ್ಲ.